韓國語-越南語 가나다 어학당 편집부

AN CHAU

TỪ ĐIỂN HIỆN ĐẠI

최신 한국어 베트남어 소사전
HÀN - VIỆT

Địa chỉ liên lạc với tác giả

LỜI NÓI ĐẦU

Quyển tiểu từ điển Hàn Việt mới nhất này được xuất bản không chỉ dành cho những du học sinh, người lao động và kiều dân Việt Nam đang sống, làm việc tại Hàn Quốc mà còn dành cho cả những kiều dân, lưu học sinh, những nhà doanh nghiệp Hàn Quốc đang làm ăn tại Việt Nam.

Đặc biệt, trong tình hình số người học tiếng Hàn và tiếng Việt ngày càng đông, sau khi quyển từ điển đầu tiên ra đời của mình ra đời, tôi đã dành thời gian 6 năm cho quyển từ điển bỏ túi này, với số lượng từ khoảng 20 ngàn từ cùng các phụ lục khác như từ đồng âm, từ đồng nghĩa, ghi chú từ gốc Hán, nhằm giúp độc giả có thể sử dụng dễ dàng.

Quyển từ điển đầu tiên với qui cách lớn có thể được sử dụng ở văn phòng hay ở nhà, còn quyển tiểu từ điển này được làm ra để có thể có thể bỏ túi nhằm sử dụng tiện lợi.

Và tôi cũng mong muốn thông qua quyển từ điển thứ hai này, nó sẽ giúp tăng cường hơn giữa sự giao lưu giữa hai nền văn hóa Việt Hàn.

Đặc biệt, xin gửi lời cảm ơn cảm ơn sâu sắc đến tất cả những người đã giúp đỡ, cảm ơn nhà xuất bản ngoại ngữ chuyên ngành Monyerim đã cùng góp sức để quyển sách này đã ra đời.

Để hoàn thiện hơn nữa nội dung quyển sách này, cầu mong sự yêu quí, hỗ trợ góp ý của tất cả các quí vị độc giả.

Chúng ta cùng cầu mong cho quan hệ hữu nghị Việt Nam và Hàn Quốc ngày càng phát triển.

Tháng 6 năm 2006
Trường Hàn ngữ Việt Hàn Kanata
Tác giả
LÊ HUY KHOA

머리말

최신 한국어베트남어 소사전은 한국에서 근무 하는 베트남 근로자, 유학생 교민들 과 더불어 베트남에서 기업하는 기업과 한국유학생 교민들, 베트남 현지인 모든 분들을 위해 출판 되었습니다. 특히 한국문화와 한국어, 베트남문화와 베트남어 공부를 하는 분들이 많은 늘고 있어 저자인 제가 두 번째 사전인 최신 한국어 베트남어 소사전을을 6년 동안 연구 노력 하여 휴대하기 쉽게 숙어와 함께 한자음 표기, 동음, 동의어를 넣어 쉽게 볼수 있도록 약 2만 단어를 수록 하였습니다.

첫 번째 발행한 한 베 사전은 사무실과 가정에 두고 보시고 이번 최신 한국어베트남어 소사전은 이동시 휴대하기 쉽게 만들었습니다. 아무튼 이번 두 번째 사전도 한국과 베트남어 문화를 상통하는데 많은 도움이 되셨으면 합니다.

특히 두 번째 책도 나올 수 있도록 많은 도움을 주신 많은 여러분과 이 책을 한국에서 발간 할 수 있게한 어학전문 도서출판 문예림 관계자 여러분께 깊은 감사를 드립니다. 사전내용의 완비를 위해 독자 여러분의 협조와 사랑을 항상 바랍니다.

베트남과 한국의 번영과 행복, 또는 양국간 우호 협력관계의 익일발전을 같이 빕니다

2006.6월 베트남 호치민 한국어 베트남어 가나다 어학당에서

저자 LE HUY KHOA

주한 베트남 대사관 즈영징 특대사의 소개의 글

베트남- 한국 양국간의 우호관계가 발전하고 있는 현재 베트남에서는 한국문화와 한국사람에 대해 많이 익숙해지고 알아가고 있습니다. 우리 양국간의 전통 문화 역사는 오래되었으며 풍부하면서 문화마다 특색은 있으나 공통점이 많이 있습니다. 한국어 공부와 한국을 이해하는 것이 한국에서 근무하고 있는 베트남 사람뿐만 아니라 한국어 공부와 한국문화를 연구하고 있는 현재 베트남인들에게도 필요할 것이라고 생각합니다.

여러분께 Le Huy Khoa(저명 Le Cat An Chau) 저자가 편집한 한-베트 사전을 소개하게 되어서 마음이 기쁩니다. 이 사전은 우리 베트남- 한국 외교수립 15주년을 기념하는 해에 발간이 되이 더욱 기쁩니다.

베트남과 한국이 외교 관계를 수립한지 15년이 되며 21세기에서는 전면적인 파트너가 되도록 많이 노력하고 있습니다. 양국간의 서로 이해와 교류는 발전할수록 서로 언어 공부와 문화의 교류 수요는 더욱 많아집니다. 이사전이 발간된 것은 우리한테 귀중한 선물이며 양국간의 독자 여러분 수요에 부응하고 우리 양국간의 우호 관계 발전, 문화 교류 등에 작은 역할을 기여할 수 있다고 생각합니다.

지금까지는 최신 한국어- 베트남어소사전이 없었으며, 특히 현대 생활 사용 용어에 대해 정확하게 설명하며 이해시켜주는 사전은 없었습니다. 이사전이 나오면서 상기 문제를 해결해주고 독자 여러분의 수요에 부응해 줄 것입니다. 이 사전의 저자는 한국에서 있는 동안 공부와 연구를 통해서 편집한 존중할 만한 근로성과라고 생각합니다. 이 사전을 보면 수많은 단어와 정확한 설명, 예문을 담은 것은 저자의 열정의 결과라고 생각됩니다.

이사전의 진정한 가치는 독자 여러분이 평가해주시지만 저는 저자의 마음과 열정을 인정하며 사랑합니다.

2006년 6월 주한베트남 대사 Duong Chinh Thu

ㄱ

ㄱ Phụ âm đầu tiên trong các phụ âm tiếng Hàn Quốc, đọc là ki-ức, tương tự chữ A trong bản phiên âm ABC.

가-(假) Tạm thời, tạm. ~시설 thiết bị tạm thời.

가게 Cửa hàng, nơi bán hàng hóa. 꽃~ cửa hàng hoa.

가공(可恐) Đáng sợ, khủng khiếp. ~할 전쟁의 실태 tình hình cuộc chiến thật là đáng sợ

가난 Nghèo, nghèo khó, thiếu thốn. ~하다. ~한 사람 người nghèo.

가다 Đi, tới, đến... 에 가다 đi tới đâu đó.

가드 Sự bảo vệ, người canh gác. ~레일 người gác đường ray.

가득하다 Đầy, tràn đầy.

앞날은 희망이 ~ tương lai tốt đẹp trước mặt.

가랑비 Mưa phùn. ~가 내린다 trời mưa phùn.

가름 Sự phân biệt, sự phân chia, sự phân loại.

가만 Im lặng, không động đậy. ~ 누가 온다. Xuỵt, có ai đến.

가만있다 Im lặng, không có phản ứng, lặng lẽ, không cử động.

가멸다 Giàu có, phong phú, giàu sang.

가명 (佳名) Uy tín, danh dự.

가물타다 Bị hạn, gặp hạn, vào hạn.

가미(佳味/嘉味) Món ăn ngon.

가분가분 Nhẹ nhàng, thoải mái. ~하다.

가상(假想) Sự tưởng tượng, sự giả tưởng. ~하다. ~적 tính giả tưởng.

가석하다 (可惜-) Đáng tiếc, tiếc.

가엾다 Đáng tội nghiệp, đáng thương. 가엾은 고아 đứa trẻ mồ côi đáng thương.

가정(家庭) Gia đình. ~경제 kinh tế gia đình. ~교육 giáo dục gia đình.

가정교사 (家庭教師) Gia sư, giáo viên dạy tại nhà riêng. ~하다 làm gia sư.

가책 (苛責) Chửi mắng thậm tệ. ~ 하다.

가청 (可聽) Có thể nghe, nghe được. ~거리 khoảng cách có thể nghe được.

가토하다 (加土-) Trát đất.

가하다(可-) Đúng, tốt. 네 말이 ~ cậu nói đúng.

가해 (加害) Làm hại, làm hư, gây thiệt hại. ~하다. ~자 người gây hại.

가효(佳肴) Ngon miệng.

각골난망(刻骨難忘) Sự ghi nhớ mãi, ghi tâm khắc dạ không quên. ~하다.

각지(各地) Mọi nơi, các nơi.

각루 (刻漏) Đồng hồ nước.

각방면(各方面) Mỗi hướng, các phương hướng, mọi nơi. ~으로 부터 từ các hướng.

각살림(各-) Sự sống riêng. ~하다.

각속도(角速度) Góc quay.

각시 ① Búp bê ② Cô dâu, đàn bà mới lấy chồng.

각아비자식(各-子息) Con cùng mẹ khác cha.

각인(各人) Mọi người, các vị. ~각색 mỗi người một vẻ.

각인(刻印) Khắc dấu. ~하다.

각일각(刻-刻) Bất cứ lúc nào, giờ phút nào cũng, mọi lúc.

각적(角笛) Cây sáo làm bằng sừng.

각조(各條) Các điều khoản, mọi điều khoản.

각축(角逐) Sự cạnh tranh,

sự ganh đua. ~하다.

각파(各派) Mọi thành phần, các phái, các phe.

각판(刻版) ① Khuôn in, bản khắc gỗ. ② Khắc gỗ.

각필(苛筆) Ngưng viết, gác bút. ~하다.

간 Độ mặn, mặn. ~을 하다 cho thêm muối.

간(肝) Gan. ~병 bệnh gan.

간간이(間間) Thỉnh thoảng, đôi khi. ~ 오는 손님 vị khách thỉnh thoảng đến.

간간하다 Đủ mặn, vừa mặn, ngon.

간동그리다 Sắp xếp lại cho ngăn nắp.

간동하다 Gói gọn lại, làm gọn lại.

간드랑거리다 Lắc, đu đưa nhẹ. 나뭇잎이 ~ lá cây đung đưa.

간드작거리다 Lung lay, đung đưa.

간들간들 Êm ái, nhẹ nhàng, nhè nhẹ.

간망(懇望) Sự nài nỉ, van nài. ~하다.

간맞다 Đủ mặn, vừa ngon.

간맞추다 Nêm cho đủ mặn, đủ

간물(奸物) Thằng gian.

간물(乾物) Đồ khô, món khô.

간색(間色) Sự pha màu, trộn màu.

간섭(干涉) Can thiệp. ~하다. ~ 받다 bị can thiệp.

간소(簡素) Giản dị, đơn giản. ~하다. ~한 생활 cuộc sống giản dị.

간식(間食) Bữa ăn nhẹ, ăn qua loa, ăn giữa buổi. ~하다.

간신(諫臣) Trung thần.

간신(奸臣) Gian thần.

간신히(艱辛-) Một cách khó khăn, đầy khó khăn, trong gang tấc.

간악(奸惡) Tính độc ác, gian ác. ~하다[스럽다]. ~한 무리 một bầy gian ác.

간언(諫言) Lời khuyên chân thành, lời của trung thần. ~하다. ~을 듣다 nghe lời của trung thần.

간원(懇願) Lời cầu khẩn, sự van xin. ~하다.

간조(乾燥) Khô. ~하다. ~한공기 không khí khô.

간주곡(間奏曲) Nhạc nền, nhạc đệm.

간지(奸智) Đầu óc gian trá. ~에 능하다 giỏi lừa lọc.

간지(諫止) Can gián, can ngăn. ~하다.

간질이다 Làm cho ai nhột, chọc cho ai nhột. 겨드랑이를 ~ chọc cho nhột ở nách

간책(奸策) Gian kế, kế gian. ~을 부리다 giở trò gian giảo.

간추리다 Quản lý, tóm tắt.

간판(看板) Tấm bảng, tấm biển quảng cáo. ~을 내걸다 treo biển.

간행(刊行) Sự xuất bản. ~하다. ~물 vật xuất bản, thứ xuất bản.

간힘 쓰다 Nín thở để chịu đựng cơn đau.

갈가리 Miếng, mảnh, vụn. ~ 찢다 xé vụn.

갈가위 Đồ tham lam

갈개꾼 ① Phỉ báng. ② Kẻ gây trở ngại, phá rối, quấy rối.

갈개발 ①Cái đuôi diều. ② Kẻ hay lợi dụng uy thế.

갈고지 Cái móc.

갈구(渴求) Sự khao khát, khát khao. ~하다 .

갈기갈기 Từng mảnh vụn, từng miếng nhỏ. ~ 찢다 xé thành từng miếng nhỏ.

갈기다 Đánh, đập. 몽둥이로 ~ đánh bằng gậy. 따귀를 ~ tát tai.

갈마(珏磨)Nghiệp chướng.

갈마들이다 Được thay bằng, được đổi bằng.

갈마쥐다 ① Chuyển sang tay khách.② Lấy cái này, lấy cái kia, thoăn thoắt.

갈무리 Sắp xếp cho gọn, làm cho gọn. ~하다.

갈붙이다 Ly gián, chia rẽ, chia tách.

갈비 Sườn, xương sườn. ~뼈 xương sườn.

갈수(渴水) Sự thiếu nước, khan hiếm nước, khát

nước. ~기 mùa khô.

갈수록 Càng, ngày càng. 관계가 ~ 나빠지다 quan hệ ngày càng xấu.

갈아내다 Thay thế, thay đổi, đổi mới. 묵은 기왓장을 ~ thay ngói mới.

갈아붙이다①Nghiến răng ②Thay thế.

갈증(渴症) Khát nước. ~이 나다 khát nước.

갈채(喝采) Sự hoan hô, sự cổ vũ. ~하다. 우레와같은 ~ hoan hô như sấm.

갈파(喝破) Trách móc, la mắng. ~하다.

갈팡질팡 Lang thang, không biết đi đâu. ~하다.

감기(感氣) Cảm cúm. ~약 thuốc cảm.

감동(感動) Cảm động. ~하다. ~적인 cảm động, gây cảm động.

감득하다(感得-) Sự tiếp thu, sự cảm nhận.

감리(監理) Sự trông nom, sự quản lý.

감마제(減摩劑) Chất chống mài mòn, dầu nhớt.

감면(減免) Sự giảm bớt, giảm xuống, miễn giảm. ~하다. ~조건 điều kiện miễn giảm

감미(甘美) Ngọt ngào. ~로운목소리 giọng nói ngọt ngào

감연히(敢然-) Dũng cảm. ~ 일어서다 dũng cảm đứng lên.

감우(甘雨) Mưa đúng lúc, cơn mưa quí.

감은(感恩) Lòng biết ơn, sự cảm ơn. ~하다.

감응(感應).① Cảm thông, thông cảm. ~하다. ②Cảm ứng. ~작용 tác dụng cảm ứng

감잡히다 Bị mất hứng.

감정(憾情) Oán trách, sự bực tức, tức giận, ác cảm. ~을 사다 có tình cảm không tốt

감지덕지(感之德之) Rất cảm ơn, rất vui mừng,

cảm ơn rối rít. ~하다.

감촉(感觸) Xúc giác, cảm xúc, cảm giác. ~하다 cảm nhận.

감추다 Giấu, che giấu, giấu diếm. 감추지 않고 không che giấu.

감치다 ① Lảng vảng, lởn vởn (trong đầu óc). ② Ngon (thức ăn).

감탄(感歎) Sự thán phục, cảm thán. ~하다. ~문 văn cảm thán.

감행(敢行) Hành động dũng cảm. ~하다.

감회(感懷) Hồi tưởng, tưởng nhớ.~에 잠기다 chìm đắm trong sự hồi tưởng.

감흥(感興) Sự hứng thú, cảm hứng. ~을 돋우다 cảm hứng trỗi dậy.

갑갑증(一症) Sự buồn chán, sự tẻ nhạt.

갑부(甲富) Người rất giàu, cự phú, tỷ phú.

강대(強大) Hùng cường, vừa to vừa mạnh. ~하다. ~국 cường quốc.

강도(強盜) Cướp giật, ăn cướp, cướp của. ~사건 vụ cướp.

강론(講論) Buổi thảo luận. ~하다.

강설(降雪) Tuyết rơi. ~량 lượng tuyết rơi.

강성하다(強盛-) Cường thịnh, hùng mạnh.

강세(強勢) ① Thế mạnh. ~를 보이다 cho thấy thế mạnh. ② Thế đang đi lên.

강수(江水) Nước sông.

강심(江心) Lòng sông.

강심제(強心劑) Thuốc trợ tim. ~을 먹다 uống thuốc trợ tim.

강압(強壓) Sự đàn áp, sự đè nén. ~하다. ~정책 chính sách đàn áp.

강약(強弱) Cương và nhu, mềm và cứng, kẻ mạnh và kẻ yếu

강어귀(江-) Cửa sông, miệng sông.

강울음 Bắt khóc, ép khóc.

강장(強壯) Cứng rắn, cường tráng. ~하다. ~제

thuốc bổ.

강점(强占) Chiếm lấy, giành lấy, giật lấy. ~하다

강주정(一酒酊) Sự giả vờ say rượu. ~하다.

강청(强請) Sự yêu cầu, ép buộc. ~하다.

강타강타(强打) Đánh mạnh. ~하다. 가슴을 ~ 당하다 bị đánh mạnh vào ngực.

강평(講評) Đánh giá, nhận xét. ~하다.

강행(强行) Sự thúc ép, sự bắt buộc. ~하다.

강호(江湖) ① Sông hồ. ② Những người đi lang thang.

갖 Da, bằng da.

갖다 Bằng, với. 어린아 이가 장난감을 ~고 놀다 đứa bé lấy đồ chơi chơi.

갚음하다 Trả lại, trả.

개가(改嫁) Sự tái hôn, tái giá. ~하다.

개간(改刊) Sửa bản mẫu, in lại . ~하다.

개개다 Mài mòn, cọ, chà xát.

개개인(箇箇人) Mỗi cá nhân.

개고(改稿) Sửa, chỉnh bản thảo. ~하다.

개골창 Cống rãnh, máng xối.

개과(改過) Sửa chữa những lỗi lầm. ~하다. ~천선(遷善) hoàn lương, gội bỏ quá khứ.

개관(開館) Sự khánh thành, mở cửa phục vụ, khai trương. ~하다.

개괄(概括) Sự giản lược, khái quát. ~하다. ~적인 có tính khái quát.

개구멍 Cái lỗ chó chui. ~을 뚫다 đục lỗ chó chui.

개국(開國) Khai nước, lập nước . ~하다.

개그 Làm hề, trò hề, hài hước. ~맨 anh hề, tay hài.

개꿈 Giấc mơ hỗn độn, giấc mơ chẳng có gì cả.

개다 Trời hửng nắng, mưa tạnh. 갠 날씨 trời sáng, trời trong.

개다 Gấp, xếp.

이부자리를 ~ gấp chăn, xếp chăn.

개명(改名) Đổi tên, chuyển tên, thay tên. ~하다.

개미 Con kiến. ~구멍 tổ kiến.

개밥 Cơm của chó, thức ăn của chó.

개발도상국가 Các nước đang phát triển, nước đang phát triển.

개방(開放) Sự mở cửa, mở tự do. ~하다. ~정책 chính sách mở cửa.

개벽(開闢) Khai thiên lập địa. ~하다.

개변(改變) Cải biến, thay đổi. ~하다.

개별(個別) Từng cá thể, từng người một. ~심사 thẩm tra riêng.

개복(開腹) Thuật mổ bụng. ~하다. ~수술 phẫu thuật mổ.

개봉(開封) Mở thư, mở bao, mở thùng, bắt đầu chiếu phim. ~하다.

개서(改書) Viết lại, sửa lại thư. ~하다.

개설(槪說) Nói tóm tắt, nói khái quát. ~하다.

개성(個性) Cá tính. ~이 강하다 cá tính mạnh.

개수(改修) Điều chỉnh, sửa đổi, tu sửa. ~하다.

개술(槪述) Nói khái quát, nói tổng quát. ~하다.

개시(開市) Mở cửa chợ, khánh thành chợ. ~하다. ② Bắt đầu bán, mở hàng.

개시(開始) Khai mạc, khai trương, bắt đầu, mở đầu. ~하다 .

개악(改惡) Làm cho xấu đi, sửa chữa làm cho hư đi. ~하다.

개안(開眼)① Mở mắt. ② Nhìn thấy, nhận biết. ~하다.

개역(改譯) Dịch lại, sửa lại bản dịch. ~하다.

개연성(蓋然性) Có khả năng, có thể. ~이 높다 nhiều khả năng.

개요(槪要) Tóm tắt, nội dung chủ yếu. 사건의 ~를 말하다 nói tóm tắt

sự kiện.

개운(開運) May mắn, bắt đầu vào vận may. ~하다.

개운하다 Thoải mái, sảng khoái, dễ chịu. 자고 나니 머리가 ~ ngủ xong dậy thấy đầu óc dễ chịu.

개울 Suối, con lạch, ngòi.

개원(開院) Khai viện, quốc hội bắt đầu làm việc. ~하다.

개의하다(介意-) Lo lắng, quan tâm, để ý. ~치 않다 hoàn toàn không để ý.

개인(改印) Khắc lại dấu. ~신고.

개인(個人) Cá nhân, tư nhân. ~의[적] của [có tính] cá nhân.

개입(介入) Sự can thiệp. ~하다. 군사적~ can thiệp quân sự.

개자식 Đồ chó, thằng chó (tiếng chửi).

개작(改作) Cải tác, bản sửa đổi. ~하다.

개장(開場) Mở cửa (sân vận động vv..)

개재(介在) Sự can thiệp, chen vào, len vào. ~하다.

개전(開戰) Sự tuyên chiến, bắt đầu cuộc chiến, khai trận. ~하다.

개축(改築) Sự tái thiết, xây dựng lại.

개칭(改稱) Đổi tên, thay tên. ~하다.

개키다 Gấp lại. 옷을 ~ xếp áo.

개탄(慨嘆) Ca thán, oán trách. ~하다. ~할 만한 đáng oán trách..

개통(開通) Khai thông, mở thông. ~하다. ~구간 khu vực được khai thông.

개편(改編) Sự cải tổ, tổ chức lại. ~하다.

개혁(改革) Sự cải cách, cuộc cải cách, cải cách. ~하다. ~안 đề án cải cách.

개화(開化) Khai hóa, làm văn minh lên. ~하다. ~국 nước được khai hóa.

개회(開會) Khai hội, khai mạc hội nghị. ~하다. ~사

lời khai mạc hội nghị.

객(客) Khách, người khách. 일등~ khách loại 1.

객거(客居) Ở là người khác, làm khách nhà ai. ~하다.

객고(客苦) Cảnh vất vả khi đi xa nhà.

객관(客觀) Khách quan. ~적 có tính khách quan. ~성 tính khách quan.

객년(客年) Năm ngoái.

객담(客談) Nói chuyện vớ vẩn. ~하다.

객사(客舍) Nhà khách.

객상(客商 Khách buôn.

객선(客船) Thuyền chở khách.

객스럽다(客-) Cảm thấy không cần thiết.

객차(客車) Xe khách, toa hành khách, tàu khách.

객향(客鄕) Quê người, đất khách.

갤러리 Phòng trưng bày, gallery.

갭 Khoảng cách. ~을 메우다 lấp khoảng cách.

갯값 Giá rẻ như bèo, giá như cho. ~으로 팔다 bán rẻ như bèo.

갯물 Nước suối, nước lạch.

갯벌 Bãi cát.

갱(坑) Cái đường hầm vào mỏ, hầm mỏ.

갱 Tội phạm, đầu gấu. ~두목 kẻ cầm đầu băng đầu gấu.

갱내(坑內) Trong hầm, trong đường ngầm. ~부 thợ mỏ.

갱년기(更年期) Tuổi mãn kinh (nữ), tuổi chuyển sang giai đoạn già

갱도(坑道) ① Đường hầm để vào mỏ. ② Đường ngầm trong đất.

갱목(坑木) Cây gậy chống trong hầm mỏ.

갱부(坑夫) Thợ mỏ, phu mỏ.

갱생(更生) Sống lại, tái sinh, hồi sinh. ~하다. ~고무 cao su tái sinh.

갱소년(更少年) Sự trẻ lại, hồi xuân. ~하다.

갱지(更紙) Giấy chất lượng thấp, giấy ráp.

갸륵하다 Đáng khâm phục, khen ngợi. 갸륵한 일 một việc làm tốt đẹp.

갹금(醵金) Tiền góp, góp tiền. ~하다.

갹출(醵出) Quyên góp, góp tiền lại. ~하다.

거가(擧家) Cả nhà, cả gia đình.

거가대족(巨家大族) Cự gia đại tộc, một dòng họ lớn, một dòng họ uy danh.

거간(居間) Môi giới, làm trung gian. ~하다.

거거익심(去去益甚) Ngày càng kém đi, càng tồi tệ hơn. ~하다.

거괴(巨魁) Tên cầm đầu nhóm trộm.

거구(巨軀) Thân hình hộ pháp.

거국(擧國) Toàn quốc, cả nước.

거금(距今) Cách hôm nay, cách đây. ~ 삼백 년 전 300 năm trước đây.

거기 Ở đó, đằng kia. ~에 있다 ở đằng kia.

거꾸러뜨리다 Lật ngược, lật sấp. 아무를 ~ lật ngược ai.

거꾸로 Ngược, chúi xuống, trái. 옷을 거꾸로 입다 mặc áo ngược.

거나 Cho dù. 비가 왔거나 눈이 왔거나 cho dù trời mưa hay nắng.

거냉(去冷) Hơ cho ấm, sưởi cho ấm. ~하다.

거년(去年) Năm ngoái. ~칠월 tháng 7 năm ngoái.

거느리다 Nuôi. 많은 가족을 ~ nuôi nhiều người trong gia đình.

거닐다 Đi dạo, đi hóng mát. 공원을 ~ đi dạo công viên

거담(祛痰) Khử đờm, trừ đờm. ~제 thuốc khử đờm.

거당(擧黨) Toàn Đảng, tất cả Đảng.

거대하다(巨大-) Đồ sộ, to lớn, khổ lồ. ~도시 một thành phố to lớn.

거덜나다 Phá sản, sụp đổ. 은행이 거덜났다 ngân hàng phá sản.

거독(去毒) Khử độc, trừ độc. ~하다.

거동(擧動) Cử động. ~하다. ~이 불편하다 cử động khó khăn.

거만(倨慢) Kiêu căng, ngạo mạn . ~하다 [스럽].

거메지다 Đen, rám nắng, trở nên đen.

거목(巨木) Cây gỗ to.

거무스름하다 Ngăm đen. 피부가 거무스름 하다 nước da ngăm đen.

거미줄 Dây nhện. ~치다 chăng dây nhện.

거반(居半) Một nửa. 그의 말은 ~이 거짓이다 lời nói của hắn một nửa là nói dối.

거병(擧兵) Tăng cường lực lượng quân đội. ~하다.

거부(巨富) Cự phú, rất giàu, tỷ phú. ~가 되다 trở thành tỷ phú.

거부(拒否) Từ chối. ~하다. 요구를 ~하다 từ chối yêu cầu.

거북 Con rùa. 거북을 타다 như rùa, chậm như rùa.

거사(擧事) Gây ra việc lớn. ~하다.

거사(巨事)[Việc lớn, việc hệ trọng. ~를 앞두고 trước một việc lớn.

거상(巨商) Một tay buôn giàu có.

거석(巨石) Một hòn đá to.

거선(巨船) Con thuyền lớn.

거성(巨星) ①Ngôi sao lớn. ②Nhân vật lớn.

거세(去勢) Hoạn, thiến. ~하다. ~계(鷄) gà thiến.

거세다 Mạnh, to lớn. 거센 물결 cơn sóng mạnh.

거스러지다 ①Tính cách trở nên cộc cằn. ②Lông tóc sần sùi.

거스르다. Đi ngược với,

chống lại, trái với. 뜻을~ trái ý.

거스름돈 Tiền thối lại, tiền thừa. ~을 받다 nhận lại tiền thối.

거슬거슬하다 Bướng bỉnh, khó dạy, sần sùi (da). 성질이~ tính cách khó nói.

거슴츠레하다 Buồn ngủ, ngái ngủ.

거시시하다 Thiu thiu, buồn ngủ.

거시적(巨視的) Vĩ mô, tổng thể. 거시(적) có tính vĩ mô.

거식하다 ①Làm gì đó. ②Thiếu, ít.

거식하다(擧式-) Tiến hành nghi lễ.

거실(居室) Cái phòng lớn nhất, phòng tiếp khách.

거액(巨額) Số tiền lớn. ~의 부채 nợ số tiền lớn.

거역(拒逆) Không vâng lời, trái lời, chống đối. ~하다.

거울 Cái gương. ~을 보다 soi gương.

거울삼다 Lấy làm gương, làm bài học. 실패를 ~ lấy thất bại làm gương.

거인(巨人) Người khổng lồ, vĩ nhân.

거장(巨匠) Người tài giỏi.

거재(巨財) Tài sản lớn.

거적 Chiếu rơm, chiếu bằng rạ.

거절(拒絶) Cự tuyệt, từ chối, không cho 면회를 ~하다từ chối gặp mặt.

거점(據點) Cứ điểm. 군사~ cứ điểm quân sự.

거족(巨族) Một dòng dõi ưu tú, một dòng họ lớn.

거주(居住) Cư trú, sống, cư ngụ. ~하다. ~증명서 giấy chứng nhận cư trú.

거증(擧證) Lấy ra làm chứng cứ. ~하다.

거지 Kẻ ăn xin, người ăn mày. ~같은 놈 giống thằng ăn mày.

거지반(居之半) Hơn một nửa, quá nửa

거짓 Giả dối, gian dối, giả. ~이 없는 không lừa dối.

거짓말 Lời nói dối. ~하다

nói dối. ~쟁이 kẻ hay nói dối, cuội, xạo.

거짓말쟁이 Kẻ hay nói dối.

거찰(巨刹) Nhà chùa, nhà thờ lớn.

거참 Oi, thôi . ~또 비야 ô, lại mưa nữa à.

거처(居處) Nơi cư ngụ, chỗ ở, sống. ~하다.

거치(据置) ①Để yên như vậy. ②Chi trả, trả.

거칫거리다 Vướng víu, trở ngại.

거탄(巨彈) Bom, viên đạn đại bác. ~을 던지다 ném bom.

거포(巨砲) Súng đại bác, đại pháo.

거한(巨漢) Hảo hán, anh hùng.

거함(巨艦) Chiến hạn lớn.

거행(擧行) Cử hành, tiến hành. ~하다. 혼식 을 ~하다 cử hành hôn lễ.

건(巾) ①Cái khăn. ②Cái khăn đội đầu.

건강(健康) Sức khỏe, khoẻ mạnh. ~하다 khỏe mạnh.

건건하다 Hơi khô, khô khô.

건곡(乾穀) Ngũ cốc khô, lương thực khô.

건곤(乾坤) Có hoặc không, trời và đất. ~일척 trò được ăn cả ngã về không

건과(乾果) Quà khô, trái khô.

건국(建國) Kiến quốc, xây dựng đất nước. ~하다.

건군(建軍) Thành lập quân đội. ~하다.

건너짚다 ①Chống qua, vượt qua. ②Dự đoán, sự báo.

건널목 Nơi đường tàu và đường xe giao nhau.

건담(健啖) Hay ăn, tạp ăn. ~가(家) người tạp ăn.

-건대 Như, theo.. thì. 보건대 tôi thấy thì.

건드렁타령(一打鈴) Say ngất nghểu.

건드레하다 Ngà ngà, chuếnh choáng, hơi say.

건드리다 Động chạm vào.

~지마 đừng có chạm vào.

건들거리다 ①Lung lay, lúc lắc. ②Ngúng nguẩy.

건들건들 ①Đung đưa, lúc lắc. ②Một cách vênh váo, ta đây.

건듯건듯 Ngắn gọn, sơ qua. ~ 설명하다 giải thích một cách ngắn gọn.

건땅 Đất màu mỡ.

건락(乾酪) Pho mát.

건랭(乾冷) Lạnh mà khô, hanh lạnh. ~하다. ~한 곳에 두다 để nơi khô ráo, mát.

건류(乾溜) Chưng cất, cất, làm cho bay hơi. ~하다.

건면(乾麵) Mì khô, mì chưa nấu.

건목 Làm qua, chưa thành hình, làm sơ.

건몸달다 Rất lo lắng, sốt ruột.

건물(建物) Nhà cửa, toà nhà. 높은~ tòa nhà cao.

건물로(乾-) Vô dụng, chẳng có ích lợi gì.

건반(鍵盤) Bàn phím. ~악기 phím nhạc.

건밤 Đêm không ngủ. ~(을) 새우다 qua một đêm không ngủ.

건방지다 Vênh váo. ~는 태도 thái độ vênh váo.

건배(乾杯) Cạn chén, cạn ly. ~하다. ~합시다! Nào, cùng cạn chén.

건백(建白) Gợi ý, đề nghị, đề xuất.

건빵(乾-) Bánh quy khô.

건사하다 Trông nuôi, trông nom. 어린애를 ~ trông nom con cái.

건삼(乾蔘) Sâm khô.

건성 Lơ là, đại khái. ~으로 대답하다 trả lời một cách thững thờ.

건성(乾性) Có tính khô, khan. ~유 dầu khô, dầu cục.

건성건성 Đại khái, qua qua, lơ là. 일을 ~해치우다 làm một cách lơ là.

건수(件數) Số lượng, số vụ. 도난~ số vụ trộm.

건습(乾濕) Khô và ẩm.

건승(健勝) Mạnh khoẻ. ~을 빕니다 Cầu mong anh mạnh khoẻ.

건실(健實) Vững chắc, chính xác, hợp lý. ~하다.

건주정(乾酒酊) Giả say, vờ say. ~하다/ 피우다.

건지 Sợi dây dò chiều sâu. ~로 우물의 깊이를 재다 dùng sợi dây đo chiều sâu của giếng nước.

건책(建策) Làm kế hoạch,xây dựng phương án. ~하다.

건천(乾川) Dòng sông khô cạn.

건초(乾草)Cỏ khô. ~더미 đống cỏ khô.

건축(建築) Kiến trúc, việc xây dựng ~ 하다. ~중이다 đang được xây dựng.

건투(健鬪) Chiến đấu dũng cảm. ~하다.

건포(乾脯) Cá khô.

건포도(乾葡萄) Nho khô.

건피(乾皮) Da khô (động vật).

건필(健筆) Ngòi bút sắc bén, linh hoạt, cây bút giỏi.

걷어채다 Bị đá. 옆구리 ~ bị đá ngang hông.

걷어치우다 Lấy dẹp đi, lau. 가게를 ~ đóng cửa hàng.

-걷이 Thu hoạch. 가을~ thu hoạch vụ thu.

걷히다 Bị cuốn đi, bị tan đi. 구름이 바람에 ~ mây bị gió cuốn đi.

걸 Con gái (girl). ~프렌드 bạn gái.

걸객(乞客) Kẻ ăn mày.

걸걸하다(傑傑-) Cởi mở. 걸걸한 남자 một người đàn ông cởi mở.

걸귀(乞鬼) ①Con heo mẹ, con heo nái. ②Người háu ăn.

걸근거리다. Thèm,muốn. 남의 것을 먹고 싶어~ muốn ăn thứ của người khác.

걸근걸근 Thèm muốn.

걸때 Kích cỡ (thân thể).

걸러 Cách, cứ mỗi. 십 분

~ 꺼 cách nhau 10 phút.

걸러뛰다 Bỏ qua, vượt qua. 다섯 페이지를 ~ bỏ qua 5 trang.

걸레 Giẻ lau. ~치다 lau. ~로 닦다 lau bằng giẻ.

걸레질 Lau, chùi. ~하다. 마루를 깨끗이~하다 lau sàn nhà sạch sẽ.

걸리다 Bị treo, bị móc, mắc. 못에 ~ bị mắc vào đinh.

걸리다 Tập đi cho ai. 어린애에게 걸음을 ~ cho bé tập đi.

걸맞다 Phù hợp, thích hợp, xứng. 걸맞는 부부 cặp vợ chồng xứng đôi.

걸머잡다 Nắm lấy, chộp lấy. 머리채를 ~ túm lấy búi tóc.

걸머지다 Mang vác. 어깨에 ~ vác trên vai, mang trên

걸메다 Mang, vác, cõng. 총을 ~ vác súng..

걸물(傑物) ①Một vật đặc biệt. ②Một vĩ nhân.

걸상(—床) Ghế dài, trường kỷ.

걸쇠 Cái chốt, cái then cửa, cái móc. ~를 풀다 tháo then cài cửa.

걸식(乞食) Ăn xin, xin ăn, ăn mày. ~하다. ~하며 살다 xin ăn mà sống.

걸신(乞神) ① Quỉ đói. ②Chỉ người tham lam.

걸쌍스럽다 Hấp dẫn, ngon miệng.

걸어오다 Đi bộ về, đi đến. 집으로 ~ đi bộ về nhà.

걸음걸이 Dáng bước, dáng đi. ~가 어색하다 bước đi ngượng ngạo.

걸음나비 Chiều dài bước đi. ~가 길다 [짧다] bước đi ngắn [dài].

걸음마 Bước đi. ~를 하다 đặt bước chân đầu tiên chập chững đi.

걸음발타다 Bắt đầu đi chập chững.

걸출(傑出) Kiệt xuất, xuất sắc. ~하다.

걸치다 Lặn, khuất. 달이 고개에 걸쳐 있다 trăng khuất sau ngọn đồi.

걸터앉다 Cưỡi lên, ngồi hẳn lên. 말 위에 ~ cưỡi ngựa.

걸터타다 Trèo lên, cưỡi lên.

검(劍) Thanh kiếm, thanh gươm. ~을 차다 đeo gươm..

검객(劍客) Kiếm khách.

검거(檢擧) Bắt giữ, bắt giam, tạm giam. ~하다. ~자 người bị bắt giữ.

검경(檢鏡) Kính dùng để kiểm tra.

검누렇다 Màu vàng sẫm, màu vàng đen.

검누르다 Vàng đen, vàng sẫm .

검다. Màu đen. ~은 머리 đầu đen.

검당계(檢糖計) Máy đo độ đường.

검댕 Bồ hóng. 굴뚝에 ~이 잔뜩 끼어 있다 trong ống khói đầy bồ hóng.

검덕귀신(-鬼神) Quỉ thần đen thui.

검도(劍道) Kiếm đạo, môn kiếm đạo. ~3단 tam đẳng môn kiếm đạo.

검량(檢量) Đo lường. ~기 máy đo.

검불 Cỏ khô, lá khô, vv...

검붉다 Màu đỏ sẫm. 검붉은 장미 hoa hồng đỏ sẫm.

검사(檢査) Sự kiểm tra. ~하다 kiểm tra. 신체~ kiểm tra sức khoẻ

검산(檢算) Kiểm toán. ~하다.

검세다 Tính cách bướng bỉnh.

검실거리다 Lấp láy.

검안(檢案) Kiểm nghiệm, kiểm tra. ~하다. ~서 giấy kiểm tra.

검압기(檢壓器) Máy đo áp suất.

검역(檢疫) Kiểm dịch, kiểm tra sức khoẻ (chống bệnh truyền nhiễm)

~하다.

검열(檢閱) Sự kiểm duyệt. ~하다 kiểm duyệt. ~을 받다 bị kiểm duyệt.

검온(檢溫) Kiểm tra nhiệt độ cơ thể. ~하다. ~기 cái nhiệt kế.

검유(檢乳) Kiểm tra sữa.

검은깨 Con cua đen.

검은자위 Tròng đen của mắt.

검은콩 Đậu đen.

검이경(檢耳鏡) Kính kiểm tra tai, kính soi tai.

검인정(檢認定) Kiểm định và cho phép.

검정(檢定) Kiểm định. ~하다. 교과서~ kiểm định sách giáo khoa.

검진(檢診) Sự kiểm tra sức khỏe. ~하다. ~날 ngày kiểm tra sức khoẻ.

검질기다 Dai dẳng, kiên trì. 검질긴 사람 người kiên trì.

검찰(檢察) Kiểm sát, điều tra. ~하다. ~청 sở kiểm soát.

검찰청(檢察廳) Viện kiểm sát.

검출(檢出) Phân tích và tìm ra, phát hiện ra. ~하다.

검측스럽다 Kẹt xỉn, tham lam.

검푸르다 Màu xanh đen, xanh sẫm. 검푸른 바다 biển xanh sẫm.

검호(劍豪) Một kiếm sĩ giỏi ~나다 sợ hãi.

겁나다(怯-) Sợ, sợ sệt, lo sợ. 겁나서 울다 sợ quá khóc.

겁내다(怯-) Sợ ai đó, vì gì đó mà sợ. 겁내지 않고 đừng sợ.

겁쟁이 Người nhát gan. 그는 아주 ~다 hắn đúng là thằng nhát gan.

겁탈(劫奪) Sự cưỡng đoạt, cướp bóc. ~하다. 여자를 ~하다 cưỡng đoạt phụ nữ.

것 Cái, vật, sự việc, con người. 이[그,저]~ cái này[ấy, kia].

겅그레 Cái dùng để hông,

cái chõ. ~(를)놓다 đặt cái hông vào.

경성드뭇하다 Lác đác, rải rác, thưa thớt, khắp đó đây.

겉가량(-假量) Chỉ nhìn bề ngoài ước lượng. ~하다.

겉꺼풀 Lớp vỏ ngoài. ~꺼풀을 벗기다 bóc lớp vỏ ngoài.

겉껍질 Lớp vỏ ngoài, lớp che bên ngoài.

겉대 Cật tre.

겉마르다 Khô trên bề mặt.

겉면(-面) Bề mặt, mặt trên, mặt ngoài. 겉면을 빨갛게 칠하다 sơn đỏ bề mặt.

겉물 Nước nổi trên bề mặt.

겉봉(-封) Bề ngoài phong bì.

겉살 Nước da bên ngoài.

겉짐작 Ước chừng, đoán. ~하다.

게 Con cua. ~에 물리다 bị cua cắn.

게꽁지 Thằng ngu, thằng đần.

게꽁지만하다 Chẳng biết gì, ngắn tri thức.

게시(揭示) Bảng thông báo, niêm yết. ~하다. ~판 bảng thông báo.

게시판 Tấm bảng để bên ngoài, bảng thông báo.

게양(揭揚) Cắm cờ, cắm. ~하다. 국기를 ~하다 cắm quốc kỳ.

게염 Thèm muốn, muốn có. ~나다[내다] tham, muốn có.

게우다. Nôn ra, khạc ra, ợ ra, ói. 젖을 ~ ói sữa.

게으르다 Sự lười nhác. ~부리다[피우다] lười biếng.

게을러빠지다 Lười, rất lười, trở nên lười nhác.

게이트 Cổng. 2번~ cổng số 2.

게임 Trò chơi, game. ~을 하다 chơi game.

게장(-醬) ①Nước mắm cua. ②Món cua muối.

게재(揭載) In ấn, in, đưa lên báo. ~하다. ~금지

cấm in ấn.

게젓 Cua muối.

겠 Sẽ, chắc là (đứng sau động từ). 그 동안에 다 늙겠다 chắc họ đã già lắm rồi.

겨 trấu, vỏ trấu, vỏ.

겨냥 Mục tiêu, nhắm vào, nhắm. 잘못~하다 ngắm nhầm.

겨우내 Suốt mùa đông. ~서울에 있었다 cả mùa đông tôi ở Seoul.

겨우살이 ①Chuyện ăn ở, quần áo mùa đông. ②Vượt qua mùa đông.

겨울 Mùa đông. ~방학 nghỉ đông. ~밤 đêm đông.

격(格) Phong cách, cách. ~에 맞다 hợp với phong cách.

격검(擊劍) Cầm kiếm, xách kiếm. ~하다.

격노(激怒) Sự giận dữ, cơn thịnh nộ. ~하다. ~케 하다 làm cho ai nổi giận.

격려(激勵) Khích lệ, khuyến khích, động viên. ~하다 khuyến khích.

격멸(擊滅) Huỷ diệt, tiêu diệt. ~하다.

격무(激務) Một công việc nặng nhọc. ~를 맡다 đảm nhận một việc nặng nề.

격문(檄文) Bản thông báo. ~을 내다 ra thông báo.

격발(激發) Bùng nổ, bùng lên (tình cảm). ~하다.

격발(擊發) Bắn.

격변(激變) Sự biến đổi đột ngột, sự biến đổi mạnh mẽ. 사회의~ sự biến đổi của xã hội.

격분(激憤) Rất giận giữ, cơn thịnh nộ. ~하다.

격퇴(擊退) Đánh lùi, đẩy lùi. ~당하다 bị đánh lui, bị đẩy lùi.

격투(格鬪) Quyền anh, đánh nhau bằng tay. ~하다.

격파하다(擊破-) Đánh vỡ, công phá. ~시범 biểu diễn công phá (võ thuật).

겪다 Mắc, chịu, gặp, trải qua. 고통을 ~ gặp đau khổ.

견(絹) ①Tơ, sợi; ②Hàng mẫu.

견갑(肩胛) Cái vai. ~골 xương vai.

견고(堅固) Kiên cố, vững chắc. ~하다. ~히 một cách kiên cố.

견디다 Chịu đựng. 견딜 수 없다 không chịu đựng nổi.

견딜성(-性) Tính kiên nhẫn, sức chịu đựng. ~있는 có tính bền bỉ.

견실(堅實) Chắc chắn, vững chắc. ~하다. ~하게 một cách chắc chắn.

견인불발(堅忍不拔) Kiên nhẫn chịu đựng. ~하다.

견장(肩章) Cầu vai (áo), cái cầu vai trong quân phục.

견직물(絹織物) Hàng bằng tơ lụa.

견책(譴責) Khiển trách. ~하다. ~처분 xử lý khiển trách.

견치(犬齒) Răng nanh.

결질리다 ①Vướng, mắc vào. ②Vướng víu công việc.

결 ①Tính chất, kết cấu. ②Bề mặt.

결가부좌(結跏趺坐) Ngồi hai chân đan chéo vào nhau.

결강(缺講) Không đi dạy. ~하다.

결격(缺格) Không đủ tư cách. ~자 người chưa đủ tư cách.

결궤하다(決潰-) Sụp đổ, đổ vỡ.

결근(缺勤) Không đi làm, nghỉ việc. ~하다 nghỉ làm.

결단(結團) Đoàn kết. ~하다. ~력이 강하다 sức đoàn kết mạnh mẽ.

결례(缺禮) Thất lễ, thiếu lịch sự. ~하다.

결별(訣別) Chia tay (với ai, xa ai. ~슬픔 nỗi buồn xa cách.

결빙(結氷) Kết băng, đóng băng. ~하다. ~기

mùa đóng băng.

결사(決死) Quyết tử. ~대 독 quyết tử.

결사(結社) Kết cấu, kết thành, đoàn thể. ~하다.

결산(決算) Quyết toán. ~하다. ~기 thời gian quyết toán.

결석(結石) Bệnh sỏi thận, sỏi mật, sỏi đường tiết niệu vv. 신장~ sỏi thận.

결선(決選) Vòng bầu cử cuối cùng. ~하다.

결성(結成) Cấu thành, kết thành. ~하다.

결속(結束) Đoàn kết, liên kết. ~하다. ~을강화 하다 đẩy mạnh sự đoàn kết.

결장(結腸) Bộ phận ruột nối liền trực tràng và ruột thừa.

결재(決裁) Phê chuẩn, phê duyệt. ~하다. ~권 quyền quyết định.

결제(決濟) Quyết toán tiền nong, sổ sách. ~하다. ~일 ngày quyết toán.

결핵(結核) Bệnh suyễn. ~에 걸리다 mắc bệnh suyễn.

결행(決行) Quyết định hành động, quyết tâm. ~하다.

결혼(結婚) Kết hôn, cưới, hôn nhân. ~하다. ~식 lễ kết hôn.

겸사(謙辭)①Đồng thời, nhân tiện. ②Lời nói khiêm tốn. ~하다.

겸상(兼床) Bàn ăn đôi.

겸손(謙遜) Khiêm tốn. ~하다. ~한 태도 thái độ khiêm tốn.

겸양(謙讓) Khiêm nhường. ~하다. ~의 미덕 vẻ cao đẹp của sự khiêm nhường.

겸업(兼業) Việc phụ, việc thêm. ~하다 làm thêm.

겸연쩍다(慊然-)Ngại ngùng, cảm thấy khó xử.

겸전하다(兼全-) Kiêm toàn. 문무가 ~ văn võ kiêm toàn.

겹말 Trùng từ, lặp từ.

겹사돈(-查頓) Thông gia

hai lần.

겹옷 Quần áo có lớp vải lót.

겹창(-窓) Cửa sổ hai lớp.

겹치다 Chất lên nhau, chồng lên nhau. 종이를 네 번 겹쳐 접다 giấy gấp thành 4 lớp.

겹치마 Váy hai tầng, váy xếp.

경(景) Phong cảnh, cảnh.

경(卿) ①Viên chức cao cấp. ②Khanh (nhà vua gọi hạ thần)

-경(頃) Khoảng, chừng. 세 시경에 vào khoảng 3 giờ.

경각(頃刻) Trong chốc lát. ~간에 trong chốc lát.

경락(競落) Bán đấu giá. ~하다. ~물 vật đưa ra bán đấu giá.

경량(輕量) Nhẹ cân. ~급 hạng nhẹ.

경력(經歷) Kinh nghiệm làm việc. ~있다 có kinh nghiệm làm việc.

경륜(經綸) Quản lý, điều hành. ~하다.

경리(經理) Kế toán, sổ sách, tài chính. ~하다. ~ 담당하다 làm kế toán.

경망(輕妄) Nhẹ dạ. ~하다[스럽다]. ~스런 남자 người đàn ông nhẹ dạ.

경매(競賣) Bán đấu giá. ~하다. ~가격 giá bán đấu giá.

경문(經文) Kinh văn, câu kinh.

경물(景物) Cảnh theo mùa.

경박(輕薄) Khinh suất, cẩu thả. ~하다. ~한 사람 người hay ẩu.

경범죄(輕犯罪) Tội nhẹ. ~전과가 있다 có tiền sự nhẹ.

경변증(硬變症) Bệnh xơ cứng, xơ hóa (y học).

경보(競步) Đi bộ. ~선수 vận động viên đi bộ.

경보(警報) Cảnh báo, cảnh cáo, báo động. ~하다. ~기 chuông báo động.

경솔(輕率) Sơ xuất, ẩu, hấp tấp. ~하다. ~히 một cách cẩu thả.

경신(更新) Làm mới, làm cho mới.

경애(敬愛) Lòng tôn kính và yêu quí. ~하는.

경야(經夜) Qua đêm. ~하다.

경유(輕油) Xăng.~발동기 động cơ xăng.

경음(鯨飮) Nốc ừng ực. ~하다. (chỉ người uống rượu).

경음악(輕音樂) Nhạc nhẹ.

경의(敬意) Sự tôn trọng, kính trọng. ...에 ~를 표하여 biểu thị sự kính trọng đối với ai.

경이(驚異) Kỳ dị, ngạc nhiên. ~적인 현상 một hiện tượng ngạc nhiên.

경작(耕作) Canh tác, làm ruộng. ~물 nông sản canh tác. ~지 đất canh tác.

경쟁(競爭) Cạnh tranh. ~하다. ~가격 giá cạnh tranh.

경쟁력(競爭力) Sức cạnh tranh. 국제~ sức cạnh tranh quốc tế.

경적(輕敵) ① Kẻ địch yếu.②Khinh địch. ~하다. ~필패 khinh địch thì tất sẽ thua.

경전(經典)①Không thay đổi, kinh điển. ②Sách kinh.

경정(更正) Sửa lại, điều chỉnh lại. ~하다.

경제학(經濟學) Kinh tế học. ~과 khoa kinh tế học.

경주(競走) Cuộc đua, thi chạy (người, động vật). ~하다. ~마(馬) ngựa đua.

경주하다(傾注-) Tập trung sức lực, dồn vào. 연구에 전력을~ dồn toàn lực vào nghiên cứu.

경중(輕重) ①Độ nặng nhẹ. 병의~ tình hình bệnh. ②Tầm quan trọng.

경증(輕症) Bệnh nhẹ, mức độ nhẹ. ~환자

bệnh nhân nhẹ.

경지(耕地) Đất canh tác, đất nông nghiệp. ~면적 diện tích đất canh tác. .

경질(更迭) Thay đổi nhân sự. ~하다. 내각의~ thay đổi nội các.

경질(硬質) Cứng. ~고무 cao su cứng. ~유리 kính cứng

경향(傾向) Khuynh hướng, xu thế. 새로운~ khuynh hướng mới.

경험(經驗) Kinh nghiệm, từng trải qua. ~하다. ~자 người có kinh nghiệm.

곁 Bên, bên cạnh. ~에 phía bên

곁눈 Liếc. ~으로 보다 liếc nhìn.

곁눈질 Liếc, nhìn ngang. ~하다.

곁다리 Người ngoài. ~끼다 chõ vào, tham gia vào.

곁집 Nhà bên cạnh.

계(計) Tổng số, gộp lại. ~를 내다 cộng lại, tổng lại.

계(係) Bộ phận, phòng ban. 출납~ bộ phận kế toán.

계궁역진(計窮力盡) Kế dùng lực kiệt, hết sức.

계량(計量) Đo lường, đo đếm. ~하다. ~기 máy đo.

계량기(計量器) Máy đo, đồng hồ đo. 수도~ đồng hồ đo nước.

계루(係累) Liên hệ, liên lụy. ~가 없다 không có mối liên hệ gì.

계류(溪流) Dòng chảy, dòng suối, nhánh suối.

계류(繫留) Chưa giải quyết. ~중인 đang tồn đọng, chưa giải quyết.

계명(誡命) Điều răn, lời dạy bảo của tôn giáo. ~을 따르다 theo lời răn dạy.

계상(計上) Tính xong và đưa lên, trình lên. ~하다.

계선(繫船) Thuyền neo, neo thuyền.

계수(季嫂) Em dâu.

계승(繼承) Sự thừa kế, kế tục. ~하다. ~자 người kế thừa.

계시(計時) Sự tính giờ. ~하다.

계씨(季氏) Lời nói tôn trọng khi nói em của người khác.

계약(契約) Hợp đồng. ~하다 ký hợp đồng, làm hợp đồng.

계엄(戒嚴) Giới nghiêm.

계엄령 Lệnh giới nghiêm. ~령을 선포하다 công bố lệnh giới nghiêm.

계원(係員) Người làm việc ở các phòng ban.

계율(戒律) Những điều qui định của nhà Phật.

계인(契印) Đóng dấu giáp lai. ~하다. ~을 찍은 서류 tài liệu được đóng dấu giáp lai.

계장(係長) Trưởng phòng.

계쟁(係爭) Kiện nhau ra tòa, tranh giành. ~사건 vụ kiện.

계절(季節) Mùa, thời kỳ. Mùa. 일년 4~ một năm bốn mùa.

계정(計定) Hạng mục. ~에 넣다 cho vào mục.

계제(階梯) ①Quá trình, giai đoạn. ~를 밟다 theo các giai đoạn. ②Cơ hội.

계좌(計座) Tài khoản. ~번호 số tài khoản. 은행~ tài khoản ngân hàng.

계주(契主) Chủ hụi.

곗돈(契-) Tiền hụi.

고 Ấy, đấy. ~놈 cái thằng ấy. ~버릇 cái thói ấy..

고(苦) Khổ hạnh, khổ sở. 생활고 sự vất vả của cuộc sống.

-고(高) Cao, độ cao. Nhiều, cao, tốt. ~수입 thu nhập cao. ~품질 chất lượng cao.

고(鼓) Cái trống.

고갱이 Ruột, lõi (rau củ). 양배추 ~ lõi cải.

고것 Cái ấy. ~좀 집어 주세요 Hãy lặt cái ấy

giùm tôi.

고견(高見) ①Cao kiến. ②Ý kiến người khác.

고경(苦境) Tình cảnh khổ sở.

고계(苦界) Cõi khổ (phật giáo).

고고(孤高) Cao ngạo. ~하다.

고고(考古) Khảo cổ.

고공(高空) Độ cao. ~비행 bay cao.

고관(高官) Quan chức cao cấp.

고금(古今) Cổ kim, xưa nay. ~에 유례 없는 xưa nay chưa từng có bao giờ.

고금리 (高金利) Lãi suất cao.

고기(古記) Cổ ký, ghi lại chuyện từ xưa.

고기압(高氣壓) Khí áp cao. ~권 vùng khí áp cao.

고깝다 Chán, phiền toái, lưu tâm.

고녀(雇女) Người hầu gái, bà quản gia.

고달프다 Rất mệt mỏi.

고달픈 일 việc mệt mỏi.

고담(古談) Nói chuyện xưa.

고담준론 (高談峻論) Những lời nói có ý nghĩa sâu sắc.

고대 Vừa mới, vừa. ~들었다 vừa vào xong.

고대광실(高臺廣室) Nhà rộng và đẹp.

고대하다(苦待-) Đợi chờ rất lâu. 고대하던 소식 tin tức chờ bấy lâ

고도(古都) Cố đô.

고도(孤島) Hòn đảo cô độc, hòn đảo độc lập.

고독(孤獨) Cô độc, cô đơn. ~하다. ~공포증 chứng sợ cô đơn

고동. ①Bộ khởi động. ②Tiếng còi làm hiệu.

고동(鼓動) Tim đập, vận động của tim. ~하다. 심장의~ nhịp đập của tim.

고동색(古銅色) Màu đồng cũ.

고되다 Vất vả, khó khăn. 고된 생활 cuộc sống

khó khăn. 일이~ công việc vất vả.

고두(叩頭) Khấu đầu, cúi đầu. ~하다. ~사죄(謝罪) khấu đầu tạ tội.

고등(高等) Cấp cao. ~교육 giáo dục cấp cao. ~동물 động vật cấp cao. ~수학 toán cao cấp.

고등어 Con cá thu. 생~ cá thu tươi. 자반~ cá thu ướp muối.

고량진미(膏粱珍味) Cao lương mỹ vị.

고려(高麗) Cao Ly, Vương triều Cao Ly ở Hàn Quốc (918-1392).

고려(顧慮) ①Suy nghĩ lại chuyện đã qua. ②Lo lắng, toan tính. ~하다.

고령(高嶺) Ngọn đồi cao.

고로(故-) Do đó, vì vậy, cho nên.

고로(古老/故老) Người cao tuổi, người nhiều kinh nghiệm. 마을의~ bô lão trong làng.

고로여생 (孤露餘生) Người mất cha mẹ khi còn nhỏ, mồ côi cha mẹ.

고론(高論) ①Cao luận, ý kiến hay. ②Ý kiến của người khác.

고료(稿料) Nhuận bút. ~가 많다[적다] nhuận bút nhiều[ít].

고루(高樓) Lầu cao.

고루 Đều, đều đặn. ~나누다 chia đều.

고리다 Hôi, thối. 냄새가~ mùi hôi.

고릴라 Con đười ươi.

고림보 ①Người yếu đuối. ②Kẻ kẹt xỉn.

고마움 Sự cảm ơn, sự biết ơn. ~을 느끼다 cảm thấy biết ơn.

고마워하다 Cảm ơn, biết ơn.

고만고만하다 Khoảng từng ấy, chừng ấy.

고매(故買) Mua đồ ăn cắp, tiêu thụ đồ gian. ~하다. ~자 kẻ tiêu thụ đồ gian

고매하다(高邁-) Cao thượng, cao cả. 고매한 기상 một tinh thần cao

thượng

고명(古名) Cổ danh, tên cũ.

고모 Bà cô. ~부 dượng.

고목(古木) Cây cổ thụ.

고목(枯木) Cây khô.

고무 Cao su. ~나무 cây cao su

고무(鼓舞) Sự cổ vũ, động viên. ~하다. ~되다 được cổ vũ.

고문(古文) Chữ cổ.

고문(拷問) Tra tấn, đánh đập. ~하다. ~당하여 죽다 bị tra tấn chết

고문(顧問) ①Hỏi, tham vấn. ②Cố vấn. ~관 người cố vấn.

고문서(古文書) Tài liệu viết bằng chữ cổ.

고물(古物/故物) ①Cổ vật, đồ cổ. ~시장 thị trường cổ vật. ②Đồ cũ. ~자동차 xe ô tô cũ.

고미(苦味) Vị đắng, sự cay đắng.

고민(苦悶) Sự lo lắng, phải suy nghĩ ~하다. 마음의~ sự lo lắng trong lòng

고발(告發) Tố cáo, tố giác. ~하다. ~인 người bị tố giác.

고백(告白) Bộc bạch, khai, giãi bày. ~하다. 사랑의~ thổ lộ tình cảm.

고법(高法) Tòa án cấp cao.

고변하다(告變-) Thông báo một biến cố nào đó.

고봉(高俸) Mức lương cao.

고봉(高捧) Đầy, thành đống. ~밥 bát cơm đầy

고부(告訃) Cáo phó.

고부(姑婦) Mẹ chồng và nàng dâu. ~간의 갈등 mâu thuẫn mẹ chồng nàng dâu.

고부장하다 Cong, hơi cong cong. 허리가 ~ lưng hơi còng.

고부조(高浮彫) Khắc nổi. ~의 상 tượng khắc nổi.

고분(古墳) Ngôi cổ mộ. ~을 발굴하다 khai quật ngôi mộ cổ.

고비 Bước khó khăn, nguy

cơ. ~를 넘기다 vượt qua khó khăn.

고비(古碑) Tấm bia cổ.

고비사막(-沙漠) Sa mạc Gobi.

고뿔 Cảm cúm. ~에 들다 bị cảm.

고삐 Dây cương. ~풀린 말 ngựa sổng cương.

고사(古史) Lịch sử cổ đại.

고사(古事故事) Cố sự, chuyện cũ. ~성어 사전 từ điển thành ngữ cố sự. ~를 인용하다 dẫn dụng một câu chuyện cũ.

고사(考查) ①Suy nghĩ kỹ, xem xét kỹ. ~하다. ②Kỳ thi, kiểm tra. ~과목 môn thi. ~장 phòng thi. 학생의 학력을 ~하다 kiểm tra học lực của học sinh.

고사(固辭) Lời từ chối dứt khoát. ~하다. ~하고 받지 않다 dứt khoát từ chối không nhận.

고사(高射) Cao xạ, bắn tầm cao.

고사(枯死) Chết khô (cây, cỏ). ~하다.

고색(古色) Màu cổ, màu bị phai. ~을 띠다 có sắc cổ, có màu cổ.

고생대(古生代) Thời đại cổ sinh.

고생물(古生物) Sinh vật cổ.

고생스럽다(苦生-) Vất vả, cực nhọc. 고생스 러운 일 công việc vất vả.

고서(古書) Cổ thư, bức thư cổ, bức thư cũ.

고속(高速) Cao tốc, tốc độ cao. ~기관(機關) máy tốc độ cao.

고수(鼓手) Tay trống, người đánh trống.

고수머리 Tóc xoăn, đầu xoăn. 그녀는 ~다 cô ấy tóc xoăn.

고수부지(高水敷地) Mảnh đất cao.

고수위(高水位) Mực nước cao.

고스란하다 Không hề hấn gì, không có chuyện gì cả.

고스란히 Giống hệt như cũ, vẫn như cũ. ~남다 còn như cũ.

고식(姑息) Tạm thời, nhất thời. ~적인 có tính tạm thời. ~적인 수단 biện pháp nhất thời.

고아(孤兒) Em bé mồ côi, trẻ em mồ côi. ~원 trại mồ côi. ~가 되다 trở thành kẻ mồ côi.

고우(故友) Bạn cũ.

고장난명(孤掌難鳴) Một tay thì khó kêu, làm việc gì cũng phải có đồng sự, có sự giúp đỡ.

고전(苦戰) Trận chiến quyết liệt, trận đấu quyết liệt. ~하다.

고전장(古戰場) Chiến trường cổ, chiến trường xưa.

고정(固定) Cố định. ~하다. ~가격 giá cố định. ~자본 vốn cố định.

고증(考證) Khảo chứng, nghiên cứu. ~하다.

고지(高地) Khu đất cao, vùng cao. ~훈련 huấn luyện ở trên cao.

고지대(高地帶) Khu vực địa hình cao.

고지식하다 Thật thà, liền lành. 고지식한 사람 người thật thà.

고질(痼疾) Bệnh lâu ngày khó chữa. ~환자 bệnh nhân lâu ngày.

고집(固執) Cố chấp, bướng bỉnh. ~하다. ~쟁이[통이] Thằng bướng bỉnh.

고집불통(固執不通) Người rất bướng, người rất bảo thủ, rất cố chấp.

고착(固着) Dính vào, gắn vào. ~하다 .

고찰(考察) Nghiên cứu, suy nghĩ. ~하다.

고초(苦楚) Gian khổ, khó khăn. ~를 겪다 chịu gian khổ.

고충(苦衷) Phiền não. 고충을 털어놓다 bày tỏ cái khó khăn.

고취(鼓吹) Cổ suý, khích lệ, cổ vũ. ~하다.

고치 Cái kén. 빈~ kén không. ~에서 실을 잣다 kéo sợi từ kén.

고치다 Sửa đổi, sửa chữa. 기계를~ sửa máy. 시계를~ sửa đồng hồ.

고침(高枕) Cái gối cao.

고탑(古塔) Cổ tháp, cái tháp cổ.

고토(膏土) Đất màu mỡ, đất nhiều chất dinh dưỡng.

고통(苦痛) Đau, đau đớn. ~하다. ~을 참다 chịu đau.

고판(古版) Sách cổ.

고평(考評) Bình luận, đánh giá. ~하다.

고평(高評) Đánh giá cao. ~을 받다 được đánh giá cao.

고풍(古風) Kiểu xưa, phong cách cổ. ~스러운 건물 tòa nhà phong cách cổ.

고프다 Đói bụng. 배(가) ~ đói bụng.

고행(苦行) Khổ hạnh. ~하다.

고향(故鄕) Cố hương, quê hương. ~방문 về thăm quê hương.

고화(古畵) Bức tranh cổ.

고환(睾丸) Hòn dái, tinh hoàn.

고희(古稀) Tuổi 70, tuổi xưa nay hiếm. ~잔치 mừng thọ 70.

곡(曲) Nhạc, giai điệu. 시에 곡을 붙이다 phổ nhạc vào thơ.

곡(哭)Khóc, tiếng khóc. ~소리 tiếng khóc.

곡목(曲目) Tên bài hát. 다음~은 ... 입니다 bài hát tiếp theo là...

곡사(曲射) Bắn theo đường cong, bắn khúc xạ. ~하다.

곡선(曲線) Đường quanh, đường cong. 연속~ đường cong liên tục.

곡선미(曲線美) Vẻ đẹp đường cong, vẻ đẹp uốn lượn.

곡성(哭聲) Tiếng khóc.

곡식(穀食) Ngũ cốc, lúa gạo.

곡절(曲折) Khúc mắc. 여러 가지~이 있어서 do có nhiều khúc mắc.

곡직(曲直) Ngay thẳng

hay xiên xẹo, ngay và gian, đúng và sai.

곡하다(哭-) Than van, kêu khóc.

곡향(穀鄕) Kho thóc, vựa lúa.

곤경(困境) Cảnh khốn khó. ~에 놓이다 bị đặt vào cảnh khốn khó.

곤고(困苦) Khốn khổ.

곤궁(困窮) Khốn cùng, cơ cực, nghèo khổ. ~하다.

곤두박질 Lộn ngược đầu xuống, ngã té đầu xuống. ~하다 [치다].

곤두서다 Dựng ngược, đứng ngược. 곤두선 눈썹 lông mày dựng ngược.

곤두세우다 Dựng ngược, dựng đứng. 깃털을 ~ dựng lông dậy.

곤드라지다 Mệt hoặc uống rượu say gục xuống ngủ. 술에 취해~ say ngủ.

곤드레만드레 Say ngất ngà ngật ngưỡng, buồn ngủ quá ngủ gà ngủ gật. ~하다

곤란(困難) Khó khăn, trở ngại, khó xử. ~하다. 재정~ khó khăn về tài chính.

곤봉(棍棒) Dùi cui, cái gậy. ~으로 때리다 đánh bằng dùi cui.

곤욕(困辱) Nhục mạ, lăng nhục. ~을 당하다 bị lăng nhục.

곤장(棍杖) Cái dùi cui, roi.(đánh tội nhân). ~을 때리다 đánh roi.

곤지 Tờ giấy đỏ dán trên trán cô dâu. ~(를) 찍다 dán giấy đỏ.

곤충(昆蟲) Sâu bọ, côn trùng. ~류 loài côn trùng, thuộc công trùng.

곤하다(困-) Kiệt sức. 곤히 một cách mệt mỏi, rã rời.

곧 Ngay lập tức, tức thì. 집으로 곧 가거라 đi về nhà ngay.

곧다 Thẳng. 곧은 길 đường thẳng.

곧추 Thẳng thắn, thẳng đứng. ~안다 bế thẳng đứa bé.

골 Xương, thuộc về xương.

골 Tức giận, nổi nóng. ~이 나서 nổi nóng.

골간(骨幹) ①Xương, xương cốt. ②Phần chính, phần quan trọng, phần cốt cán.

골갱이 Nội dung chính, lõi.

골격(骨格) Cấu trúc xương, khổ người. ~을 갖추다 hợp với khổ người.

골고루 Bằng nhau, đều nhau. 음식을 ~먹다 ăn đều các món ăn.

골동품(骨董品) Đồ cổ. ~가게 cửa hàng đồ cổ. ~을 감정하다 giám định đồ cổ.

골든골 Bàn thắng vàng.

골병들다 Mắc bệnh nặng nhưng không hiện ra ngoài.

골암(骨癌) Ung thư xương.

골연화증(骨軟化症) Bệnh loãng xương.

골초(-草) ①Thuốc lá, cây thuốc lá. ②Người hút thuốc nhiều.

골탄(骨炭) Than củi xương động vật.

골탕(-湯) Thiệt hại, tổn hại nhiều. ~(을) 먹다 bị thiệt hại, bị lỗ nhiều.

굶리다 Bỏ đói, để cho đói.

곪리다 ①Bị hư thối, bị ung. ②Bị hư dần hư mòn.

곯아떨어지다 Ngủ không biết trời đất, ngủ say như chết. 술에 취해서~ say rượu ngủ say như chết.

곰 Con gấu. ~의 쓸개 mật gấu. 흰~ gấu trắng. ~새끼 gấu con.

곰 Mốc, nấm, meo.

곰방대 Cái tẩu thuốc. ~를 뻑뻑 빨다 hít cái tẩu tọc tọc.

곰배팔이 Thẳng tay chẳng có bắp tay, tay như que củi.

곰보 Thằng mặt rỗ.

곰비임비 Liên tục. 불행이 ~닥쳐 왔다 bất hạnh cứ

thế mà tới.

곰삭다 ①Sờn, mục (áo). ②Chín (tương, cá muối vv..).

곰살갑다 Lịch sự, nhẹ nhàng, giàu tình cảm.

곰살궂다 Nhẹ nhàng, thân thiện. 곰살궂게 một cách thân hiện.

곱다 Ngọt ngào, đẹp. 고운 목소리 giọng nói ngọt ngào. 고운여자 người phụ nữ đẹp.

곱다 Cóng. 추위로 ~은 손가락 ngón tay cóng vì lạnh.

곱다랗게 ①Một cách đẹp. ②Hoàn toàn. ~잊어버리다 quên hoàn toàn rồi.

곱다랗다 ①Đẹp. ②Hoàn thiện, nguyên vẹn.

곱드러지다 Ngã té xuống, té xấp suống.

곱들이다 Bị tốn gấp đôi, bị tăng lên gấp đôi.

곱장다리 Chân khuyềnh.

곱쟁이 Gấp đôi, nhân đôi. 무게가~가 되다 trọng lượng giờ tăng gấp đôi.

곱절 Gấp đôi, gấp hai. ~하다. 두~ 의양 lượng gấp đôi.

곱창 Ruột non.

곱치다 Gấp đôi lại, xếp thành hai. 담요를~ gấp đôi cái chăn.

곱치다 Tăng gấp đôi, tăng gấp hai. 값을~ tăng giá gấp đôi.

곳 Địa điểm, chỗ, nơi, vị trí, địa chỉ. 사는 ~ 어디요? Anh sống ở đâu.

곳간(庫間) Kho hàng. ~차 xe chở hàng. ~에 넣다 cho vào kho.

곳곳 Mọi mặt, mọi nơi. ~마다 nơi nào cũng, mọi nơi.

곳집 Kho hàng, nhà kho.

공 Quả bóng. ~을 던지다 ném bóng.

공(工) Công nghiệp.

공(工) Công nhân, thợ. 금속~ thợ cơ khí. 인쇄~ thợ in. 기능~ thợ có tay nghề.

공(公) Việc công, việc nhà

nước.~과 사를 구별하다 phân biệt công và tư.

공(功) Công, công lao, sự đóng góp. 특히~이 있는 사람 người đặc biệt có công.

공 Cái chuông. ~이 울렸다 chuông đã kêu.

공가(空家) Cái nhà không.

공간(空間) Không gian, chỗ trống. 시간과~ thời gian và không gian.

공갈(恐喝) Hăm dọa, đe doạ, dọa nạt. ~하다. ~자 kẻ đe doạ.

공경(恭敬) Cung kính, kính trọng. ~하다. ~할 만한 đáng kính trọng.

공고(工高) Trường trung học dạy nghề.

공고(公告) Thông báo rộng rãi, công báo. ~하다. 매~ thông báo đấu giá.

공고(鞏固) Rắn chắc, vững chắc. ~하다. ~한 의지 một ý chí vững chắc.

공공(公共) Công cộng, thuộc xã hội. ~교통요금 tiền phí giao thông công cộng.

공공연하다(公公然-) Công khai, rõ ràng, ai cũng biết. 공공연한 비밀 một bí mật được công khai.

공과(工課) Các môn học.

공과(功課) Thành quả công việc.

공국(公國) Công quốc. 모나코~ công quốc Mona co.

공군(空軍) Không quân. ~기 máy bay quân sự. ~기지 căn cứ không quân.

공권(空拳) Tay không, tay trắng. ~으로 bằng bàn tay trắng.

공극(空隙) Lỗ hổng nhỏ, khe hở nhỏ.

공급(供給) Cung cấp. ~하다. ~을 끊다 cắt đứt đường cung cấp.

공기(公器) Công cụ nhà nước. ~를 남용 하다 làm dụng công cụ nhà

nước.

공기(空氣) Không khí, hơi. ~가열[냉각]기 máy làm ấm(làm lạnh) không khí. ~구멍 lỗ thông gió.

공기(空器) Cái bát, cái chén. 밥 한~ một bá cơm.

공기(工期) Thời gian thi công. ~를 단축하다 rút ngắn thời gian thi công.

공기업(公企業) Doanh nghiệp nhà nước.

공납(貢納) Cống nộp. ~하다.

공단(工團) Khu công nghiệp. 구로~ khu công nghiệp Kurô.

공단(貢緞) Tơ cao cấp.

공답(公畓) Đất công, đất nhà nước.

공대(工大) Trường đại học công nghiệp.

공대(恭待) Tiếp đón cung kính, tôn trọng. ~하다.

공동개발(共同開發) Cùng liên kết khai thác, nghiên cứu chung.

공동해손(共同海損) Thiệt hại chung.

공동협찬(共同協贊) Hợp tác chung. ~하다.

공떡(空-) Làm chuyện chẳng có lợi ích gì, chuyện công không.

공란(空欄) Khoảng trống, chỗ trống. ~에 기입하다 điền vào chỗ trống.

공람(供覽) Trưng bày. ~하다.

공랭(空冷) Làm lạnh không khí. ~식 엔진 máy theo kiểu làm lạnh không khí.

공략(攻略) Tấn công xâm lược, chiếm. ~하다. ~하기 어려운 진지 trận địa dễ chiếm.

공로(公路) Công lộ, đường xá.

공로(空路) Đường hàng không. ~로 bằng đường hàng không.

공론(公論) Công luận, dư luận quân chúng.

공론(空論) Cuộc bàn luận vô ích.

공뢰(空雷) Ngư lôi trong không trung.

공룡(恐龍) Con khủng long. ~시대 thời đại khủng long.

공리(公吏) Người làm công tác nhà nước.

공리(公利) Lợi ích chung. ~를 도모하다 vì lợi ích chung.

공리(公理) Công lý. ~를 지키다 giữ gìn công lý.

공매(公賣) Bán đấu giá. ~하다. ~장 sàn bán đấu giá. 강제~ cưỡng chế bán đấu giá.

공명(公明) Sự công minh, công bằng. ~하다.

공명정대(公明正大) Công minh chính đại, công bằng. ~하다.

공모(共謀) Đồng phạm, cùng tham gia. ~하다. ~자 kẻ đồng phạm.

공무(工務) Công việc văn phòng ở nhà máy.

공밥(空-) Cơm không mất tiền, cơm chùa. ~(을) 먹다 ăn cơm chùa.

공방(攻防) Tấn công và phòng thủ. ~을 벌이다 mở cuộc tấn công.

공배수(公倍數) Bội số chung.

공백(空白) Khoảng trống, chỗ trống. ~을 메우다 lấp chỗ trống.

공범(共犯) Đồng phạm, cùng tham gia. ~죄 tội đồng phạm.

공법(工法) Phương pháp thi công. 특수~ phương pháp thi công đặc biệt.

공병(工兵) Công binh. ~대 đội công binh. ~학교 trường đào tạo công binh.

공보(公報) Thông báo công khai.

공부(工夫) Học hành, học. ~하다. ~를 잘하다 học giỏi.

공비(公費) Chi phí nhà nước. ~로 bằng tiền nhà nước.

공사(工事) Xây dựng. ~하다. ~감독 giám sát xây dựng.

공산(公算) Khả năng. ~이 크다 khả năng lớn.

공상(公傷) Bị thương khi thi hành công vụ.

공상(空想) Không tưởng, viễn tưởng. ~하다. ~영화 phim viễn tưởng.

공생(共生) Cộng sinh, sống chung. ~하다. ~관계 quan hệ cộng sinh.

공서양속(公序良俗) Trật tự công cộng và thuần phong mỹ tục.

공석(空席) Chỗ trống không ai ngồi. ~을 채우다 lấp vào chỗ trống.

공선(公選) Bầu cử, tuyển chọn công khai. ~하다.

공설(公設) Do nhà nước xây dựng. ~기관 cơ quan nhà nước.

공성(攻城) Công thành, tấn công thành. ~하다.

공세(攻勢) Thái độ tư thế công kích, công kích. ~적인 có tính công kích.

공소(公訴) Công tố, khởi tố. ~하다. ~권 quyền công tố. ~장 thư đề nghị khởi tố.

공연(共演) Cùng diễn xuất. ~하다. ~자 người cùng diễn xuất.

공염불(空念佛) Lời nói suông. ~을 하다. ~에 그치다 chẳng qua là lời nói suông.

공전(工錢) Tiền lương, tiền công.

공전(公轉) Việc một thiên thể bay quanh một thiên thể khác theo chu kỳ. ~하다.

공정(工程) Công trình, quá trình, tiến độ. ~관리 quản lý công trình.

공정(公正) Công bằng và chính xác. ~거래위원회 Uỷ ban trọng tài.

공제(控除) Trừ, trừ ra. ~하다. ~액 số tiền trừ.

공주(公主) Công chúa. ~병 bệnh công chúa (kiêu căng, cho mình là đẹp)

공중납치(空中拉致) Vụ bắt cóc máy bay. 하다.

공지(公知) Thông báo công khai, thông báo. ~사항 nội dung thông báo.

공창(工廠) Công xưởng làm sắt, xưởng sắt.

공채(公債) Công trái. ~를 사다 [발행하다] mua (phát hành) công trái.

공책(空冊) Quyển vở. ~열 권 mười quyển vở.

공치사(功致辭) Khen ngợi ai. ~하다.

공치사(空致辭) Khen suông, khen không thực lòng. ~하다.

공칙스럽다 Không may mắn.

공칭(公稱) Tên chung.

공탁(供託) Nhờ giữ tiền, nhờ bảo quản. ~하다. ~금 tiền nhờ giữ hộ.

공터(空-) Bãi trống, chỗ trống.

공통(共通) Chung, cùng chung, thông dụng. ~하다. ~법 luật thường thức.

공판(公判) Xử án, xét xử. ~하다. ~기록 ghi chép việc xét xử.

공표(公表) Thông báo công khai, thông báo, công bố. ~하다.

공피병(龏皮病) Bệnh cứng da, bệnh hóa sừng da.

공하(恭賀) Chúc mừng. ~신년 Chúc mừng năm mới.

공한 Công văn.

공한지(空閑地) Khu đất trống, đất không.

공허(空虛) Hư vô và trống rỗng. ~하다. ~감 cái cảm giác hư vô.

공황(恐慌) Khủng hoảng tinh thần, sợ hãi.

공훈(功勳) Công lao, sự đóng góp. ~을 세우다 lập công.

과(課) Bài học. 제5~ bài thứ 5.

과(課) Bộ phận, phòng ban. 인사~ phòng nhân sự.

과감(果敢) Quả cảm, dũng cảm. ~스럽 다[하다]. ~히 một cách quả cảm.

과대(誇大) Phóng đại, thổi

phòng. ~다. ~광고 quảng cáo phóng đại.

과대(過大) Quá lớn, quá to, lớn không đúng với thực tế. ~하다.

과묵(寡默) Ít nói, kín tiếng, trầm lặng. ~하다. ~한 사람 người ít nói.

과문(寡聞) Ít kiến thức, thiếu tri thức thông thường. ~하다.

과물(果物) Trái cây hoa quả (có thể ăn được)

과민(過敏) Quá nhạy cảm, dễ bị kích động. ~하다. ~성 tính quá nhạy cảm.

과밀(過密) Quá đông đúc, chật chội (dân số, nhà cửa vv). ~도시 thành phố chật chội.

과반(過半) Hơn một nửa, quá nửa. ~은 합격했다 Hơn một nửa đã thi đậu.

과소비(過消費)Tiêu dùng quá mức, tiêu dùng thái quá.

과실(果實) Hoa quả, trái cây. ~주(酒) rượu hoa quả. ~을 맺다 kết trái.

과음(過淫) Quan hệ tình dục quá mức. ~하다.

과일 Trái cây, hoa quả. ~즙 nước trái cây.

과장(課長)Trưởng phòng, trưởng khoa.

과전압(過電壓) Điện áp vượt qua giới hạn.

과줄 Bánh ngọt.

과중(過重) Quá nặng, quá mức ~하다. ~한 노동 công việc quá nặng.

과찬(過讚) Quá khen, khen quá lời. ~하다.

과표(課標) Tiêu chuẩn đánh thuế.

과피(果皮) Vỏ trái cây, vỏ hoa quả.

과하다(過-) Quá mức, quá, thừa, trên mức cần thiết. 과하게 quá mức, quá.

과하다(課-) Đánh thuế, áp thuế, giao phó. 세금을 ~ đánh thuế. 일을 ~ giao việc.

관(款) Hạng mục, điều.

관(館) ①Quán ăn, quán. 한국~ quán ăn Hàn

Quốc. ②Tòa nhà lớn, hội quán.

관(觀) Sự hiểu biết, tầm nhìn. 세계~ thế giới quan.

관객(觀客) Khán giả. ~석 ghế khán giả.

관견(管見) Ý kiến chật hẹp, tầm nhìn chật hẹp, ý kiến cá nhân.

관계(官界) Các cơ quan nhà nước. ~쇄신 đổi mới các cơ quan nhà nước.

관골(耿骨) Xương hàm

관공리(官公吏) Quan chức.

관공립(官公立) Quốc lập. ~학교 trường quốc lập.

관공서(官公署) Cơ quan hành chính, đơn vị nhà nước.

관광(觀光) Du lịch. ~하다. ~을 가다 đi du lịch.

관군(官軍) Quan và quân, tướng và lính.

관극(觀劇) Xem kịch. ~하다.

관급(官給) Nhà nước cấp. ~품 hàng hoá do nhà nước cấp.

관내(管內) Trong cơ quan, trong nơi làm việc. ~를 순시하다 đi thăm trong cơ quan.

관념(觀念) Quan niệm, suy nghĩ, khái niệm. 잘못된 ~을 가지다 mang quan niệm sai trái.

관능(官能) Giác quan, cảm giác. ~장애 hư giác quan, tê liệt giác quan. ~적(인) có tính giác quan.

관대(寬大) Rộng lượng, bao dung, rộng rãi. ~하다. ~하게 một cách rộng rãi.

관대(寬待) Tiếp đãi rộng rãi thoải mái.

관록(官祿) Lương viên chức.

관록(貫祿) Quyền uy, sự suy nghiêm. ~이 있는 사람 người có uy.

관류(貫流) Chảy qua. ~하다.

관리(官吏) Người nhà nước, viên chức. 유능한 ~ viên

chức có năng lực.

관리(管理) Quản lý, điều hành. ~하다. ~권 quyền quản lý. ~기관 cơ quan quản lý.

관리인(管理人) Người quản lý, người điều hành. 아파트 ~ người quản lý chung cư.

관립(官立) Công lập.

관복(官服) Đồng phục hành chính.

관비(官費) Chi phí do nhà nước chịu. ~생 học sinh được nhà nước tài trợ.

관사(官舍) Nơi ở, nhà ở do nhà nước qui định.

관상(冠狀) Vành, có vành. ~동맥 [정맥] động mạch [tĩnh mạch] vành.

관상(管狀) Hình ống, dạng ống.

상(觀相) Diện mạo, tướng tá.~가[쟁이] thầy tướng.

관상(觀賞) Thưởng thức. Ngắm. ~하다.

관상(觀象) Theo dõi thiên văn hoặc khí tượng.

~하다.

관서(官署) Cơ quan nhà nước, chính quyền. 중앙 ~ cơ quan trung ương

관선(官選) Nhà nước tuyển chọn.

관설(官設) Công lập, nhà nước lập ra.

관성(慣性) Quán tính. ~비행 quán tính bay.

관세(關稅) Thuế quan, hải quan. ~면세품 hàng miễn thuế.

관세음보살(觀世音菩薩) Quan thế âm Bồ tát.

관솔 Cây thông.

관수(官需) Nhu cầu của cơ quan nhà nước . ~물자 vật tư nhà nước.

관수(灌水) Ngập nước. ~하다.

관수지대(冠水地帶) Khu vực ngập nước.

관습(慣習) Thói quen, tập quán, phong tục. ~적(인) có tính thói quen.

관심(關心) Quan tâm,

chú ý. ~이 있다/없다 có/không quan tâm tới.

관악(管樂) Nhạc, kèn, sáo.

관외(管外) Bên ngoài cơ quan nhà nước.

관용(官用) Dùng cho cơ quan nhà nước, công vụ. ~차 xe công vụ.

관용(慣用) Thường dùng, hay dùng. ~구[어] câu [từ] thường dùng.

관용(寬容) Khoan dung, rộng lượng. ~하다. ~의 정신 tinh thần khoan dung.

관위(官位) Chức vụ, chức vị. ~를 박탈하다 bãi chức.

관음보살(觀音菩薩) Quan âm Bồ tát.

관인(官印) Dấu nhà nước. ~을 찍다 đóng dấu cơ quan nhà nước.

관절(關節) Khớp, khớp chân. ~강직 cứng khớp. ~동물 động vật chân đốt.

관점(觀點) Quan điểm, lập trường. 모든 ~에서 trên mọi quan điểm.

관직(官職) Quan chức. ~생활 cuộc sống quan chức.

관찰(觀察) Quan sát, theo dõi. ~하다. ~기록 quan sát và ghi chép.

관철(貫徹) Thực hiện triệt để, quán triệt. ~하다. 목적을 ~하다 thực hiện một mục đích nào đó

관청(官廳) Cơ quan nhà nước. ~가 khu phố các cơ quan nhà nước.

관측(觀測) Quan sát, theo dõi và dự đoán. ~하다. ~기구 dụng cụ quan sát.

관통(貫通) Đi xuyên qua, xiên qua. ~하다. ~상(傷) vết thương do đạn xuyên qua.

관하(管下) Dưới sự kiểm tra quản lý của cơ quan nhà nước.

관할(管轄) Quản lý, khống chế. ~하다. ~관청 cơ quan quản lý

관행(慣行) Thói quen, thông lệ, tập quán. 국제적~ tập quán quốc tế.

관향(貫鄉) Quê quán, quê gốc.

관허(官許) Nhà nước cho phép. ~하다.

관헌(官憲) Qui định của nhà nước hoặc cơ quan nhà nước.

관현(管絃) Nhạc cụ.

관혼상제(冠婚喪祭) Ma chay cưới hỏi. ~의 간소화 đơn giản hóa chuyện ma chay cưới hỏi.

관후(寬厚) Rộng rãi, thoải mái. ~하다.

괄괄하다 ①Cháy ào ào. ②Mãnh liệt, nóng vội, ào ào. 괄괄한 사람 người lúc nào cũng mãnh liệt.

괄다 Cháy ào ào, dữ dội. 불이 너무 괄아 밥이 탔다 lửa mạnh quá cháy cơm.

괄대(恝待) Đối xử hờ hững, lạnh lùng.

괄목(刮目) Chú ý, để ý. ~하다. ~할 만하다 đáng để ý.

광구(鑛區) Khu vực có khoáng chất, block. 제 6 ~ khu vực khai thác số 6.

광녀(狂女) Người đàn bà điên.

광대(廣大) Rộng lớn, bao la.

광대무변(廣大無邊) Bao la rộng lớn không bờ bến. ~하다.

광대뼈 Xương hàm. ~가 나오다 xương hàm bạnh ra.

광대하다(廣大-) Bao la rộng lớn.

광도(光度) Cường độ ánh sáng. ~계 quang độ kết.

광력(光力) Lực chiếu sáng, sức chiếu sáng. ~계(計) máy đo sức chiếu sáng.

광림(光臨) Viếng thăm (đề cao sự đến thăm của ai đó). ~하다.

광막하다(廣漠-) Bao la, mênh mông. 광막한 땅 mảnh đất bao la

광망(光芒) Tia sáng.

광맥(鑛脈) Mạch khoáng chất. ~층 tầng khoáng

mạch.

광부(鑛夫) Thợ mỏ.

광분하다(狂奔-) ①Bận bịu, lăng xăng. ②Chạy như điên.

광산(鑛山) Mỏ khoáng sản, mỏ. ~을 채굴 하다 khai thác mỏ, khai phá mỏ.

광산지(鑛産地) Khu vực có khoáng sản.

광언(狂言) Lời nói điên khùng. ~망설 (忘說) nói điên nói khùng.

광업(鑛業) Ngành mỏ, ngành khai thác. ~가 nhà khai thác mỏ.

광역(廣域) Khoảng đất rộng. ~(도)시 trung tâm thành phố.

광열(光熱) Ánh sáng và sức nóng.

광염(光焰) Ngọn đuốc.

광주(鑛主) Chủ nhân của khu mỏ.

광주리 Cái rổ, cái thúng.

광증(狂症) Bệnh điên, bệnh dại.

광채(光彩) Sáng láng, lộng lẫy. ~가 나다 sáng lộng lẫy.

광천(鑛泉) Suối nước khoáng. ~수 nước khoáng.

광치다(光-) Đánh cho bóng, làm cho bóng.

광태(狂態) Xấu hổ.

광택(光澤) Bóng láng, sáng loáng. ~을 내다 bóng loáng.

괘경(掛鏡) Gương treo tường.

괘념(掛念) Lo lắng, âu lo. ~하다. 조금도 ~하지 않다 không lo một chút nào.

괘다리적다 Thô lỗ, cục cằn.

괘도(掛圖) Bản đồ treo tường, biểu đồ.

괘력(掛曆) Cuốn lịch treo tường.

괘사 Trò đùa, trò hề. ~를 떨다 (부리다) giở trò đùa, hề cho vui.

괘선(罫線) Đường vẽ ngang dọc.

괜히 Vô dụng, vô ích, vô

tích sự, chẳng có lý do gì, vô lý. ~싸우다 đánh nhau chẳng vì gì cả.

괭이 Cái cuốc. ~의 날 lưỡi cuốc. ~로 파다 đào bằng quốc.

괴걸(怪傑) Quái kiệt.

괴괴망측(怪怪罔測) Lạ lùng, lạ lẫm, kỳ quái. ~하다. ~한 소문 tiếng đồn kỳ quái.

괴괴하다 Tĩnh mịch, hoang vắng. 괴괴한 거리 con đường tĩnh mịch.

괴근(塊根) Rễ, gốc.

괴롭다 Buồn, buồn phiền, đau buồn. 괴로운 나머지 qua khỏi những đau buồn.

괴뢰(傀儡) Búp bê, bù nhìn. ~정권 chính quyền bù nhìn.

괴리(乖離) Sự khác biệt, cách biệt. ~하다. 현실과 이상은 언제나 ~가 있기 마련이다 Lý luận và thực tế đương nhiên bao giờ cũng khác xa nhau.

괴멸(壞滅) Huỷ diệt. ~시키다 huỷ diệt.

괴문서(怪文書) Công văn giấy tờ kỳ lạ, chẳng hiểu từ đâu ra.

괴물(怪物) Quái vật. 바다의 ~ quái vật biển.

괴이다 ①Bị chống, bị dựa vào, được dựa vào. ②Bị xếp lên.

괴이하다(怪異-) Kỳ quái, kỳ dị. 괴이한 이야기 câu chuyện kỳ quái

괴인(怪人) Người có hình thù kỳ quái.

괴인물(怪人物) Nhân vật kỳ quái.

괴질(怪疾) Bệnh không biết nguyên nhân, bệnh lạ.

괴짜(怪-) Khác thường, lập dị. 그는 ~다 hắn ta lập dị.

괴철(塊鐵) Một thỏi sắt, một khối sắt.

괴탄(塊炭) Một tảng than, đống than đá.

괴팍하다(乖-) Khó chịu, khó tính.

괴한(怪漢) Kẻ lạ mặt. ~이 우리집 주위를 어슬렁거리고 있다 kẻ lạ mặt lởn vởn xung quanh nhà tôi.

괴현상(怪現象) Hiện tượng lạ, kỳ lạ. ~을 나타내다 xuất hiện hiện tượng kỳ lạ.

괴혈병(壞血病) Bệnh thiếu vi ta min C, bệnh thiếu máu.

괴화(怪火) Vụ hỏa hoạn không rõ nguyên nhân.

굄 Cái chống, cái để đỡ.

굄목 Thanh gỗ chống.

굉굉하다(轟轟-) Kêu loảng xoảng, kêu ầm ĩ.

굉장하다(宏壯-) To, lớn, rất. 굉장한 건물 tòa nhà to lớn

교(敎) Tôn giáo. ~를 믿다 tin vào tôn giáo.

교가(校歌) Bài hát ở trường học, bài ca nhà trường.

교각(交角) Góc giao nhau.

교권(敎權) Quyền của người làm giáo viên

교근(咬筋) Cơ hàm mặt.

교기(校紀) Kỷ luật nội qui của trường.

교란(攪亂) Làm cho hoảng loạn, làm cho rối, quấy rối. ~하다.평화를 ~하다 quấy rối hòa bình.

교량(橋梁) Cây cầu, cầu. ~공사 xây cầu

교련(敎鍊) Luyện, huấn luyện. ~하다. ~교관 giáo viên huấn luyện.

교료(校了) Xong, hoàn thành (in ấn).

교무(敎務) Giáo vụ. ~실 phòng giáo vụ.

교상(咬傷) Bị cắn(động vật, sâu bọ). ~을 입다 bị cắn.

교섭(交涉) Đàm phán, thương lượng. ~하다. ~단체 đoàn đàm phán

교성(嬌聲) Giọng nói ngọt nào của phụ nữ.

교수(敎授) Giáo viên(đại học). ~직 chức giáo viên, nghề giáo viên.

교습(敎習) Huấn luyện, đào tạo, dạy. ~하다. ~소 nơi đào tạo.

교시(敎示) Giảng bài, giảng. 을 ~하다 giảng

môn gì đó.

교신(交信) Thư từ thông tin qua lại, liên lạc. ~하다

교실(敎室) Phòng học, lớp học. 215호 ~ phòng học số 215.

교양(敎養) Học hành, có giáo dục, trình độ văn hóa. ~이 있는 có văn hóa, có học hành.

교역(交易) Giao dịch, buôn bán thương mại. 국제~ giao dịch thương mại quốc tế.

교열(校閱) Đính chính, sửa lại. ~자 người đính chính.

교외(校外) Ngoài trường học, ngoại khóa. ~수업 học ngoại khoá.

교우(交友) Kết bạn. ~하다. ~관계 quan hệ bạn.

교유(交遊) Giao du bè bạn. ~하다

교육(敎育) Giáo dục, học hành. ~하다. ~을 받다 được giáo dục.

교의(交誼) Kết bạn. ~를 맺다 kết nghĩa bạn bè.

교의(校醫) Y sĩ ở trong trường.

교인(敎人) Người có tôn giáo.

교재(敎材) Tài liệu, dụng cụ giảng dạy, sách vở học. ~비 tiền sách.

교전(交戰) Giao chiến, đánh nhau. ~하다. ~국 nước tham chiến.

교점(交點) Giao điểm, điểm cắt.

교접(交接) ①Tiếp xúc. ~하다. ②Quan hệ tình dục, giao phối.

교파(敎派) Giáo phái. 새로운 ~를 형성하다 hình thành một giáo phái mới.

교포(僑胞) Kiều bào. 재미~ kiều bào sống tại Mỹ.

교풍(校風) Đạo đức nhà trường. ~을 세우다 xây dựng đạo đức nhà trường.

교합(交合) ①Gia giao hợp, quan hệ tình dục. ~하다. ②Ứng ý, vừa ý.

교향곡(交響曲) Bản giao

hưởng. 베토벤의 5번~ bản giao hưởng số 5 của Beethoven.

교황(敎皇) Giáo Hoàng. ~요한 바오로 2세 Giáo hoàng Pope John Paul đệ nhị.

교회(敎會) Nhà thờ. ~에서 하는 결혼식 hôn lễ tiến hành tại nhà thờ.

교회(敎誨) Thức tỉnh, làm cho tỉnh ra. ~하다.

교훈(敎訓) Bài học, giáo huấn, lời dạy. ~하다 dạy.

구(句) Một câu văn.

구가(舊家) Ngôi nhà cổ, nhà cũ.

구가(謳歌) Khen ngợi, cùng tán tụng. ~하다. 인생을 ~하다 ca ngợi cuộc đời.

구간(舊刊) Sách báo cũ.

구갈(口渴) Cơn khát. ~을 느끼다 cảm thấy khát.

구강(口腔) Khoang miệng, miệng. ~암 ung thư miệng.

구개(口蓋) Vòm miệng. ~골 xương vòm miệng.

~음 âm vòm miệng.

구걸(求乞) Xin, xin xỏ. ~하다. 밥을 ~하다 xin cơm. ~하고 다니다 đi xin.

구교(舊交) Người quen lâu ngày, người quen cũ.

구구(九九) ①Bản cửu chương. ~하다 tính bằng bản cửu chương.

구구하다(區區) Trái ngược nhau, khác nhau. 구구한 보도 báo cáo trái ngược nhau.

구국(救國) Cứu quốc. ~하다. ~운동 phong trào cứu quốc

급(救急) Cấp cứu. ~하다. ~차 xe cấp cứu. ~신호 tín hiệu cấp cứu.

구기 Cái muôi, cái gáo. ~로 뜨다 múc bằng gáo.

구깃구깃하다 Bị vò nát, bị làm cho nhăn nheo. 구깃구깃한 지폐 đồng tiền bị vò nát.

구난(救難) Cứu thoát, cứu nạn. ~하다.

구동(驅動) Quay, xoay,

chuyển động. ~력 마 lực của xe.

구두 Giày da. 굽 높은 ~ giày đế cao. ~를 신다 đi giày.

구두쇠 Kẻ keo kiệt, thằng bủn xỉn.

구드러지다 Bị khô, khô.

구래(舊來) Lệ cũ, truyền thống xưa.

구레나룻 Râu ria, râu quai nón, râu hàm. ~이 있는 사내 người có râu hàm.

구령(口令) Khẩu lệnh. ~하다 ra khẩu lệnh. ~을 내리다 ra khẩu lệnh.

구루(佝僂羔僂) Lưng gù, gù lưng. ~병에 걸린 bị bệnh lưng gù.

구르다 Lăn, cuộn, quay. 공이 ~ quả bóng quay.

구메농사(-農事) Trồng trọt nhỏ.

구면(舊面) Một người quen biết từ lâu.

구명(究明) Tìm ra sự thật, điều tra. ~하다 문제를 ~하다 tìm ra sự thật của vấn đề.

구명(救命) Cứu sống, cứu mạng. ~하다. ~구 (具) vật cứu sống.

구명(舊名) Tên cũ.

구무럭거리다 Chậm chạp, đờ đẫn, lề mề. ~며 시간을 보내다 chậm chạm nhằm giết thời gian.

구문(口文)Tiền hoa hồng, tiền môi giới. ~을 받다 nhận tiền hoa hồng.

구문(舊聞) Chuyện đã nghe, tin đã nghe. 그 것은 이미 ~에 속한다 cái ấy là chuyện cũ.

구문서(舊文書) Văn thư cũ.

구물(舊物) ①Đồ cũ ②Đồ gia truyền.

구미(口味) Khẩu vị. ~가 당기다 ngon miệng.

구박(驅迫) Đánh đập, đối xử tệ bạc, bạc đãi. ~하다. ~을 받다[당하다] bị đối xử tệ bạc.

구법(舊法) Luật cũ.

구사상(舊思想) Tư tưởng cũ.

구사일생(九死一生) Chín phần chết một phần sống, thoát trong gang tấc, thập tử nhất sinh. ~하다.

구상(求償) Đòi bồi thường. ~권 quyền đòi bồi thường.

구색(具色) Có nhiều loại hàng hóa.

구석 Góc, xó. 마음 한 ~(에) trong lòng. 방 한 ~에 앉다 ngồi trong góc phòng.

구식(舊式) Kiểu cũ, thói cũ, phương pháp cũ. ~혼인 hôn nhân theo hình thức cũ.

구신(具申) Trình, trình lên. ~하다. ~서 thư trình. 의견을 ~하다 trình ý kiến của ai.

구실 Vai trò, công việc, bổn phận. 제 ~을 하다 thực hiện vai trò của mình.

구실(口實) Cái cớ, cái lý do. 럴듯한 ~ gần như một cái cớ.

구악(舊惡) Tội ác trong quá khứ, tội ác cũ. ~을 일소하다 xóa bỏ những tội lỗi cũ.

구애(求愛) Ngỏ lời yêu, yêu. 한테 ~하다 ngỏ lời với ai.

구역(區域) Khu vực, vùng. 주택 ~ khu vực dân cư.

구역질(嘔逆-) Ợ, ợ ra, nôn oẹ. ~하다. ~ 나는 광경 cảnh phát nôn đi được.

구연(口演) Kể chuyện trước đông người. ~하다.

구연(舊緣) Mối quan hệ cũ, mối nhân duyên cũ, mối tình cũ.

구우(舊友) Bạn xưa, bạn cũ.

구워지다 Nướng, nung, bị nướng, làm cho chín, (bánh, thức ăn).

구원(救援) Cứu giúp, cứu. ~을 청하다 yêu cầu cứu giúp. ~하러 가다 đi kêu trợ giúp.

구월(九月) Tháng chín.

구유 Cái máng ăn (động vật).

구은(舊恩) Ân cũ, cái ân nợ cũ. ~을 갚다 trả cái ân nợ cũ.

구음(口音) Khẩu âm.

구읍(舊邑) Làng cũ, phố cũ.

구의(舊誼) Tình nghĩa cũ. ~를 존중하여 coi trọng tình nghĩa cũ.

구접스럽다. ①Bẩn thỉu xấu xí. ②Bủn xỉn, đê tiện.

구정(舊正) Tết âm lịch. ~을 쇠다 đón Tết Âm lịch.

구정(舊情) Tình cũ. 오랜만에 김군을 만나 ~을 새롭게 했다 lâu lắm mới gặp lại anh Kim và chúng tôi tìm lại tình bạn cũ.

구정물 ①Nước thải (nước rửa, tắm). ②Mủ, nước bẩn (vết thương vv..).

구제(救濟) Cứu tế, giúp đỡ. ~하다. ~금융 quĩ tiền cứu trợ.

구제(舊制) Chế độ cũ, hệ thống cũ. ~의 학교 교육 giáo dục trường học theo chế độ cũ.

구제(驅除) Diệt, giết xóa bỏ (con vật có hại). ~하다. 쥐를 ~하다 diệt chuột.

구조(救助) Cứu trợ, cứu, cứu hộ. ~하다. ~를 요청하다 yêu cầu, xin cứu trợ.

구존(苟存) Sống lâu.

구좌(口座) Tài khoản (ngân hàng).

구직(求職) Tìm việc, kiếm việc, kiếm việc làm. ~하다. ~신청하다 xin việc, tìm việc.

구질구질하다 Bẩn thỉu luộm thuộm. 구질구질한 옷차림의 사나이 cái thằng ăn mặc bẩn thỉu, luộm thuộm.

구차스럽다(苟且-) Nghèo, khổ, nghèo khó, cơ cực. 살림이 ~ cuộc sống nghèo nàn.

구차하다(苟且-) Nghèo khó, khổ. nghèo, cơ cực 살림이 ~ cuộc sống nghèo nàn.

구창(口瘡) Vết lở trong miệng, vết đau trong mồm.

구채(舊債) Món nợ cũ. ~를 갚다 trả món nợ cũ.

구척장신(九尺長身) Người thân cao chín thước, người khổng lồ, người to lớn.

구천(九泉) Nơi chín suối. 죽어서 ~을 떠돌다 chết về nơi chín suối.

구판(舊版) Bản cũ(sách báo). ~을 개정하다 điều chỉnh bản cũ.

구포(臼砲) Khẩu pháo cũ, khẩu mortar.

구푸리다 Cúi xuống, gập. 몸을 ~ cúi người.

구하다(求-) Tìm, kiếm. 방을 ~ tìm phòng.

구하다(救-) Cứu, cấp cứu, cứu sống, cứu thoát. 인명을 ~ cứu người.

구현(具現) Sự biểu hiện, thể hiện cụ thể. ~하다.

구형(求刑) Kết tội. ~하다. 구형~ phán xét tội.

구형(舊型) Mẫu cũ, kiểu cũ. ~세탁기 máy giặt đời cũ.

구호(口號) Khẩu hiệu. ~를 내걸다 đưa ra khẩu hiệu.

구혼(求婚) Cầu hôn. ~하다. 의 ~을 승낙 하다 chấp nhận cầu hôn của ai đó.

국(國) Nhà nước, đất nước. 가입~ nước thành viên

국가(國家) Quốc gia, nhà nước, nước. ~적 có tính quốc gia. ~경제 kinh tế quốc gia.

국건더기 Cái bạ canh, chất canh.

국경(國境) Biên giới. ~내 trong phạm vi biên giới

국경일(國慶日) Ngày lễ quốc gia, ngày lễ nhà nước. ~을 맞다 đón ngày lễ.

국력(國力) Sức mạnh đất nước, sức mạnh dân tộc. ~의 쇠퇴[증대] sự suy yếu[tăng lên] của sức mạnh dân tộc.

국록(國祿) Bổng lộc của nhà nước. ~을 먹다 nhận bổng lộc của nhà nước.

국론(國論) Ý kiến nhân dân, xã hội. ~을 통일하다 thống nhất ý kiến toàn dân.

국리(國利) Lợi ích quốc gia. ~민복 Ích nước lợi dân.

국립(國立) Quốc lập, nhà nước lập ra, công lập. ~공원 công viên quốc gia.

국면(局面) Cục diện, tình hình chung. 전쟁[정치]~ cục diện chiến tranh [chính trị].

국방(國防) Quốc phòng. ~을 강화하다 tăng cường quốc phòng. ~대학원 Đại học viện quốc phòng.

국보(局報) Thông báo của nhà nước.

국보(國寶) Vật quốc bảo, tài sản quí của nhà nước. ~적 인물 nhân vật có tính tài sản quí của dân tộc.

국부(局部) ①Cục bộ, một phần. ~적(으로) có tính cục bộ. ②Cơ quan sinh dục.

국부(國父) Người Cha của dân tộc, quốc phụ.

국부(國富) Sức mạnh kinh tế của đất nước, sự giàu có của đất nước.

국산품(國産品) Hàng nội, hàng sản xuất trong nước.

국상(國喪) Quốc tang, tang lễ quốc gia. ~이 나다 có quốc tang.

국새(國璽) Con dấu đại diện cho một nhà nước.

국서(國書) ①Quốc thư. ② Sách ghi việc nước.

국선(國選) Nhà nước tuyển chọn. ~변호인 luật sư do nhà nước chọn.

국세(局勢) Tình thế, tình hình. ~가 일변하다 tình thế thay đổi.

국세(國稅) Thuế nhà nước, thuế ngân sách. ~청 Cục thuế, tổng cục thuế.

국수 Mì, phở. ~를 말다 làm phở. ~장수 người bán phở.

국시(國是) Phương châm cơ bản về chính sách hoặc nguyên tắc cao của một dân tộc.

국어(國語) Quốc ngữ, thứ tiếng nói, ngôn ngữ của một dân tộc. ~교사 giáo viên quốc ngữ

국영(國營) Quốc doanh. ~기업 doanh nghiệp nhà nước.

국외(局外) Bề ngoài, bên ngoài, ngoài cuộc. ~에 서다 đứng bên ngoài.

국외(國外) Ngoài nước, ra nước ngoài. ~로 보내다 gửi ra nước ngoài.

국욕(國辱) Quốc nhục, nỗi nhục dân tộc.

국원(局員) Nhân viên hành chính nhà nước, nhân viên bưu điện.

국위(國威) Uy danh đất nước. ~에 관한 문제 vấn đề liên quan đến uy danh của đất nước.

국유(國有) Quốc hữu, sở hữu nhà nước. ~림 rừng quốc hữu.

국으로 Nguyên như vậy, yên như vốn có. ~ 가만히 있어 ngồi im như thế.

국정(國定) Nhà nước qui định. ~교과서 sách giáo khoa do nhà nước qui định.

국정(國政) Quốc chính, chính trị quốc gia, việc nước. ~에 참여하다 tham gia vào việc quốc chính. ~을 담당하고 있다 đảm đương việc nước.

국풍(國風) Phong tục của một đất nước.

국한(局限) Giới hạn, hạn chế. ~하다. 에 ~되다 được giới hạn ở.

국헌(國憲) Hiến pháp, quốc hiến. ~을 준수하다 tuân thủ hiến pháp.

국호(國號) Quốc hiệu, tên của một quốc gia.

국화(菊花) Hoa cúc.

회(國會) Quốc hội. 제5회~ quốc hội khóa 5

군거(群居) Sống thành

bầy. ~동물 động vật sống thành bầy.

군것 Những thứ thừa, những thứ không dùng đến.

군견(軍犬) Chó quân cảnh, chó cảnh sát, chó nghiệp vụ.

군경(軍警) Quân cảnh, quân đội và cảnh sát.

군고구마 Miếng khoai lang rán. ~장수 người bán khoai lang rán.

군관구(軍管區) Khu quân đội.

군던지럽다 Thừa, không cần thiết, vô dụng.

군데 Nơi, chốn, địa điểm. 한 ~ 오래 머물다 sống một nơi lâu ngày.

군데군데 Đó đây, một vài nơi. ~ 눈이 쌓이다 đây đó tuyết chất đống.

군도(群島) Quần đảo. 하와이~ quần đảo Hawai.

군도(群盜) Nhóm bụi đời, nhóm ăn trộm.

군돈 Tiền thừa, tiền tiêu không được tác dụng gì. ~을 쓰다 xài phí tiền.

군령(軍令) Quân lệnh. ~에 따르다 theo quân lệnh.

군림(君臨) Thống trị, cai quản. ~하다. 재계에 ~하다 cai quản giới tài chính.

군모(軍帽) Mũ lính, mũ bộ đội.

군무(軍務) Quân vụ, công việc nhà binh.

군민(軍民) Quân và dân. 군민 합동 구조 작업 công tác cứu trợ của quân và dân.

군밤 Hạt dẻ rang.

군밥 Cơm thừa.

군번(軍番) Quân số, mã số quân nhân.

군법(軍法) Quân pháp. ~회의 tòa án quân sự.

군법무관(軍法務官) Quan tòa tòa án binh.

군법정(軍法廷) Tòa án binh.

군복(軍服) Quân phục. ~을 입고 있다 đang mặc quân phục.

군부(軍部) Quân đội, thế lực quân đội. ~가 정치에 개입하다 quân đội tham gia vào chính trị.

군불 Lửa sưởi ấm. ~때다 đốt lửa sưởi.

군비(軍費) Chi phí quân sự. ~감축 cắt giảm chi phí quân sự.

군사(軍士) Quân sĩ, quân lính. ~를 모으다 chiêu mộ quân sĩ.

군사(軍使) Sứ quân.

군사(軍事) Quân sự, quân đội. ~기지 căn cứ quân sự.

군사람 Người thừa, người vô dụng.

군사설(-辭說) Lời nói thừa.

군소리 Lằn nhằn, càu nhàu, làu bàu. ~하다.

군식구(-食口) Kẻ ăn bám. 나는 숙모댁에 ~로 있다 tôi sống như kẻ ăn bám nhà gì tôi.

군신(君臣) Vua và quần thần, vua và thuộc hạ.

군악(軍樂) Quân nhạc. ~대장 đội trưởng đội quân nhạc.

군용(軍用) Dùng cho quân đội, quân dụng. ~견 chó quân đội, chó nghiệp vụ.

군율(軍律) Quân luật, kỷ luật quân sự. ~을 지키다 giữ kỷ luật quân sự.

군의(軍醫) Quân y. ~학교 trường quân y.

군인(軍人) Quân nhân, bộ đội. 직업~ quân nhân chuyên nghiệp.

군자(君子) Quân tử. ~의덕 đạo đức kẻ quân tử.

굳다 Cứng, rắn, vững. 굳은 연필 cây chì cứng. 굳은 땅 Đất cứng. 굳은 지반 위에 서다 đứng trên nền cứng.

굴렁쇠 Cái vòng. ~를 굴리다 xoay vòng, lắc vòng.

굴신(屈伸) Co giãn, co duỗi. ~하다. ~운동 vận động co duỗi.

굴신(屈身) Xấu hổ, sĩ

nhục, nhục nhã. ~감 cảm giác xấu hổ.

굴절(屈折) Uốn con, cong, khúc xạ. ~하다 làm cho cong, bẻ cong. ~각 góc cong.

굵기 Độ dày, bề dày. 밧줄의 ~ độ dày của dây thừng.

굽 Móng, vó (trâu bò, ngựa). ~이 있는 có vó, có móng.

굽다 Nướng, quay (thịt, thức ăn). 잘 구워진 nướng chín.

굽어보다 Nhìn xuống, nhìn khắp. 골짜기를 ~ nhìn xuống thung lũng.

굽이 Chỗ gấp khúc, khúc quanh. 강물의 굽이 khúc quanh của dòng sông.

굽이지다 Bị cong, bị uốn khúc, bị gấp khúc. 굽이진 해안선 bờ biển uốn khúc.

굽히다 Gập lại, gập, làm cho gập lại, bẻ cong. 허리를 ~ gập lưng.

궁금하다 Tò mò, muốn biết, tự hỏi. 시험 결과가 ~ muốn biết kết quả thi.

궁둥이 Mông, đít, phao câu. 궁둥잇바람 ngúng nguẩy cái đít.

궁리(窮理) Suy nghĩ, nghiền ngẫm, cân nhắc. ~하다.

궁박(窮迫) Thiếu thốn. ~하다. 재정적으로 ~하다 thiếu thốn về mặt tài chính.

궁하다(窮-) Nghèo túng, thiếu thốn. 궁한 때에 lúc túng thiếu.

궁합(宮合) Cung hợp (xem mạng hai người có hợp nhau hay không). ~을 보다 xem cung hợp.

권(卷) Quyển (sách, vở vv..). 책 한~ một quyển sách. 제1~ quyển một.

-권(權) Quyền. 입법~ quyền luật pháp.

권고(勸告) Khuyên, khuyến cáo, đề nghị. ~하다. ~문 thư đề nghị.

권농(勸農) Khuyến nông. ~하다. ~정책 chính

sách khuyến nông.

권력(權力) Quyền lực. ~이 있는 사람 người có quyền lực. ~과 돈 quyền và tiền.

권리(權利) Cái quyền, quyền, quyền hạn. ~와 의무 quyền và nghĩa vụ.

권문세가(權門勢家) Quyền môn thế gia, gia đình có quyền thế.

권태(倦怠) Chán chường, lười biếng. ~기 thời kỳ hôn nhân không còn thú vị.

권토중래(捲土重來) Khí thế như đội trời đạp đất vùng dậy, vùng dậy. ~하다.

권하다(勸-) Khuyên, khuyến cáo. 가입하라고 ~ khuyên ai nên tham gia.

궐석(闕席) Vắng mặt, không có mặt. ~하다. ~재판 xử vắng mặt.

궐위(闕位) Chỗ khuyết, chỗ trống. ~하다.

케도(軌道) Quĩ đạo. ~를 벗어나다 thoát ra khỏi quĩ đạo.

케멸(潰滅) Huỷ diệt, phá hoại. ~하다. ~시키다 phá hoại.

케양(潰瘍) Lở, loét. 위~ loét dạ dày. 악성~ loét ác tính.

케주(潰走) Sự rút chạy, tháo chạy. ~하다. 적을 ~시키다 đánh cho quân địch tháo chạy.

케짝(櫃-) Thùng, hộp. hòm. ~에 담다 cho vào hòm.

귀 Cái tai. Cái tai. ~를 막다 bịt tai.

귀가(歸家) Qui gia, về nhà. ~하다. ~도중에 trên đường về nhà. ~후 sau khi về nhà.

귀감(龜鑑) Tấm gương. 남의 ~이 되다 thành tấm gương cho người khác.

귀객(貴客) Quí khách.

귀결(歸結) Kết luận. ~하다. ~짓다 đưa ra kết luận.

귀경(歸京) Trở về thủ đô.

~하다.

귀국(貴國) Quí quốc.

귀국(貴國) Về nước. ~하다. ~길에 오르다 lên đường về nước.

귀기울이다 Lắng tai.

귀납(歸納) Qui nạp. ~하다. ~법 phương pháp qui nạp.

귀동냥 Học lỏm, học lén. ~하다.

귀동이(貴童-) Đứa con cưng.

귀두(龜頭) Qui đầu, đầu dương vật. ~염 viêm qui đầu.

귀뚜라미 Con dế. ~가 울다 dế kêu.

귀여워하다 Yêu, quí, âu yếm, vuốt ve. 개를~ âm yếm chó.

귀염 Được yêu thương, quý mến. ~(을) 받다 được yêu mến.

귀엽다 Dễ thương, xinh xắn, đáng yêu, đẹp. 귀여운 얼굴 khuôn mặt đáng yêu.

귀의(貴意) Ý kiến quí báu.

귀이개 Cây móc tai, cây lấy móc tai.

귀인(貴人) Quí nhân, người thượng lưu. ~을 만나다 gặp quí nhân.

귀족(貴族) Quí tộc. ~출신 xuất thân quí tộc.

귀지 Ráy tai. ~를 후벼 내다 lấy cứt tai, lấy ráy tai.

귀지(貴地) Nơi quí vị sinh sống.

귀착(歸着) ①Quay trở lại, quay về. ②Qui kết, đi đến kết luận. 같은 결론에 ~하다 đi đến kết luận giống nhau.

귀찮다 Phiền toái, rắc rối. ~은 일 việc phiền toái.

귀태(貴態) Thái độ hoặc hình ảnh cao quí.

귓가 Vành tai. ~로 듣다 chẳng quan tâm, nghe không vào trong tai, nghe qua loa.

규칙(規則) Qui tắc, nguyên tắc. ~적 có tính nguyên tắc

균열(龜裂) Nứt, nẻ, rạn. ~하다. ~을 깊게 하다 làm cho nạn nứt sâu hơn.

균형(均衡) Quân bằng, cân bằng. 수급의 ~ sự cân bằng cung cầu.

귤(橘) Quả quít. ~나무 cây quít. ~밭 ruộng quít.

그것 Cái đó, vật đó, cái ấy. ~은 좋다 cái ấy tốt.

그게 Cái ấy, cái đó. ~문제다 Cái ấy mới là vấn đề.

그곳 Chỗ đó, nơi đó, nơi ấy. ~에 ở nơi ấy.

그까지로 Có từng ấy. ~ 걱정할 것 없다 Có từng ấy không có gì phải lo .

그나마 Cũng còn may, còn may mà. ~ 만날 수 있어서 다행이다 còn may mà gặp được

그네들 Bọn họ, họ, chúng nó. ~의 것 thứ của bọn họ.

그때 Khi ấy, thời ấy. ~의 교장 hiệu trưởng thời ấy.

그래 Được rồi, được, như thế (nói với người bằng hoặc ít tuổi). ứ, ~ ừ, được rồi, vậy đi, vậy nhé.

그래도 Dù thế đi nữa, thế nhưng. ~ 나는 그를 좋아한다 dù sao thì tôi vẫn thích anh ấy.

그러넣다 Đưa vào, đút vào, bỏ vào. 음식을 입에 ~ đưa thức ăn vào miệng.

그러담다 Chất vào, chất , gom lại. 낙엽을 가마니에 ~ gom bỏ lá rụng vào rổ.

그러당기다 Kéo, lôi. 머리채를 ~ lôi tóc/kéo tóc ai.

그러들이다 Gom lại, thu lại. 빚 준 돈을 ~ gom tiền cho vay lại.

그러면 Nếu thế, nếu thế thì, vậy thì. ~ 내일 오죠 vậy thì ngày mai gặp nha.

그러잡다 Nắm, giữ, túm. 손을 ~ nắm lấy tay.

그러쥐다 Cầm, giữ, nắm. 손잡이를 ~ nắm lấy tay cầm.

그러하다 Như thế, thế,

ấy, vậy. 그러한 như vậy.

그르다 Sai, không đúng. 그른 짓 hành động xấu xa. 네가 글렀다 lỗi tại anh.

그르치다 Làm hư, sai, nhầm, thất bại. 계산을 ~ tính sai, tính nhầm.

그릇되다 Sai trái, hư hỏng, sai. 그릇된 생각 suy nghĩ sai trái.

그리 Như thế, như vậy. ~ 나쁘지도 않다 không xấu như thế.

그리다 Nhớ, thương, nhớ thương. 애타게 ~ nhớ cháy ruột gan.

그리다 Vẽ, tô. 원을 ~ vẽ vòng tròn. 그림을 ~ vẽ bức tranh.

그만그만하다 Gần gần giống nhau, tương đương nhau. 나이가 ~ tuổi cũng gần gần giống nhau.

그만두다 Ngừng, nghỉ, chấm dứt, dừng, từ bỏ. 공부를 ~ dừng việc học hành.

그만이다 Không sao cả, từng đó. 늦어도 ~ muộn cũng không sao

그슬리다 Nướng, làm cho chín. 돼지를 불에 ~ nướng con heo trên lửa.

그악스럽다 Hung dữ, mãnh liệt, quần quật (việc). 그악스럽게 일하다 làm quần quật.

그야 Cái ấy, cái đó. ~ 그렇지만 cái đó thì cũng có thể thế nhưng..

그야말로 Đúng là, chính là, chính thế, đúng thế. ~ 제 잘못이다 đúng là lỗi tại tôi.

그윽하다 Thanh vắng, tĩnh mịch. 골짜기의 그윽한 cái tĩnh mịch của thung lung.

그을다 Đóng đen lại, kết đen lại. 부엌 천장이 거멓게 그을었다 mái bếp đen thui.

그저 Tiếp tục, vẫn. ~ 책만 읽고 있다 anh ta vẫn xem sách.

그전(-前) Trước đó, trước lúc đó, trước khi ấy. ~에 vào trước đó.

그치다 Ngưng, dừng, chấm dứt. 그칠 새 없이 không một chút ngừng, liên tục.

그토록 Nhiều như thế. ~잘해 주시니 고맙습니다 cảm ơn anh rất nhiều vì đã giúp cho tôi.

극(極) Cực. 음~ âm cực. 양~ dương cực.

극(劇) Kịch, vở kịch. ~을 공연하다 diễn kịch.

극기(克己) Tự kiềm chế. ~하다. ~심 sức kiềm chế, lòng kiềm chế.

극단(極端) Cực đoan. ~적으로 có tính cực đoan.

극대(極大) Cực đại, cực lớn. ~값 giá trị cực đại.

극론(極論) Bàn luận, tranh luận với nhau kịch liệt. ~하다.

극복(克服) Khắc phục. ~하다. 위기를 ~하다 khắc phục nguy cơ.

극작(劇作) Làm kịch, viết kịch. ~하다. ~가 người viết kịch.

극하다(極-) Cực kỳ, cực điểm. 사치를 ~ xa xỉ cực độ.

극한(極限) Giới hạn cuối cùng, đỉnh điểm. ~값 giá đỉnh điểm.

극한(極寒) Cực lạnh, rất lạnh.

극형(極刑) Cực hình, hình phạt cao nhất. ~에 처하다 bị xử hình phạt cao nhất.

극히(極-) Cực kỳ, rất, vô cùng. ~ 미묘한 cực đẹp.

근(根) ①Sợi gân. ②Cái rễ, củ.

근(近) Gần, khoảng. ~만원 gần 10 ngàn won.

근거(根據) Căn cứ, nền tảng. ~지 căn cứ địa.

근골(筋骨) ①Gân cốt, cơ bắp. ②Vóc người. ~이 건장한 사람 người có vóc người mạnh khoẻ.

근기(根氣) Kiên trì, sức bền, bền bỉ. ~있는 có sự kiên trì.

근대(近代) Cận đại, hiện đại. ~문학 văn học cận

đại.

근로(勤勞) Lao động, làm việc, cần lao. ~하다. ~계급 giai cấp lao động.

근면(勤勉) Cần cù, chăm chỉ. ~하다. ~은 성공의 어머니「속담」Cần cù là mẹ thành công.

근무(勤務) Làm việc, lao động. ~하다. ~중이다 đang làm việc

근묵자흑(近墨者黑) Gần mực thì đen.

근방(近方) Gần đây, xung quanh, phụ cận. 서울~ phụ cận Seoul.

근본(根本) Căn bản, cơ bản, căn nguyên, chính. ~적(인) có tính cơ bản.

근절(根絶) Nhổ tận rễ, loại trừ. ~하다. ~할 수 있는 có thể cắt đứt.

근접(近接) Gần, tiếp giáp, sát cạnh. ~하다. ~한 마을 ngôi làng bên cạnh.

근질거리다 Ngứa, ngứa ngáy. 등이~ ngứa lưng.

근착(近着) Vừa mới đến, mới về. ~품 hàng mới về.

근처(近處) Gần, cạnh. 학교~ gần trường.

근청(謹聽) Chú ý nghe. ~하다 .

근치(根治) Trị tận gốc, trị hoàn toàn khỏi. ~하다. ~약 thuốc chữa tận gốc.

근친(近親) Bà con, anh em. ~결혼 bà con lấy nhau.

근하신년(謹賀新年) Chúc mừng năm mới.

근해(近海) Gần bờ, biển gần. ~어 cá gần bờ.

긁어먹다 ①Moi móc, ăn. ②Bóc lột.

긁히다 Bị trầy, bị xước. 나뭇가지에 얼굴이 ~ mặt bị xước vì cành cây.

금(金) Vàng. ~을 입힌 gắn vàng.

금강(金剛) ① Kim cương. ② Cứng, rắn như Kim cương.

금계(禁界) Khu vực cấm.

금기(禁忌) Cấm kỵ. ~하다. ~사항 những nội dung cấm.

금나다 Có giá, đáng giá. 백 원에 ~ có giá 100 wôn.

금남(禁男) Cấm đàn ông, cấm nam giới. ~의 집 nhà cấm đàn ông.

금년(今年) Năm nay. ~에 결혼하다 kết hôn trong năm nay.

금놓다 Đặt giá, kêu giá.

금니(金-) Răng vàng. ~박이 người có chiếc răng vàng.

금단(禁斷) Cấm đoán, ngăn cấm. ~하다. ~의 열매 trái cấm.

금메달(金-) Huy chương vàng. ~을 따다 giành huy chương vàng.

금반지(金班指) Nhẫn vàng.

금발(金髮) Tóc màu vàng, tóc hoe. 그녀는 ~이다 cô ấy tóc hoe.

금분(金粉) Bụi vàng.

금연(禁煙) Cấm hút thuốc, bỏ thuốc lá. ~하다. ~구역 khu vực cấm hút thuốc.

금주(禁酒)①Bỏ rượu. ~하다. ②Cấm rượu, cấm không cho uống rượu. ~하다.

금지(禁止) Cấm chỉ, ngăn chấm. ~하다. ~법 luật cấm. ~조항 những hạng mục cấm.

금추(今秋) Mùa thu này

금치다 Định ra, ra giá.

금품(金品) Tiền vàng, đồ quí.

금하(今夏) Mùa hè này.

금하다(禁-) Cấm, nghiêm cấm. 아무에게 육식을 ~ cấm ai đó ăn thịt.

금혼식(金婚式) Lễ cưới vàng, nghi lễ chúc mừng 50 năm ngày cưới.

급강하(急降下) Tụt xuống đột ngột, sụt độ cao (máy bay). ~하다.

급거(急遽) Một cách vội vàng. ~현장으로 달려가다 chạy vội vàng đến nơi.

급격하다(急激-) Vội vã, nhanh chóng. 급격히 một cách gấp gáp.

급사(給仕) Người hầu, người phục vụ. ~에게

차를 시키다 sai người hầu lấy trà.

급살(急煞)) Bị sao chiếu (dân gian), bị chết đột ngột. ~맞다. ~(을) 맞을 놈아 thằng bị trời trị.

급수(給水) Cấp nước, dẫn nước. ~하다. ~계량기 đồng hồ đo nước.

급습(急襲) Tấn công bất ngờ. ~하다. 교~ trường có bữa ăn.

급양(給養) Cấp dưỡng, lo chuyện ăn chuyện mặc.

급여(給與) Trả lương, trả vật dụng, tiền lương. ~하다. ~소득 thu nhập bằng lương.

급하다(急-) Gấp gáp, cấp bách (công việc). 급한 일 việc gấp. 돈이 ~ cần tiền gấp.

급행(急行) Đi nhanh, đi vội, đi gấp. ~하다. 현장으로 ~하다 đi xuống hiện trường ngay.

급환(急患) Bệnh nặng, bệnh cấp cứu. ~에 걸리다 mắc bệnh nặng.

긋다 Gạch chân. 줄을 ~ gạch hàng. 중요한 단어에 밑줄을 그어라 gạch chân dưới những từ quan trọng

긍정(肯定) Khẳng định. ~하다. ~명제 mệnh đề khẳng định.

긍지(矜持) Niềm tự hào, kiêu hãnh. ~ 느끼다 cảm thấy tự hào.

긍휼(矜恤) Thương hại, cảm thấy tội nghiệp. ~하다. ~히 여기다 một cách tội nghiệp.

기(氣) Khí lực, sức lực. ~가 찬 사람 người thiếu sức.

기(期) Thời kỳ, thời gian, mùa. 수렵~ mùa săn. 우~ mùa mưa, 건~ mùa khô.

기경(起耕) Cày ruộng. ~하다.

기계(機械) Máy móc, cơ giới. ~와 같다 giống như máy.

기골(氣骨) Da thịt, vóc dáng. ~이 장대한 사람

người to lớn.

기공(起工) Khởi công. ~하다. ~식 lễ khởi công.

기관(氣管) Khí quản. ~지(支) dây khí quản.

기구(機構) Cơ quan, tổ chức. 관료~ cơ quan nhà nước.

기구하다(崎嶇-) Không may mắn, bất hạnh. 기구한 생애 cuộc đời bất hạnh.

기근(飢饉) Đói ăn, nhịn đói, thiếu ăn. ~구제기금 quỹ cứu đói.

기급하다(氣急-) Hốt hoảng, hoảng hốt. 기급할 소리 들린다 nghe tiếng kêu hốt hoảng.

기량(技倆) Kỹ năng, tay nghề, trình độ tay nghề, năng lực. ~을 (갈고) 닦다 rèn/ luyện tay nghề.

기름 Dầu, xăng dầu. ~를 치다 tra dầu. ~를 묻다 dính dầu.

기름먹이다 Thấm dầu. 기름 먹인 종이 giấy thấm dầu.

기름지다 ①Béo, nhiều mỡ. 기름진 국 canh mỡ. ②Màu mỡ (đất đai). 기름진 땅 đất màu mỡ.

기막히다(氣-) ①Ngột ngạt, khó thở. ②Ngạc nhiên. 기막힌 소식 tin gây ngạc nhiên

기만(欺瞞) Lừa dối, lừa đảo. ~하다. ~행위 hành vi lừa đảo.

기미(氣味) Sở thích.

기법(技法) Phương pháp hay, kỳ pháp.

기벽(奇癖) Thói quen kỳ dị.

기별(奇別) Thư tín, thông báo, tin tức. ~하다 báo tin. 미리 ~하다 báo tin trước.

기병(起兵) Khởi binh, xây dựng quân đội. ~하다.

기보(旣報) Đã thông báo. ~하다. ~한 바와 같이 như chúng tôi đã thông báo trước đây.

기뻐하다 Vui mừng, vui. 성공을 ~ mừng vì

thành công.

기슭 Chân, bờ, nền. 강~ bờ sông, mép sông.

기습(奇習) Tập tục kỳ lạ.

기습(奇襲) Tấm công đột ngột. ~공격 tấn công tập kích/ bất ngờ.

기아(棄兒) Vứt bỏ con. ~하다.

기어들다 Bò vào, trườn vào. 그는 울타리 밑으로 기어들었다 hắn bò dưới hàng rào vào.

기어이(期於-) Nhất định, phải, bắt buộc. ~ 약속을 지켜야 한다 nhất định phải giữ lời hứa.

기억(記憶) Ký ức, trí nhớ. ~력 sức nhớ, trí nhớ.

기억력(記憶力) Sức nhớ, trí nhớ. ~의 감퇴 giảm trí nhớ.

기언(奇言) Lời nói kỳ lạ.

기엄기엄 Lồm cồm, lom khom (bò). ~산에 올라가다 lom khom bò lên núi.

기업(企業) Doanh nghiệp, nhà máy. ~화하다 doanh nghiệp hóa.

기여(寄與) Đóng góp, cống hiến. 국가의 발전에 ~ đóng góp vào sự phát triển của đất nước.

기온(氣溫) Nhiệt độ thời tiết. ~의 변화 sự thay đổi của nhiệt độ.

기와 Ngói. ~를 이다 lợp ngói. ~지붕 mái ngói.

기원(祈願) Cầu mong, cầu ước, mong muốn. ~하다. ~자 người cầu mong, người muốn tham gia.

기원(起源) Khởi nguồn, khởi điểm. ~하다. 문명의 ~ nguồn gốc của văn minh.

기이하다(奇異-) Kỳ dị, lạ lùng. 기이한 소문 tin đồn kỳ dị.

기점(起點) Khởi điểm, điểm bắt đầu. 을 ~으로 하다 bắt đầu từ.

기점(基點) Cứ điểm, điểm chính. 방위(方位)~ cứ điểm phòng ngự.

기정(旣定) Đã quyết, đã định. ~예산 ngân sách đã quyết.

기증(寄贈) Tặng, biếu, hiến. ~하다. ~품 đồ tặng.

기차(汽車) Tàu hỏa. ~로 가다 đi bằng tàu hỏa.

기차표(汽車票) Vé tàu. ~매표소 nơi bán vé tàu.

기채(起債) ①Vay nợ, vay tiền. ~하다. ②Công trái nhà nước.

기초(基礎) Nền móng, nền. 이 건물은 ~가 튼튼하다 nền tòa nhà này chắc

기침 Ho. ~하다. ~소리 tiếng ho.

기탄(忌憚) Khó khăn, trở ngại. ~없는 không khó khăn gì

기호(記號) Kí hiệu, tín hiệu, dấu hiệu. 발음~ ký hiệu phát âm.

기혼(旣婚) Đã lập gia đình, đã kết hôn. ~자 người đã lập gia đình.

기화(奇貨) ① Bảo bối, của hiếm. ② Cơ hội tốt, nhân tiện, thừa cơ.

기회(機會) Cơ hội, thời cơ, dịp. ~주의 chủ nghĩa cơ hội.

기획(企劃) Kế hoạch. ~하다 lập kế hoạch.

기후(氣候) Khí hậu, thời tiết. ~조건 điều kiện khí hậu.

긴급(緊急) Khẩn cấp, cấp bách. ~하다. ~상황 tình hình khẩn cấp.

긴대답(-對答) Câu trả lời dài. ~하다.

긴박(緊迫) Căng thẳng. ~하다. ~한 국제 관계 quan hệ quốc tế căng thẳng.

긴축(緊縮)①Rút bớt, rút ngắn, siết lại. ②Giảm chi phí. ~하다.

긴하다(緊-) Quan trọng, cấp bách, cần. 긴한 때 친구가 참된 친구이다 「tục ngữ」 Bạn lúc cần mới là bạn tốt, bạn lúc hoạn nạn mới là bạn tốt.

긷다 Kéo, múc nước. 두레박으로 우물에서 물을 ~ dùng cái gàu múc nước.

길 ①Con đường, đường phố, đường đi. 지름~

đường tắt.

길가 Bên đường, lề đường, vệ đường. ~에 핀 꽃 hoa nở bên đường.

길모퉁이 Góc đường, góc phố. ~를 돌다 rẽ vào góc đường.

길바닥 Mặt đường, nền đường. ~에 쓰러지다 ngã xuống mặt đường.

길보(吉報) Tin lành, tin vui. 너에게 ~를 가져왔다 mang tin vui đến cho cậu đây.

길손 Khách đi đường.

길일(吉日) Ngày lành. ~을 택하다 chọn ngày lành.

길하다(吉-) May mắn, tốt lành.

깃 ①Lông cánh.새가 ~을 다듬다 chim tỉa lông. ~이 빠지다 rụng lông.

깃 ①Cổ áo. ~를 채우고 nút cổ áo, gắn cổ áo. ②Vỏ bọc chăn.

깊다 ①Sâu. ~은 데 chỗ sâu. ②Sâu sắc, sâu nặng, chỉ mức độ cao. ~관계 quan hệ sâu sắc.

깊숙이 Sâu, trong sâu, thật sau. 골짜기 ~ 들어앉은 집 một căn nhà ở sâu trong tung lung.

깊이①Bề sâu, chiều sâu. 물~ độ sâu nước .②Sâu (phó từ). ~ 파다 đào sâu.

까다 ①Bóc vỏ, lột vỏ, lột. 귤을 ~ bóc quít. ②Nở ra từ trứng. 갓 깐 새새끼 chim non vừa nở.

까다롭다 ①Khó khăn, khó. 까다로운 문제 vấn đề khó. ② Nghiêm ngặt. 까다로운 규칙 qui định nghiêm ngặt.

까딱수(-手) Thủ đoạn, trò lừa. ~로 아무를 속이려 하다 dùng thủ đoạn để lừa ai

까라지다 Mệt mỏi, hết sức, giọng nói mệt mỏi.

까마득하다 Xa xôi, xa, lâu. 까마득한 옛날에 ngày xửa ngày xưa, đã lâu lắm rồi.

까맣다 Đen, đen thui. 까만 머리카락 sợi tóc đen.

까먹다 ①Bóc ra ăn. 통조림을 ~ bóc đồ hộp ăn. ②Tiêu mất, tiêu hoang. 시간을 ~ mất thời gian.

까뭉개다 Đào phá, san, xé. 언덕을 까뭉개서 주택지를 개발하다 hạ đồi làm khu dân cư.

-까지①Cho đến, đến (thời gian). 옛날부터 지금~ từ ngày xưa tới nay. ②Đến, tới (địa điểm). 어디~ 가십니까 Anh đi tới đâu?

까칠하다 Gầy ruộc, yếu, bơ phờ. 까칠한 얼굴 khuôn mặt bơ phờ.

까풀 Mí mắt. 눈~이 지다 mắt có mí

각듯하다 Kính trọng, tôn trọng, cung kính. 사가~ chào cung kính.

각쟁이 Đồ kẹt xỉn, đồ keo kiệt. 불~ đồ kẹt. ~야 ! thằng kẹt xỉn kia.

각지 ①Vỏ, mai. ②Cái cầm giương dây tên. ~(를) 떼다 thả dây tên, bắn.

깎다 ①Cắt tóc. 머리를 짧게 ~ cắt tóc ngắn. ②Tỉa, tỉa tót, cắt. 잔디를 ~ tỉa cỏ/ cắt cỏ. 풀을 ~ cắt cỏ.

깎이다 ①Bị gọt, bị cắt. 풀이~ cỏ bị cắt. 머리를 ~ bị cắt tóc. ②Bị cắt giảm, bị giảm, bị trừ.

깐깐하다 Khó tính, khó chịu, cẩn thận. 성질이 깐깐한 사람 người khó tính.

깔깔하다 ①Rát, bị xước. 깔깔한 촉감 cảm giác khó chịu, rát.② Hiền lành, lương thiện.

깔끔하다 Gọn gàng, ngăn nắp, tươm tất, sạch. 옷맵시가 ~ ăn mặc sạch sẽ gọn gàng.

깜박 ①Nháy mắt, chớp mắt. 눈을 ~이다 chớp mắt. ②Lập loè, nháy (ánh lửa vv..).

깜작이다 Chập chờn, nhấp nháy. =깜박거리다.

깜찍이 Người gọn gàng sạch sẽ, người bảnh bao.

깜직하다 Bảnh bao, đẹp

đẽ. ~한 놈 một người bảnh bao.

깝살리다 ①Từ chối gặp. ②Tiêu tan, hoài phí (tài sản).③Lỡ cơ hội.

깡그리 Không còn cái gì, tất cả, hết. ~가져가다 mang đi hết.

깡그리다 Kết thúc, hoàn tất (công việc).

깡마르다 Gầy còm, da bọc xương. 깡마른 사람 người rất gầy.

깨 Vừng, mè. ~기름 dầu vừng.

깨끗이 ①Một cách sạch sẽ, sạch. ~하다. ~한 집 một căn nhà sạch sẽ. ②Trong sạch, thuần khiết. ~한 마음 một tấm lòng trong sạch.

깨끗잖다 Bẩn thỉu, bẩn. 깨끗잖은 방 phòng bẩn thỉu.

깨끗하다 Sạch sẽ ,sạch. 방을 깨끗하게 정돈하다 dọn phòng cho sạch sẽ.

깨닫다 Hiểu ra, nhận ra, biết ra. 뜻을 ~ hiểu ra cái ý.

깨뜨리다 Làm vỡ, vỡ, phá vỡ. 유리를 ~ phá vỡ kính.

깨어나다 Tỉnh dậy, thức dậy. 깨어나게 하다 làm cho ai đó tỉnh.

깨우치다 Làm cho ai hiểu, làm cho ai nhận thức được. 잘못을 ~ làm cho ai nhận ra lỗi của mình.

깨지다 Bị vỡ, bị bể. 그릇이 ~ cái đĩa bị vỡ.

깨치다 Hiểu ra, nhận ra, nhân biết được. 진리를 ~ hiểu ra chân lý.

깩소리 Lời nói hoặc thái độ phản đối. ~못하다 cấm không được nói gì.

깻잎 Lá vừng.

깽①Tiếng thét lên khi đau. A, ôi. ~하다 hét lên. ②Chó con kêu ăng ẳng khi bị đau.

꺼내다 Lấy ra, lôi ra. 주머니에서 ~ móc trong túi ra.

꺼들다 Nhấc lên, nâng lên, tốc lên. 치맛자락을 ~ tốc váy lên.

꺼들이다 Nhét vào, bỏ vào, mang vào. 나무를 광에 ~ bỏ củi vào lò.

꺼리다 Trốn, tránh, ngại, không muốn, không thích. 꺼리지 않고 chẳng ngại gì cả.

꺽지다 Dũng cảm, mạnh mẽ.

꺾다 Ngắt, bứt. 꽃을 ~ ngắt hoa.

꺾이다 ①Bị bẻ gãy, bị ngắt, bị bứt. ②Bị gấp lại, bị uốn khúc, bị .

껄껄하다 Ráp, thô, sần sùi. 껄껄한 살결 nước da sần sùi.

껄끄럽다 ①Sần sùi, thô.② Nóng tính, tính bạo lực, xấu tính.

껄떡이 Kẻ tham lam, đồ tham.

껌껌하다 ①Đen, tối. ②Đen tối, xấu xa.

껍데기 Cái vỏ bên ngoài. ~를 벗기다 lột vỏ, bóc vỏ.

껍질 ①Cái mai, vỏ sò. ②Da, vỏ bên ngoài. 달걀~ vỏ trứng.

께 Cho, với, đối với (tôn kính của 에게). 형님께 무슨 일이 생겼나요? có chuyện gì xẩy ra với anh sao?

께죽거리다 Càu nhàu, than phiền. 께죽거리지 말고 빨리 먹어라 thôi đừng càu nhàu nữa ăn đi.

껴들다 ① Kẹp, hai tay kẹp lấy. 겨드랑이에 핸드백을 ~ kẹp cái túi vào nách.

껴안다 ①Ôm, quàng lấy. 어깨를 ~ ôm vai. 목을 ~ ôm lấy cổ.

껴입다 Mặc chồng lên, mặc thêm.

꼬기꼬기 Nhăn, không thẳng. ~하다 Vò, cuộn, vo lại.

꼬드기다 ① Giật dây cho diều lên. ② Dụ dỗ, xúi dục. 꼬드겨(서)하게 하

다 dụ dỗ ai làm gì đó.

꼬들꼬들하다 Cứng, sượng, chưa chín. 꼬들꼬들한 밥 cơm sượng.

꼬리 Cái đuôi, đuôi. ~를 물고 nối đuôi.

꼬리표(—票) Phiếu hành lý, phiếu hàng hóa. ~를 달다 dán phiếu hành lý.

꼬박 Ròng rã, suốt. ~3년 ròng rã 3 năm.

꼬박꼬박 ①Nắn nót, nghiêm túc. ~ 쓰다 viết nắn nót. ②Đầy đủ, không để sót. 어른의 말을 ~ 잘 듣다 nghe đúng theo lời của người lớn.

꼬부장하다 Hơi cong, hơi xiên. 꼬부장한 나뭇가지 cành cây hơi cong. 허리가 ~ lưng hơi khòng.

꼬불꼬불 Gấp khúc, luồn lượn, quanh co, ngoằn nghèo. ~한 골목 길 con ngõ ngoằn nghèo.

꼬이다 Bị xoắn lại, bị cột vào với nhau, bị rối. 실이~ chỉ bị rối.

꼭 ①Nhất định, phải. ~해야 할 일 việc phải làm. ②Mạnh mẽ, chặt, không rời (dùng sức). ~다문 입술 môi mím chặt.

꼭꼭 ①Chắc chắn, nhất định. 시간을 ~ 지키다 phải đến đúng giờ.

꼴 ①Hình, dáng, bề ngoài. 네모꼴의 건물 tòa nhà hình bốn vuông. ②Điệu bộ, mặt mày, cái tướng, hình dạng. 꼴이 초라하다 điệu bộ trông nhà quê.

꼴사납다 Trông hung dữ, trông xấu xí, gớm ghiếc. 꼴사나운 광경 cảnh tượng ghớm ghiếc.

꼼꼼하다 Cẩn thận, từng tí một, tỉ mỉ. 꼼꼼한 일 꾼 một người làm việc cẩn thận.

꼼짝거리다 Động đậy, nhúc nhích, di chuyển. ~지 말고 좀 가만 있 거라 Đứng im đừng có động đậy.

꽃 Hoa. 시든~ hoa héo. ~이 피다 hoa nở.

꽃답다 Giống như hoa, đẹp như hoa. 꽃다운

청춘 tuổi thanh xuân đẹp như hoa.

꽃잎 Cánh hoa. ~넷 있는 có 4 cánh hoa.

꽃집 Cửa hàng hoa. ~주인 chủ cửa hàng hoa.

꾀이다 Bị lừa, bị dụ dỗ. 아무한테 ~ bị ai lừa.

꾸다 Mượn, vay. 돈을 ~ vay tiền.

꾸리다 Bó, gói, cột, đóng. 짐을 ~ gói hành lý.

꾸며내다 Bịa ra, bày ra. 꾸며낸 이야기 chuyện bịa.

꾸미다 Trang trí, làm đẹp, trang điểm. 방을 ~ trang trí phòng.

꾸벅꾸벅 ①Cúi lên cúi xuống. ~ 절하다 cúi đầu lạy. ②Ngủ gật gù. ~ 졸다 ngủ gật gù.

꾸준하다 Đều đặn, bền bỉ, không thay đổi. 꾸준한 노력 sự nỗ lực bền bỉ.

꾸짖다 Trách, mắng. 가볍게 ~ trách móc nhẹ nhàng.

꿀떡 Nuốt cái ực. ~하다.

~한입에 삼키다 nuốt một hơi cái ực.

꿇리다 ①Bắt ai quì xuống. ②Bắt ai phục tùng mình.

꿈같다 Giống như mơ, như mơ. ~은 이야기 chuyện như mơ.

꿈꾸다 ①Mơ. 고향을 ~ mơ về quê. ②Mong muốn, mơ ước. 큰 정치가를 ~ mơ ước thành chính trị gia lớn.

꿈나라 ①Thế giới trong cơn mơ. ~로 가다 mơ. ②Điều không thực hiện được.

꿋꿋이 Mạnh mẽ, rắn chắc, vững chãi. ~ 서다 đứng vững.

꿋꿋하다 Vững vàng, rắn chắc. 꿋꿋한 의지 một ý chí vững vàng.

꿰다 Xâu, móc, xuyên qua. 바늘에 실을 ~ xâu chỉ vào kim.

꿰뚫다 Đâm qua, xuyên qua, chọc thủng qua. 총알이 가슴을 ~ viên

đạn xuyên qua ngực.

께뜨리다 Làm hư, xé. 공을 ~ làm hư quả bóng. 옷을 ~ làm rách áo, xé áo.

께매다 May, vá, khâu. 터진 데를 ~ vá chỗ rách.

꿱 Hét, thét. ~하다 hét, thét, hét toáng lên.

뀌다 Đánh rắm. 고구마를 먹으면 방귀를 뀌게 된다 ăn khoai lang đánh rắm.

끄느름하다 ①Thời tiết âm u, nhiều mây. 오늘은 날씨가 ~ hôm nay thời tiết âm u. ②Mệt mỏi.

끄다 ①Cắt, ngắt, dập tắt (điện, lửa). 불을 ~ tắt điện.②Tắt(nguồn điện), ngừng. TV를 ~ tắt vi vi.

끄덕이다 Gật đầu. 가볍게 ~ khẽ gật đầu.

끄떡없다 Không sao cả, không có vấn đề gì. 좀 다치기는 했지만 이 정도는 ~ cũng hơi bị thương nhưng không sao cả.

끄트머리 Đuôi, bộ phận cuối cùng. 맨 ~에서다 đứng sau cùng.

끈 ①Cái dây, dây, sợi dây. ~이 풀리다 mở dây. ② Chỗ dựa, nơi dựa nhờ.

끈끈하다 ①Dinh dính, dính, bết, bẩn. 마르지 않은 페인트는 ~ sơn chưa khô nên còn dinh dính. ②Tính cách khó chịu, hay nói.

끈덕지다 Bền bỉ, kiên trì. 끈덕지게 một cách kiên trì, một cách bền bỉ.

끌다 ①Kéo, lôi. 스카트 자락을 질질 끌며 걷다 kéo lê thê cái vạt váy đi. ② Nắm kéo, lôi. 나는 도둑을 경찰서로 끌고 갔다 tôi lôi cái thằng ăn trộm đến đồn cảnh sát.

끌러지다 Bị lỏng, bị trụt ra. 구두끈이 ~ dây dày bị lỏng. 허리띠가 ~ thắt lưng bị lỏng.

끌리다 ①Bị lôi, bị kéo.

치마가 ~ bị kéo váy. ②Bị lôi vào, bị tham gia vào. 논쟁에 끌려 들다 bị lôi vào cuộc tranh luận.

끌어안다 Kéo vào ôm lấy, ôm lấy. 어린애를 ~ ôm đứa bé. 서로 ~ ôm lấy nhau.

끌어올리다 Kéo lên, đưa lên, vớt, nâng lên. 가라앉은 배를 ~ vớt cái thuyền chìm lên.

끌탕 Sự lo lắng. ~하다 lo lắng.

끓다 Sôi. 끓는 물 nước sôi. 물이 ~ nước sôi. ~기 시작하다 bắt đầu sôi.

끓이다 Đun sôi, làm cho sôi. 차를 ~ sắc trà. 물을 ~ đun sôi nước.

끔벅 ①Nhấp nháy, chập chờn. ~하다. 촛불이 바람에 ~ ánh nến lập lòe trong gió.② Nháy mắt. ~하다. 눈을 ~하다 nhấp nháy mắt.

끔벅거리다 ①Nhấp nháy, chập chờn.②Nhấp nháy mắt. 눈을 ~ nháy mắt.

끔찍스럽다 Kinh khủng, ghê rợn, tởm, sợ. 끔찍스러운 살인 현장 hiện trường vụ giết người ghê tởm.

끔찍이 Rất, quá mức. ~ 크다 rất lớn.

끔찍하다 Kinh khủng, tởm, sợ. 끔찍한 죽음 cái chết khủng khiếp.

끝 ①Phần cuối, phần mũi. 혀끝 cuối lưỡi. ②Kết thúc. ~을 내다 kết thúc, chấm dứt.

끝나다 Kết thúc, dừng. 일이 ~ kết thúc việc. 성공으로 ~ kết thúc thắng lợi.

끝내 Kết cục, cuối cùng. 나는 그녀를 2 시간이나 기다렸으나 ~ 나타나지 않았다 tôi chờ cô ấy hai tiếng đồng hồ và kết cục cô ấy không xuất hiện.

끝머리 Phần cuối, phần kết. ~의 번호 số cuối cùng. 보고서 ~에 ở cuối bản báo cáo.

끝없다 Không có giới hạn, vô tận. 끝없는 대양 đại dương bao la vô tận.

끝으로① Cuối cùng, sau cùng. 한마디 더 하겠다 cuối cùng xin nói một

lời. ②Sau cùng, chót. ~둘째 thứ hai dưới lên.

끝일 ①Việc cuối cùng. ②Kết thúc, dừng. 토론이 ~나다 kết thúc buổi thảo luận.

끝장내다 Kết thúc, hoàn thành. 일을 ~ kết thúc công việc.

끝판 Kết thúc, cuối cùng. 토론 ~에 가서 싸움이 벌어졌다 kết thúc thảo luận là cãi nhau. 일의~ kết thúc sự việc.

끼 Bữa. 하루에 세~를 먹다 ăn ngày ba bữa.

끼다 Đan dày, kết dày, nhiều. 구름이 ~ mây dày.

끼끗하다 Sạch sẽ gọn gàng. 옷차림이 ~ ăn mặc sạch sẽ gọn gàng.

끼니 Bữa ăn, bữa. ~때 bữa ăn, lúc ăn cơm.

끼다 Tụ lại, gom lại, nhiều. 산 봉우리에 자욱이 낀 구름 mây tụ trên đỉnh núi.

끼리끼리 Thành nhóm, thành tổ. 사람들은 ~ 모인다 gom thành nhóm với nhau.

끼얹다 Đổ, dội. 물을 ~ dội nước.

끼우다 Nhét vào, kẹp vào, để vào. 신문지 사이에 광고를 ~ nhét tờ quảng cáo vào trong báo.

끼이다 Bị nhét, bị kẹp, bị ép. 잇새에 ~ kẹt vào trong răng.

끼적거리다 Viết ẩu, cẩu thả. 편지를 몇 줄 ~ viết vài dòng thư cẩu thả.

끼치다 Rùng mình, rung mình, ớn. 그 광경을 보고 소름이 ~ nhìn cảnh tượng ấy mà rùng mình.

낌새 Có hơi hướng, có vẻ, đánh hơi thấy, bầu không khí. ~를 보다 phán đoán tình hình.

낑낑 Rên rỉ, càu nhàu, cằn nhằn. ~거리며 vừa cằn nhằn.

ㄴ

ㄴ 끝에 Cuối cùng, sau cùng. 많이 생각한 끝에 sau suy nghĩ kỹ.

ㄴ대서 Vì là, nên, vì, nên mới. [-ㄴ다고 해서] 증기선은 증기로 간대서 그렇게 부른다 gọi là tàu chạy bằng hơi nước là chạy bằng hơi nước.

ㄴ들 Dù, dù là, cho dù. 내가 힘이 약하다 한들, 너보다야 약하랴 cho dù tôi yếu nhưng chưa chắc đã yếu hơn cậu đâu.

ㄴ 바에 Nhân tiện, nhân. 이왕 온 바에 만나보고 가겠다 nhân tiện đến đây thì gặp hắn rồi về.

나 Tôi, tao, mình, ta, tớ(chỉ ngôi thứ nhất). ~의 것 cái của tôi. ~에게 cho tôi.

나가다 Đi ra ngoài, đi, tới, ra. 방에서 ~ đi ra ngoài phòng.

나가떨어지다 ① Ngã xuống, bổ, té. ②Mệt mỏi, mệt.

나귀 Con lừa.

나그네 Khách du lịch, khách qua đường, khách thập phương ~생활을 하다 sống cuộc sống nay đây mai đó.

나긋나긋하다 Mềm mại (da thịt). 나긋나긋한 손 bàn tay mềm mại. 살결이 ~ nước da mềm mại.

나날이 Ngày ngày, hằng ngày. 나날이 라면만 먹고 살다 ngày nào cũng ăn mì tôm để sống

나누다 Chia ra, tách ra, chia cho. 둘로 ~ chia đôi.

나다 Sinh ra. 내가 난 고장 nơi tôi sinh ra.

나돌다 Đi lòng vòng, đi lung tung.

나라 Đất nước, quốc gia. ~의 일 việc nhà nước.

나락(奈落) ①Địa ngục. (Phật giáo). ②Cơn bĩ cực, cơn tuyệt vọng, cảnh khốn cùng.

나란히 Kề vai, sánh vai, kề nhau, sát với nhau. ~앉다 ngồi sát nhau

나루 Bến phà, phà. ~를 건너다 qua phà. ~터 bến phà.

나룻 Râu, ria, lông. ~이 석 자라도 먹어야 샌님 「Tục ngữ」 Có thực mới vực được đạo.

나르다 Chở, chuyên chở, vận chuyển. 물품을 트럭으로 ~ dùng xe tải chở hàng.

나른하다 Mệt mỏi, mệt. 오늘은 몸이 ~ hôm nay tôi mệt.

나리 Tôn xưng, ngài, ông. 시장~ ngài giám đốc.

나맥(裸麥) Lúa mạch.

나머지 Còn thừa, còn lại. ~의 còn lại.

나무 Cây, cây cối. ~가 우거진 산 núi dày cây.

나무람 Sự khiển trách sự la mắng. 그는 불려 가서 ~을 들었다 anh ta bị gọi lên nghe mắng.

나발(喇叭) Cây kèn. ~을 불다 thổi kèn.

나변(那邊) Ở đâu, chỗ nào. 그 이유가 ~에 있는가 cái lý do đó đâu ra. nguyên do tại đâu?

나볏하다 Gọn gàng, sạch sẽ, xinh xắn.

나병(癩病) Bệnh hủi. ~균 vi khuẩn hủi.

나부랭이①Miếng, mẩu, mảnh. 종이~ mẩu giấy.

나붙다 Dán, dính, gắn. 벽에 여러 가지 포스터가 나붙어 있다 trên tường dán nhiều bức tranh

나비 Con bướm, bươm bướm. ~두마리를 잡다 bắt hai com bướm.

나쁘게 Xấu, không tốt, không hay. 남을~ 말하다 nói xấu người khác. ~ 생각하다 nghĩ xấu

나사(螺絲) Con vít, đinh vít, ốc. ~를 죄다 siết ốc.

나상(裸像) Bức tượng khỏa thân.

나서다 Xuất hiện, ra, đi ra. 무대에 ~ xuất hiện trên sân khấu.

나선(螺旋) Hình xoắn ốc, hình vít. ~계단 bậc thang hình xoắn ốc.

나약(懦弱) Yếu đuối, ý chí kém. ~하다. ~해지다 trở nên yếu đuối.

나열(羅列) Bày ra, trải ra, chỉ ra. ~하다. 통계 숫자를 ~하다 đưa ra các con số thống kê.

나오다 Đi ra, bước ra, ra ngoài. 방에서 ~ ra khỏi phòng.

나이아가라폭포(—瀑布) Thác nước Niagara.

나이프 Con dao.

나일론 Ni lông. ~양말 tất nilông. ~제품 đồ ni lông.

나전(螺鈿) Xà cừ. ~세공 công việc khảm xà cừ.

나중 Sau, sau này. ~에 sau này.

나지리 Đi với 보다, coi thường, đánh giá thấp ai. 사람을 그리 나지리 보지 마라 đừng có coi thường người ta như thế.

나직하다 Thấp, nhỏ, bé (giọng nói). 나직한 산 núi thấp.

나체(裸體) Lõa thể, khỏa thân. ~가 되다 khỏa thân. ~미 vẻ đẹp lõa thể.

나침(羅針) La bàn, kim chỉ nam. ~반 tấm la bàn, chiếc la bàn.

나타나다 Xuất hiện, thấy, hiện ra. 갑자기 ~ đột nhiên xuất hiện.

나태(懶怠) Lười nhác, lười biếng. ~하다. ~한 사람 thằng lười.

나팔(喇叭) Kèn, cái kèn. ~소리 tiếng kèn.

나포(拿捕) Bắt giữ, bắt. ~하다. ~선박 thuyền bị bắt giữ.

낙(樂) Niềm vui, hân

hoan. 인생의~ niềm vui cuộc đời.

낙관(落款) Viết tên hoặc đóng dấu lên bức tranh. ~하다 ký tên lên bức họa.

낙관(樂觀) Lạc quan, sự lạc quan. ~하다. ~적 có tính lạc quan.

낙담(落膽) Thất vọng, buồn chán. ~하다. ~시키 다 làm cho ai chán nản

낙뢰(落雷) Sét đánh. ~하다. ~로 인한 피해 thiệt hại do sét đánh.

낙루하다(落淚-) Khóc, chảy nước mắt.

낙마(落馬) Sự ngã ngựa, té ngựa. ~하다. 그는 경마 중에 ~하였다 anh ta bị ngã khi đang đua ngựa.

낙망(落望) Thất vọng, mất hy vọng. ~하지 마라 đừng thất vọng.

낙방(落榜) Thi rớt (chế độ khoa cử ngày xưa). ~하다. ~ 시키다 đánh rớt.

낙서(落書) Viết loạn, viết bậy. ~하다. 책 상에 ~ viết bậy lên bàn.

낙선(落選) Trượt, thất cử, rớt, không trúng cử, không trúng tuyển. ~하다. 그는 총선에서 ~했다 anh ta bị thất cử trong cuộc tổng tuyển cử. ~자 người thất cử.

낙심(落心) Thất vọng, nản lòng.

낙양(落陽) Mặt trời lặn, mặt trời xuống núi.

낙오(落伍) Tụt lại, tụt hậu, rớt ra khỏi hàng. ~하다. 행군중에 ~되다 bị rớt lại trong khi hành quân.

낙원(樂園) Thiên đàng, thiên đường. 어린이의~ thiên đàng của trẻ nhỏ.

낙인(烙印) Con dấu, nhãn hiệu. ~을 찍다 đóng dấu.

낙지 Con bạch tuộc nhỏ, con mực con.

낙진(落塵) Chất phóng xạ.

낙착(落着) Giải quyết, dàn xếp. ~하다, 되다

được giải quyết, được dàn xếp.

낙찰(落札) Trúng thầu, đấu giá được, giành được thông qua đấu giá.

낙천(樂天) Lạc quan vui vẻ. ~적(인) có tính lạc quan.

낙타(駱駝) Lạc đà. 단봉~ lạc đà một bướu.

낙태(落胎) Nạo thai, phá thai. ~하다. ~수술 phẫu thuật phá thai.

낙토(樂土) Thiên đàng, Thượng Đế

낙하(落下) Rơi, rớt, nhảy xuống ~하다. ~의 법칙 nguyên tắc rơi.

낙하산(落下傘) Dù. ~으로 내리다 xuống bằng dù. ~를 펴다 mở dù.

낙화(洛花) Hoa rụng. ~하다 rụng hoa.

낙후(落後) Lạc hậu, tụt hậu. ~하다. 그 나라는 문화가 ~되어 있다 văn hóa đất nước ấy bị lạc hậu.

난(亂) Loạn, chiến loạn. ~을 일으키다 gây loạn, nổi loạn.

난(蘭) Cây hoa lan.

난간(欄干) Lan can, thanh chắn. 다리 ~ lan can cầu.

난감하다(難堪-) Khó chịu đựng nổi, không gánh vác nổi.

난건(難件) Việc khó, vụ khó. ~을 해결하다 giải quyết việc khó.

난사(亂射) Bắn loạn xạ, bắn bậy. ~하다. 총기~ 사건 vụ án bắn lung tung.

난관(難關) Khó khăn, cản trở. ~에 봉착하다 gặp khó khăn.

난다긴다하다 Tài giỏi, đa tài, tuyệt vời. 난다 긴다하는 사람 một người tài giỏi.

난대(暖帶) Á nhiệt đới. ~성의 có tính á nhiệt đới. ~림 rừng á nhiệt đới.

난데없다 Đột ngột, bất ngờ, thình lình. 난데없는 생각 suy nghĩ bất chợt.

난도질(亂刀-) Chém giết,

chém bừa phứa. ~하다. ~을 당하다 bị chém.

난로(煖爐) Cái lò, cái bếp. ~를 피우다 đốt lò. 가스~ lò ga.

난류(暖流) Dòng chảy (nước, không khí) ấm.

난만(爛漫) Hoa nở rộ. ~하다. 백화가 ~하다 trăm hoa nở rộ.

난망(難忘) Khó quên, khó quên. 당신의 은혜는 백골 ~입니다 ân huệ của anh ngàn năm không quên.

난무(亂舞) ①Nhảy loạn xị ngậu. ~하다.

②Chỉ sự hoành hành. 폭력배가 ~하는 거리 con đường bọn giang hồ hoành hành.

난민(難民) Nạn dân, dân chịu nạn, dân tị nạn. 전쟁의~ nạn dân chiến tranh

난바다 Biển xa, ngoài khơi xa. ~에 있는 섬 hòn đảo nằm ngoài khơi.

난발(亂發) ①Bắn bừa bãi, bắn loạn xị ngậu. ~하다. ②Lạm phát.

난사람 Người tài giỏi, hơn người.

난산(難産) ①Khó đẻ, khó sinh. ~하다. ②Khó khăn.

난색(難色) Sự không hài lòng, ý không vui, khó xử. ~을 보이다 thể hiện nét không vui.

난생(卵生) Đẻ trứng. ~하다. ~동물 động vật đẻ trứng.

난생후(-生後) Sau khi sinh ra.

난세(亂世) Thời loạn. ~의 영웅 anh hùng thời loạn.

난센스 Vô lý. 그건 완전히~다 chuyện ấy toàn chuyện vô lý.

난소(卵巢) Buồng trứng. ~선(腺) ống dẫn trứng.

난숙(爛熟) ①Chín rộ, quá chín (trái cây). ~하다. ②Chín rộ (con người, sự việc). ~기(期) tuổi chín rộ.

난시(亂視) Loạn thị. ~안경 kính loạn thị.

난외(欄外) Lề, mép (sách, vở, báo). ~에는 기재하지 마시오 không viết vào lề sách.

난잡(亂雜) Lộn xộn, hỗn độn. ~하다. ~한 옷차림 ăn mặc lung tung.

난조(亂調) Mất sự cân bằng, hỗn loạn.

난증(難症) Bệnh nan y, bệnh khó chữa.

난처하다(難處-) Khó xử, khó giải quyết, bối rối. 난처한 얼굴 nét mặt bối rối.

난청(難聽) Khó nghe, nặng tai. 그는 가벼운 ~이다 anh ta hơi nặng tai.

난초(蘭草) Hoa lan, cây lan.

난파(難破) Sự đắm tàu, chìm tàu. ~하다. 암초에 걸려~하다 mắc vào đá ngầm chìm.

난폭(亂暴) Bạo lực, vũ phu, thô lỗ. ~하다. ~하게 행동하다 hành động một cách vũ phu.

난필(亂筆) Viết ẩu, viết cẩu thả.

난항(難航) Chuyến đi khó khăn, sóng gió (tàu, máy bay). ~하다.

난행(亂行) Bạo hành, bạo lực. ~하다.

난형(卵形) Hình quả trứng, hình ô van, hình trái xoan.

난혼(亂婚) Quan hệ giới tính bừa bãi.

난황(卵黃) Tròng đỏ trứng.

날 Sống, cứ như tự nhiên. ~달걀 trứng sống. ~된장 tương sống.

날공전(-工錢) Lương công nhật.

날도(-度) Kinh độ. ~와 씨도 kinh độ và vĩ độ.

날래다 Nhanh, mau lẹ, nhanh chóng. 날랜 동작 động tác mau lẹ.

날렵하다 Nhanh nhẹn, mau lẹ.

날리다 Bay phấp phới. 깃발이 바람에 날리고 있다 cờ bay phấp phới trong gió.

날림 Cẩu thả, ẩu, đại

khái, qua loa. ~으로 일하다 làm việc qua loa. ~글씨 chữ viết ẩu.

날바닥 Nền nhà, nền không. ~에서 자다 ngủ trên nền nhà không trải gì cả.

날밤 Thức trắng. ~ 새우다 thức trắng đêm.

날변(-邊) Tiền lãi hằng ngày.

날불한당(-不汗黨) Bọn cướp của.

날붙이 Dao, rìu, tên gọi chung những dụng cụ có lưỡi.

날사이 Mấy ngày qua.

날삯 Tiền công hằng ngày. ~꾼 người làm công nhật.

날샐녘 Sáng sớm, ban mai. 우리는 ~에 출발했다 chúng tôi xuất hành lúc rạng sáng.

날서다 Sắc, bén. 날선 칼 cái dao sắc.

날수(-數) ① Số ngày. ~가 모자라다 thiếu ngày. ~를 채우다 làm cho đủ ngày.

날쎄다 Nhanh lẹ, gọn gàng (động tác).

날씨 Thời tiết. ~가 좋다. ~가 좋은 날 ngày đẹp trời.

날씬하다 Thon thả, thanh mảnh. 날씬한 몸매 một thân hình thon thả.

날아다니다 Bay, bay đi bay lại, bay lượn. 나비가 정원을 ~ bướm bay lượn trong vườn.

날염(捺染) In vải, in hoa. ~하다. ~한 천 vải được in hoa

날인(捺印) Con dấu. ~하다 đóng dấu.

날조(捏造) Dựng chuyện, bịa đặt, làm giả. ~하다. 이야기를 ~하다 dựng chuyện, bịa chuyện.

날짜 Ngày, ngày tháng. ~가 없다 không có/ghi ngày tháng.

날치 Tiền lãi hằng ngày phát sinh từ khoản vay.

날치기 Vụ cướp giật, ăn cướp. ~하다. ~를 당하다 cướp lấy, giật lấy.

날카롭다 Sắc, bén hoặc

nhọn (dao, công cụ) 날카로운 칼 dao sắc.

날탕 Kẻ rất nghèo, người nghèo rớt mồng tơi.

낡다 Trở nên cũ, cũ, già, lâu ngày. ~은 습관 một tập quán cũ.

남 Người khác, người ta. 남의 일 việc của người khác.

남(男) Nam, giới tính nam, con trai. (phái nam) đàn ông, con trai, thanh niên.

남경(男莖) Dương vật, cơ quan sinh dục nam.

남계(男系) Nam hệ, bên nam, bên nội . 남계 중심의 가족 제도 chế độ gia đình trung tâm là nam giới

남극(南極) Nam cực. ~탐험 thám hiểm Nam cực. ~권 vùng Nam cực. ~성(星) sao Nam cực.

남기다 Để chừa lại, để thừa lại, để lại. 발자국을 ~ để lại vết chân.

남녀(男女) Nam nữ, trai gái. ~를 불문하다 không kể nam nữ.

남단(南端) Phía Nam, khu vực miền Nam. 부산은 한반도 ~에 있다 Pusan nằm ở phía Nam Hàn Quốc.

남독(濫讀) Lạm đọc, đọc quá nhiều. ~하다. 젊었을 때 나는 소설을 ~했다 khi trẻ tôi đọc quá nhiều chuyện tiểu thuyết.

남동(南東) Đông Nam, hướng đông nam. ~풍 gió đông nam, gió nồm.

남동생(男同生) Em trai. ~ 한명 있다 có một người em trai.

남매(男妹) Anh và em gái. 삼~ ba anh chị em. 그들은 ~간이다 họ như anh (trai) và em (gái).

남모르게 Bí mật, không ai biết. 남모르게 울다 khóc trộm, khóc thầm.

남미(南美) Nam Mỹ. ~국가들 các nước Nam Mỹ.

남발(濫發) Lạm phát.

~하다. 지폐의 ~ lạm phát tiền giấy.

남방(南方) Phương Nam. ~에[으로] hướng nam, phía nam. ~으로 항해하다 đi thuyền về hướng Nam

남부끄럽다 Xấu hổ với người khác, xấu hổ. ~지않은 행동 hành động không xấu hổ với người khác

남부럽다 Ghen tị với người khác. 남부럽지 않게 살고 있다 đang sống không ghen tị với người khác.

남북한(南北韓)Nam Bắc Triều tiên, Nam Bắc Hàn. ~직통 전화 điện thoại nối trực tiếp Nam Bắc Triều tiên.

남빛(藍-) Màu lam, xanh đậm.

남새 Rau củ. ~를 가꾸다 trồng rau. ~밭 ruộng rau.

남색(男色) Gay nam, đồng tính luyến ái nam. ~가 kẻ đồng tính luyến ái nam. ~을 팔다 bán dâm nam.

남색(藍色) Màu lam, màu xanh đậm.

남생이 Con rùa.

남서(南西) Tây nam, hướng Tây Nam.

남성(男性) Giới tính nam, đàn ông. ~적인 nam tính, có tính đàn ông.

남아(男兒) ①Đại trượng phu, ra mặt đàn ông. ~답게 đáng mặt đàn ông.

남아(南阿) ① Nam Phi. ② Nam Á.

남아돌다 Nhiều, đủ, dư, thừa. 쌀이 ~ đủ gạo. 정력이 ~ đủ sức mạnh.

남용(濫用) Lạm dụng, sử dụng quá nhiều. ~하다. 권력을 ~ lạm dụng quyền lực.

남우(男優) Diễn viên Nam. 주연~ diễn viên nam đóng chính.

남은 Cả chục người, hơn chục người.

남자(男子) Đàn ông, con trai, nam. 멋있는 ~ một người đàn ông bảnh bao.

남정(男丁) Nam đinh, nam thanh niên, đàn ông lớn tuổi.

남종(男-) Đày tớ nam.

남진(南進) Nam tiến, tiến về phía nam. ~하다. ~정책 chính sách nam tiến.

남짓 Hơi dư, hơi thừa, thừa một chút. 4년~ hơn 4 năm một chút.

남쪽 Phía nam, phương Nam, hướng Nam. ~으로 향하다 hướng về phía nam.

남첩(男妾) Đĩ đực, kẻ ăn bám phụ nữ và làm nô lệ tình dục cho phụ nữ.

남탕(男湯) Khu nhà tắm công cộng nam.

남태평양(南太平洋) Nam Thái Bình Dương.

남편(男便) Chồng. ~있는/없는 여자 người đàn bà có/không chồng.

남포 Cái đèn. 석유 ~ đèn dầu. ~를 켜다[끄다] bật [tắt] đèn.

납 Chì, bằng chì (Pb). 납색깔의 màu chì.

납(蠟) Chất sáp. ~인형 búp bê bằng sáp. 납지(紙) giấy sáp.

납금(納金) Đóng tiền, nộp tiền. ~하다. 만기일까지 반드시 ~할 것 phải đóng tiền trước ngày hết hạn.

납대대하다 Phẹt, mỏng. 납대대한 얼굴 khuôn mặt phẹt.

납덩이 Cục chì. ~처럼 무겁다 nặng như một cục chì.

납득(納得) Hiểu, nhận biết, chấp nhận. ~하다. ~하기 어렵다 khó hiểu.

납땜 Hàn bằng chì. ~하다.

납량(納凉) Hóng mát, hưởng cái mát. ~하러 나가다 đi hóng mát.

납부(納付) Đóng, nạp, nộp, trả. ~하다. 1학기 수업료를 ~하다 trả tiền học phí học kỳ một.

납북(拉北) Bắt cóc đem về phương bắc. ~하다.

납세(納稅) Nộp thuế, đóng

thuế. ~하다. ~고지서 thông báo nộp thuế.

납신거리다 Nói lung tung, nói đủ chuyện, tán phiếm.

납입(納入) Đóng vào, nộp vào, nạp vào (thuế, tiền công quả). ~하다. 일부~ đóng một phần.

납작코 Cái mũi tẹt, chỉ người mũi tẹt.

납질(蠟質) Chất bằng sáp, sáp.

납채(納采) ① Cầu hôn. ② Gửi quà cưới, gửi đồ cưới, nạp lễ.

납치(拉致) Bắt cóc. ~하다. ~범 tội phạm bắt cóc.

납폐(納幣) Gửi quà cưới đến nhà cô dâu, gửi lễ.

납품(納品) Cung cấp hàng hóa cho, bán hàng cho, giao hàng. ~하다. ~서 giấy giao hàng.

낫 Cái liềm, lưỡi hái. ~으로 풀을 베다 cắt cỏ bằng liềm.

낫다 Tốt hơn, hơn, quan trọng hơn, hơn là. 누구보다 ~ tốt hơn bất cứ ai.

낫살 Tuổi (dùng với người ít tuổi hơn mình).

낫질 Gặt, cắt bằng liềm. ~하다.

낭독(朗讀) Đọc to, đọc thành tiếng. ~하다. 시를 ~하다 đọc to thơ.

낭떠러지 Dốc thẳng đứng, vách núi. ~가 많은 nhiều dốc nghiêng.

낭랑하다(朗朗-) Rõ ràng, rành mạnh. 낭랑한 목소리로 với giọng rõ ràng.

낭만(浪漫) Lãng mạn. ~적(인) có tính lãng mạn. ~적인 분위기 bầu không khí lãng mạn.

낭보(朗報) Tin mừng, tin vui.

낭비(浪費) Lãng phí. ~하다. 시간을 ~ lãng phí thời gian. 공금을 ~하다 lãng phí tiền công.

낭송(朗誦) Đọc to, đọc thành tiếng. ~하다.

낭자4(浪子) ① Lãng tử, kẻ lãng tử ② Kẻ chỉ biết rượu và gái.

낭자(狼藉) Lộn xộn, bừa bãi. ~하다.

낭중(囊中) Trong túi, túi. ~무일푼이다 túi không tiền.

낭창낭창 Dẻo, có sức bền (cây cối). ~하다. ~한 대나무 cây tre dẻo.

낭패(狼狽) Thất bại, gặp khó khăn, hỏng việc. ~하다. ~를 보다[당하다] bị thất bại.

낮다 Thấp, lùn (chiều cao) ~은 코 cái mũi tẹt. ~은 언덕 cái đồi thấp.

낮도깨비 Con ma ngày, kẻ trâng tráo, kẻ không biết xấu hổ.

낮번(-番) Ca ngày. ~을 하다/들다 làm ca ngày.

낮은말 ①Lời nói khiêm tốn. ②Lời nói dung tục. ③Nói nhỏ, thì thầm.

낮참 Bữa ăn phụ. ~을 먹다 ăn phụ.

낮추다 Hạ xuống, thấp xuống, tụt giảm, giảm xuống, làm cho thấp xuống.

낮추보다 Xem thường, coi thường, đánh giá thấp.

낮춤말 Lời nói hạ mình, lời nói khiêm tốn.

낯 Khuôn mặt, mặt, nét mặt. ~을 알다 biết mặt. ~을 가리다 che mặt.

낯가리다 Lạ mặt, lạ người không quen (trẻ em). 낯가려 울다 lạ mặt bé khóc.

낯가죽 Da mặt, thể diện. ~이 두껍다 da mặt dày, không có thể diện.

낯간지럽다 Xấu hổ, ngượng. 지나친 칭찬에 ~ xấu hổ vì khen nhiều quá.

낯내다 Vênh váo, ta đây. 너, 이 조그만 것을 주고 낯내려 드는구나 cho người ta một tí gì mà vênh váo thế?

낯바닥 Mặt mũi, mặt mày. 낯바닥이 땅 두께 같다 không biết xấu hổ là gì.

낯빛 Nét mặt, sắc mặt.

낯설다 Lạ mặt, lạ lẫm. 낯선사람 người lạ mặt.

낯선 곳 nơi không quen biết, nơi lạ lẫm.

낯익다 Quen, quen thuộc, quen mặt. 낯익은 사람 người quen mặt. 낯익은 얼굴 khuôn mặt quen.

낯짝 Mặt mũi, thể diện. 무슨 ~으로 부탁을 하러 왔느냐? mặt mũi nào mà còn đến đây mà nhờ nữa.

낱개 Miếng, trái, quả, cái ~로 팔다 bán từng trái/cái.

낱개비 Điếu (thuốc) que, thanh (diêm, củi).

낱단 Bó, gói. 무는 ~으로 판다 bán củ cải bằng bó.

낱장(-帳) Từng trang, từng tờ.

낳다 Đẻ, sinh (người, động vật). 갓 낳은 알 em bé vừa sinh.

내 Khói.

내-(來) Sắp tới, sắp đến. 내주 tuần tới. 내주 월요일 thứ hai tuần tới. 내년 năm tới.

내-(耐-) Bền với cái gì đó, chống được cái gì đó. 내화성의 có tính không cháy.

내가다 Cầm ra, mang ra. 책상을 방에서 ~ cầm cái bàn học ra khỏi phòng.

내갈기다 Đánh mạnh, tát mạnh. Tìm ra, vớ được. 뺨을 ~ tát mạnh vào má.

내객(來客) Khách, khách thăm. 오후에 ~이 있다 chiều nay có khách.

내걸다 Treo, mắc. 간판을 ~ treo bảng.

내공(來攻) Xâm lược. ~하다.

내과(內科) Nội khoa, khoa nội. ~과장 trưởng khoa nội.

내구(耐久)Bền, sức bền. ~하다. ~력 sức bền. ~력이 있다 có sức bền.

내국(內國) Trong nước, nội. ~제의 đồ nội. ~근무 làm việc trong nước.

내굽다 Gấp ra ngoài,

bẻ ra ngoài. 팔이 들이굽지 내굽나 「tục ngữ」 Máu đặc hơn nước.

내규(內規) Nội qui (công ty, đoàn thể). 회사의~ nội qui công ty.

내기 Cá, cược, cá độ. ~하다. 돈~ cược tiền.

내내년(來來年) Năm sau nữa

내놓다 Đặt ra, bỏ ra, đưa ra. 주머니에서 돈을 ~ rút tiền trong túi bỏ ra.

내다 Gây ra, để xảy ra,. 그사고는 10명의 사망 자를 냈다 tai nạn ấy gây ra 10 người chết.

내다보다 Nhìn ra ngoài. 거리를 ~ nhìn ra đường. 창 밖을 ~ nhìn ra ngoài cửa sổ.

내닫다 Chạy vụt ra, phóng ra. 거리로 ~ phóng ra đường.

내달(來-) Tháng sau. ~의 오늘 ngày hôm nay tháng sau.

내담(來談) Đến gặp gỡ nói chuyện. 내일 ~을 바랍니다 mong ngày mai gặp mặt.

내대다 Phản kháng, chống đối, không nghe lời. 윗 사람에게 ~ chống đối lại cấp trên.

내던지다 Ném, vứt, quăng. 화가 나서 화병을 벽 에다 ~ tức giận ném cái bình hoa vào tường.

내도(來到) Đến, đến nơi. ~하다.

내돋다 Mọc lên, mọc ra, xuất hiện. 여드름이 ~ mọc mụn. 나뭇잎이 ~ lá cây xuất hiện.

내동댕이치다 Ném, vứt, quăng.

내둘리다 Cảm thấy chóng mặt, choáng váng.

내뚫다 Xuyên thủng qua, đi xuyên qua. 산에 터 널을 ~ con đường hầm xuyên qua núi.

내뜨리다 Vứt mạnh, ném mạnh, quăng mạnh. 그 릇을 마루에 ~ vứt mạnh cái đĩa lên nền nhà.

내락(內諾) Thỏa thuận

ngầm. ~하다. ~을 얻다 đạt được thỏa thuận ngầm.

내란(內亂) Nội phản, nội chiến. ~을 일으키다 gây ra cuộc nội chiến. ~을 선동하다 xúi dục làm loạn

내려가다 Đi xuống. 이층에서 ~ đi từ tầng 2 xuống. 산에서 ~ xuống núi. 시골로 ~ về quê.

내려놓다 Để xuống, đặt xuống. 물에 보트를 ~ để cái thuyền xuống nước.

내력(來歷) Lai lịch, lịch sử, nguồn gốc lịch sử, kinh nghiệm. ~있는 건물 tòa nhà có lai lịch lịch sử

내륙(內陸) Đất liền, lục địa, vùng nằm sâu trong đất liền xa biển. ~국 đất nước không có bờ biển.

내리 Từ trên xuống dưới. 지붕에서 ~ 떨어지다 rơi từ trên xuống.

내리누르다 Đè xuống, giữ. 끓어오르는 노여움을 ~ nén cơn giận.

내리다 Rơi, rớt, hạ xuống, đi xuống, từ trên cao xuống thấp, rơi (mưa, tuyết) 비가 ~ trời mưa.

내리닫다 Chạy xuống.

내리막 Con đường đi xuống, dốc xuống, sườn dốc. ~이 되다 đường dốc đi xuống.

내림 Truyền thống gia đình. 책을 좋아하는 것은 우리 집안의 ~이다 thích đọc sách là truyền thống gia đình tôi.

내림(來臨) Thăm viếng. ~하다.

내림세(-勢) Xu hướng đi xuống, thế đi xuống. ~를 보이다 cho thấy xu thế đi xuống.

내막(內幕) Nội tình, tình hình nội bộ. ~을 아는 사람 người biết được nội tình.

내맡기다 Giao phó, giao cho. 환자를 의사에게 ~ giao phó bệnh nhân cho bác sĩ.

내면(內面) ① Mặt trong.

② Mặt trong, nội tình bên trong, suy nghĩ bên trong.

내명(內命) Lệnh mật. ~을 받다 nhận được lệnh bí mật. ~을 내리다 ra lệnh mật.

내몰다 Đẩy ra, dồn ra, tụm lại. 청년들을 전쟁터로 ~ dồn thanh niên ra mặt trận.

내무(內務) Nội vụ. ~부 Bộ nội vụ.

내밀(內密) Nội mật, bí mật.

내밀다 Thò ra, phình ra. 배가 ~ bụng phình ra.

내밀리다 Bị đẩy lùi, bị đuổi ra, bị tống ra. 뒤로 ~ bị đẩy lùi ra phía sau.

내발뺌하다 Vô can, không liên quan. 사고가 터지면 모두 ~부터 생각한다 tai nạn mà xảy ra ai cũng nghĩ trước tiên là mình vô can.

내방(來訪) Đến thăm, tới thăm. ~하다. 베트남을 ~중인 한국인 실업가들 những nhà doanh nghiệp Hàn quốc đến thăm Việt Nam.

내배다 Rỉ ra, chảy ra. 땀이내배어얼룩진 셔츠 cái áo thấm ướt mồ hôi.

내뱉다 Khạc, nhổ, phun, nhổ toẹt ra. 아무의 얼굴에 침을 ~ nhổ bọt lên mặt ai.

내버리다 Vứt bỏ, quăng đi. 서류를 휴지통에 ~ vứt giấy loại vào thùng. 쓰레기를 ~ vứt rác.

내복(內服) Áo quần lót. ~을 갈아입다 thay quần áo lót.

내부(內部) Bên trong. ~수리 sửa chữa bên trong. ~장치 thiết bị bên trong.

내부딪다 ①Đánh, đập. ②Tông vào, đâm vào.

내불다 Thổi, thở. 숨을 ~ thở.

내비치다 Tỏa ra, lan ra, chiếu ra. 아파트 창문에서 는 불빛이 밝게 ~ ánh đèn trong chung cư chiếu sáng ra ngoài.

내빈(來賓) Khách mời.

그녀는 ~접대로 바쁘다 cô ấy luôn bận bịu tiếp khách.

내빼다 Chạy, biến, bỏ chạy. 이런 때는 내빼는 것이 장땡이다 những lúc này tốt nhất là chuồn.

내사(內査) Điều tra bí mật. ~하다. 지금 ~중이다 bây giờ đang điều tra bí mật.

내성(內省) Tính hướng nội. ~적 có tính hướng nội (tính cách).

내성(耐性) Sự lờn thuốc, uống nhiều thuốc nên quá nên không hiệu quả. ~이 있다 bị lờn thuốc.

내세(來世) Kiếp sau. 현세와 ~ kiếp này và kiếp sau

내세우다 Dựng nên, làm nên, gây dựng. 우두머리로 ~ lấy ai làm thủ lĩnh.

내숭 Giả mạo, giả vờ. ~스럽다. ~스러운 웃음 nụ cười giả vờ

내습(耐濕) Tấn công, đột kích. ~하다. 적군의 ~에 대비하다 chống sự tấn công của quân địch.

내신(內申) Thành tích học, bảng điểm, bảng kết quả học. ~서 bảng điểm, bảng kết quả học tập.

내신(來信) Thư đến, thư từ.

내실(內室) Buồng, gian buồng.

내심(內心) Nội tâm, trong bụng, trong lòng. ~걱정하다 lo trong lòng. ~기뻐하다 mừng trong lòng.

내약(內約) Thỏa thuận ngầm. ~하다. ~을 깨뜨리다 phá vỡ thỏa thuận ngầm.

내역(內譯) Nội dung chi tiết, từng khoản mục. 여행비용의 ~ nội dung chi tiết về chi phí du lịch.

내연(內緣) ①Kết duyên bí mật. ②Sống với nhau như vợ chồng nhưng không đăng ký kết hôn.

내열(耐熱) Chịu nóng, chịu

nhiệt, chịu lửa. ~성이 강하다 chịu lửa tốt.

내오다 Mang ra, đưa ra.

내왕(來往) Đi lại, giao thông. ~하다. 차(량)의 ~ sự đi lại của xe cô.

내용(內用) Chi phí sinh hoạt.

내월(來月) Tháng sau. ~초하룻날 ngày đầu tiên của tháng sau.

내의(內衣) Áo lót, quần áo lót. ~몇 벌 mấy bộ quần áo lót.

내의(內意) Ý định, suy nghĩ.

내이(內耳) Tai trong .~염 viêm tai trong.

내일(來日) Ngày mai. ~아침[저녁, 밤] sáng [tối, đêm] mai. ~이 내 생일이다 ngày mai là sinh nhật tôi.

내입(內入) ①Đóng trước, nộp trước. ②cống nạp.

내자(內子) Vợ tôi, vợ mình.

내재(內在) Nội tại. ~적 có tính nội tại. 사물의 ~적가치 giá trị nội tại của sự vật.

내적(內的) Bên trong, nội tâm. ~가치 giá trị bên trong.

내젓다 Vẫy, phất, lắc. 고개를 ~ lắc đầu. ~을 내젓다 vẫy tay.

내정(內情) Nội tình, tình hình bên trong. ~을 탐지하다 tìm hiểu nội tình.

내주(來週) Tuần sau, tuần tới. ~ 토요일에 여기서 만납시다 thứ 7 tuần tới gặp nhau ở đây

내주다 Đưa ra, trả ra. 월급을 ~ trả lương. 여권을 ~ trả hộ chiếu, phát cấp hộ chiếu.

내지(內地) Vùng sâu, vùng xa.

내진(耐震) Chịu được động đất. 이 건물은 ~ 건축이다 tòa nhà này có thể chịu được động đất.

내쫓기다 Bị đuổi ra, bị xua ra. 밖으로 ~ đuổi ra ngoài.

내채(內債) Nợ trong nước, trái phiếu. ~를 발행하다 ban hành trái phiếu.

내쳐 Một hơi, một mạch, từ từ, liên tục. 길을 ~가다 đi một mạch.

내치(內治) ①Điều trị. ~하다. ②Nội trị, trị nước. ~하다.

내키다 Muốn, thích ưng làm. 마음만 내키면 nếu thích trong lòng.

내탄(耐彈) Chống đạn, chịu được đạn.

내팽개치다 Vứt bỏ. 지위도 체면도 ~ vứt bỏ cả thể diện cả địa vị.

내폭(耐爆) Chống nổ. ~성의 tính chống nổ. ~성 휘발유 dầu chống nổ. ~제 chất chống nổ.

내핍(耐乏) Thiếu thốn vật chất, nghèo khổ. ~하다. ~생활 cuộc sống thiếu thốn.

내한(來韓) Thăm Hàn Quốc. ~하다. ~중인 베트남 수상 Thủ tướng Việt nam đang thăm Hàn Quốc.

내한(耐寒) Chịu được lạnh, chống lạnh. ~하다. ~설비[장치,준비] thiết bị chống lạnh.

내항(來航) Thăm Hàn Quốc (tàu, thuyền). ~하다. 영국 함대의 ~ hạn đội Anh ghé thăm Hàn Quốc.

내향(內向) Hướng nội. ~하다. ~적인[성의] Có tính nội tâm. ~적인 사람 người có tính nội tâm.

내환(內患) Nỗi lo trong nhà hoặc của một đất nước.

내후년(來後年) Năm sau nữa.

냄비 Cái chảo. ~에 끓이다 dùng chảo đun sôi.

냄새 Mùi (nói chung), mùi thơm, mùi hôi.

냅다 Nghẹt, ngạt (vì khói, vì thuốc lá). 아이, 내워 ôi, ngột ngạt quá.

냅킨 Cái khăn ăn. 종이~ khăn ăn bằng giấy.

냇물 Nước trong suối, nước suối. ~을 마시다 uống nước suối.

냉-(冷) Lạnh, mát lạnh. ~맥주 bia lạnh. ~커피 cà phê lạnh.

냉면(冷麵) Món mì lạnh, mì đá.

냉습(冷濕) ①Lạnh và ẩm. ~하다. ~한 기후 khí hậu lạnh ẩm. ②Bệnh do hơi lạnh gây nên.

냉정(冷靜) Lạnh lùng, lạnh nhạt. ~하다. ~한 사람 một người lạnh lùng. ~히 một cách lạnh lùng.

냉철(冷徹) Lạnh, lạnh lùng, không bị ảnh hưởng bởi bên ngoài, bản lĩnh.

냉큼 Nhanh nhẹn, nhanh. ~ 다녀오다 đi nhanh.

냉평(冷評) Đánh giá một cách công bằng, nhận xét công bằng. ~하다.

냉하다(冷-) Lạnh, cóng lạnh. 냉한 기후 khí hậu lạnh.

냉혹(冷酷) Tàn nhẫn, lạnh lùng. ~하다. ~하게 một cách lạnh lùng.

-냐 Thôi nghi vấn, để hỏi, gì, là gì? ai, khi nào, lúc nào, chưa? 너 몇 살이~ ? Cậu bao nhiêu tuổi?

냠냠 Nham nham, tiếng nói dụ trẻ con ăn, ngon nào, ngon nào. ~거리다 nói nham nham.

냥(兩) ① Lạng (đơn vị tiền cũ) ②Trọng lượng(= 37.5g). 금 넉~ bốn lạng vàng

너 Mày, cậu, (người nói chuyện trực tiếp với mình, ngôi thứ 2, chỉ người ít tuổi hơn). ~의 của anh.

너그러이 Hào phóng, thoải mái, rộng rãi. ~ 용서하다 tha thứ một cách thoải mái.

너그럽다 Rộng rãi, bao dung, thoải mái. 너그러운 사람 một con người rộng rãi.

너글너글하다 Thoải mái, rộng rãi, dễ. 성질이 ~ tính cách thoải mái.

너나들이 Bạn bè, bạn thân, bạn tao mày. ~하다. 우리는 ~하는 사이다 chúng tôi là bạn

너나없다 Không phân biệt, như nhau. 우리는 ~가난하다 anh tôi đều nghèo như nhau.

너더분하다 Bừa bãi, bẩn thỉu, chán, dài mà chán không thú vị. 너더분한 방 căn phòng luộm thuộm

너덕너덕 Nhăn, không phẳng. 옷을 ~깁다 áo gấp nhăn nhó.

너덜거리다 ①Lúc lắc, đung đưa. ②Nói chuyện vô lý.

너덜너덜 Tơi tả, không còn nguyên vẹn. ~해진 구두 giày bị rách tả tơi.

너르다 Rộng rãi, Rộng. 너른 공간 không gian rộng. 너른 집 căn nhà rộng.

너머 Quá, vượt qua, phía ấy, xa xa. 창~(로) qua cửa sổ. 강~에 phía bên kia sông.

너울거리다 Lăn tăn (biển), vẫy vẫy (lá cây), đung đưa. 도가 너울거리는 바다 biển lăn tăn sóng.

너저분하다 Bẩn thỉu, luộm thuộm. 너저분한 방 căn phòng bẩn thỉu

너절하다 Tội nghiệp, chẳng có giá trị gì, nghèo nàn. 너절한 환경 cảnh tượng tội nghiệp.

넉넉히 Một cách đầy đủ, sung túc, giàu có, sung túc.

넉살 Trơ trẽn, không biết xấu hổ. ~스럽다, ~좋다. ~부리다 chơi trò trơ trẽn.

넋 Linh hồn, cái hồn. 죽은 자의~ hồn người chết. ~은 죽지 않는다 hồn không chết.

넋두리 ①Than thở, than phiền. ~하다. ②Cằn nhằn. 늙은이의 ~ sự cằn nhằn của người già.

널①Tấm ván, miếng ván ②Quan tài.

널다 Phơi, trải ra. 빨랫줄에 옷을 ~ phơi quần áo lên dây phơi.

널따랗다 Rộng rãi, thoải mái. 널따란 어깨 cặp vai rộng. 널따란 거리 con đường rộng.

넓다 Rộng. ~은 거리 con đường rộng. ~은 집 nhà rộng. ~은 이마 cái trán rộng.

넓어지다 Trở nên rộng hơn, trở lên lớn hơn. 끝으로 가면서 점점 ~ càng về cuối càng rộng.

넓이 Chiều rộng, bề rộng. ~가 넓다[좁다] bề ngang rộng [chật].

넓적다리 Đùi. ~를 드러내다 lộ đùi ra. ~뼈 xương đùi.

넓히다 Mở rộng, làm cho rộng ra, làm cho lớn lên. 길을 ~ mở rộng đường.

넘겨다보다 Thèm, ước. 남의 재산을[아내를] ~ thèm tài sản [vợ] người khác

넘겨주다 Chuyển cho, để lại cho, giao cho.

넘기다 Vượt qua, quá. 담을 ~ vượt tường. 기한이 ~ quá thời hạn

넘보다 Coi thường, coi khinh. 사람을 넘보는 태도로 thái độ coi thường người khác.

네 Cậu, mày(ngôi thứ 2, chỉ người ít tuổi hơn hoặc bằng tuổi). ~가 잘못했다 cậu sai rồi

넥타이 Cái cà vạt. ~를 매다 thắt cà vạt. ~핀 ghim gài cà vạt.

년(年) Năm. ~일 một năm.

노(櫓) Mái chèo. ~를 젓다 chèo mái chèo.

노(爐) Cái lò nung.

노(老) Già, lão. ~신사 ông lão già.

노고(勞苦) Vất vả, cực khổ, công sức, cực nhọc ~의 성과 thành quả của sự vất vả.

노골적(露骨的) Lộ liễu, trắng trợn. ~으로 một cách lộ liễu.

노그라지다 Kiệt sức. 노그라져 잠들다 kiệt sức ngủ

노글노글하다 Mịn màng, dẻo. 노글노글한 가죽 da mịn. 노글노글한 성격

tính cách nhẹ nhàng.

노기(怒氣) Sự tức giận. ~등등하다 nổi giận đùng đùng.

노끈 Sợi dây. ~을 꼬다 quấn dây.

노농(勞農) Người công nhân và nông dân, công nông.

노대가(老大家) Lão đạo gia, bậc thầy. 국문학의 ~ bậc thầy về văn học.

노도(怒濤) Sóng to, biển động. ~를 헤치고 나아가다 bơi trong cơn sóng lớn vượt ra.

노독(路毒) Cái mệt của cuộc hành trình. ~을 풀다 làm bớt cái mệt của cuộc hành trình.

노동(勞動) Lao động, làm việc. ~하다. ~계약 hợp đồng lao động. ~권 quyền lao động.

노동조합(勞動組合) Công đoàn. ~을 조직하다 tổ chức công đoàn, thành lập công đoàn.

노둔(魯鈍) Ngu đần, dốt. ~하다.

노래 Bài hát. ~하다 hát.

노략질(擄掠-) Ăn cướp, ăn cắp ~하다.

노려보다 Nhìn chằm chằm. 서로 ~ nhìn chằm chằm nhau.

노력(努力) Nỗ lực. ~하다. 꾸준히 ~ nỗ lực một cách đều đặn.

노르마 Chỉ tiêu, qui định. ~를 정하다 chỉ định chỉ tiêu.

노리개 ① Đồ trang sức. ② Đồ chơi. 사내의 ~가 되다 thành cái đồ chơi của đàn ông.

노망(老妄) Lẩm cẩm. ~하다. ~든 노인 người già lẩm cẩm.

노방(路傍) Lề đường.

노변(爐邊) Bên lò sưởi, xung quanh lò. ~에서 ở bên cạnh lò sưởi.

노병(老兵) Người lính già, cựu chiến binh.

노병(老病) Bệnh già. ~으로 죽다 chết vì bệnh già.

노복(奴僕) Người hầu, người giúp việc.

노부(老父) Cha già, bố già.

노부부(老夫婦) Vợ chồng già. 노부부의 외로움 nỗi cô đơn của vợ chồng già.

노비(路費) Lộ phí.

노사(勞使) Chủ và thợ. ~관계 quan hệ chủ thợ. ~분쟁 mâu thuẫn chủ thợ. ~협의 thỏa thuận.

노상(路上) Trên đường. ~에서 ở trên đường. ~강도 cướp đường phố.

노쇠(老衰) Già yếu. ~하다. ~하여 죽다 già yếu và chết.

노심초사(勞心焦思) Lo lắng suy nghĩ. ~하다.

노여움 Sự căm phẫn, sự tức giận. ~을 가라앉히다 sự căm phẫn lắng xuống.

노역(勞役) Lao dịch, làm việc cực nhọc. ~하다.

노임(勞賃) Tiền lương. ~을 지급하다[받다] trả [nhận] lương. ~이 높다[낮다] lương cao[thấp].

노자(路資) Tiền lộ phí.

노정(路程) Lộ trình, đường đi. 50 마일의~ lộ trình 50 dặm.

노조(勞組) Công đoàn lao động. ~에 가입하다 tham gia công đoàn.

노질(櫓-) Chèo thuyền. ~하다.

노처녀(老處女) Người phụ nữ ế, người đàn bà già không lấy chồng.

노천(露天) Ngoài trời, lộ thiên. ~광 mỏ lộ thiên.

노파(老婆) Bà già. ~심 người quá lo lắng.

노폐물(老廢物) Chất thải.

노하다(怒-) Tức giận, nổi giận. 노해서 vì giận, trong cơn giận.

노하우 Kỹ thuật, bí mật công nghệ. [know-how]. 원폭제조의~ kỹ thuật chế tạo bom nguyên tử.

노회하다(老獪-) Gian trá, giảo hoạt.

노획(鹵獲) Thu được, giành được. ~하다. 적군에게서 노획한 총기

súng ống thu được của địch.

노후(老朽) Già cỗi, lâu ngày, cũ. ~하다. 황폐한 ~건물 tòa nhà già cỗi hoang phế.

녹(祿) Lộc, bổng lộc. ~을 먹다 ăn lộc.

녹(綠) Rỉ, sét. ~을 방지하다 chốn rỉ.

녹두(綠豆) Đậu xanh. ~죽 cháo đậu xanh.

녹록하다(碌碌-) Không giá trị, chẳng ra gì.

녹림(綠林) ①Rừng xanh. ②Lục lâm, quân ăn cướp.

녹봉(祿俸) Bổng lộc.

녹비(鹿-) Da hươu.

녹색(綠色) Màu xanh lục. ~의 언덕 đồi xanh.

녹신하다 Mềm. 녹신한 가죽 da mềm.

녹아웃 Nốc ao, ~시키다 đánh nốc ao.

녹음(綠音) Ghi âm. ~하다. 테이프에 ~하다 ghi vào băng.

녹이다 Làm cho tan, cho chảy ra, hoà tan. 눈을 ~ cho tuyết tan. 쇠를 ~ nung chảy (sắt).

녹차(綠茶) Trà xanh.

녹화(錄怜) Ghi hình. ~하다. ~방송 phát bằng băng ghi hình. ~실 phòng ghi hình.

논(論) Luận, bình luận, đánh giá, lý luận, ý kiến.

논거(論據) Luận cứ. ~가 확실하다 luận cứ chắc chắn.

논급(論及) Đề cập. ~하다.

논농사(-農事) Làm ruộng. ~를 짓다 làm ruộng.

논단(論斷) Sự kết thúc. ~하다 .

논리(論理) Luận lý, logic. ~적인 có tính logic. 비~적인 phi logic.

논문(論文) Luận văn. ~심사하다 thẩm tra luận văn. ~을 쓰다 viết luận văn.

논술(論述) Bài diễn thuyết, diễn trình. ~하다.

논외(論外) Không bàn

đến. ~의문제다 vấn đề bên ngoài, vấn đề không bàn đến.

논전(論戰) Tranh cãi. ~하다.

논픽션 Chuyện thật, không hư cấu. ~작가 tác giả chuyện hư cấu

논하다(論-) ①Bàn bạc, thảo luận. 정치를 ~ bàn về chính trị. ②Đối diện với

놀라다 Ngạc nhiên. 놀라서 소리치다 ngạc nhiên quá kêu lên.

놀림 Sự đùa, giễu. 반~조로 nửa đùa.

놀음 Trò chơi. ~하다 chơi. ~판 sân chơi, bãi chơi, nơi chơi.

농(膿) Mủ vết thương. 고름.

농가(農家) Nhà nông. 그는 ~에서 자랐다 anh ta lớn lên trong một gia đình nông

농간(弄奸) Thủ đoạn, âm mưu, trò. ~을 부리다 giở trò.

농과(農科) Khoa nông nghiệp. ~를 수료하다 học khoa nông nghiệp

농구(籠球) Bóng rổ. ~팀 đội bóng rổ.

농도(濃度) Nồng độ, độ đậm đặc. 술의 ~ nồng độ của rượu. 차[커피]의~ độ đặc của trà [cà phê].

농땡이 Kẻ hay đi chơi, kẻ lười biếng. ~ 부리다 ham chơi.

농림(農林) Nông nghiệp và lâm nghiệp, nông lâm nghiệp. ~부[부 장관] Bộ [Bộ trưởng] nông lâm nghiệp.

농무(農務) Việc nhà nông.

농민(農民) Nông dân. ~사회 xã hội nông dân.

농성(籠城) ①Giữ thành, ở trong thành giữ thành. ②hò hét. ~하다.

농아(聾啞) Trẻ câm điếc. ~교육 giáo dục trẻ câm điếc.

농약(農藥) Nông dược, thuốc trừ sâu. ~을 뿌리

다 phun thuốc sâu. ~중독 trúng độc/ ngộ độc thuốc trừ sâu.

농업(農業) Nông nghiệp. ~경제 kinh tế nông nghiệp.

농원(農園) Đồn điền, nông trại.

농작(農作) Làm nông, canh tác. ~하다. ~물 hoa màu.

농장(農場) Nông trường, nông trang. ~관리 quản lý nông trường.

농촌(農村) Nông thôn. ~전화 điện hóa nông thôn.

놓다 Đặt, để. 책상 위에~ đặt lên bàn.

놓아주다 Thả ra. 새를 ~ thả chim.

뇌(腦) Não, bộ não. ~의구조 cấu tạo của não.

뇌격(雷擊) Đánh bằng ngư lôi. ~하다.

뇌관(雷管) Kíp nổ, ngòi nổ. ~장치 thiết bị gây nổ.

뇌물(賂物) Đồ hối lộ, hối lộ. ~를 먹다 ăn hối lộ. ~을 쓰다 đưa hối lộ.

뇌성(雷聲) Tiếng sấm.

뇌쇄(惱殺) Mê hoặc, làm say mê. ~하다.

뇌염(腦炎) Viêm não. ~에 걸리다 mắc bệnh viêm não. ~환자 bệnh nhân viêm não.

뇌종양(腦腫瘍) U não.

누(樓) Lầu, tầng. ~에 오르다 đi lên lầu.

누가(累加) Tích luỹ, tăng. ~하다

누계(累計) Luỹ kế. ~하다 tính tổng số.

누관(淚管) Tuyến mồ hôi.

누구 ①Câu để hỏi, Ai ~십니까? Anh là ai. ②Chỉ một ai đó ~도 모른다 ai cũng không biết.

누드 Khỏa thân. ~사진 ảnh khỏa thân.

누락(漏落) Thiếu. sót. ~하다. 몇자 ~하다 thiếu mấy chữ, sót mấy chữ.

누렁 Màu vàng, thuốc nhuộm vàng.

누르다 ① Đè, nén. ② Ép, ấn, đè.

누명(陋名) Sự xấu xa, cái oan uổng. ~ 씻다 gội rửa cái oan tức.

누설(漏泄) Rò rỉ. ~하다. 기밀을 ~ rò rỉ bí mật. 가스 ~ rò ga.

누습(陋習) Hủ tục, thói quen xấu. ~을 타파하다 phá bỏ tập tục xấu.

누이동생 Em gái.

누적(累積) Tích lũy, luỹ tích. ~하다. ~되는 được tích lũy.

누지다 Ẩm ướt.

눈 ①Tuyết 눈이 내리다 tuyết rơi. ②Con mắt. 날카로운 ~ mắt sắc.

눈가죽 Mí mắt. ~이 두껍다 mí mắt dày.

눈높다 ①Nhận thức cao, có con mắt nhận biết. ②Khó tính, kén chọn.

눈동자(-瞳子) Con ngươi, đồng tử mắt.

눈물 Nước mắt. ~을 흘리다 chảy nước mắt.

눈물짓다 Khóc. 그녀는 눈물지으며 그것을 내게 이야기했다 cô ấy vừa khóc vừa kể tôi nghe việc đó.

눈빛 Ánh mắt. ~이 날카로운 남자 người đàn ông có ánh mắt sắc.

눈사태(一沙汰) Tuyết lở. ~로 목숨을 잃은 등산가가 많다 nhiều người leo núi chết vì núi lở.

눈설다 Lạ mặt, lạ mắt. 눈선 광경 phong cảnh lạ mắt.

눈속이다 Lừa, bịp. ~세관원의 눈을 속이다 lừa hải quan.

눈속임 Trò lừa bịp, trò dối trá. ~하다. =눈속이다.

눈썰미 Nhìn và hiểu. ~가 있다[없다] có [không] có sự nhanh mắt.

눈알 Con mắt. ~을 굴리다 đảo mắt.

눈앞 Trước mắt. ~에 펼쳐지다 mở ra trước mắt.

눈여겨보다 Quan sát, theo dõi. 행동을 ~ theo dõi hành động

눈웃음 Nụ cười bằng mắt. ~(을) 치다 cười bằng mắt.

눈인사(-人事) Chào bằng mắt. ~하다. 서로 ~하다 chào nhau bằng mắt.

눈주다 Đưa mắt, ra hiệu.

눈초리 Khóe mắt.

눈치 Sự cảm nhận, nhanh mắt, có mắt. ~가 없다 không nhanh mắt. ~빠르다 nhanh mắt.

눈치보다 Đưa mắt nhìn, nhìn.

눈코 Mắt mũi. ~뜰새 없다 không mở mắt mũi ra được (bận).

눋다 Làm cho cháy vàng. 눋은 밥 cơm hơi cháy vàng.

눌변(訥辯) Nói kém, nói không thành lời

눌어붙다 ①Cháy dính vào. 밥이 솥에 ~ cơm cháy dính vào nồi. ②Tập trung vào.

눕다 Nằm, nằm xuống. 풀위에 ~ nằm trên cỏ.

눕히다 Làm cho nằm xuống, cho đổ xuống, đè xuống. 재목을 눕혀 놓다 để cây nằm xuống

뉘 Lúa, hạt lúa trong gạo.

뉘렇다 Yếu vàng, vàng vọt.

뉘엿거리다 ①Mặt trời sắp lặn. ②Cảm thấy khó chịu trong người. 속이 ~ trong người khó chịu

뉘우치다 Hối tiếc, hối hận. ~는 빛도 없이 không có gì hối hận. 죄를 ~ hối tội

느닷없다 Bất ngờ, đột ngột. 느닷없는 방문 chuyến thăm đột ngột.

느럭느럭 Chầm chậm, từ từ. ~ 움직이다 di chuyển, chuyển động từ từ.

느슨하다 Lỏng, không chặt. ~히 một cách lỏng lẻo. ~히묶다 cột lỏng. 느슨 해지다 trở nên lỏng

느지감치 Muộn hơn thường

ngày. 아침 ~ 일어나다 dậy muộn hơn ngày thường.

늑골(肋骨) Xương sườn, xương ngực.

늑대 Con sói, chó sói. ~의[같은] khôn như sói. ~의 무리 bầy sói. ~울음소리 tiếng sói hú.

늑장부리다 Lề mề, la cà, chậm chạp. 늑장부리며 일하다 làm việc lề mề.

-는 Thô chỉ thời thế đang tiếp diễn. 나는 새 con chim đang bay.

-는가 보다 Hình như, dường như thì phải. 비가 왔는가 보다 hình như trời đã mưa thì phải.

-는 대로 Theo như. 시키~하다 làm theo như sai bảo. 있~ theo như mình đang có

늘 Luôn luôn, thường xuyên. ~ 바쁘다 luôn bận bịu.

늘다 Tăng lên, lớn lên, nhiều lên. 몸무게가 ~ tăng trọng lượng cơ thể.

늘비하다 Bày ra, xếp ra.

늘어뜨리다 Hạ xuống, để xuống, đặt xuống. 꼬리를 ~ cụp đuôi xuống. 커튼을 ~ hạ rèm

늘어앉다 Ngồi thành hàng. 많은사람이 방에 죽 늘어앉아 있다 Nhiều người đang ngồi thành hàng trong phòng.

늘이다 Kéo dài. 수명을 ~ kéo dài tuổi thọ. 고무줄을 ~ kéo dây cao su.

늘쩍지근하다 Nặng nề, mệt mỏi. 온몸이~ cả người mệt mỏi.

늙다 Già. ~은 사람 người già. 나이보다 ~게 보인다 trông già trước tuổi.

늠름하다(凜凜-) Galăng, đàn ông. 늠름한 태도 thái độ đàn ông.

능(陵) Cái lăng, cái mộ.

능가하다(凌駕 -) Giỏi hơn, trội hơn, tốt hơn, vượt. 이 점에 있어 그를 능가할 자는 아무도 없다 về điểm này thì không ai có thể vượt anh ta.

능동(能動) Năng động, chủ động. ~적인 태도 thái độ năng động

능란하다(能爛-) Thành thục, thành thạo, giỏi. 글씨가 ~ chữ viết đẹp.

능력(能力) Năng lực, khả năng. ~이 있다 có năng lực. 할~이 있다 có năng lực làm gì đó

능률(能率) Năng suất. ~을 올리다 nâng cao năng suất. ~를 저하 시키다 làm giảm năng suất.

능변(能辯) Tài hùng biện, nói năng lưu loát. ~가 nhà hùng biện giỏi.

능사(能事) Việc đáng làm, việc có thể làm.

능수(能手) ①Thành thục, thành thạo. ②Người giỏi làm việc gì đó, tay sành sỏi.

능숙(能熟) Thành thạo, thành thục, lành nghề. ~하다. 영어에 ~하다 thành thạo tiếng Anh.

능욕(凌辱) ①Chửi, mắng. ~하다 ②Đánh ai, bạo hành. ~하다.

능청스럽다 Ranh mãnh, xảo quyệt. 능청스러운 웃음 điệu cười xảo trá.

능통(能通) Thành thạo, tinh thông. ~하다. 영어에 ~하다 thành thạo tiếng Anh.

능하다(能-) Giỏi, thành thạo. 처세에능한 사람 người giỏi xử thế. 글씨에 ~ giỏi viết chữ.

능히(能-) Một cách giỏi, một cách thành thục.

늦다 Muộn, khuya, muộn màng (thời gian) ~게 돌아오다 quay về muộn. ~어도 muộn nhất

니 Câu hỏi nghi vấn, không, có phải không, gì? 먹니 có ăn không? 가니? Có đi không?

ㄷ

다 Tất cả, cả, toàn bộ. 둘~ cả hai. ~왔어요 đã đến cả rồi. ~ 죽었다 chết hết rồi.

다각(多角) Đa giác, nhiều góc, nhiều mặt.

다각적(多角的) Có tính đa dạng. ~핵전력(核전력) chiến lược hạt nhân đa dạng.

다갈색(茶褐色) Màu đồng.

다구(茶具) Bộ đồ uống trà, trà cụ. ~한 벌 một bộ cốc uống trà.

다기지다(多氣-) Gan dạ, dũng cảm. 다기진 행동 hành động dũng cảm.

다년간(多年間) Nhiều năm, lâu năm, trong nhiều năm. ~에 걸쳐 trải qua nhiều năm.

다능(多能) Đa năng, đa tài. ~하다. 다재(多才)~ đa năng đa tài. ~한 사람 người đa tài.

다니 Biểu thị sự tiếc nuối, thật là, đúng là.

다단하다(多端-)Phức tạp, đa đoan.

다도(茶道) Trà đạo

다독(多讀) Đọc nhiều. ~하다. ~가 người đọc nhiều.

다망(多忙) Bận bịu. ~하다. ~한 일주일 một tuần bận bịu.

다면(多面) Đa diện, nhiều mặt. ~체(體) vật thể đa diện.

다모작(多毛作) Làm nhiều vụ.

다문(多聞) Hiểu biết nhiều. ~박식한 사람 người hiểu biết nhiều tri thức.

다물다 Ngậm, đóng

(miệng). 입을~ ngậm miệng lại.

다발 Bó, cột, ôm. 꽃 한~ một bó hoa.

다방(茶房) Phòng trà, quán cà phê.

다방면(多方面) Nhiều mặt, đa phương diện,.

다부지다 ①Rắn chắc, chắc chắn. ②Mệt mỏi, nặng nề. 다부진 일 việc nặng.

다분히(多分-) Nhiều, có nhiều. 그럴 염려가 ~ 있다 anh ta có nhiều cái lo.

다사(多事) Lắm chuyện, hay can thiệp. ~스러운 사람 người lắm chuyện.

다섯째 Thứ năm. ~사람 người thứ năm.

다소(多少) Ít nhiều, số lượng. ~를 불문하고 không kể số lượng.

다손 치더라도 Cho dù, coi là như thế. 아무리 돈이 많다손 치더라도 cho dù có nhiều tiền đến mấy.

다의(多義) Đa nghĩa. ~어 từ đa nghĩa.

다투다 Cãi nhau, tranh cãi. 다툴 여지가 없다 không có gì phải cãi nhau cả.

다툼 Sự cãi cọ, sự cãi nhau.

다하다 Hết, không còn, cạn kiệt. 식량이~ hết lương thực.

다행(多幸) May mắn. ~하다. ~스럽다. 불행 중 ~ trong cái xui có cái may.

닥터 Bác sĩ (doctor).

닦다 Đánh cho bóng. 구두를 ~ đánh dày. 닦아세우다 Mắng, phê bình.

단 Gói, cột, bọc. 짚~ búi rạ.

단(斷) Quyết định. ~을 내리다 đưa ra quyết định.

-단(團) Đoàn thể. 관광~ đoàn khách du lịch.

단가(短歌) Đoản ca, bài hát ngắn.

단가(單價) Đơn giá từng cái. 생산~ giá thành sản xuất từng cái

단계(段階) Giai đoạn, một thời điểm của quá trình. 세 ~를 거치다 trải qua ba giai đoạn.

단급(單級) Đơn cấp. ~학교 trường học đơn cấp.

단기(短期) Trong thời gian ngắn. ~강습 khoá học ngắn hạn.

단꿈 Giấc mơ ngọt ngào. ~을 꾸다 mơ giấc mơ ngọt ngào.

단념(斷念) Từ bỏ, bỏ ý định. 해외로 가는 것을 ~하다 từ bỏ việc ra nước ngoài.

단란(團欒) Hòa thuận, vui vẻ đoàn tụ. ~하다. ~한 가정 một gia đình hòa thuận.

단련(鍛鍊) Luyện (sắt thép). ~하다. 정신을 ~하다 rèn luyện tinh thần.

단말기(端末機) Máy điện thoại di động.

단맛 Vị ngọt. ~이 나는 포도주 rượu nho có vị ngọt.

단물 ①Nước ngọt, nước sạch. ~고기 cá nước ngọt. ②Nước có vị ngọt.

단박 Ngay tại chỗ, tức khắc.

단박에 Trong chốc lát, ngay lập tức. 일을 ~해 치우다 kết thúc công việc ngay tức khắc

단발(短髮) Tóc ngắn. Tóc ngắn. ~머리소녀 thiếu nữ tóc ngắn.

단방(單放) ①Một phát (súng). ~에 잡다 bắn một phát bắt được ②Một lần.

단백질(蛋白質) Chất đạm, protein. 동물성 [식물성]~ đạm động vật thực vật

단산(斷産) Triệt sản, ngừng sinh con. ~하다. 35살에 ~하다 triệt sản ở tuổi 35.

단상(單相) Đơn pha, một

pha (điện).

단소(短小) Nhỏ (và ngắn). ~하다.

단속(團束) Bắt, lùng bắt. ~하다. ~강화 đẩy mạnh việc lùng bắt.

단열(斷熱) Chắn nhiệt, chặn nhiệt. ~재 chất chịu nhiệt, chất chống nhiệt.

단오(端午) Đoan Ngọ. Ngày mùng 5 tháng 5 âm lịch.

단원(團員) Đoàn viên.

단잠 Giấc ngủ ngon. ~을 깨다 tỉnh giấc ngủ. ~을 자다 ngủ.

단장(丹粧) Trang điểm, hóa trang, tỉa tót. ~하다.

단장(團長) Đoàn trưởng.

단적(端的) Trực tiếp, thẳng. ~으로 말하다 nói trực tiếp.

단전(斷電) Cúp điện. ~하다. ~되다 bị cúp điện.

단절(斷切斷折) Cắt.

단점(短點) Khuyết điểm, nhược điểm. 장점과~ ưu và nhược điểm.

단접(鍛接) Hàn, hàn nối vào. ~하다.

단정(端正) Đoan chính, chỉnh tề. ~하다. 옷차림이~ người ăn mặc chỉnh tề.

단정(斷定) Quyết định. ~하다.

단지 Cái bình, cái lọ, cái chum. 꿀~ bình mật ong.

단지(但只) Chỉ, duy nhất. ~ 혼자서 chỉ một mình.

단처(短處) Khuyết điểm, lỗi.

단추 Nút áo. ~를 달다 đính cúc áo.

단합(團合) Đoàn kết, đoàn tụ.

단행(斷行) Tiến hành, thực hiện. 내각 개편을 ~하다 tiến hành cải tổ nội các.

닫다 Chạy, phi.

달관(達觀) Nhìn xa. ~하다. 장래를 ~하다 nhìn xa về tương lai.

달나라 Mặt trăng. ~로 로케트을 발사하다 phóng tên lửa lên mặt trăng.

달다 Treo, móc. 간판을~ treo bảng. 모기장을 ~ mắc màn.

달다 Cân. 무게를~ cân trọng lượng cơ thể. 저울로 ~ cân bằng cân.

달라다 Đòi, yêu cầu, đòi hỏi. 도와 ~ yêu cầu giúp đỡ.

달라붙다 Dán vào, dính vào, bám chặt vào, bó sát vào. 착~ dính sát vào.

달래다 An ủi, dỗ dành.

달러 Đôla. 10~지폐 tờ 10 đôla. ~로 지불하다 trả bằng đôla.

달려가다 Chạy đến, chạy vù đi. 학교에~ chạy vội đến trường.

달려들다 Xông vào, nhảy vào. 개가 사람에게 ~ con chó nó xông vào người.

달려오다 Chạy đến, chạy lại.

달력(-歷) Tờ lịch. ~한 권 một quyển lịch.

달리 Khác nhau. ~하다. 문제를 ~취급하다 xử lý vấn đề khác nhau, riêng rẽ.

달리기 Chạy. 100 미터~ chạy 100 mét. ~를 하다 chạy.

달리다 Bị gắn vào, bị cột vào. 큰 거울이 달린 화장대 cái bàn trang điểm có gắn cái gương lớn.

달변(-邊) Lãi suất.

달변(達辯) Nói năng lưu loát, nói trôi chảy, hùng biện. ~가 nhà hùng biện.

달삯 Lương tháng.

달성(達成) Đạt được, giành được, đạt tới. ~하다. 목적을 ~하다 đạt được mục đích.

달창나다 Mòn, bị mòn, cũ. 구두가 ~ cái giày mòn đi.

담 Bệnh giang mai.

담갈색(淡褐色) Màu xám

nhạt.

담그다 Ngâm. 더운물에~ ngâm vào nước nóng.

담기다 (Bị động từ của "담다") Bị chứa, được chứa, được đựng. 그릇에 물이 담겨 있다 nước được đựng trong chậu.

담낭(膽囊) Mật. ~관 ống mật. ~염 viêm mật.

담보(擔保) Thế chấp. ~권 quyền thế chấp.

담석(膽石) Sỏi thận. ~증 bệnh sỏi thận.

담세(擔稅) Sự chịu thuế. ~하다. ~자 người chịu thuế.

담임(擔任) Chủ nhiệm, đảm nhiệm. ~하다. ~선생 giáo viên chủ nhiệm.

담즙(膽汁) Mật, nước mật. ~병 bệnh về mật.

담차다(膽-) To gan, táo bạo, không biết sợ. 담찬 사람 người táo bạo.

담채(淡彩) Màu nhạt.

답(答) Câu trả lời, đáp án, giải đáp. ~을 내다 đưa ra câu trả lời.

답곡(畓穀) Lương thực, thóc lúa.

-답다 Tiếp từ, đứng sau danh từ, có nghĩa giống, xứng đáng, đúng nghĩa. 남자[여자]답다 đáng mặt đàn ông [phụ nữ].

답답하다(沓沓-) Khó thở, ngột ngạt, bí. 답답한 날씨 thời tiết ngột ngạt.

답례(答禮) Đáp lễ. ~하다. ~물[품] đồ đáp lễ.

답변(答辯) Trả lời. ~하다. ~서 thư trả lời.

답습(踏襲) Học theo, đi theo, theo. ~하다. 신임 사장은 전 사장의 방식을 ~할 것이다 giám đốc mới sẽ đi theo phương thức của giám đốc cũ.

답신(答申) Trả lời cấp trên, trình báo. ~하다. ~서 thư trình báo.

답신(答信) Thư trả lời. ~이 오다 thư trả lời đến. ~을 쓰다 viết thư

trả lời.

답하다(答-) Trả lời. 답할 수 없는 질문 câu hỏi không trả lời được.

닷새 Năm ngày. 닷새 동안 교육을 받다 học trong vòng năm ngày

당(當) Chính, đúng, đương sự. 당사(社) chính công ty này

당(當) Mỗi một, mỗi. 비용은 1인당 2만원이었다 chi phí mỗi người là 20 ngàn won.

당구(撞球) Bida. ~치다 đánh bida. ~공 bóng bida. ~대 bàn bida. ~장 quán bida, nơi chơi bida.

당나귀(唐-) Con lừa. 암~ con lừa cái.

당내(堂內) Trong dòng họ.

당내(黨內) Trong Đảng. ~의 사정 tình hình của Đảng.

당년(當年) Năm ấy, năm đó. ~그가 5살 이었다 năm đó anh ta 5 tuổi.

당돌하다(唐突-) Bất lịch sự, đường đột. 당돌한 말 lời nói bất lịch sự.

당락(當落) Trúng cử và thất cử. ~가능성이 반반인 후보자 ứng cử viên có khả năng trúng cử và thất cử là 50-50.

당면(當面) Đối diện, đối mặt, trước mắt. ~하다. ~한 문제 vấn đề phải đối diện.

당무(黨務) Việc Đảng. ~를 처리하다 xử lý việc Đảng.

당사자(當事者) Đương sự, kẻ đương sự, đối tượng. ~간의 문제 vấn đề giữa các đương sự.

당선(當選) Trúng cử. ~하다. ~가망이 있는 후보자 ứng cử viên có khả năng trúng cử.

당직(當直) Ca trực. ~하다. ~을 교대하다 thay ca trực.

당직(黨職) Đương chức. ~자 người đương chức.

당첨(當籤) Trúng thưởng. ~하다. 일등 ~하다 trúng giải nhất. 복권에 ~되다

trúng xổ số.

당초(當初) Ban đầu, khởi đầu, sự bắt đầu.

당치않다(當-) Không hợp lý, bất hợp lý. 당치 않은 벌 hình phạt bất hợp lý.

당파(黨派) Đảng phái. 비~적인 không đảng phái.

닻 Cái neo. ~고리 vòng neo. ~줄 dây neo.

닿다 Động tới, chạm tới. 손 ~지 않는 곳에 chỗ không chạm tay tới.

대 Cây tre. ~나무 cây tre. ~마디 mắt tre. 막대 đốt tre.

대(隊) Đội, đội hình. ~를 짓다 làm thành đội. 비행~ đội bay.

대가(大家) Đại gia, người có uy tín.

대갚음(對-) Trả lại, hồi lại, báo đáp, trả thù. ~하다. 은혜를 ~하다 trả công, trả ơn.

대개(大概) Khoảng, chừng. 저는 ~7시에 일어나다 tôi thức dậy khoảng 7 giờ.

대검(帶劍) Đeo kiếm. ~하다.

대다수(大多數) Đại đa số. ~의 지지를 받다 nhận được sự ủng hộ của đại đa số.

대단찮다 Không nhiều, không đáng kể. Không ăn thua, chẳng ăn nhằm gì, ít.

대단히 Một cách nhiều hoặc một cách vĩ đại, một cách to lớn.

대대적(大大的) Rộng rãi, to lớn. ~으로 광고하다 quảng cáo rộng rãi.

대도시(大都市) Thành phố lớn.

대동단결(大同團結) Đoàn kết đại đồng, đoàn kết một lòng. ~하다.

대동맥(大動脈) Động mạch chủ.

대등(對等) Bình đẳng. ~한 권리 bình đẳng về quyền lợi.

대략(大略) Nói chung.

~을 말하다 nói chung thì.

대량(大量) Số lượng lớn. ~으로 với số lượng lớn.

대령(待令) Đợi lệnh, chờ lệnh. ~하다.

대로 Theo như, giống như. 시키는 ~하다 làm theo sai bảo.

대머리 Hói đầu, cái đầu hói. ~가 되다 bị hói đầu. ~일찍~가 된 sớm hói đầu.

대면(對面) Đối diện, gặp nhau, đối chất. ~하다. ~시키다 cho gặp nhau.

대명(待命) Chờ lệnh. ~하다.

대받다(代-) ①Thừa kế, kế nghiệp. 재산을 ~ thừa kế tài sản ②Kế nghiệp.

대번 Một hơi, một nốc, một lần. ~때려눕히다 một hơi đánh gục.

대번에 Một hơi, một mạch.

대법원(大法院) Đại pháp viện, tòa án tối cao.

대보름(大-) Rằm ~달 Trăng rằm.

대본(貸本) Cho vay tiền.

대부(貸付) Cho vay. ~하다. ~금 tiền cho vay. 장기~ cho vay dài hạn.

대부분(大部分) Đại bộ phận. 손님의~이 여자들이었다 đại bộ phận khách hàng là nữ.

대사(大事) ①Đại sự. ②Việc hôn nhân.

대사(大使) Đại sứ. 주한 ~ Đại sứ tại Hàn Quốc. 주한 베트남~ Đại sứ Việt Nam tại Hàn Quốc

대상(大賞) Giải thưởng lớn. ~을 받다 nhận giải thưởng lớn.

대서(代書) Viết thay, viết hộ. ~하다.

대선(貸船) Cho mượn thuyền, cho mượn tàu. ~하다. ~료 tiền mượn tàu.

대야 Phải là, phải. 일을 한대야 도와주지 phải làm mới giúp cho chứ.

대양(大洋) Đại dương.

~을 건너가다 vượt đại dương.

대우 Xen canh, trồng xen lẫn. ~깨 vừng xen canh.

대우(待遇) Đối xử, cư xử. ~하다. ~가 좋다 đối xử tốt.

대원(大願) Nguyện vọng lớn. ~성취 nguyện vọng lớn thành công.

대응(對應) Đối ứng, đối phó, xử lý. ~하다. 법적 ~ đối phó về mặt pháp luật.

대의(大意) Đại ý, ý chính. 문장의 ~를 파악하다 nắm ý chính câu văn.

대좌(對坐) Ngồi đối mặt với nhau, ngồi đối mặt với. ~하다.

대죄(大罪) Đại tội, tội lớn, trọng tội. ~를 범하다 phạm trọng tội.

대주다 Cung cấp, cho, trả. 용돈을 ~ cho tiền tiêu vặt.

대중 Chừng, khoảng, áng chừng. ~(을) 잡다 đoán chừng, khoảng.

대중(大衆) Đại chúng, quần chúng, số đông người. ~을 위한 vì quần chúng.

대지(垈地) Đất, mảnh đất (để làm nhà, xây dựng). ~의 선정 chọn đất.

대지(貸地) Đất cho thuê, đất cho mướn.

대지(臺地) Cao nguyên, vùng đất cao.

대질(對質) Đối chất. ~심문 thẩm vấn đối chất.

대짜(大-) Cái lớn, con lớn. ~물고기를 하나 잡다 bắt được con cá to.

대청소(大淸掃) Tổng vệ sinh. ~하다. 집을 ~하다 tổng vệ sinh nhà.

대체(大體) Điểm chính, khái quát, nội dung tóm tắt. ~로 그렇다 đại thể là như vậy

대추 Đồ đã dùng của người khác để lại. 나는 언니의 대추를 입어야

되니까 지겹다 tôi chán ngấy vì phải mặc quần áo của chị tôi đã mặc để lại.

대치(代置) Để cái khác vào, đặt thế vào bằng cái khác. ~하다.

대통(- 桶) Tẩu thuốc lá, ống hút.

대패(大敗) Đại bại, thua lớn (đánh nhau, thể thao). ~하. ~시키다 đánh cho đại bại.

대포 Cái cốc rượu lớn.

대포(大砲) Đại bác, đại pháo. ~를 쏘다 bắn đại pháo. ~소리 tiếng phá

대하다(對-) Gặp mặt, gặp phải, đối diện. 적을 ~ gặp địch. 마주 대하고 앉다 ngồi đối diện nhau.

대학(大學) Trường đại học, cấp đại học. ~1[2,3,4]년생 sinh viên đại học năm thứ nhất[hai, ba, bốn]. ~에 응시하다 thi đại học.

대학자(大學者) Đại học giả, học giả lớn.

대형(大兄) Đại huynh.

대형(大形大型) Loại lớn, cỡ lớn. 초~의 loại cực lớn.

댄스 Nhảy, khiêu vũ (dance). ~교사 vũ sư, giáo viên dạy nhảy.

댐 Con đập, cái đập nước (dam). 다목적~ đập đa dụng.

댕기 Cái bím cột tóc.

댕기다 Bắt lửa, cháy, châm lửa, đốt lửa. 마른 나무에는 불이 잘 ~ củi khô dễ bắt lửa.

더 Tiếp tục, tiếp. ~먹다 tiếp tục ăn.

더껑이 Bọt bám bên trên, cái váng. 죽에 ~가 지다 bên cháo có váng.

더부룩하다 Rậm rạp, um tùm. 더부룩한 머리 đầu tóc bù xù.

더부살이 Ở đợ, làm thuê nhà người khác. ~를 살다[하다] sống ở đợ, sống thuê.

더북더북 Rậm rạp, um

tùm. ~하다. 풀이~한 언덕 ngọn đồi cây cỏ um tùm.

더불어 Cùng nhau, cùng với. 이웃과 더불어 사는 세상 sống với mọi người xung quanh.

더욱 Càng, hơn nữa. ~더 càng. ~ 노력하다 nỗ lực hơn nữa.

더욱더욱 Càng ngày càng, càng hơn nữa. 텔레비전 프로그램은 ~재미있어졌다 chương trình ti vi ngày càng hay hơn.

더욱이 Hơn thế nữa. ~좋은 것은 cái tốt hơn thế nữa.

더워하다 Dễ cảm thấy nóng.

더위 Cơn nóng, sự nóng bức (thời tiết). ~속에 trong cái nóng bức.

덕(德) Đạo đức, cái đức. ~이 있는 사람 người có đạo đức.

덕량(德量) Sự rộng lượng đức độ.

덕행(德行) Đức hạnh. ~이 높은 사람 người có đức hạnh cao.

덖다 Bám đầy đất. 때가~ đất bám đầy.

던들 Thô cuối câu, đi sau '-었-', có nghĩa giả định trái với kết quả, nếu mà, giá mà.

던지 Thô kết nối câu, đi sau '-으시', '-었-', '-겠-' thể hiện hồi tưởng quá khứ, biểu đạt ý nghi vấn không rõ ràng.

덜 Ít hơn, nhỏ hơn, thiếu, kém hơn, chưa đến tiêu chuẩn nào đó. 덜 마른 chưa khô.

덜다 Bớt, giảm bớt, làm ít đi, rút bớt, rút nhỏ. 스물에서 열 다섯을 ~ rút 15 từ 20, từ 20 giảm đi 15. 너무 많으니 좀 덜어라 nhiều quá, bớt đi.

덜덜 Bần bật, lẩy bẩy (run). 무릎을 ~떨며 đầu gối run bần bật.

덜덜 Kêu lọc cọc, kêu

lạo xạo. ~소리나다 có tiếng kêu lạo xạo.

덤프차(-車) Xe ben.

덥적덥적 ①Chõ mũi vào, tham gia vào. ②Thân thiện, dễ gần.

덧 Chốc, lát, thoảng qua.

덧- Tiếp từ, đi sau một số danh từ, chỉ sự trùng lặp. 덧니 răng lỗ xỉ.

덧거리 ①Thêm vào, bổ sung vào. ~하다. ②Nói thêm. ~하다.

덧붙이다 ①Chủ động từ của "덧붙다", gắn thêm vào, thêm. ②Nói thêm vào. 한 말씀 덧붙이겠습니다. Tôi xin phép được nói thêm.

덧셈 Cộng vào, tính tổng. ~하다.

덧없다 Ngắn ngủi, thoảng qua. 덧없는 세월 những ngày tháng thoảng qua.

덫 Cái bẫy. 쥐~ bẫy chuột. ~을 놓다 đặt bẫy.

덮개 Cái để bọc bên ngoài, cái để che, mái che. ~가 있는 có tấm che.

덮다 Phủ lên, trùm lên, đắp. 이불을 ~ đắp chăn. 뚜껑을 ~ đóng nút, đậy nút.

덮어놓고 Không cần biết lý do, không hỏi han. ~치다 đánh luôn mà không hỏi han gì.

데 Địa điểm, vị trí, nơi, chỗ. 위험한~ chỗ nguy hiểm.

데꺽 Dễ dàng. 그는 그 문제를 ~풀었다 anh ta giải quyết vấn đề ấy một cách dễ dàng.

데다 Bỏng, bị bỏng, phỏng. 불에 ~ bị bỏng lửa. 덴 자국 vết bỏng.

데모 Đình công, biểu tình. ~하다. 전쟁 반대 ~ cuộc biểu tình phản đối chiến tranh.

데밀다 Đẩy vào trong, xô vào trong.

데뷔 Bắt đầu tham gia hoạt động gì đó. ~하다. 그녀는 이번 가을에 음악계에 ~할 것이다

mùa thu năm nay cô ấy sẽ bắt đầu tham gia giới âm nhạc.

데이터 Dữ liệu, dữ liệu, dữ kiện (data). ~뱅크 (data bank) trung tâm dữ liệu.

델타 Khu tam giác (detal). ~지대 khu vực tam giác.

도(度) Góc độ. 75 ~의 각 góc 75 độ.

도(道) ①Đạo lý, điều phải gìn giữ. ~를 지키다 giữ lấy đạo lý. ②Đạo, tôn giáo.

도공(刀工) Người thợ rèn dao, đao công.

도관(導管) Ống dẫn nước.

도괴(倒壞) Đổ xuống, suy tàn, sụp đổ. ~하다. 지진으로 300호의 집들이 ~되었다 động đất đã làm cho khoảng 300 căn nhà đổ sập.

도난(盜難) Nạn trộm cướp. ~경보기 chuông cảnh báo trộm.

도도하다(滔滔-) Chào ào. 탁류가 도도히 흐른다 dòng thác chảy ào ào.

도독하다 To lớn, to. =두둑하다.

도두 Cao, cao lên. 둑을 ~쌓다 xây cao con đê.

도둑 Ăn trộm, trộm cắp. ~놈 thằng ăn trộm.

도둑질 Sự trộm cắp, ăn trộm, trộm cướp. 가난 때문에 저지른 ~ ăn trộm vì nghèo.

도랑 Cái rãnh nhỏ. ~물 rãnh nước. ~을 파다 đảo rãnh.

도래(到來) Đến, xuất hiện, đến lúc(cơ hội, thời điểm). ~하다. 호기가 ~하기를 기다리다 chờ thời cơ tốt đến.

도로 Quay ngược lại, ngược lại. ~가다 đi ngược lại.

도르다 Chia, phân phát. 배급품을 ~ chia hàng bao cấp.

도리(道理) Đạo lý. ~에 맞다 đúng đạo lý. ~에

벗어나다 ra ngoài vòng đạo lý, trái đạo lý.

도말(塗抹) ①Trét, bôi, quét. ~하다. ②Loại bỏ, xóa, trừ, gạch tên.

도망(逃亡) Bỏ trốn, trốn chạy, trốn, rời bỏ. ~치다. ~하다. ~가다 bỏ trốn.

도매(都賣) Bán sỉ. ~하다. ~가격 giá bán sỉ. ~와 소매 bán sỉ và lẻ.

도매(都買) Mua sỉ. ~하다. ~로 사면 물건 값이 훨씬 싸다 mua sỉ thì giá rẻ hơn nhiều.

도미노 Cờ đôminô. ~효과 Hiệu ứng domino.

도보(徒步) Đi bộ, đi dạo. ~여행 đi du lịch bộ. ~로 đi bộ.

도부(到付) Bán rong. ~하다, ~치다. ~꾼 người bán hàng rong.

도살(屠殺) Thảm sát, chết thảm. ~하다. 전쟁으로 많은 사람이 ~을 당하였다 chiến tranh nhiều người bị thảm sát.

도상(途上) Trên đường, Đang trong quá trình, trên con đường. 발전~에 있는 나라들 những nước đang trên đường phát triển.

도시(圖示) Đồ thị, vẽ. ~하다.

도시계획(都市計劃) Kế hoạch xây dựng đô thị (gồm xây dựng, giao thông, nhà ở, hành chính, an ninh).

도열(堵列) Hàng ngũ, xếp thành hàng ngũ, nhóm, đội ngũ. ~하다. 길 양쪽에 ~하다 xếp hàng hai bên đường.

도예(陶藝) Nghệ thuật đồ gốm. ~작품 tác phẩm nghệ thuật gốm.

도와주다 Giúp đỡ, giúp, cứu trợ. 가난한 사람을 ~ giúp đỡ những người nghèo.

도외시(度外視) Không quan tâm đến, không đếm xỉa, không liên quan. ~하다. 여론을

~하다 không đếm xỉa đến dư luận.

도의(道義) Đạo nghĩa, đạo lý. ~적 có tính đạo lý.

도의적책임(道義的責任) Trách nhiệm về mặt đạo lý, về mặt đạo nghĩa.

도장(圖章) Con dấu. ~을 찍다 đóng dấu. ~을 새기다 khắc dấu.

도저히(到底-) Dù thế nào đi nữa, hoàn toàn (không). ~있을 수 없다 hoàn toàn không thể có được.

도적(盜賊) Đạo tặc, trộm cắp. =도둑.

도지다 Nặng nề, nặng. 욕이~ chữ nặng lời. ②Cơ thể rắn chắc.

도취(陶醉) ①Say rượu, say bí tỉ. ~하다. ②Say sưa, say. ~하다. 성공에 ~하다 say sưa với thành công.

도표(圖表) Biểu đồ, đồ thị. 역사[통계]~ biểu đồ lịch sử [thống kê].

도품(盜品) Đồ ăn cắp, đồ ăn trộm.

도형(圖形) Hình, có hình, hình vẽ. 입체~ hình lập thể.

도화선(導火線) Dây dẫn, ngòi dẫn, ngòi nổ (thuốc nổ). ~에 불을 붙이다 châm lửa vào dây dẫn.

도회(都會) Đô hội, thành thị. ~에서 자란 lớn lên nơi đô hội. ~화하다 đô hội hóa.

독 Cái bình, cái lọ, cái chum, cái vại.

독(毒) Độc, độc tố, chất độc. ~이 있다 có độc. ~을 타다 pha chất độc.

독기(毒氣) Cái độc, độc ác. ~를 품다 mang cái độc ác.

독납(督納) Đốc thúc trả thuế. ~하다.

독녀(獨女) Con gái một. =외딸.

독단(獨斷) Độc đoán. ~하다. ~적 có tính độc đoán. ~가 người độc

독단. đoán.

독두(禿頭) Đầu hói. = 대머리.

독립자존(獨立自尊) Độc lập tự tôn.

독무(獨舞) Múa đơn, múa một mình.

독선(獨善) Luôn cho mình là đúng, độc đoán. ~적 관료(官僚) quan chức có tính quan liêu.

독설(毒舌) Cái lưỡi độc, lời nói phên phán ác độc.

독성(毒性) Độc tính. ~이 있는 có độc tính. ~이 강한 물질 chất có độc tính mạnh.

독소(毒素) Độc tố. ~를 제거하다 trừ khử các độc tố.

독실(篤實) Trung thực. ~하다.

독실(獨室) Phòng đơn.

독심(毒心) Tâm địa ác độc. ~을 품다 mang tâm địa ác độc.

독자(讀者) Độc giả. ~의 의견 ý kiến của độc giả. ~가 많다 nhiều độc giả.

독작하다(獨酌-) Uống một mình.

독주(獨奏) Độc tấu, độc diễn (nhạc cụ). ~하다. ~곡 khúc độc tấu. 피아노 ~ độc tấu đàn piano.

독지가(篤志家) Người lương thiện. 익명의 ~ người lương thiện giấu tên.

독직(瀆職) Nhận hối lộ, tiêu cực, lạm dụng quyền hạn làm bậy(của viên chức).

독차지(獨-) Chiếm lấy một mình. ~하다. 유산을 ~하다 độc chiếm toàn bộ di sản.

독창(獨唱) Độc xướng, đơn ca. ~하다. ~곡 khúc độc xướng.

독창(獨創) Sự sáng tạo độc lập, sáng tạo. ~하다. ~력 khả năng sáng tạo, sức sáng tạo.

돈 ①Tiền, đồng tiền. ~때문에 vì tiền ②Tiền

bạc, tài sản. 돈이 많은 집안 nhà giàu, nhà lắm tiền của.

돈 Chỉ (vàng) (=3. 7565 grams). 금 3 ~ ba chỉ vàng.

돈가스(豚-) Món cơm thịt rán tẩm bột.

돈머리 Số tiền. ~가 크다 số tiền lớn. ~가 모자라다 thiếu tiền.

돈모(豚毛) Lông lợn.

돈바르다 Khó tính, tính khó chịu. 그는 돈바른 성격으로 친구가 없다 anh ta không có bạn bè vì tính khó chịu.

돈복(- 福) Phúc đồng tiền, cái phúc không làm gì cũng kiếm được tiền. ~이 있다 có phúc kiếm tiền.

돈사(頓死) Đột tử, chết đột ngột. =급사.

돈세탁(-洗濯) Rửa tiền.

돈육(豚肉) Thịt heo, thịt lợn.

돈좌(頓挫) Đột nhiên thụt lùi, đột nhiên tụt hậu. ~하다.

돈주머니 Túi đựng tiền, ví đựng tiền. ~가 가볍다 nhẹ túi, không có tiền.

돈줄 Nguồn tiền. ~을 잡다 nắm nguồn tiền. ~이 떨어지다 nguồn tiền cạn.

돈지갑(—紙匣) Ví tiền. ~에 돈이 가득하다 trong ví đầy tiền.

돋치다 Mọc tra, trải ra, trổ ra. 가시 돋친 말 lời nói có gai.

돌 ①Hòn đá. ~로 쌓은 둑 đê xây bằng đá. ~을 깔다 rải đá. ②Con cờ Batuk làm bằng đá. ③Chỉ người đần độn, người đầu óc ngu đần.

돌가루 Bột đá. ~가 날리다 bụi đá bay.

돌다 Quay. 빙빙~ quay tròn. 지구가 태양의 주위를 ~ mặt trời quay xung quanh quả đất.

돌다리 Cây cầu đá. ~도 두드려보고 건너다

"tục ngữ' Cầu đá cũng phải gõ rồi mới qua, cẩn tắc vô áy náy.

돌담 Bức tường đá. ~을 두르다 bao vây tường đá xung quanh.

돌덩이 Một hòn đá, một cục đá. ~같다 như cục đá.

돌도끼 Cái rìu đá.

돌돌 ①Vòng, thành vòng. 종이를 ~말다 cuộn tờ giấy thành hình tròn. ②Quay tròn. ~구르다 lăn tròn, cuộn tròn.

돌라가다 Giật lấy, giành lấy.

돌라맞추다 Lấy cái khác thay thế. 책상을 식탁으로 ~ lấy bàn học thay bàn ăn.

돌려주다 ①Hoàn lại, trả lại, gửi lại. 빌린 책을 ~ trả lại quyển sách đã mượn. ②Cho vay, cho mượn. 자금을 ~ cho mượn vốn.

돌리다 ①Chủ động từ của "돌다", làm cho quay, quay vòng, quay. 팽이를 ~ chọi cù, chọi gụ, ném bông vụ ②Đổi hướng, đổi chiều. 눈길을 ~ đổi ánh mắt, nhìn sang chỗ khác.

돌발(突發) Đột phát, bùng nổ đột ngột. ~하다. ~적(으로) có tính đột phát.

돌아보다 Hồi tưởng, quay nhìn trở lại, nhìn lại. 과거를 ~ nhìn lại về quá khứ.

돌잔치 Tiệc thôi nôi, tiệc chẵn năm. ~를 열다 làm tiệc thôi nôi.

돌쟁이 Đứa bé được một tuổi.

돌파(突破) Đánh cho tan, đánh xuyên qua. ~하다. 돌파 작전을 세우다 xây dựng chiến lược đột phá

돌파구(突破口) ① Cửa đột phá, nơi tập trung đánh vào. ~를 만들다 làm cửa đột phá. ②Đầu mối sự việc, đầu mối giải quyết. ~가 열리다

đầu mối vụ việc được mở ra.

돔 Mái hình bán cầu (dome). ~구장(球場) cầu trường mái hình bán cầu.

돕다 ①Giúp đỡ, giúp. 아무를 ~ giúp đỡ ai đó. 하늘은 스스로 돕는 자를 돕는다 "tục ngữ" Trời giúp người nào tự giúp mình. ②Cứu, cứu trợ. 불우 이웃을 ~ cứu giúp những người hàng xóm nghèo khó.

동 Lôgic, tính hợp lý. ~이 닿다 hợp lý. 동 닿지 않는 말 lời nói không có lý.

동(東) Phía đông, hướng đông. ~으로 가다 đi về phía đông. ~쪽 phía đông.

동(同) Cùng, cùng với, đồng. ~세대 cùng thế hệ.

-동(洞) Tiếp từ, đi sau một số danh từ, chỉ cái hang. 석회~ hang thạch nhũ.

동경(東京) Đông Kinh, thủ đô Tokyo ngày nay.

동경(銅鏡) Cái gương đồng.

동경(憧憬) Khao khát, mong muốn, muốn có. ~하다. ~의 대상 đối tượng được mong muốn.

동계(冬季) Mùa đông. ~휴가 nghỉ đông. ~올림픽 Thế vận hội mùa đông.

동구(東歐) Đông Âu. ~권 khu vực Đông Âu.

동구(洞口) Cửa vào làng, ngõ vào làng.

동국(同國) Cùng quốc tịch, cùng dân tộc. ~인 người đồng tộc.

동굴(洞窟) Cái hang. ~에 사는 사람 người sống trong hang.

동궁(東宮) ①Thái tử, Hoàng tử. ②Đông cung, nơi Hoàng Thái Tử ở.

동권(同權) Đồng quyền, bình quyền, quyền bình đẳng. 남녀~ nam nữ bình quyền, nam nữ bình đẳng.

동그라미 Vòng tròn. ~를 그리다 vẽ một vòng tròn.

동급(同級) Cùng lớp. ~생 học sinh đồng cấp. 나는 그와 ~생이다 tôi cùng cấp với anh ấy.

동기(冬期) Mùa đông. =동계(冬季). ~훈련 huấn luyện mùa đông.

동냥 Ăn xin, đi ăn xin. ~하다. ~을 빌다 xin ăn. ~을 다니다 đi ăn xin.

동네(洞-) Làng, ngôi làng, xóm, khu phố. 같은 ~ cùng khu phố

동년(同年) ①Cùng năm đó. ②Đồng niên, cùng tuổi.

동녘(東-) Hướng đông, phía đông. ~이 밝다 phía đông sáng lên.

동댕이치다 ①Vứt mạnh, ném mạnh. 홧김에 재떨이를 ~ ném mạnh cái gạt tàn thuốc lúc giận. ② Dừng lại, ngưng. 일을 중도에 ~ ngưng công việc đang làm.

동등(同等) Bình đẳng, bằng nhau, cùng đẳng cấp. ~하다. ~한 권리 quyền lợi ngang bằng nhau.

동락(同樂) Cùng vui. 동고~ 하다 đồng cam cộng khổ.

동란(動亂) Chiến tranh, bạo loạn. ~을 일으키다 gây loạn lạc.

동력(動力) Lực, động lực, năng lượng. ~을 공급하다 cung cấp động lực.

동렬(同列) ①Cùng hàng, cùng dãy. 와~에 두다 để cùng dãy. ②Cùng vị trí, cùng cấp bậc.

동료(同僚) Đồng nghiệp, đồng liêu. 회사의 ~ bạn đồng nghiệp cùng công ty.

동류(同類) ①Cùng loại, đồng loại, đồng loài. ~의식 ý thức đồng loại. ②Một phe, cùng phe.

동맥(動脈) Động mạch. ~경화증 xơ cứng động

mạch. ~관 ống dẫn động mạch.

동맹(同盟) Đồng minh. ~하다. ~국 nước đồng minh. ~을 맺다 kết đồng minh.

동무 Bạn, bạn thân. ~하다 làm bạn. 길~ bạn đồng hành. ~가 되다 thành bạn.

동문(同文) Chữ giống nhau.

동문(同門) Bạn cùng học. ~회 hội những người cùng học.

동방(洞房) ①Phòng ngủ. ②Động phòng, phòng cô dâu chú rể.

동배(洞背) Đồng lứa, đồng niên. ~중에서 뛰나다 xuất sắc trong các bạn đồng niên.

동병(同病) Cùng căn bệnh. ~상련(相連) những người cùng có chung bệnh thương tiếc nhau.

동복(東腹) Cùng mẹ (khác cha). ~누이 chị cùng mẹ khác cha.

동복(董僕) Đứa hầu trai nhỏ.

동봉(同封) Đóng bao. ~하다. ~한편지 thư đã đóng bao. ~해보내다 đóng bao gửi đi.

동사(凍死) Chết lạnh, chết cóng. ~하다.

동상이몽(同牀異夢) Đồng sàng dị mộng.

동색(同色) ①Cùng màu, màu giống nhau. ②Cùng đẳng phái.

동색(銅色) Màu đồng. ~인종 giống người da màu đồng.

동생(同生) Em. 여~ em gái. 남~ em trai. 나는 ~이 둘이 있다 tôi có 2 người em.

동생공사(同生共死) Cùng sinh cùng tử, cùng sống chết. ~하다. ~를 맹세하다 thề cùng sống chết với nhau.

동성(同性) Đồng tính, cùng giới tính. ~친구 bạn cùng giới tính.

동식물(動植物) Động thực

vật. 많은 ~이 멸종 위기에 놓여 있다 Nhiều động thực vật đang ở tình trạng tuyệt chủng.

동아리 Câu lạc bộ, nhóm người cùng sở thích, cùng ý nguyện. 춤~ câu lạc bộ nhảy.

동아시아(東-) Đông Á. ~국가들 các nước Đông Á.

동아줄 Sợi dây to. 용의자의 두 손은 ~로 묶여 있었다 hai tay tên tội phạm đang bị trói bằng dây to.

동안 ①Trong suốt, trong vòng, trong. 일 주일~ trong vòng một tuần. ②Trong lúc. 저는 자는 ~ 누가 왔어요? trong khi tôi ngủ ai đã đến?

동역학(動力學) Động lực học.

동요(動搖) Lung lay, lắc lư. ~하다. 정계의 ~ sự lung lay của giới chính trị.

동원(動員) Động viên, huy động. ~하다. 인력~ huy động nhân lực.

동월(同月) Cùng tháng. ~15일에 ngày 15 cùng tháng.

동위(同位) ①Đồng vị (toán học). ~각 góc đồng vị. ②Cùng vị trí, cùng cấp bậc, cùng giai cấp.

동인(同人) ①Cùng một người, chính người đó. ②Người cùng chí hướng.

동인(動因) Nguyên nhân, động cơ. 범죄의 ~ động cơ phạm tội

동일(同-) Đồng nhất, giống nhau, thống nhất. ~하게 취급하다 đối xử như nhau.

동조(同調) Đồng điệu, cùng nhịp, đồng ý. ~하다. 남의 의견에 ~하다 đồng ý với ý kiến của người khác.

동족(同族) Đồng tộc, cùng dòng họ. ~결혼 kết hôn với người cùng huyết thống, kết hôn với người trong gia tộc.

동족상잔(同族相殘) Đồng tộc tương tàn, huynh đệ tương tàn. ~하다. ~의 비극을 겪다 chịu bi kịch huynh đệ tương tàn.

동종(同種) Cùng chủng loại. ~의 나무 cây cùng chủng loại.

동죄(同罪) Cùng tội, cùng có tội giống nhau. 뇌물을 주는 것이나 그것을 받는 것이나 동죄이다 đưa hối lộ hay nhận hối lộ thì đều là đồng tội cả.

동주(同舟) Cùng thuyền. ~하다.

동지(同志) Đồng chí, người cùng chí hướng. ~가 되다 thành đồng chí của nhau.

동진(東進) Đông tiến, tiến về phía Đông. ~하다.

동질(同質) Đồng chất, có tính chất giống nhau. ~이체(異體) đồng chất dị thể.

동치다 Băng, bó, cột. 상처에는 빨리 붕대를 동쳐야 한다 phải băng vết thương bằng băng nhanh.

동침(同寢) Chung giường, ngủ chung. ~하다.

동태(動態) Động thái, tình hình. ~경제 동태 kinh tế.

동통(疼痛) Sự đau nhức. 손에 심한 ~을 느끼다 cảm thấy đau nhức ở tay.

동파(同派) Cùng phái, cùng trường phái.

동판(銅版) Bản khắc đồng. ~인쇄 in bằng bản khắc đồng.

동편(東便) Về hướng đông, hướng đông. 동편으로 뻗은 가지 cành cây vươn về hướng đông.

동포(同胞) ①Anh em cùng cha mẹ sinh ra. ②Đồng bào, kiều bào. ~애 tình đồng bào.

동하다(動-) Rung động, cảm động. 그녀의 말

에 그의 마음은 크게 동했다 anh ta rung động vì lời nói của cô ấy.

동행(同行) Đồng hành. ~하다. ~자 bạn đồng hành. ~을 거절하다 từ chối đi cùng.

동향(同鄉) Người cùng quê, đồng hương. 그와 나는 ~이다 anh ta và tôi là đồng hương.

동향(動向) Động tĩnh, xu hướng, xu thế. 여론의 ~에 주의하다 chú ý vào động tĩnh của dư luận.

동화(同化) Đồng hoá. ~하다. 본지의 문화를 ~하다 đồng hóa văn hoá bản địa.

동화(童話) Chuyện thiếu nhi.

돛 Buồm, cánh buồm. 순풍에 ~ buồm thuận gió

돛단배 Thuyền buồm.

되 Đơn vị đo Hàn Quốc, bằng 1,8 lít, tạm dịch đấu, mủng (= 1,8 lít).

되다 Rất, nhiều. ~게 아프다 rất đau. ~게 춥다 rất lạnh.

되도록 Như có thể. ~빨리 달려라 hãy chạy nhanh như có thể.

되돌아가다 Đi trở về, quay lại. 집에~ quay trở về nhà. 온 길을 ~ quay trở lại con đường đã đến.

되돌아보다 Quay lại nhìn. 잠깐~ quay lại nhìn một lát.

되바라지다 Vênh váo, kiêu ngạo. 되바라진 사람 người kiêu ngạo.

되박다 ①Đóng lại. ②Xuất bản lại, tái bản.

되살다 ①Sống lại, hồi sinh. 죽어가던 뱀이 ~ con rắn chết sống lại. ②Thế lực, sức mạnh nào đó hồi sinh. ③Tình cảm, ký ức, trí nhớ đã mất giờ nhớ lại, xuất hiện trở lại.

되어가다 Hoàn thành, hoàn thiện. 잘~ tốt đẹp. 일이 잘~ công việc tốt đẹp.

되지못하다 ①Chưa đạt, kém, ít. 열 살이 ~ 챠 chưa đến 10 tuổi. 그는 미국 간지 반 년이 되지 못 하여 다시 돌아왔다 anh ta đi Mỹ chưa đến nữa năm đã quay về. ②Không thể trở thành, không đủ tư cách thành. 지식만으로서는 교사가 되지못한다 chỉ với tri thức không không thể thành giáo viên được.

되풀이 Lặp đi lặp lại. ~하다. 말을 ~하다 lời nói lặp đi lặp lại.

된매 Đòn nặng, đòn đau. ~를 맞다 bị đánh đòn đau.

두 Hai. ~가지 hai loại. ~내외 hai bên nội ngoại. ~번 hai lần. ~배 hai lần, gấp đôi.

두각(頭角) ①Cái sừng trên đầu. ②Tài năng, năng lực. ~을 나타내다 thể hiện một tài năng.

두껍다 Dày. 두꺼운 책 quyển sách dày. 두껍게 입다 mặc dày.

두께 Độ dày, bề dày. ~가 얼마만큼 됩니까? Độ dày bao nhiêu?

두들기다 Đánh, gõ, đập. 두들겨 부수다 đánh tan thành. 두들겨 패 죽이다 đánh chết.

두런두런 Thì thầm, thì thào. ~ 이야기하다 nói thầm.

두레 Cái gàu múc nước để tưới (đất, ruộng).

두루치기 Đa tác dụng, đa năng, đa tài.

두류(逗留) Cư trú, cư ngụ. 장기 ~하다 cư trú dài hạn. ~객(客) khách trú.

두말 Nói lòng vòng, nói quanh co. ~하다. ~말고 어서 바른대로 말해요 đừng lòng vòng nữa mà hãy nói ngay đi.

두말 없이 Không nói gì thêm, không nói dài. ~승낙하다 đồng ý không nói gì thêm.

두미(頭眉) Đầu đuôi. ~없

다 không có đầu đuôi.

두방망이질 Rất lo lắng, hồi hộp. 가슴이 ~치다 ngực đập thình thịch.

두번 Hai lần. 한 달에~ 못 한 hai lần. ~다시 없는 기회 cơ hội không đến lần hai.

두부(頭部) Đầu, phần đầu. 그는 어제 교통 사고로 ~에 부상을 입었다 anh ta hôm qua bị tai nạn giao thông chấn thương ở phần đầu.

두사이 Quan hệ. ~가 좋다 quan hệ tốt. ~가 나쁘다 quan hệ xấu.

두손 Hai tay. ~을 들다 giơ hai tay. ~모아 빌다 chắp hai tay van xin.

두서(頭緒) ①Thứ tự. ②Logic, lý. ~없는 không có lý.

두서너 Hai ba hoặc 4, vài ba bốn. ~번 vài ba lần. 책 ~권 sách vài quyển

두절(杜絶) Gián đoạn, ngưng, ngắt, dừng. ~하다. 공급이 ~되다 đường cung cấp bị gián đoạn.

두텁다 Sâu đậm, sâu nặng. 두터운 우정 tình bạn sâu nặng.

둑 Con đê, con đập ngăn nước. ~길 đường đê.

둔감(鈍感) Không nhạy cảm, chai lỳ. ~하다. ~해지다 trở nên thờ ơ.

둔갑(遁甲) Hóa thân, biến mình thành. ~하다. 사람으로 ~한 여우 con cáo biến thành người.

둔부(臀部) Cái mông, đít. ~가 크다 mông to, đít to.

둔사(遁辭) Lời nói để lảng tránh, trốn tránh. 그것은 단지~에 지나지 않는다 nói thế chỉ là lảng tránh thôi.

둔세(遁世) Từ bỏ tục thế sống ở ẩn. ~하다. ~생활을 하다 sống ở ẩn.

둔주(遁走) Bỏ chạy, bỏ trốn. ~하다.

둘 Hai, hai cái, số lượng hai. ~로 thành hai

둘되다 Nuối tiếc, buồn buồn.

둘둘 Lăn lông lốc. ~ 돌아가는 물레방아 cái thùng nước lăn công cốc.

둘러대다 Nói thế này thế kia, biện bạch. 그럴 듯한 이유를 ~ biện bạch lý do này lý do kia.

둘째 Thứ hai. 끝에서 ~동생 em thứ hai từ dưới lên.

둘하다 Đần độn, dốt. 둘한 사람 thằng đần. 둘한 솜씨 tay nghề vụng về.

둥 Không ra cái này mà cũng chẳng ra cái kia. 남의 말을 듣는 ~마는 ~하다 nghe mà cũng chẳng nghe lời người khác.

둥개다 Khó khăn, vật lộn, làm không được. 그 정도 일을 가지고 종일 ~ từng ấy công việc mà loay hoay cả ngày.

둥굴이 Cây thông đã bóc vỏ.

둥그러지다 Trượt, lăn công cốc.

둥글다 Hình tròn, tròn. 둥근 얼굴 mặt tròn. 둥근 달 trăng tròn.

둥싯둥싯 Chậm chạp, lề mề. ~걷다 đi chậm chạp, đi lề mề.

둥우리 ①Cái rổ. ②Tổ chim, ổ gà.

둥지 Tổ ấm. 신혼의 ~ tổ ấm tân hôn.

둥치 Gốc cây. 나무 밑 ~를 자르다 cắt gốc cây.

뒈지다 Tiếng bậy của từ chết, ngoẻo, toi. 너 같은 건 어서 뒈져라! Thằng như mày chết gấp đi.

뒤 ①Phía sau, ở phía sau. 맨~의 sau cùng. 바로 ~에 ngay phía sau. ②Dấu vết. ~를 쫓다 lần theo dấu vết, đuổi theo.

뒤구르다 Xử lý rốt ráo. 일을 ~ xử lý công việc.

뒤끓다 Sôi. 물이 뒤끓고 있다 nước đang sôi. 주전자의 물이 뒤끓는다 nước ấm sôi.

뒤끝 ①Phần kết, phần cuối. ~을 맺다 kết thúc. ②Ngay sau khi. 비 온 ~ sau cơn mưa.

뒤내다 Bỏ giữa chừng, cùng làm bỏ ngang.

뒤넘기치다 Vật ra phía sau, lật ra phía sau. 아무를 ~ vật ai ra phía sau.

뒤넘다 Ngã ra sau, bổ ra sau.

뒤늦다 Muộn, muộn màng. ~게 một cách muộn màng.

뒤대다 Giúp, ủng hộ việc gì. 아들 학비를 ~ trả tiền học phí cho con trai.

뒤덮다 ①Che, bọc. 눈이 산을 ~ tuyết phủ lấy núi. ②Bao phủ, bao trùm.

뒤덮이다 Bị che phủ, bị bao bọc. 온통 눈으로 ~ bị tuyết bao phủ.

뒤돌아보다 Nhìn ra phía sau. 뒤돌아보니 그는 아직도 손을 흔들고 있었다 nhìn lại thấy anh ta vẫn đang vẫy tay.

뒤두다 ①Để lại phía sau. ②Để lại trong lòng.

뒤따르다 Theo sau, theo, học theo. 누군가 나를 뒤따르고 있는 것 같다 hình như đang có ai theo sau tôi. 형을 뒤따라 아우도 군대에 갔다 em theo anh trai đi bộ đội.

뒤미처 Ngay sau đó. ~그도 사작했다 anh ta cũng bắt đầu ngay sau đó.

뒤바꾸다 Lộn ngược, đảo ngược. 순서를 ~ đảo ngược thứ tự.

뒤바뀌다 Bị đảo lộn, bị đảo ngược. 순서가 ~ thứ tự bị đảo ngược.

뒤밟다 Theo dõi, lần theo. 경찰이 그를 뒤

밟고 있다 cảnh sát đang theo dõi anh ta.

뒤범벅 Lộn xị ngậu, lộn tung lên. ~되다 bị lộn lung lên.

뒤보다 Đại tiện. ~러 가다 đi cầu.

뒤보아주다 Giúp đỡ, trông non, chăm sóc. 어머니 없는 애를 ~ chăm sóc đứa bé không có mẹ.

뒤서다 ①Tụt lại phía sau, tụt hậu. ②Theo đuôi, theo ai.

뒤섞다 Trộn, trộn lẫn. 흙에 모래를 ~ trộn cát vào đất.

뒤숭숭하다 Hỗn loạn, bát nháo. 뒤숭숭한 도시 생활 cuộc sống thành thị bát nháo.

뒤엉키다 Rối (chỉ). 뒤엉킨 실을 풀다 gỡ chỉ rối.

뒤엎다 ①Lật ngược, làm cho đổ ra sau. ②Lật ngược. 판결을 ~ lật ngược phán quyết.

뒤잇다 Nối tiếp, tiếp nối. 뒤이어 tiếp, nối tiếp.

뒤적거리다 Lục lọi, tìm kiếm. 서랍을 ~ lục lọi ngăn bàn. 호주머니를 ~ lục lọi túi.

뒤집어쓰다 Đổ cho người khác. 남의 죄를 ~ đổ tội cho người khác.

뒤쫓다 Đuổi theo. 범인을 ~ đuổi theo tên phạm nhân.

뒤차(-車) Xe phía sau.

뒤처리(-處理) Xử lý, giải quyết, giàn xếp sau khi Xảy ra vụ việc. ~하다.

뒤처지다 Tụt hậu, lạc hậu, kém. 시대의 변화에 ~ tụt hậu so với sự biến hóa của thời đại.

뒤축 Gót giày. ~이 높은[낮은] 신 giày gót cao [thấp].

뒤치다 Lật ra, lật ngửa ra. 아기가 몸을 ~ lật người đứa bé ra.

뒤탈(-頉) Hậu quả, sai lầm gì đó Xảy ra sau khi kết thúc vụ việc.

~이 나다 xảy ra chuyện.

뒤통수 ①Cái gáy, cái ót. ~를 치다 đánh vào ót, đá hậu. ②Sau lưng.

뒤통스럽다 Vụng về, ngu đần. 뒤통스러운 사람 người ngu đần.

뒷간(-間) Nhà vệ sinh. = 변소. ~에 가다 đi vệ sinh.

뒷거래(-去來) Giao dịch lậu, giao dịch bí mật, tiếp xúc bí mật. ~암거래.

뒷걱정하다 Cái lo về sau. ~이 태산 같다 cái lo về sau như núi Thái Sơn.

뒷걸음질 Đá hậu. ~하다. 말이 뱀을 보고 ~ con ngựa thấy rắn nên đá hậu.

뒷걸음치다 Tụt hậu, thụt lùi, kém đi. 성적이 갈수록 ~ thành tích càng ngày càng tệ.

뒷골목 Ngõ sau, lối sau.

뒷공론(-公論) ①Xì xào, bàn tán. ~하다. ②Xì xào sau khi kết thúc sự việc. ~하다.

뒷돈 ①Đồng tiền tiêu cực. ②Vốn, quĩ.

뒷마감 Kết thúc. ~하다. 일을 ~하다 kết thúc công việc.

뒷마당 Sân sau, vườn sau.

뒷말 = 뒷공론. 뒷맛 Dư vị, vị sau khi ăn, uống. ~이 좋다 dư vị tốt.

뒷맵시 Hình dáng từ phía sau. ~가 곱다 hình dáng rất đẹp.

뒷머리 ①Ót, gáy. ②Phần sau, phần đuôi.

뒷면(-面) Mặt sau. ~보다 nhìn mặt sau. 엽서의~ mặt sau bức thiệp.

뒷모습(-貌襲) Hình dáng nhìn từ phía sau. ~바라보다 nhìn theo.

뒷문(-門) Cánh cửa tiêu cực, con đường tiêu cực. ~으로 입학하다 nhập học bằng con đường tiêu cực.

뒷생각 Suy nghĩ lại, suy nghĩ sau khi sự việc xảy ra.

뒷소문(-所聞) Tin đồn sau khi kết thúc vụ việc, lời xì xào sau vụ việc.

뒷손 Bàn tay chìa ra sau. ~벌리다 giơ tay ra sau.

뒷손가락질 Chỉ trích sau lưng, phê phán sau lưng, chỉ tay miệt thị sau lưng. ~하다. ~을 받다 bị người ta phê phán sau lưng.

뒷수습(-收拾) Xử lý hậu vụ việc, dàn xếp sau khi xảy ra vụ việc. =뒤처리. 사건의 ~을 하다 xử lý hậu vụ việc.

뒷심 Giúp từ phía sau. ~이 든든하다 sự giúp đỡ từ phía sau chắc chắn.

뒷이야기 Phần sau câu chuyện.

뒷일 Hậu sự, việc tương lai, việc về sau. ~은 네게 맡기겠다 việc về sau sẽ giao cho cậu.

뒷자리 Vết tích, dấu vết. ~가 깨끗하다 xóa dấu vết.

뒷조사(-調查) Điều tra mật. ~하다.

뒷줄 ①Cái dây phía sau. ②Thế lực phía sau, ô, dù. ~이 든든하다 ô dù mạnh.

뒷질 Lắc lư, lung lay. ~하다.

뒷짐 Bắt hai tay lưng, chắp tay sau lưng. ~지다 không liên quan, bàng quan, không để ý.

뒷짐결박(-結縛) Cột tay ra phía sau, trói ra phía sau. ~하다. ~을 당하다 bị trói tay ra sau.

뒹굴다 Lăn lộn, lật bên này bên kia, lật. 잔디밭에서~ lăn lộn trên bãi cỏ.

듀스 Cú deuce, bằng điểm sang đấu ăn điểm trực tiếp (tenis).

드라마 Phim truyền hình. 그 드라마는 시청률이 높다 bộ phim ấy số người xem rất nhiều.

드라이 Khô, cạn (dry). ~아이스 băng khô, đá lạnh khô (dry ice).

드렁드렁 Kêu ầm ĩ, kêu ầm ầm. 코를 ~골다 ngáy ầm ĩ.

드레스 Cái váy. ~를 입다 mặc váy.

드레지다 Trịnh trọng, đường bệ, nghiêm túc. 드레진 사람 một con người nghiêm túc.

드르렁거리다 Kêu tư rưng.

드르르 Kêu lộc cộc, lộc cộc, cọt kẹt. 문을 ~열다 mở cửa cót két.

드리다 Dâng, biếu, cho, tặng. 선생님께 선물을 ~ 탱 quà cho thầy giáo.

드리다 Đóng cửa hàng, không kinh doanh nữa. 열두 시에 가게를 ~ 커 hàng đóng cửa vào 12 giờ.

득(得) Tiền lời hoặc cái lợi. ~이 되다 có lợi. 빨리 갚는 것이 ~이다 trả nhanh sẽ có lợi.

득남(得男) Sinh con trai. =생남(生男). ~을 축하합니다! Chúc mừng anh đã sinh con trai nha.

득세(得勢) ①Có quyền, giành được quyền. ~하다. ②Có lợi thế. ~하다.

득승(得勝) Giành chiến thắng, thắng lợi. ~하다. 경기에서 ~하다 giành chiến thắng trong trận đấu.

득시글득시글 Thành từng đàn, từng bầy, lúc nhúc. ~하다. 구더기 떼가 ~끓다 giòi bọ đục lúc nhúc.

득실(得失) Thiệt hại và lợi ích. ~을 따지다 tính toán thiệt hơn.

득의(得意) Đắc ý, như ý muốn. ~하다. ~양양 đương đương tự đắc.

든가 Hoặc...hay. 저녁엔 산책을 나가~ 집에서 소설을 읽~ 했다 buổi tối thường đi dạo bộ hoặc ở nhà đọc tiểu thuyết.

든거지난부자(-富者) Giàu bên ngoài, nghèo nhưng giả vờ giàu

든든하다 Chắc chắn, vững chắc, mạnh khoẻ, mạnh mẽ. 든든하게 만든 làm cho cứng,

든번(-番) Trực. ~이다 vào ca trực.

든부자 난거지(一富者一) Giàu nhưng giả vờ nghèo, bên ngoài nghèo nhưng bên trong rất giàu.

든지 Cái này hay cái kia, hoặc cái này hoặc cái kia. 사과~ 배~ 다 좋다 táo hay lê đều tốt cả.

들 Cánh đồng, nông trường. 넓은~ cánh đồng rộng.

들개 Chó hoang, chó đồng, chó không chủ.

들것 Cái kiệu, cái cáng. 환자를 ~으로 옮기다 dùng cáng chuyển bệnh nhân.

들끓다 Lúc nhúc. 구더기가 ~ giòi bọ lúc nhúc. 쥐가 ~ chuột lúc nhúc.

들놀이 Cuộc đi chơi dã ngoại. ~하다. ~가다 đi dã ngoại.

들다 Đi vào, vào trong, ngấm vào, lọt vào. 문틈으로 바람이 드는 방 căn phòng có gió thổi vào trong qua khe cửa. 물이 ~ nước ngấm vào.

들다 Cầm, nâng, nắm, bưng, bê. 펜을 ~ cầm bút. 손에 지팡이를 ~ tay cầm gậy.

들두드리다 Gõ liên tục, đập liên hồi. 문을 ~ gõ cửa liên tục. 아무를 ~ lắc ai, lay ai.

들리다 Bị, bị mắc, bị bệnh. 감기(가)~ bị cảm.

들새 Chim trời, chim hoang.

들소 Con bò hoang.

들숨 Sự hít vào. ~날숨

없다 không động đậy được, không nhúc nhích được,

들쑤시다 Làm phiền toái, quấy rầy. = 들이 쑤시다.

들쓰다 Trùm kín. 담요를 머리까지 ~ đắp chăn kín đầu.

들어가다 ①Đi vào, chui vào, vào. 방으로 ~ vào phòng. ②Chen vào, len vào, xỏ vào. 바늘귀에 실이 ~ chỉ luồn vào kim.

들어앉다 ①Ngồi vào trong, ngồi vào. 방안에 ~ ngồi vào trong phòng. ②Giữ lấy vị trí nào đó, trở thành, thành. 과장으로 ~ giữ chức trưởng phòng.

들어오다 Vào, đi vào, vào trong. 도둑이 ~ kẻ trộm vào. 들어오세요 Mời vào ②Được lắp đặt, được xây dựng. 우리 마을에 수도가 ~ làng tôi có điện rồi.

들어올리다 Nâng lên, đỡ lên, đưa lên cao.

들어주다 Chấp nhận, đồng ý. 청을 들어주지 않다 không chấp nhận đề nghị của ai.

들어차다 Tràn, đầy, chật kín, nhiều. 꽉~ đầy kín. 방에 사람이 ~ trong phòng đầy người.

들엎드리다 Ở nhà, không ra ngoài, nằm lỳ ở nhà. 일요일에는 늘 집에 들엎드려 있다 vào ngày chủ nhật thường nằm lỳ ở nhà.

들여가다 Đưa vào, mang vào, đem đến. 비가 오니 빨래를 방으로 들여가거라 trời mưa rồi đưa quần áo về đi.

들여놓다 Đặt vào, để vào, đưa vào để. 날씨가 추워져 화분을 실내에 들여놓았다 trời lạnh nên mang bồn hoa vào để trong phòng.

들여다보다 Nhìn vào trong. 문에서 ~ nhìn vào trong nhà.

들여디디다 ①Dẫm vào bên trong, bước chân

vào. ②Liên quan đến việc gì đó.

들여보내다 Cử vào, gửi vào, cho vào. 뒷문으로 ~ cho vào bằng cửa sau.

들여오다 Mang vào, mang đến, đưa đến. 화초를 안으로 들여와라 đưa bồn hoa vào trong.

들음직하다 Đáng nghe.

들이 Tiếp từ, đi trước một số danh từ, chỉ, rất mạnh, đột nhiên. ~갈기다 đánh mạnh

들이굽다 Gấp vào trong. 팔이 들이굽지 내굽나 「tục ngữ」 Giọt máu đào hơn ao nước lã.

들이닥치다 Ập vào, xông vào, gặp phải. 경찰이 노름판에 ~ cảnh sát ập vào chiếu bạc.

들이대다 Cãi cự, cự nự. 그는 상사에게 정면으로 ~ anh ta cãi cự trực tiếp với cấp trên.

들이덤비다 Xông vào, tấn công vào. 아무에게 ~ xông vào ai.

들이밀리다 Bị động từ của "들이밀다", bị xô, bị đẩy, bị dồn, bị lùa. 그는 상대 선수에게 들이밀려 부상을 당했다 anh ta bị vận động viên đối phương đẩy bị thương.

들이박다 Đóng sâu vào. 못을 나무에 ~ đóng cây đinh vào sâu thân cây.

들이받다 Đâm vào, va vào, húc vào, tông vào. 나무를 ~ đâm vào cái cây.

들이부수다 Phá, dỡ, đập bỏ. 낡은 집을 ~ đập bỏ căn nhà cũ.

들이불다 ①Thổi vào. ②Thổi mạnh. 바람이 ~ gió thổi mạnh.

들이붓다 Đổ, xối, dội 소나기가 물을 ~듯이 쏟아졌다 mưa rào rơi như xối nước.

들이빨다 Mút ừng ực, mút mạnh. 젖을 ~ mút

sữa. 아기는 배가 고팠는지 젖을 ~ đứa bé đói hay sao mút sữa ừng ực.

들이세우다 Dựng vào bên trong. 우산을 실내에 ~ dựng cái ô vào trong phòng.

들이쉬다 Hít vào, thở vào. 숨을 ~ thở vào. 숨을 깊이 ~ thở sâu vào trong.

들이쌓이다 Được chất vào trong, chất vào. 창고에 쌀이 ~ gạo được chất vào trong kho.

들이쑤시다 Đau nhức, nhức. 골머리가 ~ đau đầu.

들이지르다 Chọc vào, thọc vào. 칼로 아무의 가슴을 ~ chọc dao vào ngực ai.

들이치다 Rọi vào, chiếu vào. 차 안에 해가 들이쳐 더웠다 mặt trời chiếu vào trong xe rất nóng.

들이켜다 Uống ực vào. 물을 꿀꺽꿀꺽 ~ uống nước ừng ực.

들이키다 Tránh vào trong, lánh vào trong.

들이퍼붓다 Dội, xối, tuôn xối xả (mưa, nước). 한 시간째 비가 들이퍼붓고 있다 mưa tuôn xối xả cả tiếng đồng hồ.

들일 Việc đồng áng. ~나가다 đi làm đồng. ~을 하다 làm đồng.

들입다 Quá sức, mạnh mẽ, nhiều. ~공부하다 học quá sức.

들장미(-薔薇) Hoa hồng dại.

들쥐 Chuột đồng.

들짐승 Con thú hoang, động vật hoang dã.

들쭉날쭉 Gồ ghề, lồi lõm. ~하다. ~한 해안선 bờ biển gồ ghề.

들창(-窓) Cửa sổ lùa, cửa sổ đẩy. 달빛이 들창 틈으로 은은히 흘러들어왔다 ánh trăng lẳng lặng chiếu vào qua khe cửa sổ lùa.

들추다 Giơ lên để tìm. 이불을 ~ giơ chăn để tìm.

들추어내다 Lục tìm ra, giơ lên để tìm ra. 서랍에서 돈을 ~ tìm ra tiền trong ngăn kéo.

들치기 Lừa dối, lừa gạt, ăn trộm, cắp. ~하다. ~상습범 tên tội phạm chuyên nghiệp.

들치다 Nắm lấy một góc. 이불을 ~ nắm lấy chăn.

들키다 Bị phát hiện, bị lộ. 우산을 훔치다가 ~ ăn trộm cái ô bị lộ.

들통나다 Bị lộ ra, bị bại lộ. 음모가 ~ âm mưu bị bại lộ.

들판 Cánh đồng. 끝없이 펼쳐진 ~ cánh đồng trải dài mênh mông.

듬뿍 Đầy tràn, tràn, nhiều. 설탕 큰 술 하나 ~ một thìa đường lớn đầy.

듬성듬성 Thưa thớt, lác đác. 털이 ~나다 lông mọc thưa thớt. 나무를 ~심다 trồng cây thưa.

듬쑥 Nắm chặt, ôm một cách tình cảm. 인형을 듬쑥 끌어안다 kéo ôm chặt lấy con búp bê.

듬쑥하다 ①Uy nghiêm, đường hoàng, đạo mạo. ②Nhiều.

듯 Hình như, vẻ như. 비가 올~ 하다 hình như trời muốn mưa.

듯싶다 Giống như, có vẻ như. 그는 학생인 ~ hình như anh ta là học sinh.

듯이 Giống như, như là, như. 자기 아들 사랑하~ 사랑하다 yêu như yêu con mình.

듯하다 Hình như, dường như, giống như. 정직한 사람인 ~ như một người trung thực.

등 ①Cái lưng. 등을 맞대고 눕다 nằm đối lưng với nhau. ②Mặt sau, sống (sự vật). 칼의 ~ sống dao.

등(等) ①Cấp, bậc (xếp

loại). 일~ bậc một, đứng đầu, nhất.

등가(等價) Cùng giá trị, cùng giá.

등각(等角) Đẳng giác, góc đều. ~삼각형 hình tam giác đều. ~선.

등갓(燈-) Cái pha đèn, cái chao đèn.

등거리(等距離) Cùng khoảng cách. ~사격 bắn cùng cự ly.

등걸 Gốc, rễ (cây). 나뭇~을 캐내다 đào gốc cây.

등걸잠 Để nguyên quần áo ngủ, không đắp gì. ~자다 ngủ để nguyên quần áo.

등고선(等高線) Đường đẳng cao.

등골 Xương sống. ~(을) 빨아먹다 hút xương tủy, bóc lột sạch.

등교(登校) Đăng trường, đi học, đến trường. ~하다. ~시간 thời gian đi học.

등급(等級) Bậc, cấp, loại

~을 매기다 đánh bậc, phân loại.

등기(登記) Đăng ký. ~하다. ~가 되어 있다 đã được đăng ký.

등기우편(登記郵便) Thư bảo đảm. ~으로 부치다 gửi bằng thư bảo đảm.

등단(登壇) ①Lên bục, lên diễn đàn. ~하다 ②Tham gia lần đầu tiên vào lĩnh vực xã hội nào đó.

등달다 Lo lắng, thất vọng, bực bội.

등닿다 Giúp đỡ, ủng hộ.

등대(等待) Chuẩn bị trước và chờ đợi. ~하다.

등대(燈臺) Ngọn hải đăng. 등댓불 ~ ánh sáng hải đăng.

등대다 Dựa vào, nhờ vào. 자네는 언제든 그에게 등댈 수 있다 cậu bất cứ lúc nào cũng có thể nhờ được anh ta.

등덜미 Phần trên của lưng.

등등(等等) Vân vân, vv...

~의 요구를 하고 있다 cô ấy đang đòi hỏi mua xe, mua nhà vv. .

등등하다(騰騰-) Đằng đằng, mạnh mẽ, rất nhiều. 기세가 ~ khí thế mạnh mẽ.

등락(騰落) Tăng và giảm. 주가(株價)의~ tăng giảm của giá cổ phiếu.

등록(登錄) Đăng ký. ~하다. ~기간 thời gian đăng ký. 상표를 ~ đăng ký thương hiệu.

등롱(燈籠) Đèn lồng. 석~ đèn lồng đá.

등반(登攀) Trèo lên, leo lên, chinh phục (núi, nơi cao). ~하다.

등받이 Cái phần tựa của nghế. ~가 없는 의자 ghế không có tựa.

등번호 Số lưng áo.

등본(謄本) Bản sao, bản trích lục. 호적~ bản sao hộ khẩu.

등분(等分) Chia đều, đẳng phân. ~하다. 비용을 ~다 chia đều chi phí.

등불(燈-) Ngọn đèn, ánh sáng đèn. ~을 켜다 [끄다] bật đèn [tắt đèn]. ~ 아래서 글을 읽다 đọc sách dưới ánh đèn.

등뼈 Xương sống, xương lưng. =등골뼈.

등산(登山) Leo núi. ~하다. ~가다 đi leo núi.

등성이 Phần lưng, lưng.

등세(騰勢) Xu thế tăng lên. 물가가 ~를 보이고 있다 vật giá đang cho thấy xu hướng tăng lên.

등속(等速) Cùng tốc độ. ~으로 움직이는 물체 vật thể di chuyển cùng tốc độ.

등수(等數) ①Thứ tự, cấp bậc. ~가 낮다 số thứ tự thấp hơn. ②Cùng con số.

등신(等神) Chỉ người rất ngu dốt. ~같은 등 ngu dốt. ~같은 짓을 하다 làm cái trò ngu dốt.

등심(燈心) Ngọn đèn, bấc đèn.

등쌀 Sự quấy phá, gây

phiền toái. 모기~에 잠을 잘 수가 없다 muỗi gây khó chịu quá không ngủ được.

등외(等外) Ngoài hạng, ngoài giới hạn. ~로 처지다 bị tụt ra sau.

등용(登用/登庸) Tuyển dụng (người tài). ~하다. 인재를 ~하다 tuyển dụng nhân tài.

등용문(登龍門) Cửa tiến thân. 젊은 이들의~ cửa tiến thân của giới trẻ.

등위(等位) Cùng cấp bậc.

등유(燈油) Dầu đèn.

등자(鐙子) Cái yên (ngựa). ~에 발을 걸치다 mắc chân vào yên ngựa.

등잔(燈盞) Cái bàn đèn, chân đèn, bụng đèn. ~밑이 어둡다 「tục ngữ」 Chân đèn thì tối, ở ngay sát mà không biết.

등장(登場) ①Ra sân khấu. ~하다 ②Xuất hiện. 신무기의~ sự xuất hiện của vũ khí loại mới.

등정(登頂) Lên đến đỉnh, đỉnh núi. ~하다. 히말라야 ~에 나서다 lên đứng trên đỉnh Himalaya.

등지(等地) Nhiều nơi khác nữa. 경주, 부산 ~로 돌아다니다 đi nhiều nơi như Kyongju, Busan.

등짐 Gánh nặng trên lưng. ~을 지고 cõng gánh nặng trên lưng.

등차(等差) Sự khác biệt, khoảng cách. ~를 두다 để một khoảng cách.

등청(登廳) Lên cơ quan làm việc, đi làm. ~하다.

등촉(燈燭) Đèn và nến.

등치다 Lừa gạt, phỉnh, lừa đảo. 등쳐먹는 놈 cái đồ lừa đảo. 아무를 ~ lừa ai.

등피(燈皮) Chụp đèn, cái bóng đèn dầu (để cho đèn đỡ tắt). ~를 씌우다 gắn chụp đèn vào.

등하불명(燈下不明) Chân đèn thì tối, chỉ không thể tìm được

người hay sự vật ngay bên cạnh.

등한(等閒) Ẩu, cẩu thả. ~하다. ~히 một cách cẩu thả.

등허리 Lưng và eo.

등화(燈火) Ánh đèn. ~관제하다 điều khiển ánh đèn. ~신호 tín hiệu ánh đèn.

디 Thô câu hỏi về quá khứ, hỏi người ít tuổi hơn, có phải là đã, đã từng, từng. 싼 것이 있디? Có cái rẻ sao? 배가 그렇게 고프디? Bụng đau đến mức thế sao?

디너 Bữa tối (dinner). ~에 초대 받았다 được mời ăn bữa tối.

디디다 Dẫm lên và đè xuống, dẫm và xoay xoay. 땅을 ~ dẫm chân lên đất.

디딤돌 Bậc đá, thềm đá. 실패를 성공의 ~로 삼다 lấy thất bại là nấc thang đá của thành công.

디램 DRAM (máy tính).

디렉터 Giám đốc (director).

디비 Viết tắt của DB, cơ sở dữ liệu.

디스카운트 Giảm giá (discount). 그녀는 정가에서 20% ~해 줬다 cô ấy đã giảm 20% so với giá qui định. ~세일 bán hạ giá (discount sale).

디스코 Nhạc Disco.

디스크 Đĩa đệm (trong y học) (disk).

디자이너 Nhà thiết kế (disigner). 공업[상업]~ thiết kế công nghiệp [thương nghiệp].

디자인 Thiết kế. ~하다. ~료 chi phí thiết kế.

디저트 Món tráng miệng (dessert). 아이스크림이 ~로 나왔다 có tráng miệng bằng kem.

디젤 Diesel chạy dầu. ~엔진 động cơ diesel.

디플레 Làm giảm lạm phát (deflation). ~정책

chính sách giảm lạm phát.

딜러 Người buôn bán (dealer). 중고차~ buôn bán xe cũ.

딜럭스 Sang trọng, xa xỉ (deluxe). ~한 식사 bữa ăn sang trọng.

딜레마 Tình trạng tiến thoái lưỡng nan (dilemma). ~에 빠지다 rơi vào cảnh tiến thoái lưỡng nan.

딩딩하다 Mạnh khoẻ. 노인이 아직~ cụ già này vẫn mạnh khoẻ.

따갑다 Sắc sảo, sắc nhọn. 눈이 ~ ánh mắt sắc nhọn.

따귀 Mang tai. =뺨따귀. ~를 때리다 tát tai. ~를 맞다 bị tát tai.

따끈하다 Nóng, ấm. 따끈한 커피 cà phê nóng.

따끔거리다 Chói, rát. 귀가 ~ rát tai. 목이 ~ rát cổ.

따끔따끔 Nóng, nóng ran. 상처가 ~ 쑤신다 vết thương nhức buốt lên.

따끔하다 Khắc nghiệt, dữ dội. 따끔한 비평 sự phê phán dữ dội.

따님 Xưng hô chỉ tôn trọng con gái người khác, cô con gái. 선생님의 둘째 ~ con gái thứ của thầy.

따다 Hái, bứt. 꽃을 ~ hái hoa.

따다 Khác, khác biệt. 딴 문제 vấn đề khác.

따돌리다 Cô lập, không chơi với. 동네에서 따돌림을 받다 bị trong xóm cô lập.

따뜻이 Thân thiện, nhiệt tình. ~ 대하다[대접하다] đón tiếp một cách thân thiện.

따뜻하다 Ấm áp. 따뜻한 날씨 thời tiết ấm áp.

따라가다 Đi theo. 아버지를 ~ theo bố. 형의 뒤를 ~ đi theo anh trai.

따라붙다 Bám theo, theo sát. 순찰차가 범인차를 따라붙고 있었다 xe cảnh sát đang bám theo xe tội phạm.

따라서 Vì thế, do thế. 그 물건은 품질이 좋고 ~ 값도 비싸다 chất lượng của sản phẩm đó tốt và như thế giá cũng đắt.

따라오다 Theo đến, đuổi theo. 나를 ~세요 Hãy đi theo tôi.

따라잡다 Theo kịp, bám kịp, đuổi kịp. = 따라붙다.

따로 Tách biệt, riêng. ~살다 sống riêng. ~두다 để riêng.

따르다 Tuân thủ, tuân theo. 그는 상사의 명령에 ~ anh ta tuân theo mệnh lệnh cấp trên

따르다 Rót, đổ. 주전자의 물을 ~ rót nước vào ấm.

따름 Chỉ, duy nhất, chỉ là, không có gì khác. 나는 그에게 전화를 했을 ~이다 tôi chỉ điện thoại cho anh ta không làm gì khác.

따리 Nịnh bợ. ~(를) 붙다 nịnh nọt, nịnh bợ. ~꾼 quân nịnh bợ.

따먹다 Bứt ăn, Đánh ăn được(cờ).

따분하다 Mệt mỏi. 날씨가 더워 ~ mệt mỏi vì trời nóng.

따사롭다 Ấm áp. 햇살은 ~ ánh sáng ấm áp.

따스하다 Ấm áp, ấm, nóng. 따스한 물 nước ấm. 따스한 날씨 thời tiết ấm áp.

따옴표(-標) Dấu ngoặc (có " ", ' ' vv.). ~를 찍다 đánh dấu ngoặc.

따위 Nhiều thứ khác, vân vân. 사과,배~ táo, lê vv.

따지다 Phân loại, phân biệt. 좋은 책과 그렇지 못한 책을 ~ phân loại sách tốt và không tốt.

딱 Nở rộng ra, bự ra. 입을 ~ 벌리다 há hốc

miệng ra.

딱다그르르 Công cốc, cồng cộc. ~구르다 lăn cồng cộc.

딱딱 Rắc rắc, tách tách. 손뼉을 ~ 치다 tiếng vỗ tay lách bách.

딱딱거리다 Đe doạ, dọa nạt, ăn hiếp. 그녀는 늘 남편에게 딱딱거린 다 cô ấy lúc nào cũng ăn hiếp chồng.

딱딱이 Thanh gỗ để gõ kêu lắc cắc. ~를 치다 gõ thanh gỗ kêu lắc cắc.

딱딱하다 Cứng, rắn, khô cứng. 딱딱한 나무 cây cứng.

딱부릅뜨다 Nhìn chằm chằm. 눈을 ~고 mắt nhìn chằm chằm.

딱바라지다 Thấp mà mập, lùn mà mập. 딱바라진 중년 남자 người đàn ông trung niên lùn mà mập.

딱지 Giấy niêm phong, giấy làm dấu. ~를 붙다 dán giấy niêm phong.

딱지 Từ chối. ~맞다 bị từ chối.

딱총(-銃) Pháo ném.

딱하다 Tội nghiệp, đáng thương. 딱하게도 thật đáng thương.

딴 Theo, theo với, với, đối với. 그는 제~엔 잘 한다고 생각하고 있다 anh ấy đang nghĩ rằng mình đang làm tốt công việc

딴 Khác, cái khác. ~날 hôm khác. ~돈 tiền khác

딴것 Cái khác. ~을 보여 주시오 Cho xem cái khác. 이것 말고 ~을 주세요 không phải cái này đưa cái khác cho tôi.

딴데 Chỗ khác, nơi khác. ~를 보다 nhìn đi nơi khác.

딴마음 Suy nghĩ khác, ý định khác, toan tính khác. ~이 있는 có toan tính khác.

딴말 Nói lời khác, lời nói không liên quan gì đến

sự việc, nói lảng. ~하다. 지금 ~을 하지 마라 bây giờ đừng có nói lảng thế.

딴사람 Người khác. ~과 약속 있다 có hẹn với người khác.

딴살림 Sống riêng. ~하다.

딴생각 Toan tính khác, suy nghĩ khác. ~을 품다 mang toan tính khác.

딴소리 Nói lảng, nói tránh đi. = 딴말.

딴은 Đúng là, đúng thật là. ~하지만 그러나 đúng là như thế nhưng.

딴전 Hành động không liên quan gì. ~ 부리다 làm cái trò đâu đâu.

딴죽 Ngáng chân. ~걸다 móc chân.

딴판 Hình ảnh khác hoặc thái độ khác. 아주 ~이다 hoàn toàn khác

딸 Con gái. 맏~ con gái đầu lòng. 막내~ con gái út

딸기 Dâu tây. ~밭 ruộng dâu. ~를 따다 hái dâu

딸꾹거리다 Nấc, nghẹn.

딸꾹질 Nấc, nghẹn. ~하다. ~을 하면서 말하다 vừa nấc vừa nói.

딸리다 Gắn chặt vào, gắn vào. 이 열차에는 식당차가 딸려 있다 tàu hỏa này có cả toa ăn.

땀 Mồ hôi. ~을 흘리다 chảy mồ hôi.

땀기(- 氣) Hơi ra mồ hôi. 손에 ~가 있다 tay lấp thấp mồ hôi.

땀나다 Mệt mỏi, lo lắng. 땀나는 일 những ngày lo lắng.

땀내 Mùi mồ hôi. ~ 나다 có mùi mồ hôi. ~ 나는 옷 áo có mùi mồ hôi.

땀띠 Các vết nổi trên da do chảy mồ hôi, mẩn đỏ. ~가 돋다 mọc các mẩn đỏ.

땀방울 Giọt mồ hôi. 이마에 ~이 맺히다 giọt mồ hôi đổ trên trán.

땀빼다 Toát mồ hôi, sợ. 일하느라 ~ toát mồ hôi làm việc.

땀샘 Tuyến mồ hôi.

땅 Lục địa, đất liền. 바다에서 사는 생물과 ~에서 사는 생물 sinh vật sống ở biển và ở đất liền.

땅 Tầng, đoàng (tiếng súng). 총을 ~ 쏘다 bắn súng cái đoàn.

땅거미 Hoàng hôn. ~질 때에 lúc hoàng hôn lặn.

땅광 Đường hầm đất, phòng dưới đất.

땅굴(-窟) Hang đất. ~을 파다 đào hang. ~속으로 숨기다 trốn vào trong hang.

땅기다 Căng, căng lên. 얼굴이 ~ khuôn mặt căng lên.

땅꾼 Người đi bắt rắn.

땅내 Mùi đất. ~맡다 cây bén đất nơi khác.

땅덩이 Cục đất (hay chỉ đại lục, lãnh thổ, quả đất). ~ 위에 살고 있는 모든 인류 tất cả nhân loại đang sống trên trái đất.

땅땅 Đoàng đoàng, tằng tằng. 총을 ~ 쏘다 súng bắng tằng tằng.

땅바닥 Nền đất, mặt đất. ~에 앉다 ngồi trên mặt đất.

땅벌 Ong đất.

땅벌레 Côn trùng đất.

땅속 Trong lòng đất. ~의 보물 báu vật trong lòng đất.

땅울림 Tiếng kêu của đất khi vật nặng rơi xuống hoặc vật nặng đi qua. ~하다.

땅콩 Củ lạc, lạc, đậu phộng. 땅콩을 까먹다 bóc lạc ăn.

땅파기 Đào đất, đào bới. 이 땅은 돌이 많아 땅파기가 힘들다 đất này nhiều đá nên khó đào.

땅파먹다 Đào đất bán ăn.

땋다 Bện. 머리를 ~ bện tóc.

때 Thời gian, khi, lúc, mùa. ~가 지나면 nếu

thời gian trôi đi.

때 Bẩn, đất bẩn, bụi. ~밀이 cái kỳ rác,(bông tắm)

때꾼하다 Kiệt sức. 때꾼한 눈 ánh mắt kiệt sức.

때다 Bị bắt. 소매치기가 경찰에 ~들어갔다 bọn móc túi bị cảnh sát bắt.

때때로 Thỉnh thoảng, đôi lúc. ~ 편지가 오다 thỉnh thoảng có thư đến

때려눕히다 Đánh gục. 상대를 한 방에 ~ một phát đánh gục đối thủ.

때려부수다 Đánh tan tác, đánh đổ. 인종 차별의 벽을 ~ đánh đổ bức tường phân biệt màu da.

때려죽이다 Đánh chết.

때려치우다 Dừng, ngừng, bỏ dở. 학교를 ~ bỏ học.

때로는 Đôi lúc, thỉnh thoảng. 나는 ~ 일찍 일어날 때도 있다 thỉnh thoảng đôi lúc tôi dậy sớm.

때리다 Đánh, đập, tát. 머리를 ~ đánh vào đầu.

때마침 Đúng lúc. ~들어오다 vào đúng lúc.

때맞다 Đúng lúc.

때문/때문에 Vì, bởi vì, do (đứng sau danh từ). 돈~ vì tiền. 그~ vì anh ta.

때묻다 Bám bẩn, bám bụi, bị bẩn. 때묻은 정치인 chính trị gia bẩn thỉu.

때물 Bẩn thỉu, bẩn.

때아닌 Không đúng lúc. ~꽃 hoa nở không đúng lúc.

때없이 Tuỳ lúc, tuỳ tiện.

때우다 Bịt, trét, trám. 구멍을 ~ bịt cái lỗ. 신발을 ~ bịt giày.

땔감 Củi.

땔나무 Củi. ~꾼 người chặt củi hoặc chỉ người quá ngây thơ. ~를 하다 chặt củi.

땜 Trát, bịt kín, lấp, hàn. ~하다. 냄비가 구멍 나 ~이 필요하다 cái chảo bị thủng cần phải trám lại.

땜납 Miếng thiếc hàn. ~으로 붙이다 dùng thiếc hàn gắn lại.

땟국 Vết bẩn. 얼굴에 ~이 끼다 có vết bẩn bám trên mặt.

땡땡이 Lêu lổng. ~부리는 사람 người lêu lổng.

땡땡하다 Căng, chật.

떠가다 Bồng bềnh, bay. 하늘에 ~ bồng bềnh trong bầu trời.

떠나다 Rời, ra đi, xuất phát. 고향을 ~ rời quê hương.

떠내다 ①Múc nước ra, ép nước ra. ②Vớt cái nổi trong nước ra.

떠내려가다 Trôi theo dòng nước. 홍수에 ~ trôi theo cơn lũ.

떠다니다 Bay trong không trung. 구름이 하늘에 ~ mây trôi trong bầu trời.

떠다밀다 Đẩy. 문을 ~ đẩy cửa. 아무를 옆으로 ~ đẩy ai sang một bên.

떠돌다 Lang thang. 떠도는 사람 người lang thang.

떠들썩거리다 Làm ầm ĩ, làm náo loạn. 하나도 떠들썩거릴 일이 아니다 chẳng có việc gì mà làm ầm ĩ lên cả.

떠들썩하다 Bị nhấc lên, bị vén lên.

떠들치다 Vén, tiết lộ. 회사의 내부 사정을 ~ tiết lộ nội tình công ty.

떠름하다 Khó nuốt, khó ăn.

떠맡기다 Chủ động từ của "떠맡다", giao cho, giao phó, phân việc cho. 일을 억지로~ ép giao việc cho ai. 가게 일을 딴 사람들에게 ~ giao việc cửa hàng cho người khác.

떠맡다 Đảm đương, đảm nhận, chịu. 사장 자리를 ~ đảm nhận vị trí giám đốc.

떠메다 Mang, vác. 그는

힘들여 쌀부대를 ~ anh ta vác bao gạo nặng nhọc.

떠받다 Húc. 쇠뿔에 ~히다 bị bò húc.

떠받들다 Cung kính, quí trọng. 부모를 ~ cung kính bố mẹ.

떠받치다 Chống, đỡ cho không sập. 벽을 기둥으로 ~ dùng cây gậy chống tường.

떠벌리다 ①Khoa trương, khoác lác. ②Mở tiệc lớn.

떠보다 ①Cân. ②Thử, thăm dò (người khác). 아무의 사람됨을 ~ thử lòng ai.

떠오르다 Nổi lên, mọc lên. 배를 떠오르게 하다 làm cho con thuyền nổi lên.

떠지껄하다 Làm ầm ĩ, nói ầm ĩ. 떠지껄하게 làm ầm ĩ.

떡 Bánh gạo, bánh bột. ~을 빚다 vắt bánh, nặn bánh.

떡가루 Bột làm bánh. ~를 반죽하다 nhào bột bánh.

떡벌어지다 Mở ra, trải ra, giăng ra. 가슴이 ~ ngực nở.

떡잎 Lá mầm. 될성 부른 나무는 ~부터 알아본다「tục ngữ」Cây tốt nhìn lá mầm cũng biết.

떨기 Khóm, bụi. 국화~ khóm cúc.

떨다 Run (lạnh hoặc sợ). 무서워서 ~ sợ quá mà run.

떨다 Giũ, bóc ra, lột ra. 먼지를 ~ giũ bụi.

떨다 Làm, thực hiện (giả vờ, nũng nịu). 방정~ vênh váo, láo toét.

떨떨하다 Kẹt xỉn, keo kiệt, khó tính. 떨떨한 사내 người vợ khó tính

떨리다 ①Bị động từ của "떨다", bị bóc ra, bị tróc ra, bị giũ ra. ②Bị cho thôi việc.

떨어내다 Bóc ra, giũ ra, tách ra. 담요에서 먼지

를 ~ giũ bụi ra.

떨어뜨리다 Làm cho rơi xuống, đánh rơi, giảm xuống. 잔을 ~ đánh rơi cốc.

떨어먹다 Bán mà ăn, ăn hết. 가산을 다 ~ ăn hết tài sản trong nhà.

떨어지다 ①Rớt, rơi. 거꾸로 ~ rơi ngược xuống. ②Mất tình cảm. ③Giảm xuống, tụt xuống (nhiệt độ, giá cả, giá trị, thành tích vv.). 온도가 ~ nhiệt độ giảm xuống.

떨이 Còn lại bán nốt, bán tháo, hoặc sự vật còn lại bán tháo.

떨치다 Lan tỏa, tỏa ra. 명망이 전국에 ~ danh tiếng lan tỏa khắp nước.

떨치다 ①Rũ, giũ ra. ②Vứt bỏ, loại bỏ. 걱정을 떨쳐 버리다 hoàn toàn vứt bỏ mọi lo lắng.

떫다 ①Sống, sượng, chát. 떫은 감 hồng sượng. ②Hành động, thái độ khó chịu.

떳떳이 Đường hoàng, chính đáng, hiên ngang. ~행동하다 hành động một cách đường hoàng.

떳떳하다 Đúng, đường hoàng, hiên ngang. 떳떳한 방법 cách thức chuẩn.

떼 Đàn, bầy, nhóm. 소 한~ một đàn bò. ~를 지다 kết bầy. 양~ đàn cừu.

떼 Khăng khăng đòi. ~를 쓰다 khăng khăng đòi viết. ~를 부리다 khăng khăng gọi.

떼거지 Đám ăn mày.

떼과부(-寡婦) Người quả phụ do chiến tranh hoặc thiên tai một lúc gây ra.

떼굴떼굴 Lăn công cốc, lăn lông lốc. ~구르다 lăn lông lốc.

떼다 ①Bóc, gỡ, tháo, tách. 간판을 ~ tháo tấm biển. ②Trừ, khấu trừ. 세금을 ~고 월 100만원의 수입 thu nhập tháng 1 triệu won trừ thuế.

떼다 Quịt, không trả nợ.

떼밀다 Đẩy, xô. 아무를 ~ xô ai. 바위를 ~ đẩy hòn đá. 문을 떼밀어 열다 đẩy cửa mở ra.

떼어놓다 Đặt tách ra, cách ly ra. 싸움하는 사람을 ~ cách ly hai người đánh nhau ra.

떼어먹다 Quịt, không trả, ăn dần. 공금을 ~ ăn bớt tiền công quĩ. 빚을 ~ quịt nợ.

떼이다 Bị động từ của "떼다", bị quịt. 떼인 외상값 tiền nợ bị quịt.

떼죽음 Chết thành bầy, chết tập thể. ~하다. ~을 당하다 bị chết tập thể.

떼치다 ①Bóc ra, tháo ra, gỡ ra. ②Từ chối. 요구를 ~ từ chối yêu cầu của ai.

뗏목(-木) Cái bè (gỗ, tre). ~을 엮다 kết bè.

또 Lặp lại, lại, nữa, cũng. 비가 ~ 왔어요 trời lại mưa. 이건 또 뭐야? Lại cái gì thế này nữa đây.

또는 Hoặc, nếu không thì. 내일 ~ 모레 ngày mai hoặc mốt.

또다시 Lần nữa, lặp lại, nữa. ~하다. ~ 읽다 đọc lại.

또닥거리다 Vỗ lách cách. 연필을 가지고 책상을 ~ lấy bút chì vỗ lách cách vào bàn.

또닥또닥 Lách cách. ~하다. =또닥거리다.

또랑또랑하다 Rất sáng, rất rõ, trong. 또랑또랑한 목소리로 giọng nói trong trẻo.

또래 Cùng tuổi. 모두 그~다 tất cả mọi người cùng tuổi. 우리 나이~ cùng tuổi với chúng tôi. 같은 ~끼리 놀다 cùng tuổi chơi với nhau.

또렷또렷 Rõ ràng, rành mạch. ~하다. 글씨를 ~쓰다 viết một cách rõ ràng.

또렷이 Một cách rõ ràng.

또박또박 Rõ ràng. ~하다. ~말하다 nói rõ ràng.

또한 Hơn nữa, thêm vào đó. 그녀는 마음도 착하고~ 건강하다 cô ấy hiền lành cũng đẹp nữa.

똑 Rơi kêu túc, tách, cốp, rắc (mưa, vv). ~하다. 머리를 ~때리다 đánh vào đầu cái cốp.

똑 ①Đột nhiên, cái gì đó đang tiếp tục đột nhiên dừng. 소식이 ~끊어지다 tin tức đột nhiên bị ngắt. ②Hết, cạn, không còn. 돈이 ~ 떨어지다 hết sạch tiền.

똑같다 Giống hệt, giống, cùng. ~은 생각을 갖고 있다 có cùng một suy nghĩ giống hệt.

똑같이 Giống nhau. ~보이다 trông giống nhau.

똑딱거리다 Kêu tích tắc, kêu túc tắc. 시계가 ~ đồng hồ kêu tích tắc.

똑딱선(-船) Con thuyền nhỏ.

똑똑 Rơi lích rích, nhỏ lích rích. ~떨어지다 rơi lích rích.

똑똑하다 Rõ ràng. 똑똑한 글씨 nét chữ rõ ràng.

똑똑히 Một cách rõ ràng. ~ 들리다 nghe rõ ràng.

똑바로 Thẳng, đúng như sự thật. ~ 말하면 nói thẳng là.

똑바르다 Thẳng, không xiên. 똑바른 길 đường thẳng băng.

똥 Cứt, phân. 새~ phân chim. 소~ phân bò.

똥값 Giá bèo, giá rẻ. ~으로 팔다 bán rẻ như bèo.

똥개 Chó ăn phân, chó tạp.

똥거름 Phân xanh, phân người. ~장수 người buôn phân xanh.

똥구멍 Lỗ đít. ~으로 호박씨 깐다 dùng lỗ đít bóc hạt, chỉ kẻ giảo hoạt.

똥끝 Cục phân đầu tiên.

~(이) 타다 lo quá ía cứt đen.

똥배 Bụng phân, chỉ cái bụng phệ. ~가 나오다 bụng phệ.

똥싸다 ①Ỉa, đại tiện. ②Sợ, hoảng.

똥오줌 Phân và nước tiểu. 환자의 ~을 받아내다 lấy phân và nước tiểu bệnh nhân.

똥집 ①Tiếng tục, chỉ cái thùng lớn. ②Tiếng tục, chỉ cơ thể. ③Tiếng tục, chỉ dạ dày.

똥차(-車) Xe chở phân, xe hút phân.

똥칠하다(-漆-) Mất mặt.

똥통(-桶) Cái thùng phân.

뙈기 Đơn vị đo diện tích ruộng.

뙤다 Gãy, bể, vỡ.

뙤약볕 Ánh nắng gay gắt. ~을 쬐다 ánh nắng gay gắt chiếu vào.

뚜껑 Nắp, nút. ~을 닫아두다 đóng nắp. ~을 열다 mở nút. 상자~ nắp thùng.

뚜렷이 Một cách rõ ràng. ~감소하다 giảm một cách rõ ràng.

뚜렷하다 Rõ ràng, rõ. 뚜렷한 구별 sự phân biệt rõ ràng.

뚜벅뚜벅 Đi lọc cọc, đi lộc cộc. ~걷다 đi lộc cộc.

뚝 Rơi cái bụp, rơi cái bốp, rơi cái cộc. ~하다. ~떨어졌다 rơi cái cụp.

뚝뚝 Từng giọt, lã chã từng giọt. =똑똑. 그녀는 눈물을 ~흘렸다 nước mắt cô ấy rơi lã chã.

뚝뚝하다 Cộc lốc, cộc, thô. 뚝뚝하게 말을 하다 nói một cách cộc lốc.

뚝심 Sức chịu đựng, khả năng chịu đựng. ~센 사람 người có khả năng chịu đựng tốt.

뚫다 ①Đục, xuyên, đào, làm cho thông. 벽에 구멍을 ~ đục lỗ lên tường. ②Tìm cách giải quyết.

뚫리다 Bị động từ của "뚫다", bị đục lỗ, bị khoét lỗ. 구멍이 ~ cái lỗ được thông.

뚫어내다 Đục thủng, làm cho thủng, làm cho thông suốt. 산에 터널을 ~ làm thông suốt đường hầm qua núi.

뚫어지게보다 Nhìn xoáy vào, chìn chằm chằm, nhìn như muốn thủng. 아무를 ~ nhìn xoáy vào ai. 아무의 얼굴을 ~ nhìn xoáy vào mặt ai.

뚫어지다 ①Bị thủng, bị hở. 양말에 구멍이 ~ tất có lỗ thủng. ②Thông suốt.

뚱딴지 ①Người ngu đần ngoan cố. ②Đần độn. ~같은 생각 suy nghĩ đần độn.

뚱땅거리다 Đánh trống rộn ràng. 뚱땅거리며 놀다 chơi rộn ràng.

뚱뚱보 Thằng mập, người mập, béo phì. 그녀는 ~다 cô ấy là đồ mập thù lù.

뚱뚱하다 ①Béo, mập. 뚱뚱한 여자 người phụ nữ béo. ②Bụng to lên, bụng bự lên.

뚱보 ①Thằng đần, kẻ ngu đần. ②Kẻ mập thù lù.

뚱하다 Đần, thần. 뚱한 얼굴을 하다 thần mặt ra.

뛰놀다 Tung tăng chơi, chạy nhảy. 어린애들이 놀이터에서 뛰놀고 있다 bọn trẻ đang tung tăng chơi ngoài công viên.

뛰다 ①Chạy. ~어가다 chạy đi. ②Nhảy cẫng lên. 기뻐서 ~ mừng quá nhảy cẫng lên. ③Vượt, vượt qua, bỏ qua. 어려운 구절을 건너~ bỏ qua những đoạn khó

뛰다 Mạch đập. 맥박이~ mạch đập. 가슴이 ~ ngực đập.

뛰어가다 Chạy đi. 학교에 ~ chạy đến trường. 단숨에 ~ chạy một mạch.

뛰어나가다 Chạy ra. 밖으로 ~ chạy ra ngoài. 방에서 ~ từ trong phòng chạy ra.

뛰어나다 Nổi trội, nổi, giỏi hơn người khác. 뛰어난 미인 một mỹ nhân vượt trội.

뛰어내리다 Nhảy xuống. 말에서 ~ nhảy trên ngựa xuống. 창문에서 ~ nhảy từ trên cửa sổ xuống.

뛰어넘다 Nhảy qua. 담을 ~ nhảy vượt qua bức tường. 장애물을 ~ chạy vượt chướng ngại vật. 뛰어다니다

뛰어들다 Nhảy xuống, nhảy vào. 다리에서 강으로 ~ nhảy trên cầu xuống sông.

뛰어오다 Chạy đến. 한 아이가 우리에게 뛰어왔다 một đứa bé chạy đến với chúng tôi.

뛰어오르다 ①Nhảy lên, vọt lên. 뛰어올라 타다 nhảy lên cưỡi. ②Tăng vọt lên (giá cả).

뜨개실 Chỉ đan.

뜨개질 Đan. ~하다 đan. ~장갑 găng tay đan.

뜨거워지다 ①Trở nên nóng. 엔진이 뜨거워지기 시작했다 máy bắt đầu nóng lên. ②Bị sốt.

뜨겁다 Đỏ mặt, nóng mặt. 부끄러워 얼굴이 ~ xấu đổ nóng cả mặt/ đỏ mặt.

뜨기 Tiếp từ, đi sau một số danh từ, chỉ cái thằng, gã. 시골 ~ thằng nhà quê.

뜨끈하다 Nóng. 뜨끈한 국 canh nóng. 국을 뜨끈하게 데우다 hâm nóng canh cho nóng.

뜨내기 Chỉ người đi lang thang đây đó. ~로 일해서 살아가다 lang thang làm việc kiếm sống.

뜨다 Thẫn thờ, đù đờ. 눈치가 ~ mắt mũi đần. Cùn, không sắc. 칼날이 ~ lưỡi dao cùn.

뜨다 Nổi lên, bay, hiện

lên. 물 위에 떠 있는 나뭇잎 lá cây nổi trên mặt nước.

뜨다 Cũ, mục, nát. 날이 더워 창고에 둔 쌀이 떴다 trời nóng gạo để trong kho hư hết.

뜨다 ①Mở mắt. 눈을 크게 ~ mở to mắt. ②Dỏng tai lên. 귀를 ~ vểnh tai lên.

뜨다 ①Đan, bện. 그물을 ~ đan lưới đánh cá. 양말을 ~ đan tất (vớ). ②Khâu, vá. ③Xăm.

뜨다 Học theo. 본을 ~ học theo, theo gương. 아무의 나쁜 점을 본~ theo gương xấu ai.

뜨듯하다 Ấm, nóng. 뜨듯한 날씨 thời tiết ấm áp. 뜨듯한 방 căn phòng ấm áp.

뜨막하다 Thưa, ít, thỉnh thoảng mới có. 오늘은 일요일이라서 버스가 ~ hôm nay là chủ nhật nên xe buýt thưa.

뜨음하다 Ít, thưa, ít có. 집 소식이 ~ ít có tin nhà.

뜨이다 ①Bị động từ của "뜨이다", mở mắt. 아침 다섯 시에 눈이 ~ sáng mai sáu giờ mở mắt ra. ②Nổi bật. 눈에 뜨이게 làm cho nổi bật, làm cho mọi người nhìn thấy.

뜬구름 Đám mây trôi. ~같은 인생 cuộc đời như áng mây trôi.

뜬눈 Không ngủ, thức trắng. ~으로 밤을 새우다 thức trắng đêm không ngủ.

뜬소문(-所聞) Tin đồn nhảm. 라는 ~이 돌아다니다 có tin đồn nhảm là...

뜬숯 Than sau khi đã cháy, than củi.

뜯기다 ①Bị động từ của "뜯다", bị bóc, bị xé, bị rách. ②Bị động từ của "뜯다", bị lừa, bị gạt. 돈을 ~ bị lừa tiền. ③Bị động từ của "뜯다", bị xâu xé, bị đốt.

뜯다 ①Bóc, xé, vặt, nhổ, tách ra, mở. 고기를 ~ xé thịt. 닭의 털을 ~ bứt lông gà. ②Xé ăn. 불갈비를 ~ xé thịt nướng ăn.

뜯어고치다 ①Tháo ra sửa. 헌 집을 ~ tháo cái nhà cũ ra sửa. ②Sửa, sửa chữa, điều chỉnh.

뜯어내다 Bóc ra, lấy ra, xé ra, tách ra. 달력 한 장을 ~ bóc một tờ lịch. 옷에서 실밥을 ~ rút chỉ thừa từ áo. 잡풀을 ~ nhổ cỏ tạp.

뜯어말리다 Ngăn, can. 싸움을 ~ ngăn đánh nhau.

뜯어먹다 ①Xé ăn, bứt ăn, rỉa ăn. 닭고기를 ~ xé thịt gà ăn. ②Giành lấy gì đó, kiếm lấy gì đó.

뜯어보다 ①Bóc ra xem, mở xem. 편지를 ~ bóc thư xem. ②Nhìn kỹ.

뜰 Khoảng trống xung quanh nhà, sân, vườn. 앞[뒤]~ sân trước[sau].

뜸 Tấm thảm bằng tranh rạ. ~으로 지붕을 이은 집 nhà lợp bằng mái tranh.

뜸 Hầm, hầm kỹ, cho sôi lâu.

뜸들이다 ①Nấu kỹ, hầm. ②Làm kỹ việc.

뜸직뜸직 Sâu sắc, chín chắn. ~말하다 nói sâu sắc.

뜸직이 Một cách sâu sắc, một cách chắn chắn.

뜻 ①Ý định, mong muốn, suy nghĩ 할~ 있다 có ý định,có ý. ②Ý nghĩa, có ý. ~이 있는 có ý nghĩa.

뜻대로 Theo nguyện vọng, theo ý muốn, theo mong muốn. ~되다 mọi việc như mong muốn.

뜻맞다 ①Đúng ý, đúng nghĩa. ②Hợp ý, hiểu nhau. 그들은 ~ọ hợp ý với nhau.

뜻밖(에) Bất ngờ, không nghĩ đến, ngoài ý muốn. ~의 과 kết quả ngoài dự đoán.

뜻있게 Có ý nghĩa. 돈을 좀 ~써라 hãy dùng tiền cho có ý nghĩa.

뜻하다 Có nghĩa, có ý. 그것은 무엇을 뜻하느냐? Cái đó có nghĩa gì?

띄어쓰기 Viết cách. ~하다.

띄어쓰다 Viết cách. 한 자 한자 ~ viết cách từng chữ từng chữ.

띄엄띄엄 Chầm chậm. 걸음을 ~걷다 đi chầm chậm.

띄우다 Phóng lên, bắn lên. 연을 ~ thả diều.

띄우다 Chủ động từ của "뜨다", cách ra, cách. 사이를 띄워서 cách quãng ra.

띠 ①Dây lưng, dây đai lưng, thắt lưng. ②Cái dây cột hàng, dây đai.

띠 Tuổi (con gì). 그녀는 말 ~이다 cô ấy tuổi ngựa.

띠다 ①Thắt thắt lưng. 띠를 ~ thắt thắt lưng. ②Cầm, mang. 추천서를 ~고 회사를 찾아가라 cầm giấy giới thiệu đến.

띵하다 Đầu nhức, đầu kêu ing ing. 머리가 ~ đầu kêu ing inh.

ㄹ

- -ㄹ Đi với động từ làm bổ ngữ cho danh từ. 할일 việc để là. 잘 시간 thời gian ngủ.
- -ㄹ까 (Câu hỏi). Ư, nhỉ, hay là 정말 일까? Cái đó có phải sự thật không nhỉ.
- -ㄹ까말까 Hay không, làm hay không (chỉ sự chần chừ). 일요일에 그녀를 방문할까말까 망설였다 tôi đang do dự không biết ngày chủ nhật có nên đi thăm cô ấy không
- -ㄹ까하다 Dự tính làm gì. 저녁식사 후에 테니스를 칠까 한다 đang tính ăn xong chơi tenis hay không.
- -ㄹ만큼 Chỉ mức độ, bằng với, từng ấy, như. 나는 집을 지을 만큼 돈이 없다 tôi không đủ tiền để xây cái nhà.
- -(으)ㄹ수록 Càng... càng... 빠르면 빠를수록 좋다 càng nhanh càng tốt.
- -(으)ㄹ수없다 Không thể. 먹을 수 없다 không thể ăn. 추워서 참을 수 없다 lạnh quá chịu không nổi.
- -ㄹ 수있다 Có thể. 할 수 있다 có thể làm được. 될 수 있는 때 로 như có thể. 해결 할 수 있다 có thể giải quyết được.
- -라고해서 Không phải, không hề. 부자~ 반드시 행복한 것은 아니다 không hề giàu có là hạnh phúc đâu.
- -라는 Chỉ mệnh lệnh. 하~ 대로 하라 Hãy

làm như tôi nói.

-라니까 Phải, đúng là, đã nói là (nhấn mạnh). 빨리 가~? đã nói là phải đi nhanh mà.

-라도 Cho dù. 비가 오더라도 cho dù trời mưa. 결과가 어찌 되더 ~ dù kết quả thế nào.

라이벌 Địch thủ. ~의식 tinh thần cạnh tranh.

랩톱 Máy tính xách tay, máy lap-top.

-랴 Hỏi, nghi vấn, không, phải không, như thế nào? 걸어가랴? Đi bộ sao? 돈을 주랴? tôi cho tiền nhé?

러키 May mắn.

런치 Bữa ăn trưa. ~타임 thời gian ăn trưa.

레귤러 Đều đặn.

레더 Da, bằng da. ~코트 áo da.

레디믹스 Trộn sẵn, pha sẵn (bê tông).

레몬 Quả chanh. ~즙 nước chanh. ~차(茶) trà chanh.

레벨 Trình độ, mức độ, ~이 높다[낮다] trình độ cao.

레슨 Bài học. 피아노~ bài học piano.

레이스 Cuộc đua.

레이스 Hàng thêu, thủ công nghệ.

레이트 Tỷ lệ. 환(換)~ tỷ lệ chuyển đổi hối đoái.

레인지 Cái bếp. 가스~ bếp ga. 전자~ bếp điện tử.

레인코트 Áo mưa.

레일 Ray, đường ray. ~깔다 lắp ray.

레지스터 Đăng ký.

레크리에이션 Trò chơi, vui chơi. (recreation).

레터 Bức thư (letter).

렌즈 Cái thấu kính, kín len.

렌터카 Xe thuê, xe cho thuê.

-려고 Muốn làm cái gì đó. 집을 사~ 은행에서

빚을 냈다 mượn tiền ngân hàng để mua nhà.

-려나 Thể nghi vấn (nào, không vv..) 언제 돈을 주~? Khi nào anh sẽ trả tiền?

-려는 Muốn, có ý. 나는 자네 일에 간섭하~ 의사는 없네 tôi không muốn can thiệp vào công việc của anh.

-려니와 Không cái này cũng không cái kia. 그는 정치가도 아니려니와 학자도 아니다 anh ta không là chính trị gia cũng không là học giả.

-려다가 Định làm cái gì đó thì. 소풍을 가려다가 날씨가 흐려서 그만두었다 định đi cắm trại thì trời mưa nên lại không đi.

-려도 Dù có muốn, dù muốn. 가려도 사정이 있어서 못 간다 có muốn đi cũng vì hoàn cảnh không đi được.

-려면 Nếu muốn (làm gì đó).

-령(令) Lệnh. 금지~ lệnh cấm. 대통령~ lệnh của Tổng thống. 시행~ Lệnh thi hành.

-령(領) Lãnh thổ (của một nước nào đó). 영국~ lãnh thổ nước Anh. 프랑스~ lãnh thổ nước Pháp.

로 Bằng, với. 잉크~ 쓰다 viết bằng mực. 포도~ 만든 술 rượu làm bằng nho.

로는 Bằng. 영어로는 그것을 무엇이라고 합니까 Tiếng Anh cái đó gọi bằng gì? 나의 견해로는 với sự hiểu biết của tôi thì.

로드레이스 Chạy đường (đua xe đạp).

로드맵 Bản đồ đi đường.

로맨스 Lãng mạn. ~하다.

로맨틱 Tính lãng mạn

로비 Hành lang. ~활동하다 hoạt động hành lang.

로서 Với tư cách là, với, đối với. 대표~ với tư cách là giám đốc. 나~ với tôi.

로션 Lót, bôi trơn. 헤어~ bôi tóc. 스킨~ lót da.

로써 Bằng, với. 나무[돌]~짓다 xây bằng gỗ(đá).

로컬 Địa phương. ~타임 giờ địa phương. ~뉴스 tin bản địa.

로테이션 Thay phiên nhau, thay ca.

-롭다 Tính từ hóa, có tính. 향기~ thơm. 호화~ hòa thuận.

롱스커트 Váy dài.

룸 Phòng. 베드~ phòng ngủ. ~메이트 bạn cùng phòng.

를 Trợ từ, làm tân ngữ. 기회~ 타다 lắm lấy cơ hội. 때~ 기다리다 đợi thời.

리 Lý, lý lẽ. 그럴 ~가 없다 không có cái lý đó. 그가 못올 ~가 없다 chẳng có lý gì anh ta không đến được.

리더 Người lãnh đạo.

리듬 Nhịp. ~체조 thể dục nhịp điệu. 빠른 ~으로 노래하다 hát nhịp nhanh.

-리라 Dự đoán, có thể, chắc là. 그는 꼭 성공하리라 hắn chắc sẽ thành công.

리셉션 Tiếp tân, tiếp đón.

리스트 Danh sách. ~을 만들다 lập danh sách. ~에 올리다 đưa vào danh sách.

리시버 Tiếp nhận.

리조트 Khu nghỉ mát, khu resort. 여름[겨울]의 ~ khu nghỉ mùa hè (đông).

리코더 Máy ghi âm.

리콜 Gọi lại. ~하다.

리크 Rò rĩ. 가스~ rò ga.

리포터 Phóng viên, báo cáo viên

리포트 Bản báo cáo.

내주 월요일까지 ~를 제출하시오 hãy trình bản báo cáo trước thứ 2 tuần sau.

링 Cái vòng, cái đai, vòng thể dục, vòng tránh thai, cái nhẫn.

링크 Liên kết, chỗ nối.

ㅁ

마 Hướng nam. =남쪽. ~파람 gió nam.

마(馬) Con ngựa. 말.

마감 Đóng, kết thúc. ~하다. 업무를 ~하다 kết thúc giờ làm việc.

마구 Cẩu thả, lộn xộn, ẩu loạn. 글씨를 ~쓰다 chữ viết cẩu thả.

마권(馬券) Vé cá độ khi đi xem ngựa.

마귀(魔鬼) Ma quỷ, ma. ~같은 như ma quỉ. ~

마그넷 Nam châm (magnet).

마나님 Chỉ người phụ nữ nhiều tuổi.

마냥 Luôn luôn, cứ thế. 그들은 아무 말 없이 ~ 걷기만 하였다 bọn họ không nói lời nào chỉ cứ thế đi

마녀(魔女) Một mụ phù thủy, người đàn bà ác độc.

마누라 Vợ mình, vợ tôi, bà xã tôi. 요새 우리 ~가 몸이 안 좋아 gần đây sức khoẻ vợ tôi không tốt

마는 Nhưng mà, nhưng. 가고 싶지~ 바빠서 못 가겠다 muốn đi mà bận nên không đi được.

마늘 Tỏi. ~냄새 mùi tỏi. ~쪽 củ tỏi.

마니아 Chỉ người say mê làm cái gì đó(mania). 그는 영화 ~다 hắn là người nghiền xem phim.

마닐라 Thủ đô Manila của Philipines.

-마님 Thưa bà, quí bà. ②Chỉ tôn trọng. 영감~ thưa quí ông.

마다 Mỗi, cứ mỗi. 이틀

~ 커 매 hai ngày.

마다하다 Không từ, không ngại, ghét, muốn. 하기를 ~지않다 không phải không thích làm.

마담 Mađam, chỉ người quản lý nữ ở quán rượu hoặc chủ cửa hàng bán vàng bạc.

마당 Sân, vườn. 뒷~ sân sau.

마돈나 Quí phu nhân hoặc gọi người yêu khi tôn kính.

마드무아젤 Tiểu thư, cô.

마디 Khúc, mắt, nốt. 나무 ~ mắt cây.

마디다 Bền, dùng được lâu. 값싼 비단은 ~못하다 lụa rẻ không dùng được lâu.

마따나 Như anh nói, như ai đó nói. 자네 말~ 옛날에는 여기에 연못이 있었네 đúng như cậu nói ngày xưa đây là cái hồ.

마땅하다 Thích hợp, vừa phải, đáng. 마땅한 값에 사다 mua giá vừa phải.

마뜩찮다 Không hài lòng. ~은 소리를 하다 nói vẻ không hài lòng

마뜩하다 Vừa lòng, hài lòng, đồng ý. 마뜩한 디자인이 없다 chẳng có cái mẫu nào hài lòng cả.

마라톤 Chạy ma ra tông. ~을 하다 chạy ma-ra-tong.

마력(魔力) Ma lực, có sức hút kỳ lạ. 숫자의~ sức hút kỳ lạ của con số.

마련 Chuẩn bị. ~하다. 계획을 ~하다 chuẩn bị kế hoạch.

마렵다 Mắc, buồn (tiểu, đại tiện). 똥이 ~ muốn đi ỉa.

마루 Cái sàn. ~를 놓다 để sàn, làm sàn.

마루터기 Đỉnh, nóc. 산~ đỉnh núi.

마르다 Khô. 쉽게 ~ dễ khô.

마르다 Cắt, cắt ra. 옷을

~ cắt áo.

마르크 Đồng mark, đồng DM.

마른기침 Chứng ho khan. ~하다.

마른반찬(-飯饌) Thức ăn khô.

마른빨래 Giặt khô, ~하다.

마른안주(-按酒) Món nhậu khô.

마른하늘 Bầu trời trong sáng.

마름 Mái tranh.

마름자 Cái thước đo may quần áo.

마름질 Sự cắt quần áo. ~하다.

마리 (Lượng từ) Con. 개 한~ một con chó.

마리화나 Một loại ma tuý làm bằng lá và hoa cây cần sa (marihuana).

마마(媽媽) Bệnh đậu mùa. ~에 걸리다 mắc bệnh đậu mùa.

마멸(磨滅) Mài mòn. ~하다. 사람발길에 ~되다 bị mài mòn dưới bàn chân người

마무르다 Kết thúc. 일을 ~ kết thúc công việc.

마물(魔物) Ma vật, con ma. 여자는 ~이야 đàn bà là ma vật.

마법(魔法) Ma thuật, phép mê bùa. =마술

마사지 Mát xa, xoa bóp (massage). ~를하다. 매일 밤 얼굴을 ~하다 đêm nào cũng làm mát xa mặt.

마상이 Thuyền nhỏ, thuyền độc mộc.

마성(魔性) Lừa dối, thâm hiểm như ma. ~을 지닌 여자 người đàn bà lừa dối.

마손(磨損) Sự cọ mòn, mòn do ma sát. ~하다.

마수(魔手) Thói quen xấu, tật xấu. ~에 걸리다 mắt tật xấu.

마수걸이 Bán mở hàng. ~하다. ~로 수박 한 개를 팔다 bán mở hàng một quả dưa.

마술(魔術) Ảo thuật, ma thuật. ~를 부리다 biểu diễn ảo thuật. ~사 nhà ảo thuật

마스카라 Phấn mắt. (mascara) ~를 짙게 칠한 눈 mắt bôi phấn đậm.

마스크 Mặt nạ. ~를 쓰다 đeo mặt nạ

마스트 Cột buồm. ~가 셋인 배 con thuyền có ba cái cột buồm.

마시다 Uống. 물을 ~ uống nước.

마약(痲藥) Ma túy. ~중독 되다 nghiện ma tuý.

마을 Làng, xóm. ~사람 người làng.

마음 Tâm hồn. ~과 육체 tâm hồn và thể chất.

마음껏 Thỏa thích. ~먹다 ăn thoả thích.

마음놓다 Yên tâm, thoải mái, không lo gì cả. 마음놓고 살다 sống thoải mái

마음대로 Như ý, theo ý của mình. ~하다 làm theo ý mình.

마음든든하다 Vững tâm. 자네가 곁에 있으면 ~ có cậu bên cạnh tôi rất vững tâm.

마음먹다 Mong muốn, muốn, có ý định. 아들을 대학에 보내려고 마음먹고 있다 tôi muốn cho con trai đi học.

마음보 Bản tính, tấm lòng, tích cách. ~사나운 사람 người có tâm tính hung dữ.

마음속 Trong lòng. ~에서 우러나오는 말 lời nói tự đáy lòng

마음씨 Tấm lòng, tâm địa. ~이 좋다 tốt bụng.

마음죄이다 Rất lo lắng, rất lo. 그가 무사히 돌아올지 마음죄인다 rất lo là không biết cô ấy về có an toàn không.

마이너스 Thiếu, tổn thất, lỗ. ~가 되다 bị lỗ.

마이신 Chất kháng sinh

마이카 Xe cá nhân, xe

của tôi

마이크로미터 Micrometer, cái thước đo đếp phần triệu của mét.

마이크로버스 Xe buýt loại nhỏ

마이크 Micrô. ~를 통해 인사하다 chào thông qua hệ thống phát thanh

마일 Dặm (= 1,6 km) 시속 60 ~ tốc độ 60 dặm một giờ.

마장 Chiều dài cự ly, gần bằng mười dặm.

마저 Tất cả, nốt, luôn. 이것~ 하고 가자 làm xong nốt cái này đi.

마적(馬賊) Bọn chuyên cưỡi ngựa đi ăn cướp.

마조히즘 Chứng khổ dâm.

마주 Mặt đối mặt, đối diện. ~바라보다 nhìn đối diện nhau.

마주르카 Điệu nhảy mazurka.

마주보다 Đối diện nhau. 은행과 우체국은 서로 마주보고 있다 ngân hàng và bưu điện đối diện nhau.

마주앉다 Ngồi đối diện. ~아(서) 식사를 하다 ngồi đối diện nhau ăn cơm

마주잡다 Nắm vào nhau, cùng nắm. 맞잡다.

마주치다 Đâm vào nhau, va vào nhau. =부딪치다. 막다른 골목에서 원수와 ~ gặp ngay kẻ thù trong ngõ

마주하다 Để đối diện. 책상을 ~고 앉다 chúng tôi ngồi đối diện qua chiếc bàn.

마중 Đón. ~나가다 đi đón.

마중물 Nước mồi. 펌프에 ~을 붓다 đổ nước mồi vào bơm.

마지막 Cuối cùng, hết, cuối. ~날 ngày cuối cùng. ~말 lời cuối cùng.

마지못하다 Bất đắc dĩ, không còn cách nào khác. 마지못할 사정 tình huống bất đắc dĩ

마지않다 Rất, vô cùng, (nhấn mạnh một điều gì đó, viết tắt của 마지 아니하다).

마진 Tiền lời bán hàng. 큰 폭의~ tiền lời nhiều.

마차(馬車) Xe ngựa. ~를 타다 đi xe ngựa. 조

마찬가지 Giống hệt, y hệt. ~다 giống hệt.

마천루(摩天樓) Một tòa nhà rất cao chọc trời

마취(痲醉) Mê, gây ngủ, mê man. ~하다. ~상태 tình trạng mê man.

마치 Trận đấu, lễ (march). 웨딩~ lễ cưới (wedding march).

마치다 Chạm vào, động vào. 말뚝이 바위에 ~어 들어가지 않는다 cây cột va vào đá không vào được nữa.

마치다 Kết thúc. 일을 ~ kết thúc công việc

마침 Vừa lúc đó. ~그때에 ngay lúc đó

마침내 Cuối cùng, rốt cuộc. 그는 ~그것을 이해하게 되다 cuối cùng thì anh ta đã hiểu ra

마카로니 Loại mì ống của Ý(macaroni).

마케팅 Marketing, tiếp thị. ~리서치 nghiên cứu maketing.

마켓 Thị trường (market). ~을 개척하다 khai phá thị trường

마크 Nhãn, mác, thương hiệu. ~을 달다 dán nhãn.

마포(麻布) Vải bố, vải gai. =삼베.

마필(馬匹) ①Vài con ngựa, ②Con ngựa.

마흔 Bốn mươi, số bốn mươi. =사십. 내년이면 나도 마흔이다 sang năm tôi cũng 40 tuổi.

막 Chỉ chất lượng thấp, xấu, tồi. ~고무신 giày cao su dở

막가다 Chỉ người hành động bừa bãi, ẩu. ~는 놈 thằng làm ẩu.

-막 Tiếp từ, chỉ vị trí đó. 내리~ dốc xuống. 오르~ dốc lên.

막강하다(莫强-) Rất mạnh, hùng mạnh. 막강한 군사력 sức mạnh quân sự rất lớn

막걸리 Rượu truyền thống của Hàn quốc.

막내 Sau cùng, út. ~동생 em út.

막노동(- 勞動) Công việc bất cứ việc gì.= 막일. ~하다 làm bất cứ việc gì mình gặp.

막다 Bịt, chặn, lấp, ngăn. 구멍을~ bịt

막다른골 Ngõ cụt, thế bế tắc. ~에 다다르다 lâm vào ngõ cụt.

막대기 Cây gậy. 대 ~ gậy tre.

막대하다(莫大-) Rất lớn, rất to, rất nhiều. 막대한 금액 số tiền rất lớn.

막되다 Mất nết, hư hỏng. 막된 놈 thằng mất nết.

막둥이 ①Con trai út. ②Người hầu.

막론하다(莫論-) Bất chấp, không tính tới, không kể. ~을 막론하고 bất chấp cái gì đó

막료(幕僚) Người tham mưu, người tư vấn. 막료 회의 họp ban tham mưu.

막막하다(寞寞-) Buồn, cô quạnh. 살 길이 ~ chán sống.

막말 Lời nói bừa bãi, lời nói ẩu. ~하다.

막무가내(莫無可奈) Bướng bỉnh, ngoan cố. ~로 với sự bướng bỉnh.

막아내다 Đề phòng, ngăn ngừa, tránh xa. 불길을 ~ chặn lửa.

막역(莫逆) Thân thiết, thân tình. ~하다. ~한 친구 người bạn thân

막연하다(漠然-) Không rõ ràng, mập mờ. ~하게 말을 하다 nói một cách mập mờ.

막일 Bất cứ việc gì, mọi việc. ~하다 gặp việc gì làm việc nấy.

막장 Ngõ cụt trong hầm mỏ.

막중하다(莫重-) Rất lớn, rất nặng nề. 막중한 책임 trách nhiệm rất nặng nề

막질리다 Bị chặn, bị ngăn lại. 길을 ~ bị chặn đường.

막차(-車) Chuyến xe lửa cuối cùng. ~를 놓치다 bỏ lỡ chuyến xe cuối cùng.

막판 Cuối cùng, lúc cuối. 막판 승부 chiến thắng vào lúc cuối cùng.

막히다 Tắc, nghẽn, không thông. 굴뚝이 ~ ống khói bị tắc.

만(萬) Vạn, mười nghìn. 일~원 một vạn won.

만강(滿腔) Tràn đầy, đầy. ~의 사의를 표하다 bày tỏ lời cảm ơn chân thành.

만경(晚景) Cảnh mặt trời lặn, cảnh hoàng hôn.

만곡(彎曲) Đường hình cung. ~하다 hình cung.

만기(滿期) Hết hạn. ~가 되다 hết hạn.

만끽(滿喫) ①An uống thỏa thích. ~하다. ②Thỏa mãn dục vọng. ~하다.

마나다 Gặp, bị, chịu, gặp phải. 우연히~ gặp mặt một cách tình cờ.

만날 Luôn luôn, suốt. ~빈둥거리고 있다 lúc nào cũng lang thang.

만년(晚年) Cuối đời. ~에 vào cuối đời

만년필(萬年筆) Cây bút mực. ~에 잉크를 넣다 đổ mực vào bút.

만능(萬能) Vạn năng, nhiều tài, cái gì cũng làm được. 기계의 ~ máy móc vạn năng

만단(萬端) Mọi, tất cả. ~의 준비를 갖추다 chuẩn bị mọi thứ.

만득하다(晚得-) Có con muộn.

만들다 Làm, chế tạo, xây dựng. 음식을 ~ làm thức ăn. 책상을 ~ làm bàn học

만듦새 Khéo làm.

만료(滿了) Sự kết thúc, sự mãn hạn. ~하다. 임기 ~일 ngày kết thúc nhiệm kỳ.

만류(挽留) Can, ngăn. ~하다. 싸우지 말라고 ~하다 căn ngăn không cho đánh nhau.

만리(萬里) Vạn lý, vạn dặm. ~장성(長城) vạn lý trường thành.

만만하다 Dễ chịu, bình thường. 만만한 사람 người bình thường

만만하다(滿滿-) Nhiều, tràn đầy. 패기 ~ tràn đầy sự nhiệt huyết.

만만히 Một cách dịu dàng, một cách êm ái

만무하다(萬無-) Không thể, không có lý như vậy. 네가 그것을 모를 리 ~ chẳng thể nào tôi lại không biết chuyện ấy

만민(萬民) Mọi người, toàn dân.

만발(滿發) Nở bung, nở tung, nở rộ. ~하다. 꽃이 ~해 있다 hoa đang nở rộ.

만복(滿腹) Đầy bụng, no bụng. ~이 되도록 먹다 ăn cho đầy bụng.

만사(萬事) Vạn sự, mọi việc. ~가 잘 어 있다 tất cả mọi việc đang tốt đẹp.

만산(滿山) Đầy cả núi. ~하다.

만성(晚成) Thành công chậm. ~하다.

만세(萬世) Vạn thế, vạn đại, vạn đời. ~에 전하다 truyền đến vạn đời.

만수(曼壽) Sự trường thọ. ~가 되다 sống lâu.

만수받이 Dễ tính, dễ tiếp nhận.

만신(滿身) Toàn thân. ~에 cả người.

만심(慢心) Tính ta đây, sự tự kiêu. 조그만 성공으로 ~을 갖다 thành công một chút đã tự kiêu căng.

만약(萬若) Lỡ ra, bất trắc.

= 만일. ~에 대비 하다 đề phòng chuyện xảy ra.

만용(蠻勇) Ngông cuồng, điên cuồn. ~을 부리다 giở tính điên cuồng.

만우절(萬愚節) Ngày nói dối, ngày cá tháng tư, ngày 1 tháng 4.

만원(萬-) Mười ngàn wôn. ~지폐 tờ mười ngàn wôn.

만유(漫 Cuộc du lịch, cuộc du ngoạn. ~하다. 세계를 ~하다 ngoạn du khắp thế giới.

만인(萬人) Mọi người, tất cả mọi người. 이것은 ~이 다 인정하는 바이다 điều ấy tất cả mọi người ai ai cũng công nhận.

만입(彎入) Làm thành vịnh. ~하다. 바다는 육지에 깊이 ~해 있다 biển ăn sâu vào đất liền thành vịnh.

만자(卍字) Hình chữ vạn (Phật Giáo).

만장(萬丈) Vạn trượng, rất cao. ~봉(峰) ngọn núi vạn trượng.

만재(滿載) Sự chất đầy. ~하다. 석탄을 ~하고 chất đầy than.

만적거리다 Mân mê. = 만지작거리다.

만전(萬全) Vẹn toàn, hoàn thiện. ~지계(之計) cái kế vẹn toàn

만점 Vạn điểm, mức điểm cao nhất, thoả mãn.

만조(滿潮) Trước triều lên cao nhất. ~시에 vào lúc thuỷ triều lên cao nhất.

만족(滿足) Mãn nguyện, hài lòng, thoả lòng. ~시키다 làm cho ai thoả mãn, hài lòng.

만지다 Sờ mó, động, chạm, mân mê. 책을 ~ động vào sách. 수염을 ~ sờ râu.

만찬(晚餐) Bữa cơm tối. ~에 초대하다 mời cơm tối

만천하(滿天下) Cả thế

만추(晚秋) Mùa thu muộn. ~에 vào thu muộn.

만취(滿醉漫醉) Say khướt. ~자 người say khướt.

만큼 Chỉ so sánh, như, bằng. 오늘 어제~ 덥지 않다 hôm nay không nóng bằng hôm qua

만판 Thỏa mãn, thỏa thích. ~ 마시다[먹다] uống[ăn] thỏa thích

만하(晚夏) Mùa hè muộn.

만학(晚學) Đi học muộn so với tuổi. ~하다. 그는 ~했다 anh ta đi học muộn.

만행(萬幸) Rất may mắn.

만혼(晚婚) Kết hôn muộn. ~하다.

만화(漫怜) Hoạt hình. ~영화 phim hoạt hình

만화방창(萬化方暢) Vạn hoa đua nở, mùa xuân ấm áp trăm hoa đua nở. ~하다.

만회(挽回) Sự phục hồi, sự thu hồi. ~하. ~하기 어려운 khó phục hồi.

많다 Nhiều, đa dạng. 많은 사람 nhiều người.

많이 Nhiều, có nhiều. ~있다 có nhiều

맏 Đầu tiên, đầu. ~딸 con gái đầu. ~아들 con trai đầu.

맏물 Đầu mùa, đầu vụ. ~사과 táo đầu vụ.

말갛다 Sáng, trong, đẹp. 푸르고 말간 물 nước trong xanh. 말간 눈 mắt sáng.

말거리 ①Cái để mà nói. ②Chủ đề để nói chuyện.

말경(末境) Phần cuối cùng, lúc cuối.

말고 Không phải, trừ ra. 이것~ 다른 것이 없어요? Ngoài cái này ra không có cái khác ư?

말고기자반(-佐飯) Người say với cái mặt đỏ lựng.

말공대(-恭待) Dùng lời nói tốt đẹp để nói chuyện với đối phương.

~하다.

말괄량이 Chỉ người phụ nữ lời nói hoặc hành động không đứng đắn.

말굳다 Bập bẹ, nói không thành lời.

말굴레 Cái dây thắt trên đầu ngựa.

말귀 Nội dung của lời nói.

말기(末期) Cuối kỳ. ~적인 có tính cuối kỳ.

말꼴 Cỏ cho ngựa, cỏ ngựa. ~을 주다 cho cỏ ngựa.

말끄러미 Chằm chằm, trừng trừng (nhìn). ~쳐다보다 nhìn trừng trừng.

말끔 Sạch sẽ, hoàn toàn, tất cả, không còn gì. 빚을 ~청산하다 thanh toán sạch nợ.

말끔하다 Gọn gàng, tươm rất. 말끔한 용모의 소녀 thiếu nữ có dung mạo sạch sẽ gọn gàng

말끝 Lời nói cuối, kết luận. 말끝을 맺다 kết luận, nói lời cuối cùng.

말나다 ①Thành chủ đề, thành cái để người ta nói. ②Lộ ra, bung ra.

말눈치 Ý nghĩa của lời nói, ý. ~를 모르다 không hiểu ý.

말다 Đừng, không nên, cấm. 가지 말라 đừng đi

말다툼 Cãi lộn, cãi nhau, cãi vã. ~하다. 그는 그녀와 하찮은 일로 ~하였다 anh ta cãi nhau với cô ấy vì cái việc đâu đâu.

말대꾸 Phản bác, cãi lại. 어른이 말씀하시는데 사사건건 ~냐? Người lớn nói mà chuyện gì cũng phản bác là sao?

말동무 Bạn, đồng chí.

말되다 Đúng, hợp tình hợp lý. 말도 되지 않는 소리 đừng có nói chuyện lung tung nữa.

말똥말똥 Trừng trừng (mắt). ~쳐다보다 nhìn

trừng trừng

말뜨다 Nói chậm.

말뜻 Ý nghĩa của câu nói

말라빠지다 Gầy dơ xương, gầy khô lại. 병으로 ~gầy khô vì bệnh tật.

말랑거리다 Mềm, mềm mại.

말려들다 Bị kéo vào, bị cuốn vào. 기계에 ~ cuốn vào trong máy

말로(末路) Cuối đường, đường cùng. 인생의 ~ cuối cuộc đời.

말리다 Can, can ngăn. 싸움을~ can vụ đánh nhau.

말마디 Khiển trách, la mắng. ~나 듣다 bị la mắng

말막음 Bịt kín, không cho tỏa ra ngoài. ~하다. 이번 일이 소문나지 않 도록 ~을 확실히 해 두었다 Tôi đã chắc chắn là bịt kín không để lần này tin đồn xảy ra nữa.

말머리 Đề tài, nội dung câu chuyện. ~를 돌 리다 chuyển đề tài, chuyển nội dung câu chuyện.

말문(-門) Cửa miệng, lời nói. ~을 열다 mở miệng.

말미암다 Do, lý do là, xuất phát từ. 부주의로 ~은 사고 tai nạn do không chú ý

말벌 Con ong chúa.

말벗 Bạn, người bạn. ~이 되다 thành bạn của nhau. ~

말살(抹殺) Sự tẩy sạch, xóa. ~하다. 기록에서 이름을 ~하다 xóa tên trong bảng ghi chép.

말석(末席) Chỗ ngồi cuối cùng. ~에 앉다 ngồi vào chỗ cuối cùng.

말세(末世) Tận thế, sự kết thúc.

말소(抹消) Xóa, tẩy, huỷ. ~하다. 형(刑)의 기록 을 ~하다 xóa sự ghi chép về hình phạt.

말속 Trong lời nói, bên trong lời nói. 남의 말속을 잘 알아듣다 hiểu được ý bên trong lời nói.

말솜씨 Khả năng ăn nói. ~가 좋다 giỏi nói năng.

말수(-數) Lời nói. ~가 적은 사람 người ít lời.

말썽 Cãi vã, tranh cãi. ~를 부리다 gây phiền toái, rắc rối

말쑥하다 Gọn gàng, ngăn nắp, dung mạo nhã nhặn. 말쑥한 방 căn phòng ngăn nắp.

말씀 Lời nói (chỉ tôn kính lời nói của người khác). 선생님의~ lời nói của ông.

말씨 Cách nói chuyện, lời nói. 점잖은 ~ lời nói đỉnh đạc.

말아니다 Vô lý, vớ vẩn. 그건 말도 아니다 chuyện ấy thật là vớ vẩn.

말없다 Không nói gì, không nói.

말엽(末葉) Cuối, phần cuối. 20세기~에 cuối thế kỷ 20.

말일(末日) Ngày cuối, ngày cuối tháng. ~에 vào cuối tháng.

말재간(-才幹) Tài năng nói, tài ăn nói. = 말재주

말직(末職) Chức vụ thấp kém, một vị trí thấp nhất.

말질 Cãi cọ, cãi lộn. ~하다.

말짜(末-) Cái tồi nhất, cái tệ nhất, vật tệ nhất.

말짱하다 Đẹp đẽ, hoàn thiện, sạch sẽ. 말짱한 옷 áo sạch.

말치레 Nói năng huênh hoang.

말투(-套) Giọng nói, lời nói. ~가 부드럽다 giọng nói dễ chịu.

말하자면 Nếu nói ra, nói cho cùng. ~네가 잘 못이다 nói cho cùng thì là mày sai.

말할 것도 없다 Chẳng

cần nói đến, không cần nói. ~이 그는 약속을 지켰다 anh ta giữ lời hứa chẳng cần nói.

맑다 Trong lành (bầu không khí vv), trong (nước), sáng. ~은 공기 không khí trong lành.

맘마 Mama, mẹ ơi (em bé).

맙소사 Trời ơi, thượng đế ơi (thốt lên).

맛 Vị, mùi vị(thức ăn). 매운~ vị cay.

맛깔스럽다 Ngon. 맛깔스러운 음식 món ăn ngon.

맛들다 Thích, muốn. 술이 ~ thích rượu.

맛맛으로 Nhiều món, nhiều khẩu vị. ~ 골라 먹어라 chọn nhiều món ăn để ăn.

맛보다 Nếm, thử. 술을 ~ nếm rượu.

맛부리다 Đối xử một cách lạnh nhạt.

맛장수 Chỉ người chẳng có gì vui vẻ hứng thú cả, người nhạt nhẽo.

망(望) Quan sát, theo dõi. 망(을) 서다 đứng canh chừng.

망가뜨리다 Hư, hỏng. 그는 과로로 몸을~ anh ta làm việc quá sức hư cả người.

망각(忘却) Quên. ~하다. 의무를 ~하다 quên nghĩa vụ.

망국(亡國) Đất nước bị mất. ~지탄(之歎) nỗi than mất nước.

망그러뜨리다 Đập vỡ, làm hư. 장난감을 ~ làm hư đồ chơi.

망극(罔極) Rất buồn, buồn vô hạn. ~지통 (之痛) nỗi buồn vô hạn.

망나니 Đồ mất nết, thằng mất nết. 에이 ~자식! Cái thằng mất nết.

망녀(亡女)①Đứa con gái đã mất. ②Con đàn bà mất dạy.

망념(妄念) Suy nghĩ vớ

vẩn. = 망상(妄想).

망대(望臺) Đài quan sát, chòi canh. = 망루(望樓). ~에 오르다 leo lên đài quan sát.

망라(網羅) Bao hàm, bao gồm. ~하다. 모든 문제점을 ~하다 bao chứa tất cả các vấn đề.

망령(妄靈) Lẩm cẩm, hành động không chuẩn xác. ~되다[스럽다] bị lẩm cẩm.

망막(網膜) Võng mạc (mắt). ~염(炎) viêm võng mạc.

망망(茫茫) Mênh mông. ~하다. 망망한 바다 biển mênh mông.

망발(妄發) Hành động hoặc ăn nói không có suy nghĩ. ~하다.

망상(妄想) Mộng tưởng, mơ mộng. ~증 bệnh mộng tưởng

망상스럽다 Khinh suất, cẩu thả, ẩu.

망설망설 Chần chừ, do dự. ~하다. ~결정을 짓지 못하다 chần chừ không quyết định được.

망신(妄信) Tin vớ vẩn, tin bậy. ~하다.

망실(亡失) Bị mất, mất. ~하다.

망연자실(茫然自失) Đần người ra, thần người ra, không còn tỉnh táo. ~하다.

망외(望外) Ngoài mong đợi, bất ngờ. ~의 성공 thành công ngoài mong đợi.

망조(亡兆) Dấu hiệu xấu, điềm dở. ~가 들다 có điềm giở.

망중한(忙中閑) Giải lao, tạm nghỉ.

망지소조하다(罔知所措) Không biết làm thế nào.

망토 Cái áo khoác.

망하다(亡-) Diệt vong. 나라가 ~ đất nước bị diệt vong.

망향(望鄕) Nhớ quê. ~병에 걸리다 mắc bệnh nhớ quê.

망혼(亡魂) Vong hồn.

~을 위로하다 an ủi vong hồn.

맞- Tiếp từ phía trước danh từ, chỉ đối diện. ~부딪치다 đâm thẳng vào nhau. 맞서다 đứng đối diện nhau.

맞고소(-告訴) Phản tố, tố cáo lại. ~하다.

맞교대(-交代) Bàn giao, giao ca.

맞다 Đúng, chuẩn, chính xác, không sai. ~는 답 đáp án đúng.

맞닿다 Gặp nhau, chạm nhau. 땅과 하늘이 ~은 지평선 đường chân trời nơi trời và đất gặp nhau.

맞대면(-對面) Đối diện, gặp mặt nhau. ~하다.

맞돈 Tiền mặt. ~을 내다 trả tiền mặt.

맞들다 ①Nâng nhau lên. ②Cùng hỗ trợ, hợp tác.

맞바람 Gió ngược. 배가 ~을 받아 잘 가지 못한다 thuyền bị ngược gió không đi được.

맞벌이 Hai vợ chồng cùng đi làm. ~하다. 부부는 ~하다 hai vợ chồng cùng đi làm.

맞붙잡다 Nắm lấy, cầm lấy.

맞상(-床) Cái bàn đôi .= 겸상.

맞상대(-相對) Đối đầu trực tiếp.

맞선 Làm mai, mai mối. ~보다 làm mai.

맞소송(-訴訟) Vụ kiện ngược lại, bị đơn kiện lại nguyên đơn.

맞아떨어지다 Phù hợp, ăn khớp, đúng. chính xác. 계산이 ~ tính toán đúng.

맞이 Đón, tiếp. ~하다. 손님을 ~하다 đón khách.

맞추다 Lắp. ráp 라디오 쎘을 ~ lắp radio.

맞춤 Đặt may (quần áo). ~옷 áo đặt may.

맞춤법(-法) Cách đánh vần. 한글~ cách đánh vần chữ Hàn quốc.

맡기다 Gửi, gửi nhờ, để nhờ, nhờ giữ.

맡다 Bảo quản. 이 짐을 내가~ 아주게 tôi sẽ giữ giùm hành lý này cho.

매-(每) Mỗi. ~날/일 mỗi ngày. ~달 mỗi tháng.

매가(買價) Giá mua.

매개(媒介) Trung gian, môi giới. ~하다. 말라리아는 모기의 ~로 퍼진다 bệnh sốt rét được truyền qua muỗi.

매관매직(賣官賣職) Bán quan bán chức, nhận hối lộ. ~하다

매기(每期) Mỗi kỳ, mỗi đợt.

매기다 Đặt, định. 값을 ~ định giá.

매그럽다 Trơn, nhẵn, mượt. 매구러운 표면 bề mặt trơn nhẵn.

매너 Cách xử sự, cách cư xử. ~가 좋다 cách hành xử tốt

매너리즘 Cái cũ rích, thói cũ. (mannerism). ~에 빠지다 rơi vào thói cũ.

매년(每年) Mỗi năm, hằng năm. ~한 번 mỗi năm một lần.

매니저 Quản lý (manager). 그는 ~가 되었다 anh ta thành người quản lý rồi.

매니큐어 Cắt, sơn, sửa móng tay (manicure) hoặc sơn móng tay. ~하다.

매다 Cột, buộc, quấn, thắt. 구두근을 ~ cột dây giày

매달(每-) Mỗi tháng, hằng tháng. ~두 번씩 mỗi tháng hai lần.

매달다 Treo, mắc. 아무를 나뭇 가지에 ~ treo ai lên cành.

매대기 Làm bẩn, bôi bẩn (bùn hoặc chất bẩn). ~치다 bôi bẩn.

매도(罵倒) Nhục mạ. ~하다. 그는 그녀를 ~했다 anh ta nhục mạ cô ấy.

매듭 Nút, gút. ~을 맺다 thắt nút. ~을 풀다 mở nút.

매듭짓다 Kết thúc, chấm dứt.

매력(魅力) Sức hút, sức hấp dẫn. 여성적인~ sức hút nữ tính

매료(魅了) Làm lay động lòng người, lấy lòng người, mê hoặc. ~하다. 그의 연설은 청중을 ~시켰다 bài diễn văn của anh ta đã làm mê hoặc lòng người.

매립(埋立) Chôn, vùi, chôn lấp. ~하다. ~지 nơi chôn lấp (rác).

매매(賣買) Mua bán, buôn, buôn bán. ~하다. ~가 잘 되다 buôn bán tốt.

매명(賣名) Dùng tiền mua danh tiếng. ~하다.

매몰(埋沒) Chôn, vùi, lấp. ~하다. 눈속에 ~되다 bị vùi trong tuyết.

매몰스럽다 Lạnh nhạt, lạnh lùng. 매몰스러운 태도 thái độ lạnh lùng.

매무시 Sự trang điểm, chải chuốt. 단정하게 ~하다 chải chuốt cho chỉnh tề.

매미 Con ve. ~가 울다 ve kêu.

매번(每番) Mỗi lần, lần nào cũng. ~ 폐를 끼쳐 죄송합니다 lần nào cũng làm phiền thế này xin lỗi anh.

매부(妹夫) Anh hoặc em rể.

매삭(每朔) Hằng tháng, mỗi tháng.

매상(買上) Sự mua, thu mua. ~하다. 정부의 ~가격 giá chính phủ thu mua.

매석(賣惜) Không bán chờ giá tăng. ~하다.

매설(埋設) Lắp đặt. ~하다. 수도관을 ~ lắp đặt ống nước.

매섭다 Mãnh liệt, dữ dội, đáng sợ, sắc lạnh. 매서운 공격 (비난) tấn công (phê bình) dữ dội.

매수(買收) Mua vào. ~하다. 가격 giá mua vào.

매시(每時) Mỗi giờ. ~50마일의 속도로 tốc độ mỗi giờ 50 dặm.

매시근하다 Kiệt sức, kiệt quệ.

매씨(妹氏) Cô(em ai đó).

매암돌다 Cứ ở một chỗ, không phát triển. 평사원으로 ~ cứ là nhân viên bình thường mãi.

매연(煤煙) Khói thải. ~공해 ô nhiễm khói thải.

매염(媒染) Nhuộm màu. ~하다. ~료[제] chất tẩy nhuộm.

매운탕(-湯) Món canh cay.

매월(每月) Mỗi tháng, hàng tháng. ~두번 mỗi tháng hai lần.

매이다 Bị cột, bị trói, bị buộc. 소가 나무에~ bò bị cột vào

매인(每人) Mỗi người. ~당 tính ra mỗi người.

매일반(-般) Giống nhau cả, như nhau.

매작지근하다 Ấm ấp. = 미지근하다.

매장(埋葬) Mai táng, chôn. ~하다. ~비 phí mai táng. ~지 đất mai táng.

매장(埋藏) Chứa đựng trong lòng đất (tài nguyên). ~하다. ~량 trữ lượng.

매절(賣切) Bị bán hết, bán hết. 매진(賣盡). ~하다. ~되다.

매제(妹弟) Em rể.

매질 Đòn roi, roi vọt. ~하다.

매초(每秒) Mỗi giây. ~10미터의 속도로 bằng tốc độ mỗi giây 10 mét.

매축(埋築) Chôn, lấp. = 매립.

매출(賣出) Bán ra. ~하다. 특가[염가]~ bán với giá đặc biệt

매캐하다 Có nhiều khói, đầy khói

매콤하다 Cay cay. 매콤

한 냄새 mùi cay.

매크로 To lớn, vô cùng lớn. ~ 세계의 thế giới rộng lớn.

매한가지 Cũng vậy thôi, như nhau cả. 오늘 가나 내일 가나 ~다 hôm nay đi hay mai đi cũng như nhau cả.

매형(妹兄) Anh rể.

매혹(魅惑) Mê hoặc, quyến rũ, hấp dẫn. ~하다. 사람을 ~ mê hoặc người.

매화(梅花) Hoa mai.

맥(脈) Mạch (máu). ~이 빠르다 mạch đập nhanh. ~약하다 mạch yếu.

맥보다(脈-) ①Bắt mạch, xem mạch. ②Quan sát, thăm dò.

맥시 Lớn, nhiều (maxi). ~오더 đơn đặt hàng loại lớn.

맥없다(脈—) Mệt mỏi, chán.

맨 Rất, nhất. ~처음 đầu tiên.

맨꽁무니 Bàn tay trắng, chẳng có gì. ~로 장사를 시작하다 bắt đầu buôn bán với hai bàn tay trắng.

맨나중 Sau cùng, cuối cùng. 그는 ~에 왔다 anh ta đến sau cùng.

맨밑 Dưới cùng.

맨손 Tay không. ~으로 돌아오다 trở về tay không. ~체조 thể dục tay không.

맨아래 Dưới cùng, sau cùng.

맴돌다 Quay tại chỗ.

맵다 Cay. 국이 아주 ~ canh cay quá.

맷돌 Cối xay bằng đá. ~질 xay. ~질하다 xay bằng đá.

맹공(猛攻) Tấn công mạnh, tấn công dữ dội. ~하다. ~을 받다 bị tấn công mạnh.

맹문모르다 Hoàn toàn không biết gì. 맹문도 모르고 덤벼들다 không biết gì cũng xông vào.

맹문이 Người chẳng hiểu cái gì, chẳng biết cái gì.

맹성(猛省) Thức tỉnh ra, tỉnh ngộ. ~하다.

맹세 Thề. ~하다. ~를 지키다 giữ lời

맹신(盲信) Tin một cách mù quáng. ~하다.

맹연습(猛練習) Sự luyện tập gian khổ.

맺다 Buộc, cột. 매듭을 ~ cột nút

머금다 Ngậm. 물을 ~ ngậm nước

머나멀다 Xa thật là xa, xa ơi là xa. 머나먼 곳 nơi xa thật là xa.

머드 Bùn (mud). ~배스 tắm bùn (mud bath).

머릿골 Xương sọ.

머릿수(-數) Số người, số đầu người. ~를 세다 tính theo đầu người.

머무르다 Trú, ngụ, ở. 주막에 ~ ngụ ở quán. 친구집에 ~ ở nhà bạn.

머뭇적거리다 Dao động do dự, ngập ngừng. 얼른 대답을 못 하고 ~ ngập ngừng không trả lời được liền.

먹다 Ăn. 밥을 ~ ăn cơm.

먹먹하다 Điếc, không nghe gì. 귀가 ~ tai điếc.

먹성(-性) Sự ngon miệng, sự thèm ăn. ~이 좋다 ngon miệng.

먹이 Đồ ăn, món ăn, thức ăn, mồi. ~를 주다 cho thức ăn

먹칠(-漆) Bôi mực, quét mực. ~하다.

먹히다 Bị ăn. 쥐가 고양이한테~ chuột bị mèo ăn thịt.

먼길 Đường xa. ~을 떠나다 lên đường đi xa.

먼눈 Mắt mù, mù.

먼동 Rạng sáng phía đông, trời sáng.

먼일 Việc về sau, việc xa sau này. ~을 예상하다 dự tính việc xa sau này.

먼저 Trước tiên, trước hết. ~가다 đi trước.

멀거니 Thần ra, ngây ra. ~바라보다 nhìn ngây ra

멀게지다 Trở nên đục, trở nên mờ. = 묽어지다.

멀다 Khoảng cách xa, xa xôi. 먼곳에 ở nơi xa

멀리 Xa. ~가다 đi xa.

멀미 Nôn, mửa. ~하다. 배~ say tàu

멀쩡하다 Hoàn chỉnh, trọn vẹn

멀찍멀찍 Xa ra, rời ra. ~떨어져 앉다 ngồi cách xa nhau.

멈추다 Ngừng, dừng. 비가 ~ tạnh mưa.

멈칫하다 Dừng gấp lại. 발을 ~ dừng chân.

멋 Sự hấp dẫn, hay, thú vị. 노래의~ cái hay của bài hát.

멋내다 Làm cho đẹp, làm cho đẹp nên.

멋대로 Tùy thích, theo ý thích, theo ý mình, tự tiện. ~하다 làm theo ý mình

멋들어지다 Hay, thú vị, phong độ. 멋들어진 노래 bài hát hay.

멋없다 Chán ngắt, tẻ nhạt, vụng về. 멋없는 사람 người không thú vị.

멋쟁이 Chỉ người phong độ, người bảnh bao

멋지다 Sang trọng, đẹp, tuyệt vời. 멋진 물건 một đồ vật rất đẹp

멍 Vết bầm. ~이 들다 bị bầm, có vết bầm

멍석 Tấm thảm rơm. ~을 깔다 trải thảm rơm.

멍청이 Thằng đần, thằng ngu.

멍하니 Thẫn thờ, như người ngớ ngẩn. ~ 앉아 있다 ngồi thần ra.

메 Cái búa, cái vồ, cái vồ lớn. ~메로 치다 dùng búa đập.

메뉴 Menu, thực đơn. ~에 있다 có trong thực đơn.

메떨어지다 Ngượng ngạo, không thành thực.

메마르다 Cằn cỗi, khô cằn (đất). 논바닥이 메말라 쩍쩍 갈라진다 ruộng khô nứt cả ra

메모 Ghi nhớ, nhắn. ~하다. ~용지 tờ giấy ghi nhắn.

메스껍다 Buồn nôn, lợn miệng. 메스꺼운 냄새 cái mùi khiến buồn nôn.

메시지 Nhắn, thông điệp, thư, bức điện. 축하~를 보내다 gửi điện chúc mừng.

메이다 Được quàng vào, được treo. 어깨에 메인 핸드백 cái túi treo trên vai.

메이커 Người làm ra, người chế tạo ra(maker). 자동차 ~ người chế tại ra xe hơi.

메이크업 Sự hóa trang, đồ trang điểm (make up). ~을 한 남우 diễn viên nam đã được trang điểm.

메인 Chủ yếu, thứ chính (main). 이 요리가 오늘밤의~이다 món ăn này là chính của đêm nay.

메질 Đóng, đập, nện bằng búa. ~하다.

메커니즘 Máy móc, cơ cấu, cơ chế. 인체의 ~ tổ chức của cơ thể.

멘스 Kinh nguyệt (menstruation) (sinh lý).

멜로디 Giai điệu. 아름다운 ~ một giai điệu đẹp.

멜론 Quả dưa (melon).

멧부엉이 Con .

며 Trợ từ kết nối, và, với. 사과며 포도며 기타 과일들 táo và trái cây và các loại hoa quả khác.

며느리 Con dâu. ~를 보다 chọn con dâu. tìm con dâu

며칟날 Ngày thứ mấy, ngày mồng mấy. 오늘이 ~이냐 Hôm nay ngày mồng mấy?

멱살 Cổ họng, họng. ~을 잡다 nắm lấy cổ ai, bóp cổ. ~움켜쥐다 bóp cổ, siết cổ.

면 Nếu. 비가 오~ nếu trời mưa.

면구하다(面灸-) Cảm thấy xấu hổ. 그런 일로 표창을 받게 되어 ~ nhận giấy khen vì việc ấy thì thật xấu hổ.

면담(面談) Gặp mặt nói chuyện, phỏng vấn. ~하다. ...와 직접~하다 trực tiếp phỏng vấn ai.

면도(面刀) Cạo râu. ~하다. ~안 한 얼굴 khuôn mặt không cạo râu.

면려(勉勵) Nỗ lực, cố gắng. ~하다.

면면(綿綿) Liên tiếp, liên tục, không ngừng. ~하다.

면면(面面) Mọi người, nhiều người.

면모(面貌) Diện mạo, khuôn mặt. ~를 일신하다 thay đổi diện mạo.

면밀(綿密) Tỉ mỉ, kỹ lưỡng, cẩn thận, chi tiết. ~하다. ~히 một cách tỉ mỉ.

면벽(面壁) Đối diện với tường (ngồi thiền, Phật giáo). ~을 하다.

면봉(綿棒) Bông băng, băng gòn.

면부득(免不得) Bất đắc dĩ, không còn cách nào khác. ~하다.

면상(面相) Nét mặt, khuôn mặt. ~이 잘 생기다 khuôn mặt đẹp.

-면서 Vừa. vừa.. (chỉ hai sự việc xẩy ra cùng lúc). 술을 마시~ 얘기하다 vừa uống rượu vừa nói chuyện.

면세(免稅) Miễn thuế. ~하다. ~수입품 hàng nhập khẩu miễn thuế.

면수(面數) Số trang (sách).

면식(面識) Biết mặt. ~이 있다 có quen mặt

면역(免疫) Miễn dịch. ~이 되다 trở nên miễn dịch. ~기간 thời gian miễn dịch.

면적(面積) Diện tích. 경작~ diện tích canh tác.

면전(面前) Trước mặt. 그런 일을 ~에서 말하기는 쑥스럽구나 chuyện ấy nói trước mặt ngại lắm.

면제(免除) Miễn trừ, miễn. ~하다. 입학금을 ~ miễn tiền nhập học.

면지(面紙) Tờ bìa.

면직(免職) Miễn chức, bãi nhiệm chức vụ. ~하다. ~되다 bị miễn chức.

면치레(面-) Giữ thể diện. ~하다.

면하다(免-) Tránh được, tránh. 위기를 ~ tránh được nguy cơ

면학(勉學) Chăm học. ~하다. ~ 분위기 phong trào học chăm chỉ.

면허(免許) Sự cho phép, đồng ý. ~가 있는 có sự đồng ý.

면허증(免許證) Giấy phép. 가~ giấy phép tạm thời.

면회(面會) Gặp mặt, gặp. ~하다. ~를 신청하다 xin gặp

멸시(蔑視) Miệt thị, coi thường. ~하다. ~당하다 bị coi thường.

멸종(滅種) Diệt chủng. ~위기에 빠지다 rơi vào nguy cơ diệt chủng.

멸하다(滅-) Tàn phá, phá hủy, khử. 적을 ~ diệt địch.

명(名) Lượng từ (người). 사람 30~ 30 người. 한~ một người.

명(命) Tính mạng, sinh mệnh. ~이 길다 tính mạng còn dài, mạng còn dài.

명궁(名弓) Người bắn cung giỏi, xạ thủ giỏi.

명기(明記) Ghi rõ, chép rõ. ~하다. 규칙에 ~된 바와 같이 như đã ghi rõ trong qui định

명년(明年) Năm tới, năm sau.

명단(明斷) Phán đoán chính xác. ~을 내리다 đưa ra một phán đoán chính xác.

명도(明渡)Chuyển nhượng,

nhượng, trả. ~하다. ~를 요구하다 yêu cầu nhượng đất.

명동(鳴動) Chấn động ầm ầm, kêu ầm ầm.

명랑(明朗) Sáng sủa, trong trẻo, rõ ràng.

명령(命令) Mệnh lệnh. ~하다 ra lệnh. ~

명료(明瞭) Rõ ràng, phân minh. ~하다. ~하게 một cách rõ ràng .

명망(名望) Tiếng tăm, danh tiếng. ~이 있는 có danh tiếng

명맥(命脈) Mạng sống. ~을 유지하다 duy trì mạng sống.

명멸(明滅) Lập lòe, lúc sáng lúc tắt. ~하다. ~하는 등불 ánh đèn lập lòe.

명명(命名) Đặt tên. 그 배는 퀸이라고 ~되었다 con thuyền ấy được đặt tên là Queen.

명문(名文) Tác phẩm hay, một quyển sách quý. ~이다 là tác phẩm hay.

명민(明敏) Sự thông minh sắc sảo. ~하다. 그의 동생은 두뇌가 ~하다 đầu óc của em anh ta không minh sắc sảo

명부(名簿) Danh sách, sổ đăng ký. = 명단. 신입생~ danh sách sinh viên mới.

명분(名分) Danh phận, danh dự, tư cách. ~이 안서는 행동 hành động không đúng với tư cách.

명색(名色) Danh nghĩa, tên gọi. = 명목(名目). ~만의 chỉ về mặt danh nghĩa.

명석(明晳) Thông minh, sáng suốt. ~하다. ~치 못한 không thông minh.

명성(名聲) Danh tánh, tên tuổi. ~있다 có tên tuổi. ~이 높다 có tiếng tăm.

명세(明細) Chi tiết, cụ thể. ~하다. ~한 보고서를 만들다 làm một báo cáo chi tiết.

명시(明視) Nhìn rõ. ~하다. ~거리 cự ly nhìn rõ.

명승고적(名勝古跡) Danh lam thắng cảnh, di sản nổi tiếng.

명언(明言) Nói rõ ràng. ~하다.

명역(名譯) Dịch rõ ràng. ~하다.

명일(命日) Ngày giỗ, ngày kị.

명작(名作) Danh tác, một tác phẩm nổi tiếng. 근래 최고의 ~ tác phẩm hay nhất thời gian gần đây.

명장(名匠) Người thợ giỏi.

명장(名將) Danh tướng, người chỉ huy giỏi.

명저(名著) Quyển sách hay, kiệt tác.

명절(名節) Ngày lễ, ngày tết. ~을 맞다 đón lễ.

명주(銘酒) Rượu nổi tiếng.

명찰(名札) Thẻ tên, bảng tên. ~을 달다 treo bảng tên.

명찰(明察) Sâu sắc, hiểu rõ. ~하다.

명철(明哲) Khôn ngoan, sắc sảo, sự thông minh. ~하다.

명칭(名稱) Tên gọi, danh xưng. 법률상의 ~ tên gọi về mặt pháp luật. ~을 바꾸다 thay đổi tên gọi.

명쾌(明快) Thoải mái, rõ ràng. ~하다. ~하게 một cách thoải mái.

명토(名-) Chỉ ra, vạch ra. ~(를) 박다 chỉ ra, vạch ra.

명품(名品) Kiệt tác, tác phẩm có tiếng.

명하다(命-) Ra lệnh, lệnh cho. 퇴장을~ ra lệnh rời sân.

명후년(明後年) Năm sau nữa.

명후일(明後日) Ngày mốt.

몇 Mấy, vài, một vài (số lượng). ~년후에 mấy năm sau.

몇가지 Mấy loại. 그건

~나 있습니까? Cái đó có mấy loại?

몇몇 Một vài, mấy. ~사람 vài người.

몇번(-番) Số mấy? 당신은 ~입니까? Anh số mấy?

몇시(-時) Mấy giờ? ~에? Vào lúc mấy giờ?

몇해 Mấy năm. ~동안 이나 trong vòng mấy năm.

모 Mạ. ~를 심다 cấy mạ. ~판 ruộng mạ, nơi ươm mạ.

모(母) Mẹ, lớn. ~회사 công ty mẹ.

모가지 Cái cổ. ~가 달아나다 mất cổ, bị sa thải. ~를 자르다 chặt cổ, bị sa thải.

모가치 Phần. = 몫.

모계(母系) Mẫu hệ. ~가족 gia đình mẫu hệ.

모기 Con muỗi. ~떼 đàn muỗi, bầy muỗi.

모기둥 Một cây cột có góc cạnh.

모기장(-帳) Màn, mùng che muỗi. ~을 치다 móc màn. ~안에서 자다 ngủ trong màn.

모깃불 Khói, lửa xông muỗi. ~을 피우다 đốt lửa xông muỗi.

모나다 Góc cạnh. 모난 얼굴 khuôn mặt góc cạnh.

모내다 Gieo mạ.

모녀(母女) Mẹ và con gái. ~간 giữa mẹ và con gái.

모년(某年) Năm nào đó. ~ 모월 모시 năm nào tháng nào ngày nào đó.

모던 Mốt, thời trang. ~걸 [보이] cô gái [chàng trai] theo chủ nghĩa mốt.

모델 Hình mẫu, mẫu, kiểu mẫu. 를~하여 lấy.... làm mẫu.

모독(冒瀆) Làm hư hỏng, làm bẩn, làm xấu. ~하다. 국가의

모두(冒頭) Mào đầu, ban đầu. 연설의 ~에 mào đầu của lời diễn văn.

모든 Toàn bộ, tất cả.

~사람 tất cả mọi người. ~경우에 trong tất cả các trường hợp.

모들뜨기 Ngã, nghiêng ngửa.

모뜨다 Học theo, bắt chước. 아무의 행동을~ học theo hành động của ai đó.

모래 Cát. ~가 많다 nhiều cát.

모레 Ngày kia. ~아침 sáng ngày kia.

모로 Xiên, xéo, nghiêng. 모로 자르다 cắt xiên.

모르다 Không biết, không hiểu. ~는 곳 chỗ không biết.

모르면모르되 Có thể là tôi đoán sai, có thể là. ~50은 넘었을 게다 chắc là anh ta ngoài 50 rồi.

모르쇠 Cái gì cũng nói không biết, biết cũng nói không mà không biết cũng nói không.

모른체하다 Giả làm ra vẻ không biết. ~지 마세요 Đừng có giả vờ không biết.

모리(謀利) Mưu lợi. ~하다. ~배 bọn mưu lợi.

모멘트 Động cơ, căn cứ. (moment).

모면(謀免) Tránh mặt, lẩn tránh. ~하다. ~할 수 없는 không thể lẩn tránh.

모멸(侮蔑) Sự khinh bỉ, coi thường. ~하다. ~적인 눈빛 ánh mắt khinh bỉ.

모모(某某) Nào nó, ai đó. ~인(人) người nào đó.

모모한(某某-) Nổi tiếng, trứ danh. ~인사 nhân vật nổi tiếng.

모방(模倣) Mô phỏng, học theo, bắt chước. ~하다. ~하여 만들다 làm theo mô phỏng, bắt chước làm

모병(募兵) Sự tuyển mộ (tân binh). =징병. ~하다.

모사(謀士) Mưu sĩ. 정계의 ~ mưu sĩ chính trị.

모사(謀事) Mưu sự, âm

mưu. ~하다. ~는 재인 (在人)이요, 성사는 재천(在天) Mưu sự tại nhân, thành sự tại thiên.

모사(模寫) Bản sao. ~하다.

모살(謀殺) Mưu sát. ~하다. ~범 tội phạm mưu sát. ~사건 vụ mưu sát.

모성애(母性愛) Tình mẹ.

모션 Tư thế, động tác (motion). 모션을 취하다 làm động tác gì đó.

모순(矛盾) Mâu thuẫn. 말의~ mâu thuẫn của lời nói. ~되다 trở nên mẫu thuẫn.

모시다 Mời. 의사를 집으로 ~ mời thầy thuốc về nhà.

모시다 Đối xử tốt, đối xử cung kính, tôn trọng. 손님을 잘~ phục vụ khách tốt.

모야(暮夜) Đêm tối.

모양 Hình, kiểu, dáng, hình dạng.

모어(母語) Tiếng mẹ đẻ. 모국어.

모으다 Gom, góp, tập trung. 군인을~ tập trung quân lính. 기부금을~ gom tiền ủng hộ.

모의(模擬) Mô phỏng, học theo, bắt chước. ~국회 quốc hội mô phỏng.

모임 Cuộc họp, buổi gặp mặt. ~에 나가다 đi họp. ~이 있다 có cuộc họp.

모자(帽子) Mũ. ~테 vành mũ. ~를 쓰다 đội mũ.

모자라다 Thiếu, không đủ. 돈이~ thiếu tiền.

모정(慕情) Sự nhớ thương. 어머니와 자식에 대한~ tình cảm nhớ thương giữa mẹ và con.

모조(模造) Làm giả, bắt chước rồi chế tạo. ~하다.

모조리 Tất cả, không trừ một ai. ~가져가다 mang đi cả. ~검거하다 bắt giữ tất cả.

모종 (-種) Hạt giống,

giống cây. ~내다 gieo hạt. 꽃~가꾸기 trồng hoa.

모집다 Nêu ra, chỉ ra, vạch ra. 남의 허물을~ chỉ ra chỗ sai của người khác.

모채(募債) Cho vay. ~하다. ~액 số tiền cho vay.

모처(某處) Một nơi nào đó. 시내~에서 một nơi nào đó trong thành phố.

모처럼 Lâu lắm rồi, như mong muốn. ~좋은 날씨 lâu rồi trời mới đẹp thế này.

모친(母親) Mẫu thân. ~상 tang mẫu thân, (mẹ).

모퉁이 Chỗ rẽ, khúc quẹo. ~의 가게 cửa hàng chỗ khúc quẹo.

모포(毛布) Cái mền, chăn.

모필(毛筆) Cây bút lông.

모함(謀陷) Mưu hại, bày mưu hại. ~하다. ~에 빠지다 rơi vào mưu hại.

모험(冒險) Mạo hiểm. ~하다. ~적인 có tính chất mạo hiểm.

모호하다(模糊-) Mơ hồ, không rõ ràng. ~하게 một cách mơ hồ.

목 Cái cổ. 긴~ cổ dài. ~을 매다 treo cổ. ~이 잘리다 cắt cổ.

목(目) Hạng mục.

목간(沐間) Sự tắm, phòng tắm. ~하다 tắm. ~하러 가다 đi tắm.

목걸이 Dây chuyền, dây đeo cổ. 진주~ dây chuyền ngọc trai. ~를 달다 đeo vòng cổ.

목공(木工) Thợ mộc. ~기계 máy thợ mộc.

목구멍 Cổ họng. ~이 아프다 đau cổ họng.

목도(目睹) Mục kích, nhìn thấy, chứng kiến. = 목격(目擊).

목도리 Khăn choàng, khăn choàng cổ.

목돈 Món tiền lớn. ~으로 백만원 số tiền là một triệu wôn.

목돌림 Bị đau họng.

목례(目禮) Cái gật đầu, sự cúi đầu (chào). ~하다. ~를 주고 받다 cúi đầu chào nhau.

목록(目錄) Mục lục. ~에 있다 có trong mục lục.

목마르다 Khát nước, cảm thấy khát. 탈듯이 ~ khát cháy cổ họng.

목말 Cõng trên vai. ~타다. ~태우다. ~을 태우고 걷다 cõng ai trên vai đi.

목매다 ①Chẹn cổ. 수건으로 ~어 죽이다 dùng khăn chẹn cổ giết chết. ②Tự treo cổ. 나뭇가지에 ~ treo cổ trên cành cây.

목메다 Nghẹn, nghẹn ngào (khóc). 목메인 소리로 bằng giọng nghẹn ngào.

목사(牧師) Mục sư. ~가 되다 trở thành mục sư. 그는 ~다 anh ta là mục sư.

목소리 Giọng nói, giọng. 고운~ giọng nói ngọt ngào.

목수(木手) Thợ mộc. ~일 việc làm mộc.

목숨 Sự sống, mạng sống. ~이 끊어지다 chết, tắt thở. ~이 붙어 있다 gắn liền với mạng sống.

목숨 Sinh mạng, số mệnh.

목쉬다 Bị khan tiếng, khản giọng. 목쉰 소리 giọng khản tiếng.

목욕(沐浴) Tắm, tắm rửa. ~하다. ~하러가다 đi tắm. ~시키다 tắm cho ai đó, cho đi tắm.

목적(目的) Mục đích. ~이 없는. không có mục đích. 공동의~ mục đích chung.

목적지(目的地) Nơi mình muốn đến. ~지에 도달하다 đến nơi mình muốn đến.

목전(目前) ①Trước mắt. ②Trước mặt.

목제(木製) Làm bằng gỗ. ~품 đồ làm bằng gỗ.

목차(目次) Mục lục.

차례.

목청 Giọng nói. ~이 좋다 giọng nói hay.

목초(牧草) Cỏ, bãi cỏ, đồng cỏ. 그들은~를 찾아 가축과 함께 이동한다 họ tìm đồng cỏ và di chuyển cùng với bầy gia súc.

목축(牧畜) Nghề chăn nuôi. ~하다. ~업 nghề chăn nuôi.

목탁(木鐸) Người hướng dẫn.

목표(目標) Mục tiêu. ~하다 đặt mục tiêu. …을 ~로 하다 lấy cái gì đó làm mục tiêu.

목하(目下) Bây giờ, hiện thời, hiện nay.

몫몫이 Mỗi phần, từng phần. ~공평히 나누다 chia từng phần bằng nhau.

몰각하다(沒却-) ①Dẹp bỏ, bỏ, huỷ. ②Sự bỏ qua, coi thường.

몰골 Hình thức, hình hài, bề ngoài. ~사납다 bề ngoài trông đáng sợ.

몰두(沒頭) Vùi đầu. ~하다. 공부에 ~하다 vùi đầu vào học.

몰라보다 Nhận không ra, nhìn không ra. 몰라볼 만큼 변하다 thay đổi đến mức

몰락(沒落) Huỷ diệt, phá sản, tiêu tan. ~하다. 집안의~ gia đình tan nát.

몰려나다 Đuổi, trục xuất, tống ra. 회사에서~ bị đuổi khỏi công ty.

몰려오다 Ùa tới. 우르르~ ùn ùn ùa tới.

몰리다 Dồn, chất, ứ. 일이 ~ dồn việc

몰수(沒收) Sự tịch thu, thu. ~하다. ~되다 bị tịch thu. 재산을 ~하다 tịch thu tài sản.

몰아(沒我) Quên mình. 몰아의 경지 trận đấu quên mình.

몰아내다 Đuổi ra, đuổi đi. 교장 자리에서~ bị đuổi khỏi vị trí hiệu

trưởng.

몰아넣다 Dồn, ép, đuổi. 방안으로 ~ dồn vào phòng.

몰아대다 Thúc giục, thúc ép. 돈 내라고~ thúc trả tiền.

몰아받다 Nhận, tiếp nhận tất cả.

몰아세우다 Bắt, ép.

몰아치다 Dồn tới, dồn về. 바람이 몰아치는 언덕 ngọn đồi gió thổi dồn.

몸 Cơ thể, vóc dáng, sức khoẻ, mạng sống. ~이 크다 to người.

몸가짐 Thái độ, phẩm hạnh, hành động. ~을 조심하다 hành động cẩn thận.

몸꼴 Vóc dáng, hình thể. ~이 건장한 vóc dáng khoẻ mạnh.

몸나다 Mập ra, béo lên.

몸닦달 Tự rèn mình. ~하다.

몸달다 Sốt sắng, háo hức. 실패는 그를 몹시 ~게 했다 thất bại càng làm cho anh ta quyết tâm hơn.

몸담다 Làm việc, gắn bó. 그는 부동산업에 ~고 있다 anh ta đang buôn bán bất động sản.

몸두다 Ở, sống, trú. 몸둘 곳이 없다 không có chỗ nương thân

몸매 Vẻ đẹp cơ thể, vóc dáng, dáng người, thân hình.

몸부림 ①Lắc mình, rung mình. ~하다[치다]. ② Trằn trọc, quay bên này bên kia.

몸살 Mỏi mệt. ~이 나다 bị mỏi mệt.

몸쓰다 Sợ, sợ sệt.

몸져눕다 Bị nằm liệt giường.

몸조심(-操心) Cẩn thận sức khỏe. ~하다.

몸집 Cơ thể, tầm vóc, tưởng vóc. ~이 크다 to con, đô con.

몸차림 Ăn mặc. ~하다.

깨끗한 ~ ăn mặc sạch sẽ.

몹시 Rất, quá (chỉ mức độ). ~ 가난하다 rất nghèo. ~바쁘다 rất bận

몹쓸 Xấu, hư hỏng, ác. ~놈 thằng độc ác.

못 Cái hồ. ~을 파다 đào ao.

못내 Mãi mãi, vĩnh viễn. ~잊지 못하다 mãi mãi không thể quên được.

못되다 Chưa xong. 일이 아직 ~ việc vẫn chưa xong.

못마땅하다 Không thỏa mãn, không vừa lòng, khó chịu. 못마땅한 말 lời nói khó nghe.

못박히다 Nằm sâu, đóng sâu vào. 가슴에 ~ khắc sâu vào trong tim.

못살다 Không sống được. 못사는 사람 người nghèo.

못생기다 Xấu xí. 못생긴 남자 người đàn ông xấu xí. 얼굴이~ khuôn mặt xấu.

못지않다 Không kém, không thua, ngang bằng. 그는 나에 ~게 힘이 세다 anh ta khỏe chẳng kém tôi

못질 Sự đóng đinh. ~하다.

-못하다 Không thể, không có khả năng. 가지~ không thể đi được.

못하다 Không. 물이 맑지~ nước không trong.

몽구리 Cái đầu trọc.

몽글리다 Rèn luyện, thử thách.

몽둥이 Cây gậy, roi. ~를 주다 đánh, cho roi gậy.

몽따다 Giả vờ, giả bộ. 그는 사실을 알면서도 ~고 되물었다 anh ta biết sự việc còn giả vờ không biết hỏi lại.

몽땅 Tất cả, toàn bộ. ~털리다 giữ tất cả ra, đưa ra tất cả.

몽실몽실 Đầy đặn, phúng phính. ~하다. ~한 몸 cơ thể phúng

phính.

몽짜 Sự tham lam, tham hiểm. 몽짜를 부리다 giở trò tham hiểm.

몽치 Gậy, dùi cui. ~로 때리다 đánh bằng gậy. ~로 얻어맞다 bị đánh bằng gậy.

몽환(夢幻) Mộng tưởng, ảo mộng. ~곡 khúc ảo mộng.

뫼 Mộ, miếu. ~를 파내다 đào mộ. ~를 쓰다 làm mộ, làm miếu.

묘(妙) Kỳ diệu, diệu kỳ. 조화(造化)의~ sự kỳ diệu của tạo hóa.

묘계(妙計) Diệu kế. = 묘책(妙策).

묘망(渺茫) Mênh mông, bao la. ~하다.

묘목(苗木) Cây non, cây giống. ~을 심다 trồng cây non. 서리로 인해 ~이 죽었다 cây giống chết hết vì sương muối.

묘방(妙方) ①Diệu sách, diệu kế. ②Phương thuốc kỳ diệu.

묘비(墓碑) Bia mộ. ~를 세우다 lập bia mộ.

묘약(妙藥) Thần dược, thuốc thần tiên. 두통의~ thuốc thần chữa đau đầu.

묘연하다(杳然-) Xa xôi, xa , thưa vắng (tin tức).

묘책(妙策) Diệu sách. 묘안(妙案).

묘하다 Kỳ diệu.

묘하다(妙-) ①Đẹp, lạ, kỳ diệu. ②Kỳ lạ, lạ. 묘한 것 việc lạ.

묘혈(墓穴) Huyệt, mộ huyệt. 스스로 ~을 파다 tự đào huyệt cho mình.

무 Củ cải, cây củ cải. ~를 뽑아 먹었다 nhổ cải ăn. ~김치 kim chi củ cải.

무(武) Vũ lực, võ bị, quân sự.

무가내(無可奈) Bất chấp.

무가치(無價値) Vô giá trị, không có giá trị. ~하다. ~한 설명으로 시간을 낭비하다 giải thích không có giá trị gì phí thời gian.

무감각(無感覺) Vô cảm giác, không có cảm giác. ~하다. ~이 되다 trở thành vô cảm giác.

무겁다 Nặng, nặng nề

무게 Trọng lượng. ~가 나가다 nặng.

무결석(無缺席) Không vắng mặt, đủ. 3년간 내내 ~이다 suốt ba năm không vắng một lần.

무경쟁(無競爭) Không có sự cạnh tranh, không đối thủ. 무경쟁 상태 tình trạng không có đối thủ cạnh tranh.

무경험(無經驗) Không có kinh nghiệm. ~이다. ~자 người không có kinh nghiệm.

무고(無辜) Vô tội, trong sạch. ~하다. ~한 백성 trăm dân vô tội.

무극(無極) Không có giới hạn, vô cùng.

무급(無給) Không trả công. ~이다. ~으로 일하다 làm công không.

무기력(無氣力) Không có sức, yếu. ~하다. 나이를 먹어 ~하다 nhiều tuổi trở nên yếu.

무난(無難) Không khó khăn gì, dễ dàng. ~히 một cách dễ dàng.

무너지다 Sụp, đổ, vỡ, bể. 담이~ đổ tường.

무농약야채(無農藥野菜) Rau sạch, rau không có thuốc trừ sâu.

무능(無能) Bất tài. ~하다. ~한 남편 một người chồng không năng lực.

무단(武斷) Dùng vũ lực. ~정치 chính trị dùng vũ lực.

무담보(無擔保) Không thế chấp. ~대부금 vay không thế chấp.

무더위 Cơn nóng. 대단한 ~다 rất nóng.

무덕(無德) Vô đức, thất đức. ~하다.

무던하다 Vừa phải, đúng mực, hào phóng, rộng

rãi. 무던한 사람 người hào phóng.

무덥다 Nóng bức, ngột ngạt. 무더운 날씨 thời tiết nóng nực.

무도(武道) Võ thuật, võ nghệ.

무도(舞蹈) Sự khiêu vũ, sự nhảy múa. ~하다.

무디어지다 ①Trở nên cùn, bị cùn. ②Trở nên thẫn thờ, không nhạy bén, không linh hoạt.

무뚝뚝하다 Thô lỗ, cộc cằn. 무뚝뚝한 대답 một câu trả lời cộc cằn.

무량(無量) Rất nhiều, vô kể. ~하다.

무료(無料) Không trả tiền, không công, miễn phí. ~로 miễn phí, không mất tiền

무료(無聊) Sự buồn tẻ, chán. ~하다.

무르다 Mềm, nhũn. 무른 복숭아 quả hồng mềm. 무른 살 thịt mềm.

무릎쓰다 Liều, mạo hiểm, bất chấp. ...을 무릎쓰고 bất chấp gì đó.

무리 Đàn, bầy (cá, chim, động vật, bọn giang hồ). 양의 ~ đàn cừu. 사람의 ~ đoàn người.

무리 Vô lý, quá đáng, không hợp lý. ~하다. ~한 요구 một yêu cầu vô lý.

무마(撫摩) Vỗ, vuốt, mân mê. ~하다.

무면허(無免許) Không giấy phép. ~운전 lái xe không giấy phép.

무명(無名) Vô danh. ~용사 dũng sĩ vô danh.

무미(無味) Vô vị. ~하다. ~무취무색(無臭無色) không vị, không mùi, không màu.

무미건조(無味乾燥) Khô khan, không thú vị. ~하다. ~한 강의 sự giảng bài không thú vị.

무변(無邊) Không có lãi suất. ~전(錢) tiền vay không lãi suất.

무변화(無變化) Không thay đổi, không biến hóa, cố định.

무사(武士) Võ sĩ. ~도 võ sĩ đạo.

무사고(無事故) Không có tai nạn, an toàn. ~비행 chuyến bay an toàn.

무사태평(無事泰平) Không có vấn đề gì, bình an, ổn định, thái bình. ~하다. 무사태평을 기원하다 cầu mong vạn sự thái bình.

무산(霧散) Sự tan như mây khói. ~하다.

무상(無償) Không mất tiền, miễn phí, không trả tiền. ~배급 phân phối không thu tiền.

무상출입(無常出入) Ra vào không ngớt, ra vào tự do, tự do thăm quan. ~하다.

무색(-色) Có màu, màu.

무색(無色) Xấu hổ, không còn mặt mũi nào. ~하다.

무선전화(無線電話) Điện thoại vô tuyến (không dây). ~로 말하다 nói bằng điện thoại vô tuyến.

무성(無聲) Vô thanh, không có tiếng động.

무세(無稅) Không có thuế, miễn thuế. ~수입품 hàng nhập khẩu miễn thuế.

무소(誣訴) Tố cáo sai, vu cáo, vu khống. ~하다.

무소식(無消息) Không có tin tức. ~이 희소식이다 「tục ngữ」 không có tin gì nghĩa là tin lành.

무수(無數) Vô số. ~하다. 밤하늘에는 ~한 별들이 반짝이고 있었다 đêm trên trời vô số sao lấp lánh.

무수정(無修正) Không sửa đổi. ~으로 theo hình thức không sửa đổi.

무슨 Gì, cái gì. ~일 việc gì.

무승부(無勝負) Hoà, không phân thắng bại.

~로 끝나다 kết thúc bất phân thắng bại.

무시(無視) Khinh thường, coi thường, làm lơ. …을 ~하다 coi thường cái gì đó.

무시로(無時—) Vào bất cứ lúc nào, bất cứ khi nào.

무시무시하다 Kinh khủng, khủng khiếp. 무시무시한 광경 cảnh tượng khủng khiếp.

무신경(無神經) Không để ý, không chú ý.

무신고(無申告) Không khai báo. ~로 không khai báo, không báo.

무쌍(無雙) Vô song, phi thường. ~하다. 용감~한 사람 người dũng cảm vô song.

무어 Cái gì, gì. 이건 대체 ~야 cái đó là cái gì?

무언(無言) Không nói gì, im lặng. ~의 용사 dũng sĩ không lời

무엇하다 Khó chịu, ngượng.

무엇하면 Nếu muốn, nếu có thể, nếu cần.

무역(貿易) Mậu dịch, buôn bán, thương mại. ~하다. ~의자유화 tự do hoá mậu dịch.

무연고(無緣故) Không duyên cớ, không có lý do.

무용(武勇) Vũ dũng, sự can đảm.

무의탁(無依托) Không nơi nương tựa. =무의무탁. ~노인 người già không nơi nương tựa.

무인(無人) Không có người, hoang vắng. ~도 đảo hoang.

무일푼(無-) Không một xu, không một đồng. ~으로 장사를 시작하다 bắt đầu buôn bán không lấy một đồng.

무임(無賃) Miễn phí. ~으로 miễn phí.

무임소(無任所) Không xác định, không được ấn định.

무자격(無資格) Không có tư cách, thiếu tư cách. ~하다. 그는 교사로서 ~이다 cô ấy không có tư cách làm giáo viên.

무자비(無慈悲) Nhẫn tâm, tàn bạo, độc ác. ~하다. ~한 짓을 하다 làm cái trò tàn ác.

무작위(無作爲) Ngẫu nhiên, không cố ý. ~로 다섯 명을 선정하다 chọn năm người một cách ngẫu nhiên.

무적(無籍) Không có hộ khẩu, không quốc tịch, không lai lịch. ~자 kẻ không có lai lịch.

무전(無錢) Không có tiền. ~여행 du lịch không tiền.

무주(無主) Vô chủ. ~고혼(孤魂) cô hồn vô chủ.

무주택(無住宅) Không nhà cửa. ~서민층 tầng lớp dân nghèo không nhà cửa.

무지근하다 Nặng nề. 머리가~ đầu óc nặng nề.

무지러지다 Bị mòn, bị cùn. 붓이~ ngòi bút bị mòn.

무지렁이 Người ngu xuẩn, người khờ dại.

무지르다 Cắt, cắt bỏ. 나뭇가지를~ cắt cành cây.

무지막지(無知莫知) Không biết gì. ~하다.

무직(無職) Thất nghiệp. ~이다 bị thất nghiệp.

무질리다 Cắt, cắt bỏ. 무찌르다 Giết sạch, giết hết. 적 수백을~ giết hàng trăm kẻ địch. ②Chinh phục, khuất phục, tấn công.

무척 Rất, nhiều. ~행복하다 rất hạnh phúc. ~덥다 rất nóng. ~손해보다 thiệt hại rất nhiều

무취(無臭) Không mùi. ~하다. 무색~ không mùi không màu.

무취미(無趣味) Không hay, chán.

무치다 Nêm gia vị, nêm vào, bỏ vào, cho thêm

vào.

무패(無敗) Bất bại, không bao giờ thất bại. ~의 전적 chiến tích bất bại.

무학(無學) Không học hành, mù chữ, thất học. ~하다. 그는 무학이었다 anh ta thất học.

무함(誣陷) Vu cáo, vu khống. ~하다.

무해(無害) Vô hại, không độc. ~하다. 소량의 술은 ~하다 lượng nhỏ rượu thì không hại.

무해무득(無害無得) Không có hại cũng không được gì. ~하다.

무형(無形) Vô hình, không nhìn thấy, phi vật thể. ~의 이익 lợi ích vô hình

무효(無效) Vô hiệu. ~가 되다 trở nên vô hiệu. ~로 하다 thành vô hiệu.

묵계(默契) Hiểu nhau, hiểu ngầm nhau. ~하다.

묵고(考) Không nói gì, im lặng suy nghĩ. = 묵상(想).

묵과(過) Bỏ qua, làm lơ. ~하다. 잘못을 ~하다 làm lơ lỗi của ai đó.

묵념(念) ①Mặc niệm. 에 대하여 일분간~하다 một phút mặc niệm về cái gì đó. ②Trầm tư suy nghĩ.

묵다 Lâu, cũ. ~은 관습 tập quán cũ. ~은 빚 món nợ cũ. ~은 사상 tư tưởng cũ.

묵다 Trú, trọ, sống. 하룻밤 ~ trọ một đêm. 여관에~ trọ ở khách sạn.

묵독(讀) Đọc thầm. ~하다.

묵살(殺) Lờ đi, không quan tâm, bỏ qua. ~하다. 제안을 ~하다 lờ cái đề án đi

묵상(想) Trầm ngâm suy ngẫm. ~하다. ~에 잠 기다 chìm vào trong suy nghĩ, trầm ngâm.

묵은세배(-歲拜) Lạy mừng năm mới đêm giao thừa.

묵이 Đồ cũ, món cũ.

묵인(認) Bao che, che giấu, sự làm lơ. ~하다. 의~아래 dưới sự bao che.

묵종(從) Im lặng tuân theo, im lặng làm theo. ~하다.

묵직하다 Nặng. 묵직한 지갑 cái ví nặng

묵히다 Để không, để hoang, để chẳng có ích gì. 쌀을 ~ để không gạo.

묶다 Cột, buộc, trói. 다발로 ~ cột thành bó. 머리를 ~ cột tóc. 범인을 ~ trói tên tội phạm.

-문(文) Tiếp từ, có nghĩa câu văn, lời. 감상~ lời cảm ơn. 기행~ lời ký hành.

문(門) Cửa ra vào, cửa. 나가는 ~ cửa đi ra. 들어가는 ~ cửa vào. ~을 두드리다 gõ cửa.

문(問) Câu hỏi. 제1~ câu thứ nhất.

문간(門間) Ở cửa, chỗ cửa, chỗ ra vào.

문갑(文匣) Ngăn kéo, tủ đựng hồ sơ giấy tờ.

문경지교(刎頸之交) Quan hệ thân thiết, tri kỷ. ~를 맺다 kết giao tri kỷ.

문과(文科) Văn khoa, khoa văn. ~대학 đại học văn khoa.

문관(文官) Quan văn. ~우위(優位).

문구(文句) Câu văn. 명~ câu văn hay.

문기둥(門-) Khung cửa, cột cửa. ~에 기 대다 dựa vào cây cột cửa.

문단속(門團束) Giữ cửa, coi cửa, đóng cửa. ~하다. ~을 잘하다 giữ cửa chặt chẽ.

문답(問答) Vấn đáp, hỏi và trả lời. ~하다. ~식 으로 theo hình thức vấn đáp.

문덕(文德) Cả mớ, từng mảnh.

문둥이 Bệnh nhân hủi, người bị hủi.

문드러지다 Loét, lở, chín rục ra, thối ra. 문드러진 빨간 피부 da loét đỏ ra.

문뜩 Bất ngờ, đột xuất, ngẫu nhiên. ~생각나다 đột nhiên nghĩ ra.

문란(紊亂) Loạn, mất trật tự, hư hỏng. ~하다. ~한 가정 một gia đình không có nề nếp.

문묘(文廟) Văn Miếu, Đền thờ Khổng Tử.

문민(文民) Dân thường.

문방구(文房具) Dụng cụ văn phòng. ~점 quầy bàn văn phòng phẩm.

문병(問病) Thăm bệnh, hỏi bệnh. 입원 중인 친구를 ~하다 thăm bạn đang nằm viện.

문상(問喪) Thăm tang, đến viếng. ~하다.~ (을) 가다 đi viếng tang

문서(文書) Tài liệu, tư liệu, giấy tờ. ~로 bằng giấy tờ.

문신(文身) Xăm mình. 등에 ~하다 xăm lên lưng.

문안(文案) Bản thảo. ~을 작성하다 làm bản thảo.

문안(問安) Vấn an, thăm hỏi (người lớn tuổi hơn). ~하다.

문의(問議) Hỏi. ~하다. 사무실에 ~하십시오 hãy hỏi văn phòng

문인(文人) Nhà văn. 당대 최고의 ~ nhà văn lớn nhất đương thời.

묻히다 Bị chôn. bị vùi. 산재로 ~ bị chôn sống.

물 Nước. 찬~ nước lạnh.

물 Sắc, màu sắc.

물가 Bến nước, mép nước, bờ sông, bờ hồ. 배가 ~에 닿다 tàu cặp bến nước.

물감 Thuốc nhuộm màu. 천연~ thuốc nhuộm thiên nhiên.

물건 Đồ vật, đồ. 이것이 내~이다 đây là đồ vật của tôi

물결 Sóng. ~소리 tiếng sóng.

물결치다 Nổi sóng, dậy sóng. 물결치는 바다 biển dậy sóng.

물경(勿驚) Những, đến, tới.

물고(物故) Chết, mất, từ trần.

물고동 Cái vòi nước. ~을 틀다[잠그다] mở [đóng] vòi nước.

물곬 Rãnh nước. ~을 내다 đào, làm rãnh nước.

물귀신(-鬼神) Hà bá, ma nước. ~이 되다 thành con ma nước.

물기(-氣) Độ ẩm, nước. ~가 많다 nhiều độ ẩm

물길 Đường biển, đường thuỷ. ~로 삼백 리 đường thủy 300 dặm.

물다 Trả tiền, trả nợ. 벌금을 ~ trả tiền phạt.

물독 Vại nước, chum nước, bình nước.

물동(物動) Cái đê, bờ kè chắn nước.

물들다 Nhuộm, dính. 꺼멓게 ~ nhuộm trắng

물들이다 Bị nhuộm, được nhộm. 머리를 검게 ~ nhuộm đen tóc.

물때 Khi triều lên và xuống. ~를 기다리다 đợi triều lên.

물량(物量) Số lượng hàng hóa, lượng hàng hóa. ~을 확보하다 mở rộng lượng hàng hóa.

물러앉다 Rời bỏ, từ bỏ, nghỉ.

물러오다 Quay trở lại. 가던 길을~ quay lại đường cũ.

물려받다 Được thừa kế. 아버지 사업을 ~ được thừa kế làm ăn của cha.

물려주다 Truyền cho, ban cho. 권리를 ~ giao quyền cho ai.

물력(物力) Vật lực, sức mạnh về vật chất.

물론(勿論) Đương nhiên. ~이지 là đương nhiên rồi.

물리다 Cho ngậm, cho bú. 어머니가 아기에게 젖을 물렸다 người mẹ

cho em bé ngậm vú.

물리다 Đền bù, bồi thường. 깨뜨린 그릇 값을 ~ đền tiền vỡ cái đĩa.

물리치다 Từ chối, khước từ, cự tuyệt. 요구를 ~ từ chối yêu cầu

물리학(物理學) Vật lý học. 이론[응용]~ Vật lý học lý luận [ứng dụng].

물림 Sự truyền lại, để lại. ~재산 tài sản để lại.

물마루 Chân trời.

물매 Roi, vọt, đòn. ~맞다 bị roi. ~치다 quất roi.

물매 Độ nghiêng. 지붕의 ~가 싸다 độ nghiêng mái thấp.

물멀미 Chứng say sóng. ~하다.

물목(物目) Danh mục hàng hóa.

물부리 Cái tẩu thuốc.

물분(-粉) Phấn nước.

물불 Khó khăn. ~을 안 가리다 bất chấp mọi khó khăn.

물빛 Màu nước, sắc nước.

물살 Sức nước, sức dòng chảy. ~이 세다 dòng chảy mạnh.

물색(物色) Lựa chọn, tìm kiếm.

물색없다 Chẳng đến đâu cả, chẳng ra gì cả.

물샐틈없다 Kín, chặt, không hở.

물소 Con trâu.

물소리 Tiếng nước chảy hoặc tiếng sóng va đập vào bờ, vào vách đá.

물실호기(勿失好機) Không bỏ lỡ cơ hội tốt. ~하다.

물써다 Thủy triều xuống. 물썰 때 khi thủy triều xuống.

물쓰듯하다 Xài như nước. 돈을 ~는 사람 người xài tiền như nước.

물씬거리다 Mùi thơm thoang thoảng. 향수 냄새가 ~ mùi nước thơm thoang thoảng.

물아래 Dưới nước.

물안개 Sương nước, sương trên mặt hồ, sông.

물어내다 Đưa ra, trả.

물어넣다 Trả lại, hoàn lại.

물어떼다 Cắn, cắn đứt. 떡을 한 입 ~ cắn một miếng bánh.

물어보다 Hỏi, hỏi cho biết. 길을 ~ hỏi đường

물어주다 Đền bù, trả giá. 잃어버린 책을 ~ bồi thường tiền mất quyển sách

물오르다 ①Cây mọc, tăng trưởng. 봄이 되어 나무에 물이 오르기 시작한다 mùa xuân đến cây cối bắt đầu phát triển ②Trở nên giàu có.

물욕(物慾) Dục vọng, tham lam. 그는 ~이 강한 사람이다 hắn là người nhiều dục vọng.

물위 ①Mặt nước. = 수면(水面). ~에 떠오르다 nổi lên mặt nước. ②Thượng nguồn.

물음 Câu hỏi. ~표 bảng câu hỏi.

물의(物議) Lời phê phán, luận bàn, bàn tán. ~를 일으키다 gây sự bàn luận.

물장구 Đập, vỗ trên mặt nước khi bơi.

물장사 Bán quán rượu, bán rượu.

물줄기 ①Dòng nước, dòng chảy. ~가 두 갈래로 갈리다 dòng nước chia làm hai nhánh.

물증物證) Vật chứng. ~을 잡다 lấy làm vật chứng.

물체(物體) Vật thể, đồ vật. 미확인 비행 ~ vật thể bay chưa xác định, đĩa bay (UFO).

물컥물컥 Xộc ra, tuôn ra. 물고기 썩은 냄새가 ~나다 mùi thối xộc ra

물크러지다 Chín rục.

물퍼붓듯 Như là đội nước. 비가 ~하다 mưa như xối nước.

물표(物標) Phiếu, vé, thẻ khi gửi hành lý.

물품(物品) Vật phẩm, hàng hóa. 온갖 ~ tất cả các loại vật phẩm.

물화(物貨) Hàng hóa.

묽다 Loãng, nhạt. 페인트를 묽게 하다 pha sơn cho loãng. 죽이 ~ cháo loãng. .

뭇 Bó, cột. 장작 한 ~ một bó củi. 볏짚 한 ~ một bó rơm.

뭇사람 Nhiều người. ~앞에서 trước mặt nhiều người.

뭉개다 Dấn, xoay xoay. 불을 밟아 뭉개어 끄다 dẫm chân dí xoay xoay cho tắt lửa.

뭉게뭉게 Từng đám, từng tảng, nhiều (mây, khói). ~솟아오르는 연기 khói bay lên từng tảng.

뭉그러뜨리다 Sụp đổ, (bóng) tan ra mây khói. 담을 ~.

뭉긋이 Nhẹ nhàng, hơi. 고개가~경사지다 cái đồi hơi nghiêng một chút.

뭉긋하다 ①Nghiêng. ②Cong.

뭉실뭉실 Bụ bẫm, phúng phính, súng sính. =몽실몽실. ~한 몸 cơ thể phúng phính.

뭉치 Một đống. 편지 한~ một đống thư.

뭉텅이 Cục, đống. 지폐~ cục tiền.

뭍 Đất liền. ~에 오르다 lên đất liền.

뭣 Viết tắt của 무엇, gì, cái gì.

-므로 Chỉ lý do, vì, do, bởi.

미 Vẻ đẹp. 남[여]성~ vẻ đẹp nam [nữ] tính. 자연[육체]~ vẻ đẹp tự nhiên [xác thịt].

미각(味覺) Vị giác, khẩu vị. ~을 만족 시키다 làm thoả mãn khẩu vị.

미간(未刊) Chưa phát hành (sách, báo).

미개(未開) Nguyên thủy, không văn minh, man rợ. ~하다. ~사회 xã hội nguyên thuỷ

미개발(未開發) Chưa phát triển. ~국 nước không phát triển.

미개척(未開拓) Chưa khai thác, chưa khai phá. ~분야 lĩnh vực chưa khai thác

미거(美擧) Mỹ cử, hành động đẹp.

미결(未決) Chưa quyết, chưa giải quyết. 아직 ~로 남아 있다 còn lại vẫn chưa giải quyết

미결제(未決濟) Chưa thông qua, chưa phê duyệt.

미경험(未經驗) Không có kinh nghiệm, chưa trải qua. ~자 người không có kinh nghiệm.

미곡(米穀) Lúa gạo, thóc gạo, lương thực. ~도매상 cửa hàng bán buôn lúa gạo

미공인(未公認) Chưa được công nhận. ~기록 kỷ lục chưa được công nhận.

미구불원(未久不遠) Không xa, không lâu, gần. ~하다.

미급하다(未及-) Chưa đạt đến.

미끄러뜨리다 Trơn, trượt. 발을 ~ trượt chân.

미끄러지다 Trơn, trơn trượt, bị trượt chân. 미끄러져 넘어지다 trượt té xuống.

미끄럼 Sự trơn trượt. ~타다 bị trượt, trơn

미끄럽다 Trơn. 미끄러운 길 đường trơn.

미끈거리다 Trơn, trượt. 뱀장어가 미끈거려 손에 잡히지 않는다 con lươn nó trơn không nắm được.

미끈하다 ①Trơn bóng. 미끈한 자동차 cái xe bóng lộn.

미끼 Mồi. ~를 갈다 thay mồi.

미남(美男) Người đàn ông đẹp trai. =미남자.

미납(未納) Chưa đóng. ~금 tiền chưa đóng.

미네랄 Khoáng chất, nước khoáng.

미녀(美女) Mỹ nữ, người

phụ nữ đẹp. 절세의 ~ mỹ nữ tuyệt trần.

미니 Mini. ~스커트 váy ngắn.

미다 Rụng tóc, rụng lông.

미닫이 Cửa kéo đẩy. ~창 cửa sổ theo kiểu kéo đẩy.

미달(未達) Chưa đạt tới. ~하다. 연령~ chưa đủ tuổi. 정족수 ~로 chưa đạt đến số người cần thiết.

미덕(美德) Một đức tính, đức hạnh tốt. 겸양의~ đức tính khiêm nhường.

미덥다 Đáng tin. 앞날이 미더운 사람 người đáng tin về tương lai.

미동(美童) Đứa bé đẹp.

미동(微動) Rung nhẹ, lay nhẹ. ~도 않다 không lung lay.

미들급(-級) Hạng trung bình, hạng trung. ~선수 vận động viên hạng trung.

미등(尾燈) Đèn hậu (đèn đỏ ở đằng sau xe hơi).

미디어 Truyền thông (media). 매스~ truyền thông đại chúng.

미래(未來) Tương lai. ~에 trong tương lai.

미려(美麗) Đẹp, thanh lịch, tao nhã. ~하다.

미련(未練) Lưu luyến, luyến tiếc. ~이 있다 có lưu luyến.

미로(迷路) Mê cung, mê hồn trận. ~같은 như là mê cung. ~에 빠지다 rơi vào mê cung.

미루다 Hoãn, kéo dài thời hạn, lùi. 뒤로~ lùi ra sau.

미륵(彌勒) Phật Di Lặc.

미리 Trước, sẵn. 계획을 ~세우다 lên kế hoạch trước.

미만(未滿) Chưa đầy, chưa đủ, chưa đạt tới. 만원~ chưa đầy 10 ngàn Wôn.

미망(迷妄) Mê muội. ~에서 깨어나다 thoái khỏi sự mê muội.

미망인(未亡人) Người đàn bà góa, quả phụ. 전쟁~ quả phụ do chiến tranh.

미명(美名) Tiếng tốt, danh nghĩa tốt. 의 ~아래 dưới cái tiếng tốt là.

미모(美貌) Xinh đẹp. ~의 여인 người phụ nữ đẹp.

미미(微微) Nhỏ, không lớn. ~하다. ~한 문제 vấn đề nhỏ.

미발표(未發表) Chưa công bố. 작품은 ~의 것일 것 tác phẩm còn chưa được công bố.

미발행(未發行) Chưa phát hành.

미사일 Tên lửa (missile). ~기지 căn cứ tên lửa

미상(未詳) Không rõ ràng, không chi tiết. ~하다.

미상불(未嘗不) Thực vậy, quả vậy, đúng thế.

미상환(未償還) Chưa trả, chưa thanh toán. ~ 사채 nợ còn chưa thanh toán.

미생물(微生物) Vi sinh vật. ~연구실 phòng nghiên cứu vi sinh vật. ~학 vi sinh vật học.

미성년(未成年) Vị thành niên. ~이다 còn vị thành niên. ~.

미성숙(未成熟) Chưa chín, chưa trưởng thành. ~하다.

미세하다(微細-) Rất nhỏ, rất ít. 미세한 점까지 조사하다 điều tra cả những điểm nhỏ nhất.

미소(微小) Rất nhỏ, cực nhỏ. ~하다. ~한 생물 sinh vật cực nhỏ.

미소(微少) Rất ít, cực ít. ~하다.

미숙련(未熟練) Chưa thành thạo. ~공 thợ chưa thành thạo, thợ chưa lành nghề.

미술(美術) Mỹ thuật. ~가 mỹ thuật gia

미스 Người phụ nữ chưa lập gia đình. 그녀는 아직 ~다 cô ấy còn độc thân.

미스터리 Điều bí mật. 그것이 나에겐 아주 ~야 điều đó còn là bí mật đối với tôi.

미심(未審) Nghi ngờ, đáng ngờ, không yên tâm. ~쩍은 점 điểm đáng nghi ngờ.

미싱 Máy may. =재봉틀.

미아(迷兒) Đứa trẻ đi lạc. ~가 되다 trở thành trẻ lạc. ~

미안하다(未安-) Xin lỗi. ~지만 우체국 어디입니까? Xin lỗi cho hỏi bưu điện ở đâu?

미안해하다(未安—) Xấu hổ. 미안해 할 것 없다 chẳng có gì phải xấu hổ.

미어(美語) Tiếng Mỹ.

미어지다 Căng, đầy, chứa đầy. 자루가 미어지도록 쌀을 넣다 bỏ gạo cho đầy bao.

미역 Tắm rửa, bơi lội.

미역 Cây rong biển. ~을 따다 hái rong biển. ~국 canh rong biển.

미역국 Món canh rong biển

미연(未然) Trước, sẵn. ~에 방지하다 phòng trước, phòng sẵn.

미온(微溫) Lãnh đạm, thờ ơ, không nhiệt tình.

미용(美容) Đẹp, vẻ đẹp, thẩm mỹ. ~실 tiệm trang điểm, tiệm uốn tóc.

미움 Cái ghét, không thích. ~을 받다 bị người ta ghét.

미작(米作) Trồng lúa. ②Thu hoạch lúa.

미장(美粧) Làm cho đẹp, trang điểm cho đẹp. ~원 viện thẩm mỹ.

미적거리다 ①Thò ra. ②Lùi lại, hoãn.

미전(美展) Cuộc triển lãm mỹ thuật.

미점(美點) Cái đẹp, điểm đẹp.

미주(美洲) Châu Mỹ.

미주알고주알 Chi li, tỉ mỉ, chi tiết từng tí. ~캐묻다 hỏi chi li.

미지(未知) Không biết, lạ lẫm. ~의 세계 thế giới lạ lẫm. ~

미지근하다 Ấm áp, âm ấm. 미지근한 물 nước âm ấm.

미진(微震) Động đất nhỏ.

미진하다(未盡-) Không tường tận, không tỉ mỉ.

민심(民心) Lòng dân. ~을 잃다 mất lòng dân.

민영(民營) Dân doanh, tư nhân, cá nhân. ~사업 doanh nghiệp dân sự.

민완(敏腕) Sự thành thạo, thành thục.

민유(民有) Sở hữu của người dân, dân hữu. ~림 rừng cá nhân

민의(民意) Ý dân. ~를 묻다 hỏi ý dân.

민의원(民議院) Hạ viện.

민적(民籍) Hộ khẩu.

민족(民族) Dân tộc. ~의 화합 hoà hợp dân tộc.

민주(民主) Dân chủ. ~공화국 nước cộng hoà dân chủ.

민중(民衆) Dân chúng, quần chúng, nhân dân. ~적 có tính quần chúng.

민첩(敏捷) Nhanh, lanh lợi. ~하다.

민틋하다 Nhẵn, trơn, mướt.

민항(民航) Hàng không dân dụng. =민간 항공 ~기(機) máy bay dân dụng.

밀계(密計) Mật kế. ~를 꾸미다 tìm mật kế.

밀고나가다 Tiến lên, đưa ra, xúc tiến.

밀다 Đẩy. 문을 ~ đẩy cửa.

밀도(密度) Mật độ. ~가 높다 mật độ cao.

밀뜨리다 Đẩy, xô. 아무를 ~ xô ai.

밀랍(蜜蠟) Sáp ong.

밀레니엄 Thiên niên kỷ, ngàn năm (millennium).

밀리다 Dồn đọng, ứ. 일이~ công việc bị ứ.

밀림(密林) Rừng rậm. ~지대 khu vực rừng

rậm.

밀막다 Chặn lại, ngăn lại.

밀매매(密賣買) Buôn bán lậu. ~하다.

밀매음(密賣淫) Mại dâm lậu. ~하다.

밀모(密謀) Mật kế. ~하다.

밀무역(密貿易) Buôn lậu. ~하다.

밀물 Thủy triều. ~이 들어오다 triều lên.

밀보리 Hạt mì, mì. =쌀보리.

밀봉(密封) Gói kín, đóng bao kín. ~하다

밀사(密使) Mật sứ. ~로 보내다 cử mật sứ.

밀송(密送) Gửi trộm. ~하다.

밀월(蜜月) Tuần trăng mật. ~여행 du lịch tuần trăng mật.

밀의(密議) Mật ý. ~하다.

밀입국(密入國) Nhập cảnh lậu. ~하다. ~자 người nhập cảnh lậu.

밀접(密接) Chặt chẽ, thân thiết. ~하다. ~한 관계 quan hệ mật thiết.

밀초(蜜-) Cây nến, sáp.

밀치다 Đẩy mạnh, xô mạnh. 아무를 ~ xô ai. 옆으로 ~ xô sang một bên

밉광스럽다 Đáng ghét.

밋밋하다 Trơn, bóng láng. 밋밋한 얼굴 khuôn mặt bóng láng.

밍밍하다 Nhạt, vô vị. 밍밍한 국 canh nhạt.

밑 Dưới, phía dưới. ~에 ở dưới, phía dưới

밑바닥 ① Đáy, mặt dưới. 솥~ dưới đáy nồi.

밑바탕 Nền tảng, cơ sở.

밑받침 Cái kê, cái đỡ phía dưới.

밑창 Đế (giày).

밑층(-層) Tầng trệt, tầng dưới, tầng dưới cùng.

ㅂ

ㅂ니까? (Thô chia trong câu hỏi, đi cùng với động từ hoặc tính từ). Có phải, phải không, không? 합니까? Làm không?

ㅂ디다 (Thô chia trong câu trần thuật, câu trả lời đi cùng với động từ hoặc tính từ). 저는 갑니다 tôi đi. 저는 모릅니다 tôi không biết.

ㅂ시다 (Thô chia ngữ pháp, đi cùng động từ) Cùng, hãy. 갑시다 hãy cùng đi. 먹읍시다 cùng ăn. 합시다 cùng làm.

바 ①Phương pháp, cách thức. ②Đã từng, như từng. 할 바를 모르다 tôi không biết cách làm.

바가지씌우다 Bị mua hớ, trả tiền oan. 좀 ~는 것 같군요 tôi mua hớ rồi thì phải.

바그다드 Thủ đô Irắc Bag(h)dad.

바꾸다 ①Đổi, chuyển, thay, thay đổi. 계획을 ~ 하다 đổi kế hoạch. ②Sửa đổi, cải cách, làm mới

바꿔 Thay đổi, thay, chuyển. ~말하면 nói một cách khác.

바나나 Quả chuối, chuối. ~껍질 vỏ chuối. ~송이 nải chuối.

바느질 Việc may mặc, may vá. ~하다. ~을 잘 하다 giỏi may vá.

바늘 ①Cái kim, mũi kim, cái kim(chỉ nghĩa bóng). ~구멍 lỗ kim. ②Kim đồng hồ, cái lưỡi câu, cái móc. 이 시계에는~이 세 개 있다 đồng hồ này có ba kim.

바다 Biển. ~로 ra biển,

hướng ra biển. 끝없는 ~ biển không bờ bến.

바닥 ①Đáy, mặt dưới. 물~에 ở đáy nước. ②Mặt bằng, mặt phẳng. 손~ bàn tay, lòng bàn tay.

바닥나다 Bị cạn thiệt, lộ đáy ra, hết. 그 물건은 ~ hàng ấy hết rồi.

바둑 Môn cờ vây, cờ ba túk. ~(을) 두다 đánh batúc. ~돌 viên ba túc.

바득바득 Sự khăng khăng, sự cố chấp.

바라다 Mong muốn, mong ước, mong. 평화를 ~ mong muốn hoà bình.

바라보다 ①Nhìn chằm chằm, nhìn. 남의 얼굴에 ~ nhìn chằm chằm vào mặt ai đó. ②Gần tới, sắp tới. 나이 50을 ~ gần đến tuổi năm mươi.

바라지 Để sau danh từ, chỉ sự chăm nom, chăm sóc. ~하다. 자식~ chăm sóc con cái. 옷 ~하다 chăm sóc chuyện ăn mặc cho ai.

바락바락 Chỉ sự tức giận, hừng hực, bực bội. 그는 무엇에 화가 났는지 갑자기 나에게 ~ 대들었다 chẳng hiểu anh ta tức việc gì mà lại bực tức cầu nhầu tôi.

바람 ①Luồng không khí, gió, bão. ~이 세다 gió mạnh. ②Không khí, hơi. ~구멍 lỗ thông gió.

바람결 ①Cơn gió, sức gió. ~에 trong cơn gió. ~에 새소리가 들린다 nghe tiếng chim trong cơn gió. ②Lời đồn, tiếng đồn. ~에 들으니 tôi nghe đồn là.

바람나다 Lăng nhăng, ngoại tình. 바람난 남편 ông chồng ngoại tình.

바람들다 ①Xanh tươi, xanh tốt. 바람든 무 cải xanh. ②Lăng nhăng, ngoại tình.

바람맞다 ①Bị phỉnh, bị lừa dối, hứa mà không

thực hiện. 여자한테 ~ bị đàn bà lừa. ②Trái với mong đợi, ngược lại mong đợi, thất vọng.

바람맞히다 Bỏ rơi ai, làm cho ai thất vọng, lừa dối ai. 그는 나를 ~ hắn lừa tôi.

바람잡다 ①Sống lăng nhăng, buông thả. ②Bắt phải gió, vô vọng, chẳng có kết quả gì.

바람직하다 Phù hợp, thích hợp, đúng, chính xác. 바람직한 사람 người thích hợp.

바랑 Cái balô, cái túi đeo. ~을 지다 cõng ba lô.

바래다 Phai màu, bay màu. 색이~ bay màu.

바래다주다 Tiễn ai đó, đưa ai đó đi. 집까지~ đưa ai đó về nhà.

바로 Chính xác, đúng, chuẩn. ~대답하다 trả lời một cách thẳng thắn.

바로잡다 Uốn thẳng, duỗi ra, làm cho thẳng. 굽은 등뼈를 ~ duỗi thẳng lưng.

바르다 ①Dán, gắn. 고약을 ~ dán cao dán. ②Quét sơn, sơn, bôi, quệt. 풀을 ~ bôi hồ.

바르르 Sự sôi sục, sùng sục. ~끓기 시작하다 bắt đầu sôi sùng sục.

바른말 Lời nói đúng, lời nói chính trực, lời nói ngay thẳng.

바리 Cái bát cơm.

바리케이드 Vật chướng ngại. ~를 치다[쌓다] để chướng ngại vật.

바보 Thằng ngốc, thằng đần, thằng ngơ. ~같은 như là thằng ngốc.

바비큐 Thịt nướng [barbecue].

바쁘다 Bận, bận bịu. 바쁜 일정 một lịch trình bận rộn. 바쁜 하루 một ngày bận rộn.

바스대다 Vận động, không đứng yên được một chỗ, nghịch ngợm, phá phách.

바스러뜨리다 Vỡ thành

từng mảnh.

바스스 Từ từ, nhè nhẹ, nhẹ nhàng. ~잠자리에서 일어나다 nhẹ nhàng đứng dậy khỏi giường.

바스켓 Cái rổ, basket. ~볼 bóng rổ,

바심 Thu hoạch sớm. ~하다. ②Việc thu hoạch sớm ~하다.

바야흐로 Ngay lúc này, bây giờ, vừa đúng lúc. ~가을이다 mùa thu đã đến thực sự.

바에야 Thà... còn hơn, đã... thì. 항복할 바에야 죽겠다 đầu hàng thì chết còn hơn.

바위 Tảng đá, phiến đá. ~추락 주의 chú ý đá rơi (biển báo). 흔들~ hòn đá rung.

바위제비 Con chim yến, con yến đá.

바이러스 ①Vi rút, vi trùng (virus). 감기~ cảm cúm virus. ②Virus máy tính.

바이스 Cái kẹp, vật dùng cố định vật khác (vise).

바이어 Người mua hàng (buyer). ~와 상담(商談)을 하다 đàm phán với khách hàng.

바이올린 Viôlông. ~독주 độc diễn viôlông.

바자 Chợ, hội chợ từ thiện. ~를 열다 mở hội chợ từ thiện.

바지 Quần. 접어 올린~단 quần xăn ống.

바짝 Chặt, bó sát. 바싹.

-바치 Người làm, thợ. 갖바치 thợ làm dày. 성냥바치 thợ diêm.

바캉스 Kỳ nghỉ hè, ngày nghỉ lễ (vacances). ~철 mùa nghỉ hè.

바퀴 ①Bánh xe. 자전거~ bánh xe đạp. 바탕 ①Tính chất, tính cách. ~이 좋은 사람 người có tính cách tốt. ②Nền, cơ sở, bề mặt. ~을 두다 dựa vào nền móng. ~이 되다 thành nền móng.

바탕 Ván, hồi, hiệp. 씨름 한~ một ván vật. 비

가 한~왔다 mưa một chặp.

바터 Trao đổi hàng hóa. ~무역 mậu dịch trao đổi hàng hóa

바통 Dùi cui, cây gậy, cây baton. ~을 넘기다 trao gậy.

바투 Sát, gần, kề. ~앉다 ngồi cận kề. ~쓰다 viết sát vào nhau.

바특이 Gần, sát, kề. 손톱을 ~깎다 cắt sát móng tay.

바티칸 Vatican.

박(泊) Đêm. 1~2일 một đêm hai ngày. 1박하다 ngủ một đêm.

박격포(迫擊砲) Pháo bắn khúc, pháo bắn chi viện bộ binh.

박다 ①Đóng, ghim, găm (đinh). 못을 ~ đóng đinh. ②Gắn vào. 상아에 금을 ~ gắn vàng vào ngà voi.

박대(薄待) Bạc đãi. ~하다. ~받다 bị bạc đãi.

박덕(薄德) Thất đức, không có đức. ~하다. 부덕(不德).

박동(搏動) Mạch, nhịp mạch đập. ~계 đồng hồ đo mạch.

박두(迫頭) Đến gần, sát gần. ~하다. 위기가 ~하다 nguy cơ đang đến gần.

박람회(博覽會) Triển lãm, cuộc triển lãm. 무역~ triển lãm mậu dịch.

박래품(舶來品) Hàng nhập khẩu.

박력(迫力) Sức mạnh, sức tiến. ~이 있다 có sức mạnh.

박리(剝離) Lột ra, tách ra. ~하다.

박막(薄膜) Tấm màn chắn.

박멸(撲滅) Tiêu diệt, khử. ~하다. 전염병을 ~하다 khử bệnh truyền nhiễm.

박명(薄命) ①Bất hạnh. ~하다 ②Đoản mệnh, bạc mệnh. ~하다.

박물(博物) Hiểu biết rộng, bác học. Bảo tàng.

~관 viện bảo tàng.

박복(薄福) Bạc phước, rủi ro, bất hạnh. ~하다. ~한 여인 người phụ nữ không may mắn.

박봉(薄俸) Mức lương bạc bẽo, đồng lương nghèo nàn. ~근로자 người lao động với mức lương bạc bẽo.

박사(博士) ①Tiến sĩ. 김~ tiến sĩ Kim. ~과정 đang trong quá trình làm tiến sĩ. ②Bác sĩ.

박살 Thành từng mảnh, mảnh vụn. ~내다 làm thành từng mảnh.

박색(薄色) Rất xấu xí. 둘도 없는 ~이다 xấu đến mức không có người thứ hai.

박수(拍手) Vỗ tay. ~하다. ~치다. 우레 같은 ~소리 tiếng vỗ tay như sấm.

박수갈채(拍手喝采) Vỗ tay hò reo. ~하다.

박식(博識) Hiểu biết nhiều, uyên bác. ~하다.

박신거리다 Tụ tập, xúm lại, túm lại. 사람들로 ~ mọi người túm nhau lại

박신박신 Thành nhóm, nhóm.

박애(博愛) Sự bác ái. ~하다.

박약(薄弱) Bạc nhược, yếu đuối. ~하다. 의지가~ ý chí yếu đuối.

박음질 Việc may ~하다.

박이 Để sau người, chỉ người hoặc con vật. 점박이 thầy bói.

박이다 In, in ấn. 책을 ~ in sách.

박자(拍子) Nhịp. ~를 맞추어 hoà nhịp, theo nhịp. 4분의2~ nhịp 2/4.

박장대소(拍掌大笑) Vỗ tay cười lớn. ~하다.

박정(薄情) Bạc tình, lạnh nhạt. ~하다[스럽다].

박정희 Tổng thống Hàn Quốc Park Chung Hee (1917-1979)

박제(剝製) Sự nhồi bông, nhồi nhét. ~한 được nhồi bông.

박주(薄酒) Rượu nhạt.

박쥐 Con dơi.

박진(迫眞) Tiến tới, đi tới. ~하다.

박차(薄茶) Trà nhạt, trà loãng.

박치기 Va đầu vào, đụng đầu vào. ~하다

박타다 ①Cưa thành hai, chẻ thành hai.② Chẳng được cái gì, hỏng việc.

박탈(剝奪) Tước bỏ, bóc lột, giật lấy. ~하다. 공민권을 ~하다 tước bỏ quyền công dân.

박테리아 Vi khuẩn. =세균.

박피(薄皮) Da mỏng.

박하다(薄-) ①Bạc bẽo. 인심이~ lòng người bạc bẽo ②Ít, không nhiều. 급여가~ lương ít.

박학(博學) Bác học, học rộng, học nhiều. ~하다. ~한 사람 người học nhiều.

박해(迫害) Ngược đãi, chèn ép, bức hại. ~하다. ~를 받다 bị bức hại.

박히다 ①Đóng vào, bị gim vào. 손에 가시가 ~ gai đâm vào tay. 탄알이 기둥에 박혔다 viên đạn găm vào cột. ②Bị in, bị chụp.

밖 ①Bên ngoài, ngoài. ~에 bên ngoài. ②Ngoài đó ra, ngoài ra. 그~에 ngoài cái đó ra. 하나~ 에 없는 몸 cơ thể chỉ có một.

반(反) Phản, chống lại. 반사회적행동 hành động phản xã hội.

반가공품(半加工品) Bán gia công, gia công một nửa.

반가움 Sự vui mừng.

반가워하다 Vui mừng. 소식을 듣고 아주 ~ nghe xong tin thì rất vui mừng.

반가이 Một cách vui vẻ, vui mừng. ~맞이하다 vui mừng đón tiếp.

반간(反間) Phản gián, gián điệp. ~계 bọn phản gián, bọn gián điệp.

Từ điển Hàn-Việt

반감(反感) Phản cảm, tình cảm xấu, ác cảm. 두 사람 사이의~ tình cảm không tốt giữa hai người.

반갑다 Vui mừng, vui. 반가운 소식 tin vui. 반갑게 웃다 cười một cách vui mừng.

반값(半-) Một nửa giá. ~으로 깎다 giảm giá xuống một nửa.

반개(半個) Một nửa. 사과~ nửa quả táo.

반개(半開) ①Mở một nửa. ~하다. ~된 창문 cửa sổ mở một nửa. ②Hoa nở một nửa. ~하다.

반거충이(半-) Người học cái gì cũng lỡ cỡ, cái gì cũng dở dang.

반격(反擊) Phản kích, phản công. ~하다. 우리는 ~의 준비가 되어 있다 chúng tôi đã chuẩn bị để phản công. 우리

반경(半徑) Bán kính. 3마일 ~이내 trong bán kính 3 dặm.

반고체(半固體) Nửa lỏng, nửa đặc.

반공(反攻) Phản công, phản kích. 반격.

반공일(半空日) Ngày nghỉ nửa ngày, thứ bảy.

반관반민(半官半民) Nửa nhà nước nửa dân sự. ~회사 công ty nửa nhà nước nửa dân sự.

반괴(半壞) Hư một nửa, hỏng một nửa. ~하다. ~가옥 ngôi nhà bị hỏng một nửa.

반구(半球) Bán cầu. 동~ Đông bán cầu. 서~ Tây bán cầu.

반국가적(反國家的) Phản quốc gia.

반군(叛軍) Phản quân, phiến quân.

반군국주의(反軍國主義) Chủ nghĩa phản quân chủ.

반금속(半金屬) Nửa kim loại, á kim.

반기(反旗叛旗) Cờ của quân phản loạn. ~를 들다 cầm cờ phản loạn.

반기생(半寄生) Một nữa ký sinh, bán ký sinh.

반나마(半-) Hơn một nửa, già một nửa.

반나체(半裸體) Bán lõa thể, khỏa thân nửa người. ~화 tranh khoả thân một nửa.

반납(返納) Nộp lại, trả lại. ~하다. 회사에~하다 nộp lại cho công ty. return; restoration.

반달(半-) ①trăng bán nguyệt ~모양의 hình bán nguyệt. ②Nửa tháng. ~치[분]의 phần nửa tháng.

반대(反對) ①Đối diện, ngược lại. ~로 ngược lại. ~방향으로 ngược chiều. ②Phản đối. ~하다. ~한 사람 하나도 없다 không có một người phản đối. 에 ~하다 phản đối cái gì đó.

반덤핑(反-) Chống phá giá. ~관세 thuế chống phá giá. ~법 luật chống phá giá.

반도(半島) Bán đảo. 한~ bán đảo Triều Tiên.

반도덕적(反道德的) Có tính phi đạo đức, tính vô đạo đức. ~행위 hành vi vô đạo đức.

반도체(半導體) Mạch bán dẫn. ~업 công nghiệp bán dẫn. 64메가 디램~ đĩa DRAM 64 mega .

반동(反動) Phản động. ~하다. ~분자 phần tử phản động. ~사상 tư tưởng phản động.

반드럽다 ①Trơn, mướt, bóng. 드러운 종이 giấy trơn. ②Bảnh bao, hào nhoáng. 반드러운 사람 người bảnh bao.

반드시 ①Nhất định, nhất thiết. ~그렇지 않다 không nhất định phải như vậy. ②Thường xuyên.

반들거리다 ①Vênh váo, giảo hoạt, ranh ma. ②Bóng loáng, bóng lộn.

반들반들 Bóng loáng,

반듯반듯하다 Thẳng thắn.

반듯하다 ①Gọn gàng,

ngăn nắp. 책상을 ~하게 놓다 để bàn gọn gàng. ②Hoàn thiện, không có lỗi, đẹp.

반등(反騰) Tăng trở lại. ~하다.

반락(反落) Tụt giá trở lại. ~하다.

반란(反亂叛亂) Phản loạn. ~을 일으키다 gây phản loạn.

반려(返戾) Hoàn lại, trả lại. ~하다.

반론(反論) Phản bác, phản đối. ~하다. ~을 제기하다 đưa ra phản đối. ~을 펴다 phản đối.

반말(半-) Lời nói không lễ phép, nói hỗn. ~하다.

반면(反面) Mặt khác, tương phản, trái lại. ~에 trái với cái đó, ngược lại.

반면(半面) ①Mặt trái. ②Mặt khác, mặt trái. 생활의~ mặt khác của cuộc sống.

반모음(半母音) (ngôn ngữ) Bán nguyên âm.

반목(反目) Ghét nhau, sự căm ghét nhau, thù địch. ~하다. 양자간의~ sư thù địch hai bên.

반물 Màu xanh đen.

반미(反美) Chống Mỹ. ~전쟁 cuộc chiến tranh chống Mỹ. ~감정 tư tưởng chống Mỹ.

반바지(半-) Quần đùi đàn ông, quần lửng

반박(反駁) Phản bác, từ chối. ~하다. ~의 여지 가 없는 không có chỗ nào để mà phản bác.

반반하다 ①Nhẵn, bằng phẳng, trơn. 반반한 표면 mặt bằng trơn tru. ②Đẹp, xinh đẹp, bảnh bao.

반발(反撥) ①Nảy ra, nẩy ra, đối nhau. ~작용 tác dụng phản hồi. ②Phản kháng, chống đối. ~하다.

반복(反復) Lặp đi lặp lại. ~하다. ~하여 말하다 nói lặp đi lặp lại.

반봉건(半封建) Phản phong

kiến. ~ 사상 뜨 뜨렁 반생(半生) Nửa cuộc đời.
phản phong kiến. 전~ nửa đầu cuộc đời.
후~ nửa sau cuộc đời.

반분(半分) Chia đôi, chia đều, chia hai. ~하다.

반세기(半世紀) Một nửa thế kỷ.

반비례(反比例) Tỷ lệ nghịch. 기온은 높이에 ~한다 tỷ lệ nghịch với nhiệt độ cao.

반소(反訴) Phản tố, tố cáo lại, bị đơn thành nguyên đơn. ~하다. 손해 배상의~ ngược lại đòi bồi thường.

반빗(飯-) Chuyện cơm nước.

반사(反射) ①Phản xạ. ~적인 có tính phản xạ. ②Phản xạ, phản lại, phản chiếu. ~적으로 có tính phản xạ, có tính phản lại.

반식민지(半植民地) Nửa thuộc địa. ~국가 nước nửa thuộc địa.

반신반의(半信半疑) Bán tín bán nghi. ~하다. 그녀는~하는 눈치였다 ánh mắt cô ấy bán tín bán nghi.

반사회적(反社會的) Phản xã hội,

반삭(半朔) Nửa tháng, mười lăm ngày.

반실하다(半失-) Mất một nửa. 반실되다 bị mất một nửa.

반상(飯床) Bát đĩa.

반상기(飯床器) Bộ đồ dùng cho bàn ăn.

반심(叛心) Ý định phản bội. ~을 품다 mang ý định phản bội.

반상회(班常會) Buổi họp khu phố, họp đơn vị hành chính nhỏ nhất của nhà nước.

반역(反逆叛逆) Phản nghịch, làm phản. ~하다. 그들은 국왕에게 ~했다 họ đã phản bội quốc vương.

반색하다 Vui mừng. 반색하며 옛친구를 맞다 vui mừng đón bạn cũ.

반열(班列) Hàng, lối. 의

~에 들다 bước vào hàng ngũ.

반영(反映) Phản ánh, phản chiếu. ~하다. 여론의~ phản ánh của dư luận.

반영구적(半永久的) Bán vĩnh cửu, nửa vĩnh cửu. ~인 건물 tòa nhà kiểu nửa vĩnh cửu.

반올림(半-) Làm tròn, làm chẵn. ~하다. 10,6을 반올림하면 11이 된다 10,6 làm tròn số là 11.

반월(半月) Bán nguyệt. ~기(旗) cờ hình bán nguyệt.

반응(反應) ①Phản ứng hóa học. ~하다 phản ứng. ②Phản ứng (con người). 그 소식을 듣고 그는 어떻게~했습니까? nghe tin ấy rồi anh ấy phản ứng thế nào?

반자 Trần nhà. ~지 giấy dán trần.

반자성(反磁性) Nửa nam châm, phản từ tính.

반장(班長) Lớp trưởng, nhóm trưởng, trưởng chuyền (sản xuất).

반점(斑點) ①Vết đốm. ②Giây phút, lúc. 하늘이 구름 ~도 없이 맑게 개었다 trời không có một tí mây.

반증(反證) Phản chứng, chứng minh ngược lại. ~을 들다[제시하다] chứng minh ngược lại.

반지(斑指) Cái nhẫn, nhẫn. ~를 끼다 đeo nhẫn. ~를 빼다 tháo nhẫn.

반지빠르다 ①Kiêu ngạo, ngạo mạn. 반지빠른 자식 thằng cha ta đây. ②Chẳng làm được cái gì.

반짝이다 Lấp lánh, long lanh. ~는 눈 ánh mắt long lanh.

반찬(飯饌) Thức ăn. 맛있는~ thức ăn ngon.

반추(反芻) Sự nhai lại, lặp lại. ~하다. 그는 선생님 말씀을 ~했다

Hắn lặp lại lời của thầy giáo.

반칙(反則) Vi phạm, phạm luật, phạm lỗi. ~하다. ~으로 퇴장을 당하다 bị đuổi khỏi sân vì phạm lỗi.

반편(半偏) Ngu ngơ, khù khờ. ~스럽다. ~노릇[짓] cái trò ngu ngơ.

반품(返品) Hàng bị trả, hàng trả lại. ~하다 trả lại hàng.

반하다 ①Phải lòng nhau, quí nhau. 반한 여자 người phụ nữ yêu ngay từ cái nhìn đầu tiên. ②Bị hấp dẫn, bị cuốn hút. 그림에~ bị cuốn hút bởi bức tranh.

반항(反抗) Chống đối, phản kháng. ~하다. ~적 có tính chống đối.

반향(反響) Phản ứng, gây ảnh hưởng. ~이 있다 có phản ứng.

받다 ①Nhận, tiếp nhận, lấy, thu. ...을 ~ nhận cái gì đó. ②Lấy tiền, thu tiền. 한끼 식사에 5천 원~ mỗi bữa ăn lấy 5 ngàn won.

받들다 ①Cầm, nắm, giữ cho. 무거운 돌을 두 손으로~ hai tay nắm lấy hòn đá nặng. ②Ủng hộ. 정부를 ~ ủng hộ chính phủ.

받아들이다 Chấp nhận, tiếp nhận, đồng ý, hiểu. 충고를 ~ tiếp nhận lời khuyên của ai đó.

받아쓰다 Viết, ghi, chép. 강의를 ~ ghi chép bài giảng.

받아치다 Đánh trở lại.

받치다 Tựa, đỡ. 기둥으로~ lấy cái cột để chống.

받침 Cục kê, cái kê, cái đỡ. ~을 괴다 kê vào, chèn vào.

발 ①Chân, cái chân. 머리에서~까지 từ đầu tới chân. ②Bước chân. ~이 느리다 đi chậm.

발가벗겨지다 Bị lột trần, bị ai lột trần, bị ai bắt cởi trần.

발각(發覺) Phát giác, phát hiện, biết được. ~되다 bị phát hiện.

발간(發刊) Phát hành. ~하다.~되다 được phát hành.

발광(發光) Phát quang. ~하다. ~신호 tín hiệu phát quang.

발군(拔群) Xuất chúng, nổi trội. ~의 성적으로 thành tích nổi trội.

발굽 Móng chân, móng. 말~소리 tiếng vó ngựa, tiếng chân ngựa.

발권(發券) Sự phát hành tiền giấy. ~하다. ~액 số tiền phát hành.

발기(發起) Khởi hành, bắt đầu, chủ trì. ~하다.

발끈 Nổi giận, tức giận, bực mình. ~하다. ~해서 소리를 지르다 tức giận hét lên.

발단(發端) ①Mở miệng, mở lời. ~하다. ②Bắt đầu, có nguyên nhân từ. ~하다.

발달(發達) ①Phát triển. ~하다. 경제가~ kinh tế phát triển. ②Tiến bộ, đi lên. ~하다

발동(發動) Phát động, khởi động. ~하다.

발동기(發動機)Môtơ, máy, động cơ. 백 마력의~ động cơ 100 mã lực.

발등 Mu (bàn chân). ~을 밟다 dẫm lên chân ai.

발랄하다(潑剌-) Hoạt bát, sung mãn. 생기~ đầy sức sống.

발레 Ba lê, múa balê. ~단 đoàn múa balê. ~를 배우다[가르치다] học [dạy] balê.

발렌타인데이 Ngày lễ tình yêu, ngày Valentine.

발령(發令) Phát lệnh, ra lệnh, có lệnh. ~하다. 그의 과장 임명은 5월 1일부로 ~되었다 anh ta đã có lệnh chỉ định làm trưởng phòng từ ngày 1 tháng 5.

발로(發露) Biểu lộ, thể hiện. ~하다. 애국심의 ~ thể hiện lòng yêu

nước.

발론(發論) Đưa ra bàn bạc, thảo luận. ~하다.

발리볼 Bóng chuyền (volleyball).

발맞다 Đi đúng nhịp. ~지 않다 đi không đúng nhịp.

발매(發賣) Bán, phát mãi. ~하다. 재산을 ~ phát mãi tài sản.

발명(發明) ①Phát minh. ~하다. 신~ phát minh mới. ②Giải thích, biện minh. 나의 행동에 대해 서는 아무런 ~도 하 지않겠다 tôi không có sự giải thích nào cho anh hành động của mình.

발발(勃發) Bùng nổ, bùng lên. ~하다. 내란이 ~했다 chiến tranh xẩy ra ở nhiều nơi.

발버둥질 Ngồi bệt xuống chân giãy đành đạch. ~치다.

발병(發病) Phát bệnh, sinh bệnh. ~하다. ~초기에 vào thời kỳ đầu mới phát bệnh.

발복(發福) Phát tài, phát lộc, có phúc. ~하다.

발본(拔本) Căn nguyên, cội rễ. ~하다 gây ra. ~적 개혁을 하다 cải cách có tính cội rễ.

발뺌 Trốn tránh trách nhiệm, lảng tránh. ~하다. 너의 이런 해명은 ~에 불과하다 lời giải thích của cậu chẳng khác nào sự lảng tránh.

발사(發射) Phóng, bắn. ~하다. 인공위성을 ~하다 phóng vệ tinh nhân tạo.

발색제(發色劑) Chất tạo màu, chất làm ra màu.

발생(發生) Phát sinh, xẩy ra, xuất hiện. ~하다. 문제가 ~하다 phát sinh vấn đề.

발성(發聲) Nói, phát biểu, phát thanh. ~하다. ~기 máy phát thanh.

발소리 Tiếng bước chân đi. ~를 내지 않고 không để nghe tiếng

bước chân.

발송(發送) Gửi đi, gửi. ~하다. 우편물을 ~ gửi bưu phẩm.

발신(發信) Gửi, gửi tin. ~하다. 이 편지는 서울~이다 bức thư này được gửi từ Seoul.

발아(發芽) Mọc mầm, nẩy mầm. ~하다. 봄비로 씨앗이 ~했다 nhờ mưa xuân mà nhiều hạt nẩy mầm.

발언(發言) Phát ngôn, phát biểu, nói. ~하다. ~을 금지하다 cấm nói. ~자 người phát ngôn

발언권(發言權) Quyền được nói, quyền phát hiểu, quyền phát ngôn.

발열(發熱) Phát nhiệt, có nhiệt, nóng lên. ~하다. 그는 감기로 ~이 있었다 cô ấy sốt vì cảm cúm.

발원(發源) Bắt nguồn, khởi nguồn. ~하다. 메콩 강이 중국에서 ~하다 Sông Mêkông bắt nguồn từ Trung Quốc.

발원(發願) Cầu nguyện, cầu. ~하다.

발육(發育) Lớn lên, trưởng thành. ~하다. 한창~하는 아이 đứa bé đang độ tuổi lớn.

발음(發音) Phát âm. ~하다. 정확하게 ~하다 phát âm một cách chính xác.

발의(發議) Đề nghị, kiến nghị, đưa ra ý kiến. ~하다. 의~로 theo đề nghị của ai.

발자취 Sự cống hiến, dấu ấn, thành tích. 역사에 ~를 남기다 để lại dấu ấn lịch sử.

발작(發作) Bùng nổ, bộc phát. ~하다. ~적인 có tính bộc phát.

발적(發赤) Đỏ lên, tấy lên.

발전(發展) Phát triển. ~하다. 공업의~ phát triển của công nghiệp.

발전기(發電機) Máy phát điện. 수력[화력]~ máy

phát điện thuỷ lực [hỏa lực].

발전소(發電所) Trạm phát điện. 수력[화력]~ trạm phát điện thuỷ lực [hỏa lực].

발족(發足) Bắt đầu, khởi hành, khởi công. ~하다. 새로 ~하다 bắt đầu mới trở lại.

발짝 Bước, nấc, bậc. 한-한~ từng bước từng bước.

발차(發車) Sự khởi hành, xe xuất phát. ~하다.

발코니 Ban công. ~로 나가다 ra ngoài ban công.

발탁(拔擢) Tuyển chọn, lựa chọn. ~하다. 50명 중에서 두 사람을 ~하다 chọn hai người trong số 50 người.

발톱 Móng chân (người, vật). ~이 있는 có móng chân.

발파(發破) Làm cho nổ, đánh thuốc nổ. ~하다. ~장치를 하다 lắp chất nổ.

발표(發表) Công bố, thông báo, phát biểu. ~하다. 정식적으로 ~하다 công bố một cách chính thức.

발하다(發-) ①Phát tán, tỏa ra. 향기를 ~ tỏa mùi thơm. ②Mệnh lệnh, ra lệnh, ban hành. 명령을 ~ phát lệnh.

발한(發汗) Đổ mồ hôi, ra mồ hôi. ~하다. ~시키다 làm cho ra mồ hôi.

발행(發行) Phát hành. ~하다. 매월 2회~ mỗi tháng phát hành 2 lần.

발현(發現) Thể hiện ra ngoài. ~하다. 애국심의~ thể hiện lòng yêu nước.

발호(跋扈) Hung hăng, hung hãn. ~하다.

발화(發火) ①Phát hỏa, cháy, bùng cháy. ~하다. ~시키다 đốt cháy, cho cháy.②Xảy ra vụ cháy. ~하다. ~의 원인 nguyên nhân vụ cháy.

발효(發效) Có hiệu lực, phát sinh hiệu lực.

~하다. 조약은 내년 1월부터 ~한다 điều ước sẽ phát sinh hiệu lực vào tháng 1 năm tới.

발효(醱酵) Lên men. ~하다. ~하고 있다 đang lên men.

발휘(發揮) Phát huy. ~하다. 실력을 충분히 ~하다 phát huy hết thực lực.

밝다 ①Sáng, rõ. ~은 곳에서 chỗ sáng. ~은 동안에 khi trời còn sáng. ②Sáng, màu sáng. 밝은 빨강 màu đỏ sáng.

밝히다 Thức đêm. 밤을~ thức đêm. 한 밤을 이야기로 ~ thức cả đêm nói chuyện.

밟다 ①Dẫm, đạp, bước. 남의발을 ~ dẫm chân người khác. ②Trải qua, từng trải qua.

밤나무 Cây dẻ.

밤새도록 Cả đêm, suốt đêm, thâu đêm. ~일하다 làm việc suốt đêm.

밤알 Hạt dẻ.

밤얽이 Cột đôi, thắt đôi. ~를 치다.

밤이슬 Sương đêm. ~맞다 ướt vì sương đêm.

밤일 Ca tối, ca đêm. ~하다 làm ca đêm.

밤잠 Giấc ngủ đêm.

밤재우다 Ngủ đêm.

밥 ①Cơm, cơm gạo. ~한 그릇 một bát cơm. ②Bữa ăn. ~때 lúc ăn cơm.

밥벌레 Ăn bám, kẻ ăn bám, chẳng làm được cái trò trống gì cả.

밥알 Hạt cơm.

밥장사 Mở nhà hàng, kinh doanh nhà hàng. ~하다.

밥주머니 Kẻ vô tích sự, ăn bám.

밥줄 Kế sinh nhai, phương tiện sống. ~이 끊어지다 mất kế sinh nhai.

밥집 Quán ăn bình dân, quán cơm rẻ tiền.

밥통(-桶) ①Cạp lồng cơm, đồ vật dùng để đựng cơm. ②Cái dạ dày.

방과(放課) Nghỉ học, tan học. ~하다. ~후 sau khi tan học.

방관(傍觀) Bàn quang, thờ ơ, đứng nhìn không có phản ứng gì. ~하다. 수수~하다 khoanh tay đứng nhìn.

방글방글 Mỉm cười. 벙글벙글.

방금(方今) Vừa mới, vừa lúc nãy. ~말씀 드린 것처럼 như vừa trình bày lúc nãy.

방뇨(放尿) Đi đái, đi tiểu. ~하다.

방담(放談) Có gì nói hết, trao đổi thẳng thắn.

방대(尨大) To lớn, vĩ đại. ~하다. ~한 계획 kế hoạch to lớn. ~한 예산 khoản ngân sách vĩ đại.

방도(方道方途) Phương thức, cách thức, cách. 돈 버는~ cách kiếm tiền.

~를 세우다 tìm cách.

방독(防毒) Phòng độc, chống độc. ~하다. ~면/마스크 mặt nạ phòng độc.

방랑(放浪) Lang thang. ~하다. 세상을 ~하다 đi lang thang chỗ này chỗ kia.

방략(方略) Chiến lược, phương hướng. ~을 정하다[꾸미다] định, tìm phương hướng.

방망이 Dùi cui, gậy. 요술~ cây gậy thần. ~질하다 đánh bằng gậy.

방매(放賣) Sự bán hàng, bán ra.= 매출. ~가(家) nhà bán.

방면(放免) Thả, phóng thích. ~하다. 죄수를 ~하다 thả tội nhân, thả phạm nhân.

방명(芳名) Quý danh. ~록 sổ ghi tên khách.

방모(紡毛) Sợi, len.

방목(放牧) Chăn, thả. ~하다.

방문(訪問) Thăm. ~하다.

방범(防犯) Phòng chống tội phạm. ~하다. ~대 đội phòng chống tội phạm.

방법(方法) Phương pháp, cách thức. 새~ cách mới. 가장 좋은~ cách tốt nhất.

방벽(防壁) Tường chắn, tường ngăn.

방사(房事) Quan hệ tình dục, giao hợp, giao cấu. ~하다. ~과도 tình dục quá độ.

방사능(放射能) Tính phóng xạ, khả năng phóng xạ. ~이 있는 có tính phóng xạ.

방생(放生) Phóng sinh.

방석(方席) Cái nệm ngồi. ~을 깔다[에 앉다] trải nệm ra ngồi.

방설(防雪) Chống tuyết. ~공사 công việc chống tuyết.

방송(放送) Phát thanh truyền hình, truyền thông. ~을 듣다 nghe phát thanh.

방심(放心) ①Yên tâm. ~하다. ②Không chú ý, ẩu. ~하다. ~은 금물 cấm lơ đãng, chểnh mảng.

방언(方言) Tiếng địa phương, phương ngôn. 베트남중부지역~ tiếng địa phương miền Trung Việt Nam.

방울 ①Cái chuông. ~소리 tiếng chuông. ②Giọt nước. 눈물~ giọt nước mắt.

방위(方位) Phương vị, phương hướng. 나침반으로[태양을 보고]~ 를 정하다 định phương hướng bằng la bàn [bằng nhìn mặt trời].

방음(防音) Cách âm, chống âm. ~하다. ~벽 tường cách âm.

방임(放任) Bỏ mặc, mặc kệ, không quan tâm. ~하다. 아이들을 ~하는 부모들이 너무 많다 có quá nhiều cha mẹ bỏ mặc con cái.

방자(房子) Đầy tớ, người hầu.

방점(傍點) Dấu chấm. ~을 찍다 chấm dấu chấm.

방정(方正) Ngay thẳng, vuông vức. ~하다. 품행~한 사람 người có phẩm hạnh tốt

방정식(方程式) Phương trình (toán học). 1 [2, 3]차~ phương trình bậc 1 [2, 3].

방제(防除) Phòng trừ (sâu bọ). ~하다.

방조제(防潮堤) Đê chắn sóng.

방종(放縱) Phóng đãng, tuỳ tiện, thoải mái, phóng túng, bừa bãi. ~하다. ~한 생활을 하다 sống cuộc sống phóng túng.

방죽(防-) Con đê, con kè. ~을 쌓다 xây đê. ~이 터지다 vỡ đê.

방직(紡織) Dệt sợi, dệt vải, dệt đan ~하다. ~업자 doanh nghiệp dệt đan.

방진(防塵) Phòng bụi, chống bụi bặm ~막(膜) màn chống bụi.

방책(方策) Phương sách, phương án. 최선의~ phương án tối ưu.

방치(放置) Để lại, bỏ lại đo, bỏ rơi. ~하다. ~한 차 chiếc xe bị bỏ rơi.

방침(方針) Phương châm, phương hướng. ~으로 bằng phương châm.

방콕 Bangkok (thủ đô Thái lan).

방탄(防彈) Chống đạn. ~하다. ~복 áo giáp chống đạn.

방탕(放蕩) Phóng đãng, phóng khoáng, buông thả. ~하다. ~하게 một cách buông thả.

방파제(防波堤) Đê chắn sóng. ~를 쌓다 xây đê chắn sóng.

방편(方便) Phương pháp, phương tiện. 목적을 위한 ~ phương tiện để đạt mục đích

방학(放學) Nghỉ hè, nghỉ đông. ~하다. 여름~ nghỉ hè. 겨울~ nghỉ đông.

방한(防寒) Chống lạnh. ~하다. ~복 áo chống lạnh. ~모 mũ chống lạnh.

방향(方向) ①Phương hướng, hướng, phương vị. 의~으로 theo phương hướng. ②Phương châm, phương hướng, cách thức.

방혈(放血) Ngưng máu. ~하다.

방형(方形) Hình vuông, vuông.

방호(防護) Phòng hộ, phòng chống. ~하다. ~벽 tường phòng hộ.

방화(邦貨) Tiền tệ Hàn Quốc.

밭 Ruộng, cánh đồng. 감자~ ruộng khoai tây. 옥수수~ ruộng ngô.

밭갈이 Cày ruộng. ~하다.

밭걷이 Thu hoạch. ~하다.

밭곡식(-穀食) Các loại lương thực từ ruộng, ngũ cốc.

밭농사(-農事) Làm ruộng. ~하다.

밭다 ①Gấp rút, vội vã, chật chội. 시간이 ~ không có thời gian. ②Keo kiệt, bủn xỉn.

밭일 Việc đồng áng. ~하다 làm việc đồng áng.

밭치다 Lọc, gạn.

배 Bụng. ~가 아프다 đau bụng.

배가(倍加) Tăng gấp đôi, nhân đôi. ~하다. 노력을 ~하다 nỗ lực gấp đôi.

배겨나다 Chịu đựng. 온갖 고생 속에서~ chịu đựng trong tất cả khó nhọc.

배격(排擊) Loại bỏ, trừ khử. ~하다. 테러리즘을 ~하다 trừ khử chủ nghĩa khủng bố.

배경(背景) Bối cảnh, cảnh, nền, cảnh nền. 일차 전쟁의~으로 한

영화 bộ phim lấy bối cảnh là chiến tranh thế giới lần thứ nhất.

배고프다 Đói, đói bụng, thiếu ăn. 배가 고파서 do đói bụng.

배곯다 Đói bụng, thiếu ăn. 그는 ~고 지낸다 hắn lúc nào cũng đói.

배교(背教) Bỏ đạo, phản bội tôn giáo của mình. ~하다. ~자 kẻ bỏ đạo.

배구(排球) Bóng chuyền. ~선수 tuyển thủ bóng chuyền.

배금(拜金) Coi trọng tiền, tôn sùng đồng tiền. ~주의 chủ nghĩa tôn ttrọng tiền.

배급(配給) Bao cấp, phân phối. ~하다. 식량을 ~하다 phân phối lương thực.

배낭(背囊) Ba lô. ~을 메다 đeo túi xách. ~을 벗다 tháo túi xách.

배다르다 Khác mẹ. 배다른 형제 anh em khác mẹ.

배달(配達) Phát, chuyển, giao nhận ~하다. 신문을 ~하다 phát báo.

배당(配當) Phân chia, chi phần. ~하다. 1할을 ~하다 chia 10%.

배덕(背德) Vô đạo đức, suy đồi, hư hỏng. ~자 kẻ không có đạo đức.

배려(配慮) Chú ý, để tâm, quan tâm, chiếu cố. ~하다.

배리(背理) Vô lý, không hợp lý.

배면(背面) Mặt sau, phía sau. ~공격 tấn công từ phía sau.

배명(拜命) Chấp hành lệnh.

배반(背反) Phản bội, bội phản, làm phản. ~하다. 신뢰를 ~하다 phản bội niềm tin.

배복(拜伏) Bái phục. ~하다.

배본(配本) Phát hành, lưu thông. ~하다.

배부(配付) Cấp, phát, đưa. ~하다. 학생들에게

답안지를 ~하다 đưa đáp án cho học sinh.

배분(配分) Phân chia, chia ra. ~하다. 이익을 ~하다 chia lời.

배불리 No nê, thoải mái. ~먹다 ăn no.

배불리다 Làm cho no nê, làm cho no.

배비(配備) Sắp đặt, sắp xếp, bố trí =배치(配置).

배상(賠償) Bồi thường. ~하다. ~을 받다 nhận bồi thường. ~을 요구하다 yêu cầu bồi thường.

배상꾼 Kẻ vênh váo.

배색(配色) Phối màu. ~하다. ~이 좋다 phối màu tốt.

배서(背書) Viết vào mặt sau. ~하다. ~가 있는 [없는] có [không có] viết mặt sau.

배석(陪席) Ngồi cùng với cấp trên. ~하다.

배설(排泄) Sự bài tiết, sự thải ra. ~하다. ~기관 cơ quan bài tiết.

배속(配屬) Phân công, bố trí. ~하다. ~되다 được bố trí.

배수진(背水陣) Trận đánh lưng dựa sông, dựa biển, trận đấu không còn đường lùi. ~을 치다[펴다] mở trận đánh không đường lùi.

배승(陪乘) Đi xe cùng cấp trên. ~하다.

배식(陪食) Phát thức ăn, phát cơm, cấp cơm. ~하다. ~시간 thời gian cấp cơm.

배신(背信) Bội tín, phản bội. ~하다. ~한 사람 người bội tín. ~자 kẻ bội tín.

배심(背心) Tâm địa phản bội.

배심(陪審) Bố trí thẩm phán, phân công thẩm phán. ~하다. ~제도 chế độ phân công thẩm phán.

배알 ①Trứng trong bụng (cá). ②Bụng dạ, tâm địa.

배앓이 Đau bụng. ~를 하다.

배액(倍額) Giá gấp đôi. 요금의~을 물다 lấy giá gấp đôi.

배양(培養) Nuôi trồng. ~하다. 세균을 ~하다 nuôi tế bào.

배열(排列配列) Sắp xếp, xếp đặt. ~하다. ABC순으로 ~하다 xếp theo thứ tự ABC.

배외(排外) Bài ngoại. ~사상 tư tưởng bài ngoại.

배우(俳優) Diễn viên. ~가 되다 thành diễn viên.

배우다 Học. 음악을 ~ học nhạc. 장사를 ~ học buôn bán.

배우자(配偶者) Bạn đời. 적당한 ~를 고르다 chọn bạn đời thích hợp.

배율(倍率) Phóng to, khuyếch đại.

배은망덕(背恩忘德) Bội ơn vong đức, bội tín thất đức. ~하다. ~한 사람 kẻ bội ân vong đức.

배일(排日) Bài Nhật, bài trừ Nhật Bản. ~하다.

배임(背任) Biển thủ, tham ô. ~죄 tội tham ô.

배전(倍前) Gấp nhiều lần. ~의 노력을 하다 nỗ lực gấp nhiều lần.

배전(配電) Cung cấp điện, phân phối điện. ~하다.

배점(配點) Cho điểm từng loại. ~하다.

배정(配定) Sắp đặt, xếp đặt, bố trí. 시간을 ~하다 sắp xếp thời gian.

배제(排除) Bãi bỏ, bỏ, loại trừ. ~하다. 회담에서 정치 문제를 ~하다 trong hội đàm loại bỏ vấn đề chính trị.

배증(倍增) Tăng gấp đôi, nhân gấp đôi. ~하다. ~시키다 nhân đôi lên.

배진(配陣) Bày binh bố trận, bố trí hàng ngũ. ~하다.

배질 ①Chèo thuyền. ~하다. ②Ngủ gật. ~하다.

배척(排斥) Bài trừ, đuổi, cô lập. ~하다. 모두에게 ~당하다 bị mọi người bài trừ.

배출(排出) Thải ra, xả ra. ~하다. 가스[연기액체]를 ~하다 thải ga ra.

배치(背馳) Mâu thuẫn, không hợp lý, không thống nhất. ~하다.

배타(排他) Bài ngoại, bài trừ cái lạ. ~적(인) có tính bài trừ cái lạ.

배탈(-頉) Đi ngoài, tiêu chảy, các chứng bệnh tiêu hoá. ~이 나다 bị bệnh về tiêu hoá.

배태(胚胎) Sự có mang, thai nghén, khởi nguồn. ~하다.

배터리 Bin, ắc quy. (battery). 자동차의 ~ ắc qui xe.

배편(-便) Bằng thuyền, thuyền. ~으로 bằng thuyền.

배포(排布排鋪) Xếp đặt, lên kế hoạch.

배필(配匹) Chồng vợ, bạn đời. 천생~이다 cặp vợ chồng sinh ra là để đến với nhau.

배합(配合) Phối hợp, kết hợp với nhau. ~하다. ~이 잘되다 phối hợp nhau tốt.

배회(徘徊) Đi lang thang, tha thẩn. ~하다. 여기저기를 ~하다 đi chỗ này chỗ kia.

백(白) Bạch, màu trắng. 백을 흑이

백금(白金) Bạch kim.

백날(百-) Ngày thứ một trăm của trẻ sơ sinh. = 백일(百日).

백내장(白內障) Bệnh thuỷ tinh thể chuyển sang màu trắng, thị lực kém, đục thuỷ tinh thể.

백넘버 Số áo lưng.

백년(百年) Trăm năm. ~해로 bách niên giai lão. ~가약 tình nghĩa trăm năm.

백대(百代) Trăm đời, trăm thế hệ, bách đại.

백련(白蓮) ①Hoa sen trắng. ②Hoa một niên trắng.

백마(白馬) Con ngựa trắng, con bạch mã.

백막(白膜) Màng trắng (mắt).

백만(百萬) Triệu, trăm vạn. ~인[원] triệu người. ~분의일 một phần triệu.

백면서생(白面書生) Bạch diện thư sinh.

백모(伯母) Bác mẫu, bác gái.

백묵(白墨) Phấn trắng.

백문불여일견(百聞不如一見) Trăm nghe không bằng một thấy, bách văn bất như nhất kiến.

백반(白飯) Cơm trắng.

백발(白髮) Tóc bạc. ~이 많이 섞인 có nhiều tóc bạc pha lẫn.

백방(百方) Trăm phương, trăm hướng, mọi cách. ~으로 bằng mọi cách.

백배(百拜) Cúi đầu chào trăm lần, trăm lạy. ~하다.

백부(伯父) Bác (anh của Cha).

백사(百事) Trăm sự, mọi sự =만사. ~불성하다 trăm sự bất thành.

백삼(白蔘) Bạch sâm, củ sâm trắng.

백색(白色) ①Màu trắng. ②Kẻ theo chủ nghĩa bảo thủ.

백서(白書) Tờ giấy trắng.

백설탕(白雪糖) Đường .

백성(百姓) Trăm họ. ~의 소리 tiếng nói của trăm họ.

백세(百世) Trăm thế hệ.

백수(百獸) Bách thú, muôn loài thú. 사자는~의 왕이다 sư tử là vua của muôn loài thú.

백악(白堊) Bức trường trắng. ~관 tòa Nhà trắng.

백안시(白眼視) Nhìn lạnh nhạt ~하다. 세상을 ~하다 nhìn thế gian một cách lạnh nhạt.

백약(百藥) Bách dược,

mọi thứ thuốc. ~이 무효하다 loại thuốc nào cũng không có hiệu quả.

백업 Giúp đỡ, ủng hộ. (back up). ~하다.

백열(白熱) Tinh thần và khí lực đỉnh điểm, sung sức nhất. ~하다.

백옥(白玉) Viên ngọc trắng, bạch ngọc.

백의(白衣) ①Áo trắng. ~민족 dân tộc áo trắng (dân tộc Hàn). ②Bác sĩ.

백인(白人) Người da trắng. ~종 giống người da trắng.

백작(伯爵) Bá tước. ~부인 bá tước phu nhân.

백전(百戰) Trăm trận. 그는~의 용사다 dũng sĩ trăm trận.

백절불굴(百折不屈) Bất khuất, một trăm lần bẻ nhưng không khuất phục.

백점(百點) Trăm điểm, điểm tối ưu (bằng điểm 10 trong tiếng Việt).

백주(白晝) Giữa ban ngày, giữa thanh thiên bạch nhật.

백중(伯仲) ①Đầu và thứ hai. ②Một chín một mười. ~하다.

백차(白車) Xe cảnh sát.

백출(百出) Xuất hiện giữa đám đông. ~하다.

백치(白痴白癡) Ngu si, không biết gì. 그는 ~인 체했다 hắn làm vẻ ngu si.

백태(白苔) Chất trắng bám ở đầu lưỡi. ~가 끼다 chất trắng bám ở lưỡi.

백토(白土) Đất sét trắng.

백퍼센트(百-) Trăm phần trăm. 효과 ~다 hiệu quả 100%.

백학(白鶴) Con hạc trắng.

백합(百合) Hoa bách hợp, hoa lily.

백해무익(百害無益) Trăm cái hại chẳng có lấy một cái lợi. ~하다. 담배는 ~하다 thuốc lá trăm cái hại không có cái lợi gì.

백핸드 Cú đánh lại, cú backhand (tenis).

백형(伯兄) Bác huynh, anh cả.

백호(白虎) Bạch hổ, con hổ trắng.

백화(白話) Tiếng Bạch thoại, tiếng Trung Quốc.

백화점(百貨店) Cửa hàng bách hóa, siêu thị

밴텀급(-級) Hạng trung bình (quyền anh, vật).

뱀 Con rắn. ~에 물려 죽다 bị rắn cắn chết. 뱀 같은 như rắn.

뱀장어(-長魚) Con cá chình, con lươn. 민물 ~ lươn nước ngọt

뱃길 Đường thuỷ, đường tàu chạy. 3일이 걸리는 ~ đường thuỷ mất ba ngày.

뱃노래 Bài hát của người chèo thuyền. ~를 부르다 hát bài hát thuyền bè.

뱃머리 Mũi tàu, mũi thuyền. ~방향으로 theo hướng mũi tàu.

뱃멀미 Say sóng. ~하다. ~를 하지 않는[하는] 사람 người không say [say] sóng.

뱃병(-病) Bệnh dạ dày. ~이 나다 mắc bệnh dạ dày.

뱃사공(-沙工) Người lái đò. 뱃사공가 노를 저었다 người lái đò chống sào.

뱃사람 Thủy thủ, thuyền viên. 노련한~ thuỷ thủ lão luyện

뱃소리 Tiếng tàu, tiếng còi tàu.

뱃속 Trong bụng. ~이 비다 bụng trống rỗng.

뱉다 Phun ra, khạc ra.

버겁다 Yếu đuối, hèn hạ, không xứng tầm. 버거운 상대 một đối thủ quen.

버글거리다 ①Sôi lên. ②Sủi bọt. 비누 거품이 ~ bong bóng xả phòng

sủi bọt.

버럭 Đột nhiên, thình lình. ~소리를 지르다 đột nhiên hét lên.

버킷 Cái thùng. 한~의 물 thùng nước.

버팀목(-木) Cột chống, cọc chống. ~으로 받치다[버티다] chống bằng cọc chống.

번(番) Trực, ca trực, lượt trực.

번거롭다 Phức tạp, phiền phức. 번거로운 생활 một cuộc sống phức tạp.

번다(煩多) Làm phiền ai, làm phiền lòng ai. ~하다.

번들다(番-) Trực, vào ca trực.

번롱(飜弄) Đùa với, giỡn với, chơi đùa, bị coi không ra gì cả. ~하다.

번민(煩悶) Lo lắng, buồn phiền, lo âu. ~하다.

번복(飜覆) Đảo ngược, thay đổi. ~하다. 결심을 ~하다 thay đổi ý định.

번본(飜本) Bản in lại, bản sao.

번서다(番-) Đứng gác.

번성(蕃盛/繁盛) Sự phồn thịnh, giàu có. ~하다. 집안이~하다 gia đình giàu có.

번식(繁殖) Phồn thực, sinh sản. 하다. ~기 thời kỳ sinh sản. 인공 ~sinh sản nhân tạo.

번안(飜案) Cải biến, thay đổi. ~하다.

번역(飜譯) Biên dịch, dịch thuật, dịch văn bản. ~하다.

번영(繁榮) Phồn vinh. ~하다. 국가의~ sự phồn vinh của quốc gia.

번의(飜意) Đổi ý, thay ý. ~하다.

번인(蕃人) Người bản xứ, thổ dân.

번잡(煩雜) Phức tạp, đông đúc. ~하다. ~한 길 con đường phức tạp.

번지(番地) Số, mã số.

댁은 몇~입니까 nhà anh số mấy.

번차례(番次例) Số, lượt, đợt. ~를 기다리다 chờ đến lượt của mình.

번창(繁昌) Phồn vinh, phồn thịnh. ~하다.

번호(番號) Số, chữ số, mã số. ~가 없는 không có số.

벌금(罰金) Tiền phạt. ~을 과하다 phạt tiền. ~물다 bị phạt tiền.

벌다 Kiếm (tiền). 돈을~ kiếm tiền.

벌떡 Bất ngờ, bất thình lình, đột ngột (đứng dậy). ~일어서다 đột ngột đứng dậy.

벌목(伐木) Chặt gỗ, chặt cây, đốn gỗ. ~하다. ~기(期) máy cưa gỗ.

벌물(罰-) Tra tấn đổ nước vào cổ ai. ~켜듯 하다 như đổ nước vào họng.

벌부(筏夫) Người khuân vác gỗ.

벌써 Đã, xong trước rồi, xẩy ra rồi. ~열두시 됐다 đã là 12 giờ.

벌쐬다 Bị ong cắn. 벌쐰 사람 같다 vội vã như người bị ong cắn.

벌쓰다(罰-) Bị phạt, bị trừng trị.

벌어먹다 Kiếm ăn, tìm kế sinh nhai. 붓으로~ dùng ngòi bút kiếm ăn.

벌어지다 Rộng ra, mở rộng ra, trải rộng ra, lan ra.

벌점(罰點) Điểm phạt. 을 주다 bị cho điểm phạt.

벌집 Tổ ong. ~을 건드리다 chọc tổ ong. 벌쩍거리다 Nghiêng ngả, ngả nghiêng.

벌창하다 Tràn đầy, tràn ngập. 강물이~ nước sông tràn đầy.

벌책(罰責) Quở trách, trách mắng. ~하다.

벌초(伐草) Cắt cỏ, nhổ cỏ, thảo cỏ. ~하다.

벌충 Bù đắp, bổ sung. ~하다. 손해를 ~하다

bù đắp thiệt hại.

벌칙(罰則) Ăn phạt, nguyên tắc phạt, hình phạt. ~을 적용하다 áp dụng nguyên tắc phạt.

벌컥 Bất thình lình, một cách bất ngờ. 발칵.

벌타령(-打令) Làm lung tung, làm bừa.

범골(凡骨) Con người bình thường. = 범인(凡人).

범과(犯過) Lỗi lầm, lỗi. ~하다 phạm lỗi.

범국민(汎國民) Khắp cả nước, toàn quốc. ~적인 có tính chất cả nước.

범금(犯禁) Vi phạm, phạm vào điều cấm. ~하다.

범독(泛讀) Đọc qua loa, đọc đại khái. ~하다.

범띠 Tuổi con hổ, tuổi dần.

범람(氾濫) Lụt, ngập lụt. ~해 있다 bị lụt.

범례(範例) Gương, khuôn mẫu. ~로 삼다 lấy làm gương.

범방(犯房) Giao cấu, quan hệ tình dục. ~하다.

범백(凡百) Tất cả mọi thứ, tất cả mọi việc.

범벅 Món cơm trộn.

범범하다(泛泛-) Ẩu, không cẩn thận.

범법(犯法) Phạm pháp. ~행위 hành vi phạm pháp.

범상(凡常) Thường, bình thường, thông thường. ~하다.

범선(帆船) Thuyền buồm.

범속(凡俗) Phàm tục. ~하다. ~한생각 suy nghĩ phàm tục.

범아시아(汎-) Toàn Châu á.

범애(汎愛) Bác ái. = 박애(博愛).

범위(範圍) Phạm vi, giới hạn. 의~내에서 trong phạm vi.

범인(凡人) Phàm nhân, người người. 그것은 ~의 힘으로는 할 수없

다 cái ấy sức người thường không thể làm được.

범인(犯人) Phạm nhân, tội phạm. ~을 잡다 bắt tội phạm.

범절(凡節) Phong tục, tập quán, nghi lễ thông thường.

범죄(犯罪) Phạm tội, tội phạm. ~위 예방 ngăn ngừa tội phạm.

범주(帆走) Đi thuyền. ~하다.

범퇴(凡退) Ra sân mà không có kết quả gì (bóng chày). ~하다.

범하다(犯-) Phạm tội, gây tội. 교칙을~ vi phạm nội qui trường.

범행(犯行) Gây rối, thực hiện hành vi tội phạm. ~하다.

법(法) Luật pháp, luật. ~의 효력 hiệu lực của luật.

법과(法科) Khoa luật. ~대학 Đại học Luật.

법도(法度) Luật lệ, nguyên tắc, quy luật. ~를 어기다 trái luật.

법랑(琺瑯) Men (đồ sứ). ~을 입힌 gắn men, tráng men.

법령(法令) Pháp lệnh. ~으로 theo pháp lệnh.

법률(法律) Pháp luật, luật pháp. ~이 인정하다 pháp luật thừa nhận.

법망(法網) Mạng lưới pháp luật. ~에 걸려들다 mắc vào mạng lưới pháp luật.

법문(法文) Văn bản pháp luật. ~에 명시되어 있다 được ghi rõ trong pháp luật.

법사(法師) Pháp sư.

법사위원회(法司委員會) Uỷ ban Pháp luật của Quốc hội.

법식(法式) Phương thức, cách thức. 일정한~ phương thức nhất định.

법안(法案) Dự thảo Luật. ~을 제출하다 trình dự thảo luật.

법원(法院) Tòa án. ~서기 thư ký tòa án. 지방~ tòa án địa phương.

법의학(法醫學) Pháp y học.

법인(法人) Pháp nhân. ~권 quyền pháp nhân. ~재산 tài sản pháp nhân.

법적(法的) Có tính luật, theo luật. ~근거 căn cứ theo luật.

법정(法廷) Pháp đình, tòa án. ~에서 ở tòa án. ~에 출두하다 xuất hiện tại tòa án.

법제(法制) Pháp chế. ~사(史) lịch sử pháp chế. ~사법위원회 Uỷ ban tư pháp pháp chế.

법치(法治) Pháp trị. ~국가 nhà nước pháp trị. ~사회 xã hội pháp trị.

법칙(法則) Luật lệ, nguyên tắc. 자연[운동]의~ qui luật tự nhiên [vận động].

법학(法學) Luật, luật học. ~석사 thạc sĩ Luật. ~을 배우다 học luật.

벙어리 Người câm. ~가 되다 thành câm, bị câm.

벚꽃 Hoa anh đào. ~놀이 đi ngắm hoa anh đào, đi xem hoa anh đào(lễ hội).

벚나무 Cây anh đào.

베개 Cái gối. ~를 베다 kê gối.

베갯머리 Bên cạnh. ~에 앉다 ngồi ngay bên cạnh.

베이스 ①Nền tảng, cái nền, nền trang điểm. ②Căn cứ, cơ sở.

베이커리 Cửa hàng bánh [bakery].

베트남 Việt Nam. ~사람 người Việt Nam. 저는 ~사람입니다 tôi là người Việt Nam.

베풀다 Tổ chức tiệc. 잔치를 ~ tổ chức tiệc.

벨 Cái chuông. ~을 누르다 ấn chuông.

벨트 ①Dây đai. 안전~

đai an toàn. ②Khu vực, vùng ven. 그린~ vành đai xanh.

벼락대신(-大臣) Kẻ bỗng nhiên có chức vụ lớn.

벽(壁) Bức tường. ~을 바르다 trét tường, dán tường.

벽(癖) Thói quen. 도~ thói quen ăn trộm.

벽돌(壁-) Gạch. 붉은 ~ gạch đỏ. ~로 짓다 xây bằng gạch.

벽보(壁報) Báo tường, tờ giấy dán lên tường để quảng cáo. ~를 붙이다 dán báo tường.

벽시계(壁時計) Đồng hồ treo tường.

벽안(碧眼) Mắt xanh. ~의 금발 여인 nữ nhân tóc vàng mắt xanh.

벽화(壁畫) Bức tranh phong cảnh treo trên tường.

변(變) Tai nạn, sự cố, thay đổi. ~이 나다 có sự cố. ~을 당하다 bị tai nạn.

변격(變格) Cách biến đổi không qui tắc (ngữ pháp).

변경(變更) Thay đổi, chuyển đổi. ~하다. ~할 수없는 không thể thay đổi được.

변고(變故) Biến cố, tai nạn. ~없이 지내다 sống an bình, không có tai nạn gì.

변기(便器) Cái bồn vệ sinh, bồn tiểu.

변덕(變德) Biến động, thay đổi. ~하다.

변동(變動) Biến động, thay đổi. ~하다. 격심한~ sự thay đổi sâu sắc.

변란(變亂) Cuộc biến loạn, chính biến. 사회의 대~ biến loại lớn của xã hội.

변론(辯論) Biện luận, thảo luận, luận tranh. ~하다.

변류기(變流器) Máy biến áp, máy biến lưu.

변리(辨理) Quản lý. ~하다. ~사 người quản lý.

변명(辨明) Thanh minh, giải thích. ~하다. ~을 듣다 nghe giải thích.

변명(變名) Tên lóng, gọi khác (đùa, trêu chọc). 다 lấy tên lóng.

변모(變貌) Sự biến dạng, sự thay đổi về hình thức. ~하다.

변박(辨駁) Biện bạch và bác lại. ~의 여지가 없다 không có gì để bác bỏ được.

변별(辨別) Phân biệt. ~하다. 선악을 ~하다 phân biệt thiện và ác.

변사(變死) Đột tử, chết chết bất ngờ. ~하다.

변상(辨償) Bồi thường, hoàn lại tiền. ~하다. ~을 요구하다 yêu cầu bồi thường.

변색(變色) Đổi màu, biến màu. ~하다.

변성(變姓) Đổi họ. ~하다.

변성(變性) Thay đổi tính chất, biến chất. ~하다. ~알코올[주정] cồn biết chất.

변스럽다(變-) Thay đổi, chuyển biến.

변신(變身) Cải trang, hóa trang. ~하다. 화려한~ hóa trang đẹp lộng lẫy.

변심(變心) Thay đổi lòng dạ. ~하다. 그녀는 ~하여 다른 남자에게 갔다 cô ấy thay đổi lòng dạ đi với người đàn ông khác.

변전소(變電所) Trạm biến điện.

변절(變節) Phản bội, thay đổi. ~하다. ~하지 않다 trung thành, không thay đổi.

변태(變態) Thay đổi về hình thái. 완전[불완전]~ thay đổi hoàn toàn [không hoàn toàn].

변통(變通) Khả năng thích nghi, sự thích ứng. ~하다. ~을 내다 linh động.

변호(辯護) Biện minh, giải thích. 자기~ tự biện minh.

변화(變化) ①Biến hóa,

thay đổi. ~하다. ~있는 có thay đổi. ~무쌍한 biến hoá khôn lường.

변환(變換) Chuyển biến, biến đổi. ~하다.

별건(別件) Vụ việc khác. ~으로 구속하다 bị bắt vì vụ việc khác.

별것(別-) Cái đặc biệt. 그것은 ~이 아니다 cái đó chẳng có gì đặc biệt.

별고(別故) ①Tai nạn, sự cố. ~없다 không có chuyện gì. ②Nguyên nhân.

별다르다(別-) Lạ thường, lạ lùng, kỳ dị, đặc biệt. 별다른 일 chuyện đặc biệt.

별명(別名) Biệt danh, tên khác. 이라고 하다biệt danh là.

별사람(別-) Một con người kỳ lạ, người khác thường.

별세(別世) Biệt thế, từ trần. ~하다.

병(病) Bệnh, bệnh tật. 가벼운~ bệnh nhẹ.

병가(病暇) Nghỉ bệnh.

병객(病客) Người bệnh, bệnh nhân.

병고(病苦) Cái khổ vì bệnh, đau bệnh. ~에 시달리다 khổ vì bệnh.

병골(病骨) Người ốm yếu.

병동(病棟) Khu phòng bệnh. 격리~khu phòng bệnh cách ly.

병들다(病-) Bị bệnh, mắc bệnh, nhiễm bệnh. ~기 쉽다 dễ mắc bệnh.

병마(兵馬) ①Binh mã. ②Vũ khí.

병선(兵船) Tàu chiến.

병설(竝設) Tồn tại song song. ~하다.

병세(病勢) Tình hình bệnh, bệnh tình. ~가 악화[호전]되다 tình trạng bệnh xấu đi [tốt lên]

병술(丙戌) Bính Tuất, năm Bính Tuất.

병신(病身) Người tàn tật, người bệnh tật. ~으로 태어나다 sinh ra vốn

bệnh tật.

병역(兵役) Nghĩa vụ quân sự, quân dịch, binh dịch. ~에 복무하다 thi hành nghĩa vụ quân sự.

병원(病院) Bệnh viện. ~에 입원하다 nhập viện. ~에 입원시키다 cho vào viện.

병인(丙寅) Bính Dần.

병자(病者) Người bệnh, bệnh nhân. ~처럼 보이다 trông như người bệnh.

병작(並作) Chia đôi. ~하다

병장(兵長) Cấp bậc dưới hạ sĩ, binh nhì.

병존(並存) Tồn tại song song, cùng tồn tại. ~하다.

병졸(兵卒) Lính. 일개~에서 장군이 되다 từ lính thành tướng.

병진(並進) Cùng tiến. ~하다.

병참(兵站) Hậu cần. ~기지 căn cứ hậu cần.

병추기(病-) Chỉ người hay bệnh.

병충해(病蟲害) Sâu bệnh. ~예방 dự phòng sâu bệnh. ~가 심하다 bị sâu bệnh.

병풍(屏風) Bình phong. 여섯폭~ bình phong sáu tấm.

병환(病患) Bệnh hoạn, bệnh tật.

병후(病後) Sau cơn bệnh, sau khi bệnh. ~의 사람 người sau cơn bệnh.

볕 Ánh sáng, ánh nắng mặt trời. ~이 들다 trời sáng.

보감(寶鑑) Quyển sách hoặc sự vật làm gương cho hậu thế.

보강(補强) Sự củng cố, sự tăng cường. ~하다. 해군을 ~하다 củng cố hải quân.

보건(保健) Bảo vệ sức khỏe. ~복지부 Bộ bảo vệ sức khỏe và phúc lợi.

보결(補缺) Bổ sung, thay thế, bù đắp. ~하다.

~모집 tuyển bổ sung.

보고(報告) Báo cáo. ~하다. ~를 받다 nhận báo cáo, được báo cáo.

보관(保管) Bảo quản, giữ gìn. ~하다. ~되어 있다 đang được bảo quản.

보국(報國) Báo quốc, đền ơn nước. ~하다.

보궐선거(補闕選擧) Cuộc tuyển cử bầu nghị viện bổ sung, thay thế.

보다 Nhìn, trông, xem, coi. ...를~ nhìn cái gì đó. 거울을~ soi gương.

보답(報答) Báo đáp, báo đền, trả công. ~하다. ...의 ~으로 lấy cái gì đó để báo đáp.

보도(步道) Đi bộ. 횡단~ chỗ đi sang đường.

보들보들하다 Mềm mại, mềm. 보들보들한 살결 nước da mềm mại.

보따리(褓-) Gói hành lý. ~를 싸다 gói hành lý. ~를 풀다 mở hành lý.

보름 ①Rằm. ~달 trăng rằm. ②Mười lăm ngày, nửa tháng.

보리 Hạt mạch, lúa mạch. ~밭 ruộng mạch. ~밥 cơm mạch.

보살피다 Trông nom, trông coi. 집안을 ~ trông coi nhà cửa. 환자를 ~ trông coi bệnh nhân.

보상(補償) Bồi thường. ~하다. 의~으로 bồi thường bằng cái gì đó.

보상금(補償金) Tiền bồi thường. ~을 받다 nhận tiền bồi thường.

보석(保釋) Bảo lãnh để được tại ngoại. ~하다. ~되다 được bảo lãnh tại ngoại.

보안(保安) Bảo an, an ninh. ~경찰 cảnh sát bảo an.

보았자 Cho dù, dù cho là. 좋다고 해보았자 cho dù là tốt.

보약(補藥) Thuốc bổ. ~을 먹고 있다 đang uống thuốc bổ.

보육(保育) Dạy dỗ, chăm

sóc. ~하다. ~원 nhà trẻ, nhà dưỡng lão vv..

보은(報恩) Báo ân, báo đáp. ~하다.

보이다 Cho xem, trình ra, cho thấy. 증명서를 ~ trình giấy chứng minh.

보장(保障) Đảm bảo, giữ gìn, sự chắc chắn. ~하다. 평화를 ~ giữ gìn hoà bình.

보조(步調) Nhịp bước. ~를 맞추어 đúng nhịp bước.

보조금(補助金) Tiền giúp đỡ, tiền hỗ trợ. ~을 주다 đưa tiền giúp đỡ.

보증인(保證人) Người bảo lãnh. ~이 되다 trở thành người bảo lãnh.

보지(保持) Giữ, mang. ~하다. 비밀을 ~하다 giữ bí mật. 타이틀을 ~하다 giữ đai.

보직(補職) Chỉ định, bổ nhiệm chức vụ. ~하다. ~되다 được bổ nhiệm.

보통(普通) Bình thường, phổ thông, chung. ~이다 bình thường.

보통내기(普通-) Người bình thường. ~가 아니다 không phải người bình thường.

보통이(褓-) Bó, cột, túm. 옷 한~ một túm quần áo.

보편(普遍) Phổ biến, thông dụng. ~적(으로) có tính phổ biến.

보험(保險) ①Bảo lãnh. ②Bảo hiểm. ~에 들다 tham gia bảo hiểm.

보호(保護) Bảo hộ, bảo vệ. ~하다. ~를 받다 nhận được sự bảo hộ.

보화(寶貨) Báu vật, châu báu. =보물(寶物).

보훈(報勳) Báo ân, báo ơn.

복(福) Phúc. ~이 많다 [있다] nhiều phúc.

복걸(伏乞) Phục xuống mà xin, lạy xin. ~하다.

복권(復權) Phục hồi quyền lợi. ~하다.

복덕(福德) Phúc đức. ~을 갖추다 có phúc đức.

복덕방(福德房) Môi giới bất động sản.

복무(服務) Sự phục vụ, thực hiện, làm. ~하다. 군(軍)에~중이다 đang thực thi nghĩa vụ quân sự.

복받치다 Phun ra, vọt ra, tuôn ra, trào dâng. 분이~ cơn giận trào ra

복상(福相) Khuôn mặt phúc hậu.

복스럽다(福-) Có phúc, có hậu, đẹp (hình thức).

복습(復習) Ôn tập. ~하다. 영어를 ~하다 ôn tiếng Anh. ~시간 thời gian ôn tập.

복식(服飾) Áo quần, thời trang. ~잡지 tạp chí thời trang.

복용(服用) Uống (thuốc). ~하다. 약을 ~하다 uống thuốc.

복원(復元) Phục hồi, làm lại. ~하다. ~도 bức tranh phục hồi

복위(復位) Trở lại ngôi vua. ~하다.

복지(福祉) Phúc lợi (xã hội). 국민의~를 증진하다 tăng phúc lợi quốc dân.

본가(本家) Bản gia, quê quán.

본값(本-) Giá vốn, giá gốc. ~에 팔다 bán với giá gốc.

본거지(本據地) Nơi trụ sở chính, nơi chính.

본기억(-記憶) Nhớ là đã gặp, đây thấy. 그 사람 어디서~이 있는 것 같다 hình như là tôi đã gặp anh ta ở đâu.

본남편(本男便) Chồng cũ, chồng trước.

본년(本年) Năm nay.

본명(本名) Tên cũ, tên gốc. ~으로 lấy tên cũ

본분(本分) Bổn phận. 사람으로서의~ bổn phận làm người.

본사(本社) Trụ sở chính của công ty, công ty mẹ.

본새(本-) Cái nhìn, bề ngoài. ~가 곱다 bề

ngoài dễ nhìn. ~가 사 납다 bề ngoài trông hung dữ.

본색(本色) ①Màu sắc chính, màu cũ. ②Bản tính của ai. ~을 드러내다 thể hiện bản tính ra ngoài.

본선(本選) Cuộc lựa chọn cuối cùng.

본주인(本主人) Chủ nhân cũ.

본줄기(本-) Chủ đề chính, nội dung chính. ~에 들어가다 đi vào nội dung chính.

본지(本旨) Mục đính chính. 의~에 맞다 đúng với mục đính chính.

본직(本職) ①Nghề chính, công việc chính. ②Người quản lý tự xưng, tôi, chính tôi.

볼그레하다 Đỏ chín, đỏ lựng.

볼호령(-號令) Nổi giận, càu nhàu, cáu gắt. ~하다. 귀가가 늦자 아버지의 ~이 떨어졌다 về nhà muộn và bố nổi cáu.

봄 Mùa xuân. 인생의~ mùa xuân của cuộc đời.

봇물(洑-) Nước hồ.

봇짐(褓-) Gánh củi, hành lý. ~을 짊어지다 cõng hành lý.

봉 Chặn, bịt. 봉(을) 박다 bịt lỗ. 치아에 ~을 해박다 hàn cái chỗ sâu răng.

봉건(封建) Phong kiến. ~제도 chế độ phong kiến.

봉급(俸給) Lương. 높은 ~ lương cao. 낮은 ~ lương thấp.

봉변(逢變) Sỉ nhục, mắng nhiếc. ~하다. 사람들 앞에서 ~을 당하다 bị sỉ nhục trước đông người.

봉분(封墳) Đắp mộ, xây mộ, làm mộ. ~하다.

봉착(逢着) Gặp, gặp phải. ~하다. 난관에 ~하다 gặp khó khăn.

봉축 Giúp đỡ. ~하다.~들 다

봉축(奉祝) Kính chúc. ~하다....을 ~하여 kính chúc...

뵈다 Xem, nhìn thấy (viết tắt của 보이다). 멀리 바다가 뵈는 집 căn nhà thấy xa xa.

부강(富强) Giàu mạnh. ~하다. 국가의~을 위하여 vì sự giàu mạnh của đất nước.

부결(否決) Phủ quyết. ~하다. ~되다 bị phủ quyết. ~권 quyền phủ quyết.

부계(父系) Bên nội, nội. ~가족 gia đình bên nội. ~친족 thân thuộc bên nội.

부고(訃告) Cáo phó. ~를 받다 nhận được cáo phó.

부과(賦課) Đánh thêm, tăng thêm, phụ trội. ~하다. ~세금 thuế phụ trội.

부교재(副教材) Giáo trình phụ trợ.

부국(富國) Đất nước giàu có. ~강병 giàu có và mạnh về binh lực

부군(夫君) Phu quân, chồng.

부권(父權) Phụ quyến (quyền thuộc về cha). ~사회 xã hội phụ quyền.

부녀(婦女) Phụ nữ. ~자 와 같은 như phụ nữ, như đàn bà.

부농(富農) Phú nông.

부닥치다 Gặp, đối mặt. 난관에~ gặp khó khăn. 반대에 ~ gặp sự phản đối.

부단(不斷) Không ngừng. ~하다. ~한 노력 sự nỗ lực không ngừng.

부담(負擔) Gánh nặng, sự nặng nề. ~하다 gánh vác, chịu.

부당(不當) Không chính đáng, không hợp lý, không công bằng. ~한 값 giá không hợp lý.

부동산(不動産) Bất động

sản. ~을 매매하다 buôn bán bất động sản.

부두(埠頭) Bến cảng, bến tàu. (배가) ~를 떠나다 tàu rời bến.

부둥키다 Ôm chặt, siết chặt. 아기를 부둥켜 안다 ôm đứa bé.

부득불(不得不) Không thể không, bắt buộc. ~하다. ~최후 수단을 쓰다 bắt buộc phải dùng đến biện pháp cuối cùng.

부득이(不得已) Bất đắc dĩ. ~하다. ~한 사정으로 do bất đắc dĩ.

부란(孵卵) Sự ấp trứng, ấp. ~하다. ~기(器) máy ấp trứng.

부랑(浮浪) Phiêu lưu, lang thang. ~하다. ~배 con thuyền lang thang.

부록(附錄) Phụ lục. 잡지의~ phụ lục của tạp chí. ~을 붙이다 dán phụ lục vào.

부루퉁하다 ①Phồng lên, phình lên (sưng). 부루퉁한 손 cái tay sưng phồng lên.

부류(浮流) Phiêu lưu, trôi nổi, phiêu bạt. ~하다.

부르다 ①No. đầy. 배가 ~no bụng. ②Có mang, to bụng. 그녀는 배가 ~ cô ấy có bầu.

부마(駙馬) Phò mã.

부모(父母) Bố mẹ, cha mẹ. ~사랑 tình yêu của bố mẹ. ~의 마음 tấm lòng của bố mẹ.

부목(副木) Thanh nẹp bằng gỗ. (để cố định vết thương). ~을 대다 nẹp thanh gỗ.

부문(部門) Bộ phận, lĩnh vực, chủng loại, phương hướng. 생활의 모든~ tất cả mọi phương diện của cuộc sống.

부박(浮薄) Vô tích sự, chẳng ra gì. ~하다 .

부사령관(副司令官) Quan phó tư lệnh, chỉ huy phó.

부사장(副社長) Phó giám đốc.

부산(釜山) Busan (thành

phố cảng Hàn Quốc). ~항 cảng Busan.

부선거(浮船渠) Cái bến cập nổi (để sửa tàu)Bến tàu.

부설(附設) Xây thêm, gắn thêm vào. 대학에 연구소를 ~하다 đưa trung tâm nghiên cứu vào trường đại học.

부세(賦稅) Đánh thuế. ~하다.

부수입(副收入) Thu nhập phụ. 그 자리는 여러 가지~이 많은 곳이다 vị trí ấy có nhiều khoản thu nhập phụ.

부시장(副市長) Phó thị trưởng (thành phố). 제1[2] ~ Phó chủ tịch thành phố thứ nhất

부식(腐蝕) Sét rỉ, bị ăn mòn. ~하다. ~되다 bị ăn mòn

부실(不實) ①Yếu đuối. 몸이~하다 cơ thể yếu đuối. ②Không đủ số lượng .~하다.

부심(副審) Trọng tài phụ.

부심(腐心) Sự lo lắng. ~하다. 그 운동의 자금 모으기에 크게 ~했다 chúng tôi lo lắng nhiều về việc gom tiền cho phong trào đó.

부연(敷衍) Giải thích thêm, giải thích nhiều hơn cho rõ. ~하다.

부영사(副領事) Phó lãnh sự.

부유(富裕) Giàu có. ~하다. ~한 사람 người giàu có.

부음(訃音) Bản cáo phó. ~에 접하다 nhận bản cáo phó.

부응(副應) Thỏa mãn, đáp ứng. ~하다. 목적에 ~하다 thỏa mãn mục đích.

부의(附議) Đưa ra để thảo luận. ~하다.

부자유(不自由) Không có tự do, không thoải mái, gò bó. ~하다. ~스럽다.

부자재(副資材) Nguyên phụ liệu.

부작용(副作用) Tác dụng

phụ. 약의~ tác dụng phụ của thuốc. ~을 일으키다 gây tác dụng phụ.

부잣집(富者-) Nhà giàu có, nhà giàu. ~딸 con gái nhà giàu.

부장(部長) Trưởng phòng. 경리~ trưởng phòng kế toán. 인사~ trưởng phòng nhân sự.

부재(不在) Không có, không tồn tại, thiếu. ~하다. ~중에 đang đi ra ngoài.

부적격(不適格) Không phù hợp, không đạt tiêu chuẩn. ~자 người không tiêu chuẩn.

부접못하다 ①Không tiếp xúc được. ②Không ở lâu, không bền lâu. 그 집에는 가정부가 ~ cái nhà ấy những người làm thuê không ở lâu được.

부정(不定) Không cố định, bất định, linh hoạt. ~하다.그는 주소~이다 địa chỉ anh ta không cố định.

부정(不貞) Không chung thuỷ. ~하다. ~한 아내다 người vợ không chung thủy.

부정기(不定期) Không có tính định kỳ, không theo qui luật thời gian. ~선 tàu không định kỳ.

부제(副題) Phụ đề. ~를 달다 gắn phụ đề. ~를 붙이다 dán phụ đề.

부주의(不注意) Không chú ý, không cẩn thận, cẩu thả. ~하다. ~로 do không chú ý.

부직(副職) Nghề phụ. .

부채 Quạt giấy, quạt tay ~를 부치다 quạt. ~꼴 hình cái quạt.

부채질 Quạt, phe phẩy. ~하다. 불난 데 ~하다 quạt thêm vào lửa, đổ thêm dầu vào lửa.

부탁(付託) Giao phó. 선생님에게 아이 교육을 ~하다 giao việc dạy con cái cho cô giáo.

부하(部下) Thuộc hạ, tay chân. ~사병 binh sĩ

thuộc hạ.

부하다(富-) ①Giàu có. ②Béo, mập.

부합(符合) Đúng với, phù hợp với. ~하다. 의견이 ~하다 ý kiến giống nhau. ~하지 않다 không phù hợp với nhau.

부화(孵化) Sự ấp trứng. ~하다. 병아리를 ~하다 ấp gà con.

북 Cái trống. ~을 치다 đánh trống. ~소리 tiếng trống.

북경(北京) Bắc Kinh(thủ đô Trung Quốc).

북국(北國) Nước phương Bắc. ~사람 người nước phương bắc.

북동(北東) Phía đông bắc. ~풍 gió Đông bắc.

북방(北方) Phương bắc. ~민족 dân tộc phương bắc. ~으로 về hướng bắc.

북행(北行) Đi lên phương Bắc. ~하다.

분 Vị, người (lượng từ). 손님 한~ một vị khách. 몇~이나 있습니까 có mấy người ạ?

분교(分校) Chi nhánh trường.

분권(分權) Sự phân quyền. ~하다. 지방~ phân quyền địa phương.

분규(紛糾) Tranh chấp, sự rắc rối, vấn đề. 당내의~ những rắc rối trong nội bộ Đảng.

분담(分擔) Cùng chịu, cùng chia sẻ, chia ra. ~하다. 손해를 ~하다 cùng chịu rủi ro.

분리(分離) Tách, tách ra. ~하다. 우유에서 크림을 ~하다 tách kem từ sữa ra.

분만(分娩) Sự sinh đẻ. ~하다. 사내아이를 ~하다 đẻ con trai.

분말(粉末) Bột. ~로 만들다 làm bằng bột.

분망(奔忙) Bận bịu. ~하다. 준비에 ~하다 bận bịu chuẩn bị.

분방하다(奔放-) Tự do thoải mái. 분방히[하게] một cách thoải mái.

분배(分配) Phân chia, phân phối. 식량을 ~하다 phân phối lương thực.

분서(焚書) Sự đốt sách. ~하다.

분석(分析) Phân tích. ~하다. 실패의 원인을 ~하다 phân tích nguyên nhân thất bại.

분설(分設) Tách ra thành lập (chi nhánh). ~하다.

분쇄(粉碎) Nghiền vỡ, làm cho nát, đập nát, nghiền thành bột. ~하다. 적의 기도를 ~하다 đập tan ý đồ của địch.

분수(分數) Sự lựa chọn, phân biệt, giới hạn. ~있는 có sự lựa chọn.

분원(分院) Phân viện, chi nhánh bệnh viện.

분위기(雰圍氣) Bầu không khí. 가정적인~ bầu không khí gia đình.

분유(粉乳) Sữa bột. ~로 키운 아이 đứa bé được nuôi bằng sữa bột.

분의(分-) Phần, phần của. 3분의 1 một phần ba. 3분의 2 hai phần ba.

분점(分店) Chi nhánh (cửa hàng, văn phòng).

분주(奔走) Bận rộn, bôn tẩu. ~하다. ~하게[히] một cách bận rộn. ~한 생활 cuộc sống bận rộn.

분포(分布) Phân bố. ~하다. ~가 넓다 phân bố rộng. ~도 sơ đồ phân bố.

분필(粉筆) Phấn. ~로 쓰다 viết bằng phấn. 색~ phấn màu.

분해하다(憤-) Hối tiếc, hối hận, ân hận. 발을 (동동)구르며~ dẫm chân [ầm ầm] tiếc rẻ.

분향(焚香) Đốt nhang, thắp hương. ~하다. 영전에 ~하다 thắp hương trước linh cữu.

분홍(粉紅) Màu hồng. ~치마 váy hồng.

분화(分化) Phân hóa, chuyển hóa. ~하다. ~되지 않은 không phân hóa. 미~의 chưa phân hóa.

불간섭(不干涉) Sự không can thiệp. ~정책 chính hsách không can thiệp.

불경(不敬) Bất kính, không tôn trọng, không lễ phép. ~하다. ~한 말 lời nói bất kính.

불경(佛經) Kinh Phật. ~을 외다[읽다] đọc kinh phật.

불고(不顧) Bất chấp, bất kể. ~하다. ~체면하다 bất chấp thể diện.

불공대천(不共戴天) Không đội trời chung. ~의 원수 kẻ thù không đợi trời chung.

불공정(不公正) Không chính đáng, không thỏa đáng. ~하다. ~하게 một cách không chính đáng.

불공평(不公平) Không bình đẳng. ~하다. ~함이 없도록 하다 để không có những bất bình đẳng.

불기둥 Một cột lửa. ~이 솟다 cột lửa bốc ra.

불기소(不起訴) Không khởi tố. ~로 하다 theo hình thức không khởi tố.

불기운 Sức nóng, hơi nóng. ~을 낮추다 giảm hơi nóng xuống.

불길 Ngọn lửa, ánh lửa, ánh sáng. ~이 사납다 ngọn lửa hung dữ.

불길(不吉) Sự không may mắn. ~하다. ~한 날[숫자] ngày [con số] không may.

불나다 Có lửa, cháy, hỏa hoạn. 불난 집 nhà có hỏa hoạn.

불내다 Đốt cháy, làm cho cháy, gây ra hỏa hoạn.

불능(不能) Không thể, không có năng lực, bất tài, không có khả năng. ~하다. 해결~인 문제 vấn để không thể giải quyết.

불량(不良) Bất lương, bất chính, hư, xấu. ~하다. ~배 nhóm bất lương.

불러모으다 Gọi tập trung lại. 아버지는 가족 모두를 ~ bố gọi tất cảm mọi người trong gia đình tập trung lại.

불러세우다 Gọi dừng lại, kêu dừng lại (taxi). 나는 학생을 ~ tôi gọi cậu học sinh dừng lại.

불러오다 Gọi đến, mời đến, triệu đến. 사람을 보내~ cử người đến gọi về.

불러일으키다 Gợi lại, tìm lại. 기억을~ gợi lại ký ức.

불려가다 Bị gọi đến, bị kêu đến. 경찰에 ~ bị kêu đến đồn cảnh sát.

불로(不老) Bất lão, không già. ~하다. ~장수약 thuốc trường xuân bất lão.

불만족(不滿足) Không hài lòng. =불만(不滿).

불매동맹(不買同盟) Liên kết không mua, tẩy chay. ~을 하다.

불면불휴(不眠不休) Không ngủ không nghỉ. ~하다.

불면증(不眠症) Chứng mất ngủ. ~에 걸리다 mắc bệnh mất ngủ. ~환자 người bị bệnh mất ngủ.

불멸(不滅) Bất diệt, bất hủ. ~하다. ~의 명성 danh tiếng bất hủ.

불분명(不分明) Không rõ ràng, không phân minh. ~하다. ~한 발음 phát âm không rõ.

불붙다 Bắt lửa, cháy. ~기 쉽다 dễ cháy, dễ bắt lửa.

불상놈(-常-) Thằng bần cùng.

불순(不純) Không trong sạch, xấu xa. ~하다. ~한 마음 tấm lòng xấu xa.

불승인(不承認) Sự không tán thành, không chấp nhận.

불쏘시개 Mồi lửa. ~로 쓰다 dùng làm mồi lửa.

불쑥 Thình lình, đột

nhiên. ~나타나다 xuất hiện đột ngột. ~거리다 Thò ra.

불씨 Cục lửa. Nguyên nhân. 분쟁의~ nguyên nhân của chiến tranh.

불이익(不利益) Bất lợi, thiệt. =불리.~하다.

불이행(不履行) Không thi hành, không thực hiện. ~하다.약속을 ~ không thực hiện lời hứa.

불인가(不認可) Không chấp nhận, không đồng ý. ~하다. ~되다 bị từ chối, bị bác bỏ.

불일듯이 Thành công, tốt đẹp. 장사가 ~잘되다 công việc làm ăn thành công.

불일듯하다 Phát đạt, thịnh vượng, tốt. 사업이~ làm ăn tốt.

불일치(不-致) Không giống nhau, không đồng nhất, bất đồng. ~하다. 의견이 ~하다 bất đồng ý kiến.

불임(不姙) Không có mang, không có con. ~수술 phẫu thuật chữa bệnh không có con.

불임증(不姙症) Bệnh không có con. ~에 걸리다 mắc bệnh không có con (nữ). ~을 고치다 trị bệnh không con.

불자동차(-自動車) Xe chữa cháy, xe cứu hỏa. =소방(자동)차.

불지피다 Nhóm lửa, đốt lửa. 난로에~ đốt lửa vào lò.

불철주야(不撤晝夜)Không kể ngày đêm. ~하다. ~근무하다 làm việc không kể ngày đêm.

불청객(不請客) Người khách không mời mà đến.

불청하다(不聽-) ①Không nghe. ②Không chấp nhận, không đồng ý.

불초(不肖) Kẻ ngu dốt, kẻ hèn mọn, kẻ xấu xa. ~하다. ~소인 kẻ tiểu nhân hèn mọn này.

불출(不出) ①Ngu đần.

②Không xuất hiện.

불충(不忠) Bất trung, không trung thành, sự không chung thủy, bội bạc, phản bội. ~하다.

불충분(不充分) Không đủ, thiếu. ~하다. 자금이 ~하다 thiếu vốn.

불충실(不忠實) Không trung thực, không thành thực, gian giảo. ~하다.

불치(不治) Không chữa trị được, hiểm nghèo. ~병 bệnh không thể chữa trị, nan y.

불탑(佛塔) Chùa tháp, ngôi chùa.

불퉁불퉁 ①Nhiều nốt, sần sùi. ~하다. ②Nói không rõ ràng.

불허(不許) Không cho phép, không được phép, không cho. ~하다. 변명을 ~하다 không cho phép ai biện minh. 외출을 ~하다 không cho phép đi ra ngoài.

불허가(不許可) Không cho phép.

불확대(不擴大) Không mở rộng, có giới hạn. ~방침 phương châm là không mở rộng.

불확실(不確實) Không chắc chắn, không rõ ràng. ~하다. ~한 대답 câu trả lời không chắc chắn.

붉은발 Vệt máu đỏ. ~(이)서다 có vệt máu đỏ xuất hiện.

붉히다 Đỏ lên, trở nên đỏ. 얼굴을 붉히며 đỏ mặt.

붕괴(崩壞) Sụp đổ, tan vỡ. ~하다.

붕긋붕긋 Nhấp nhô (núi). ~하다.

붕당(朋黨) Bè đảng, bè cánh. ~을 맺다[이루다] kết phe phái, kết đảng phái.

붕대(繃帶) Băng, băng bông, băng cứu thương. ~를 감다 quấn băng băng bông.

붙잡다 Nắm chặt, nắm (dùng tay). 손을 ~

nắm chặt tay.

비가(比價) Giá so sánh.

비감(悲感) Cảm giác buồn.

비경(秘境) Tuyệt cảnh, cảnh tuyệt trần. ~에 발을 들여 놓다 bước chân vào cảnh tuyệt trần.

비공(鼻孔) Mũi, lỗ mũi.

비공개(非公開) Không công khai. ~회의 họp không công khai.

비공식(非公式) Không chính thức. ~적 có tính không chính thức

비굴(卑屈) Sự hèn hạ, nhát gan. ~하다. ~한 사람 kẻ hèn hạ. ~한 웃음 giọng cười hèn hạ.

비극(悲劇) Bi kịch. ~적 có tính bi kịch. ~적인 사건 sự việc có tính bi kịch.

비근하다(卑近-) Không phổ biến, không thông dụng. 비근한 예 ví dụ không phổ biến.

비금속(非金屬) Phi kim loại, không phải kim loại. ~원소 nguyên tố phi kim loại.

비능률(非能率) Không năng suất. ~적(인) có tính không năng suất.

비단(非但) Không những. ~일뿐 아니라 không chỉ công việc.

비단결(緋緞-) Tơ, lụa, sợi tơ lụa. ~같다 mượt như lụa.

비도덕적(非道德的) Phi đạo đức, vô đạo đức.

비동맹(非同盟) Không liên kết, không đồng minh. ~국(國) nước không liên kết.

비둔(肥鈍) Béo, béo phị. ~하다.

비둘기 Chim bồ câu. ~가 울다 chim bồ câu gáy. ~장 chuồng chim bồ câu.

비듬 Gàu, (trên đầu). ~이 생기다 có gàu. ~약 thuốc trị gàu.

비등(比等) Bình đẳng, tương đương. ~하다. 그

시대의 10원은 지금의 만 원과~하다10 wôn lúc nấy bằng 10 000 lúc này.

비래(飛來) Bay lại, bay đến. ~하다.

비렁뱅이 Kẻ ăn mày, kẻ xin xỏ.

비련(悲戀) Mối tình sầu thảm. ~에 울다 khóc cho mối tình sầu thảm.

비록 Cho dù, dù là. ~아무리 부자 이더라도 cho dù giàu đến mấy.

비롯하다 Bắt đầu, tính từ. (을) 비롯하여. ~을 비롯해서 bắt đầu từ, tính từ.

비료(肥料) Phân bón. ~를 주다 bón phân. 인조~ phân nhân tạo. 질소~ phân nitơ.

비루(鄙陋) Hèn hạ, đê hèn. ~하다.

비명(非命) Chết thảm. ~에 죽다[가다] chết thảm.

비몽사몽(非夢似夢) Như là mơ, như không thật. ~하다.

비문(碑文) Bia văn, hàng chữ khắc trên mộ đá.

비문명(非文明) Không văn minh, man rợ. ~국 đất nước không văn minh.

비문화적(非文化的) Không có tính văn học.

비법인(非法人) Phi pháp nhân.

비빈(妃嬪) Phi tần.

비빔밥 Món cơm trộn.

비사(秘史) Bí sử, lịch sử bí mật. 한국전쟁~ bí mật lịch sử của chiến tranh Hàn Quốc.

비사교적(非社交的) Người ít giao thiệp, người khó gần. ~인 사람 người khó giao tiếp.

비산(飛散) Bay tán loạn. ~하다. 사방으로 ~하다 bay tán loạn ra bốn hướng.

비상근(非常勤) Làm việc bán thời gian. ~의 일

việc bán thời gian.

비상사태(非常事態) Tình trạng trẩn cấp. ~를 선언하다 tuyên bố tình trạng khẩn cấp.

비상선(非常線) Hàng rào ngăn chặn. ~을 뚫다 chọc thủng hàng rào.

비서(秘書) Thư ký. 사장 ~ thư ký giám đốc. 그녀는 사장~이다 cô ấy là thư ký giám đốc.

비석(碑石) Bia đá. ~을 세우다 lập bia.

비성(鼻聲) Giọng mũi. 콧소리.

비속(卑俗) Dơ tục, bẩn thỉu. ~하다. ~한 사람 thằng dơ tục. ~한 취미 cái sở thích dơ tục.

비손 Cầu xin, chắp tay khấn. ~하다.

비송(費送) Bỏ phí thời gian, lãng phí thời gian. ~하다.

비수(悲愁) Sự đau buồn, buồn thương.

비수기(非需期) Mùa ít việc, mùa không bán được, mùa không chạy (trái với 성수기 mùa bán chạy hàng, mùa nhiều việc).

비술(秘術) Nghệ thuật bí mật, bí quyết. ~을 전수하다 truyền một bí pháp.

비신사적(非紳士的) Không lịch sự, không hào hoa. ~행위 hành vi không đàn ông.

비실제적(非實際的) Phi thực tế, không thực tế, không thiết thực.

비싸다 ① Đắt. 비싼 옷 áo đắt. 비싸게 사다 mua đắt. ② Vênh váo, ta đây. 비싸게 굴다 vênh váo.

비아이에스 Ngân hàng thanh toán thế giới BIS. [Bank for International Settlement]

비애(悲哀) Bi ai, đau khổ. 인생의~ sự đau khổ của cuộc đời. ~를 느끼다 cảm thấy đau khổ.

비애국적(非愛國的) Không yêu nước.

비약(飛躍) ①Bay nhảy. ~하다. ②Bước nhảy vọt, nhảy vọt. ~하다.

비역 Đàn ông quan hệ tình dục với nhau. 남색(男色). ~하다.

비열(卑劣鄙劣) Tính hèn hạ, tính bủn xỉn, đê tiện. ~하다. ~한 놈 thằng hèn.

비염(鼻炎) Viêm mũi, viêm xoang.

비영리(非營利) Không vụ lợi, không vì mục đích kinh tế. ~단체 đoàn thể không vì mục đích kinh tế.

비옥(肥沃) Phì nhiêu, màu mỡ, dồi dào, phong phú. ~하다. ~한 땅 mảnh đất phì nhiêu.

비옷 Áo mưa. ~을 입다 mặc áo mưa.

비용(費用) Chi phí, kinh phí. 여행의~ chi phí du lịch. ~이 들다 tốn kinh phí.

비웃다 Cười mỉa. 남을~ cười mỉa người khác. ~음 điệu cười mỉa.

비웃음 Nụ cười khinh bỉ, nụ cười mỉa. ~받다 bị cười mỉa mai.

비원(秘苑) Thiên đường.

비원(悲願) Sự mong muốn khẩn thiết. ~을 이루다 đạt được điều mình mong ước.

비위(脾胃) ①Ruột và dạ dày, bụng. ~가 좋다 khoẻ bụng. ②Khẩu vị, sở thích.

비위생적(非衛生的) Mất vệ sinh. ~환경 môi trường mất vệ sinh.

비유(比喩譬喩) Tỷ dụ, so sánh. ~하다. ~적인 có tính tỷ dụ. ~해서 말하면 nói một cách so sánh.

비율(比率) Tỷ lệ. 남녀의~ tỷ lệ nam nữ. 3대 1의~로 theo tỷ lệ 3:1.

비정규(非正規) Phi chính qui. ~군 quân phi chính qui.

비정상(非正常) Bất bình thường. ~하다. ~적인

사건들 những sự kiện có tính bất bình thường.

비좁다 Chật chội, chật hẹp. ~은 곳 nơi chật hẹp.

비종교적(非宗敎的) Không có tính tôn giáo. ~인 문제 vấn đề không có tính tôn giáo.

rẻ là của ôi.

비첩(婢妾) Phi thiếp.

비추다 ①Chiếu, rọi. 플래시를 ~ chiếu đèn pin. ②Phản chiếu, soi 얼굴을 거울에 ~ soi mặt vào trong gương.

비축(備蓄) Tích trữ, tích phòng dự trữ. ~하다. 식량을 ~하다 tích trữ lương thực

비취(翡翠) Chim bói cá. ~색[빛] màu chim bói cá.

비치 Bờ biển, bãi biển (beach). ~발리볼 bóng chuyền bãi biển.

비치다 ①Chiếu vào, rọi vào. 해가 방에 ~ mặt trời chiếu vào phòng. ②Phản chiếu, có bóng. 땅에 ~는 사람 그림자 cái bóng người chiếu trên mặt đất.

비탄(悲嘆) Buồn não, sầu, than phiền. ~하다. ~에 빠지다[잠기다] rơi vào (chìm vào) cơn sầu thảm.

비통(悲痛) Đau khổ. ~하다. ~한 외침 tiếng gào đau khổ. ~한 표정 nét mặt đau khổ.

비틀다 Vặn, xoắn. 팔을 ~ xoắn tay. 닭모가지를 ~vặn cổ gà

비판(批判) Phê phán, phê bình. ~하다. ~적 có tính phê phán.

비평(批評) Phê bình. ~하다. ~을 받다 bị phê bình.

비하다(比-) So sánh. 에 비해 so với cái gì đo. 비할 수 없다 không thể so sánh được.

비행(飛行) Bay, chuyến bay, hàng không. ~하다. ~거리 chiều dài bay.

비행가(飛行家) Nhà du hành, phi hành gia, máy bay.

비호(庇護) Bảo vệ, che chở. ~하다. 의 ~하에 dưới sự che chở của ai.

비화(飛火) ①Ngọn lửa, lan lửa sang nơi khác. ~하다. ②Liên quan, lan tỏa. ~하다.

빅딜 Khách hàng lớn (big deal).

빈객(賓客) Quí khách, khách quí, khách mời.

빈고(貧苦) Nghèo và khổ. ~에 시달리다 vất vả vì nghèo và khổ.

빈랑(檳榔) Cau. ~나무 cây cau.

빈민굴(貧民窟) Khu vực của những người nghèo, xóm nghèo. ~을 없애다 xóa bỏ những xóm nghèo.

빈발(頻發) Xẩy ra thường xuyên, xẩy ra nhiều lần. ~하다.

빈손 Tay trắng, tay không. ~으로 bằng bàn tay trắng.

빈약(貧弱) Nghèo nàn, đơn điệu, nghèo đói. ~하다. ~한 내용 nội dung nghèo nàn

빈촌(貧村) Thôn nghèo nàn, làng nghèo.

빈총(-銃) Súng không, súng không có đạn.

빈털터리 Người nghèo xác xơ, nghèo rớt mồng tơi. ~가 되다 thành người nghèo rớt mồng tơi.

빌어먹다 Xin ăn, ăn xin. 빌어먹는 놈이 콩밥을 마다 할까?「tục ngữ」 Thằng ăn xin còn xem có ăn cơm đậu không.

빗기다 ①Chải tóc, chải. ② Sai ai chải . 개의 털을 ~ chải lông cho chó.

빗나가다 Không đúng mục đích, thất bại, đi ra ngoài quĩ đạo. 계획이 ~ kế hoạch bị lệch.

빗다 Chải đầu. ~지 않은 머리 đầu không chải.

빗대다 Lắng tránh, không đúng sự thật. ~지 말고 바로 대라 đừng có nói sai nói đúng đi.

빗뜨다 Nhìn ngang, nhìn xiên.

빗맞다 Trượt, không đúng mục tiêu. 그는 연방 쏘았으나 모두 ~았다 anh ta bắn liên tục nhưng đều trượt.

빙 Vòng, vòng tròn. 회사 한바퀴~ 돌다 đi quanh công ty một vòng.

빙결(氷結) Đóng băng. ~하다. ~을 방지하다 ngăn chặn đóng băng.

빙고(氷庫) Kho lạnh.

빙과(氷菓) Kem, thuộc về kem.

빙괴(氷塊) Một tảng băng.

빙글빙글 Nhẹ nhàng quay.

빙모(聘母) Mẹ vợ. =장모(丈母).

빙벽(氷壁) Bức tường băng băng, dãy băng.

빙부(聘父) Bố vợ. =장인(丈人).

빙빙 Xoay quanh. ~돌다 quay tròn.

빙산(氷山) Tảng băng, núi băng.

빙설(氷雪) Băng tuyết.

빙수(氷水) Nước đá.

빙실(氷室) Phòng lạnh, kho lạnh.

빙원(氷原) Sân băng.

빙해(氷解) Tan bang. ~하다.

빚 Món nợ, số tiền nợ. 이자가 붙지 않는~ nợ không tính lãi.

빚거간(-居間) Môi giới vay nợ. ~하다.

빚꾸러기 Một người mắc nợ ngập đầu, người nợ như chúa chổm.

빤히 ①Sáng. ②Rõ ràng, chính xác. ~알면서 biết rõ ràng

뻐끔뻐끔 ①Lỗ chỗ. 포탄을 맞은 벽에는 구멍이. ②Ngậm, vân vê. 담배를 ~빨다 ngậm vân vê điếu thuốc.

뽑히다 ①Bị nhổ, bị lôi ra. 못이 쉽게 뽑힌다 đinh bị nhổ dễ. ②Được bầu, được chọn. 반장으로 ~ được bầu làm lớp trưởng.

뿌리치다 ①Gạt đi, gạt tay. ②Từ chối, từ bỏ.

뿌옇다 Mờ. 눈이~ mắt mờ đi. 보얗다.

방값(房-) Tiền thuê phòng.

방고래(房-) Lỗ thông gió. ~를 놓다 để lỗ thông gió.

방아 Cái cối. ~를 찧다 đâm cối.

방역(防疫) Phòng dịch, chống dịch, ngăn dịch. ~하다. ~대책 đối sách phòng chống bệnh dịch.

방열(防熱) Chống nhiệt, chịu nhiệt. ~복 áo chịu nhiệt.

백계(百計) Trăm kế, đủ mọi cách. ~가 다하다 dùng mọi cách.

백곰(白-) Con gấu trắng, gấu bắc cực.

백지(白紙) ①Tờ giấy trắng. ②Tờ giấy chưa điền gì vào. ~답안을 내다 nộp đáp án trắng

번연히(飜然-, 幡然-) Đột nhiên, thình lình. ~깨닫다 đột nhiên hiểu ra.

벽력(霹靂) Sét, tiếng sét. 청천~ sét giữa trời quang.

변재(辯才) Khả năng ăn nói. ~가 있는 사람 có khả năng ăn nói.

변전(變轉) Biến chuyển, thay đổi. ~하다. ~무쌍한 biến đổi vô thường, luôn thay đổi.

변제(辨濟) Thanh toán, quyết toán, trả tiền. ~하다. 빚을 ~하다 trả nợ.

변조(變調) Biến điệu (âm nhạc). ~하다.

변종(變種) Sự đột biến, thay đổi gien, thay đổi chủng loại.

변죽(邊-) Vành, bờ, gờ, rìa, lề, cạnh.

변증(辨證) Dùng lý luận chứng minh, biện chứng.

~하다. ~적 có tính biện chứng.

변질자(變質者) Người dở hơi, kẻ giở chứng.

변질-재(變質材) Gỗ biến chất, gỗ hư.

변천(變遷) Sự thay đổi. ~하다.시대의~ sự thay đổi của thời cuộc. 사회의~ thay đổi của xã hội.

변칙(變則) Bất qui tắc. ~적인 có tính bất qui tắc. ~적인 방법 phương pháp bất qui tắc.

변칭(變稱) Thay tên, chuyển tên. ~하다.

별안간(瞥眼間) Bất thình lình, đột nhiên, không ngờ tới. ~나타나다 xuất hiện đột ngột.

별일(別-) Chuyện khác lạ, chuyện đặc biệt. ~없이 không có chuyện gì đặc biệt.

별장(別莊) Trang trại, khu nhà ở quê, biệt thự ở quê (có vườn tược, qui mô vừa phải).

별천지(別天地) Thế giới khác. =별세계.

별칭(別稱) Tên khác.

별표(-票) Dấu vết đặc biệt. ~를 붙이다 dán dấu hiệu.

별항(別項) Hạng mục/ điều khoản riêng, hạng mục khác.

보시(布施) Bố thí (Phật giáo). ~하다.

보혈(補血) Bổ máu, bổ huyết. ~하다. ~제 chất bổ máu.

복창(復唱) Nói lại, nhắc lại. ~하다.

부원(部員) Cán bộ, nhân viên.

부위(部位) Phần, bộ phận.

부유(浮游) Trôi nổi, bay. ~하다~기뢰 mìn nổi. ~식물 thực vật nổi.

부작위(不作爲) Không thi hành, không thực hiện.

북빙양(北氷洋) Bắc băng dương.

분기(噴氣) Khạc, nhổ, phun. ~하다(núi lửa, nước vv..)

분납(分納) Trả thành từng phần, đón từng phần. ~하다.

분뇨(糞尿) Phân và nước tiểu. ~관(管) ống dẫn phân nước tiểu.

분승(分乘) Đi riêng, đi lẻ. ~하다. 그들은 네 대의 자동차에~해서 출발했다 họ chia riêng thành 4 xe và xuất phát.

분식(粉飾) ①Trang điểm, hóa trang. ~하다. ②Tỉa tót, làm cho đẹp. ~하다.

분신(分身) Phân thân (Phật giáo).

분실(分室) Chi nhánh văn phòng.

분실(紛失) Mất, đánh rơi, làm mất, thất lạc. ~하다. ~된 bị mất. 돈이~되다 bị mất tiền. 반지가~되었다 cái nhẫn bị mất rồi.

분풀이(忿-憤-) Sự trả đũa, làm cho hả giận. ~하다. ~로 cho hả giận, trả thù.

불명(不明) ①Không sáng, tối. ~하다. ②Không rõ ràng. ~하다.

불명료(不明瞭) Sự không rõ ràng, không rõ. 불분명.

불명예(不名譽) Mất danh dự, xấu hổ. ~스럽다. ~가 되다[~이다] bị mất thể diện, mất danh dự.

불모(不毛) Cằn, không phát triển. ~지 đất cằn.

불목(不睦) Không hòa thuận. ~하다.

불무하다(不無-) Không thể thiếu, không thể không có.

불어(佛語) Nước pháp, Tiếng pháp.

불연속(不連續) Không liên tục. ~선 đường đứt quãng.

불온(不穩) Bất ổn, bất yên. ~하다. ~한 정세 tình thế bất ổn.

불온당(不穩當) Bất chính, không phù hợp. ~하다.

불용(不用) Không dùng. ~하다. ~품 hàng không dùng.

불용성(不溶性) Tính không chảy ra được, không tan ra được.

불우(不遇) Sự bất hạnh, vận đen, không may. ~하다. ~한 사람들 người không may.

붙잡히다 Bị bắt, bị chộp, bị nắm. 아직 붙잡히지 않고 있다 vẫn chưa bắt được.

뷔페 Búp phê, tiệc buffet.

브라보 Hoan hô (bravo). ~를 외치다 hò vang hoan hô.

블랙커피 Cà phê đen (black coffee).

비밀번호(秘密番號) Mã số bí mật. ~를 누르시오 hãy ấn mã số bí mật.

비육지탄(伶肉之嘆) Hối tiếc than thở vì tài năng của mình không được trọng dụng.

비정형(非定型) Không định hình, không cố định.

비폭력(非暴力) Không bạo lực. ~저항 chống đối không bạo lực. ~주의 chủ nghĩa không bạo lực.

비품(備品) Phụ liện, linh kiện dự phòng.

비합리(非合理) Phi hợp lý, không hợp lý.

빛 ①Ánh sáng; tia sáng. 달빛 ánh trăng. ②Màu sắc, có nét. 가을 빛 màu mùa thu.

빛깔 Màu sắc. ~을 넣은 [넣어] pha màu. 밝은 ~로 그리다 vẽ bằng màu sáng.

빛나다 ①Sáng, sáng chói, chiếu sáng, tỏa sáng. 빛나는 눈 mắt sáng. ②Vinh quang, vinh dự.

빛살 Tia sáng.

빠개다 ①Chẻ, tách. 장작을 ~ chẻ củi. ②

Tách ra, bóc ra.

빠듯하다 ①Chật, hẹp. 빠듯한 구두cái dày chật. 그 모자는 너무~ cái mũ ấy chật quá. ②Vừa đủ, hơi thiếu. . 빠듯한 이익 món lời nhỏ.

빠른우편(-郵便)Thư gửi nhanh.

빠지다 ①Rơi, rớt, rụng. 물에 ~ rơi xuống nước. ②Rơi vào tình trạng nào đó, lâm vào.계략에 ~ bị sập bẫy, bị trúng kế.

빠짐없이 Không thiếu, không sót. 원서에~ 기입하다 điền vào đơn không sót cái gì.

빤하다 Rõ ràng, rõ. 빤한 사실 sự thật rõ ràng

빨다 Ngậm, mút, hút. 젖을~ ngậm vú. 사탕 [엄지손가락]을~ ngậm mút kẹo [ngón tay].

빨아먹다 ①Hút ăn. 빨 대로 우유를 ~ hút sữa ăn. ②Móc, rút ruột. 아무의 돈을 ~ moi tiền ai.

빳빳이 ①Cứng, rắn. ② Ngoan cường, ngoan cố, cứng đầu.

빳빳하다 ①Cứng, rắn. 빳빳한 머리 tóc cứng. 빳빳한 수염 râu cứng. ②Cứng đầu.

빵 Cái bánh, bánh. 잼 바른 ~ bánh có quệt mứt. 옥수수~ bánh ngô.

빵빵 Bàng bàng, ùng oàng (tiếng súng, tiếng nổ). 총을 ~쏘다 bắn súng bàng bàng. .

빻다 Xay, nghiền. 곡물 을 가루로 ~ xay lương thực thành bột.

빼기 Phép trừ.

빼내다 ①Rút ra, tháo ra. 가시를~ tháo cái gai ra. ②Chọn ra. 많은 중에 서 몇을 ~ chọn một vài trong số nhiều.

빼놓다 Trừ ra, loại ra. 하나도 ~지 않고 잡다 bắt cả không trừ ai.

빼다 ①Rút, nhổ, lấy ra. 마개를 ~ rút cái nắp

chai. 이를 ~ 뽑 răng. 못을 ~ 뽑 đinh. ②Rút nước ra, tháo nước.

빼돌리다 Giấu đi, rút đi, cất đi. 빼돌려 둔 돈 số tiền mình giấu đi

빼먹다 ①Loại trừ, bỏ. 명부에서 이름을 ~ loại tên ai trong danh sách. ②Ăn trộm, lấy.

빼빼 Gầy da bọc xương. ~마른 사람 người gầy như da bọc xương.

빼쏘다 Rất giống. 이 아이는 아버지를 꼭 빼쏘았다 đứa bé này rất giống bố nó.

빼앗기다 ①Bị cướp, bị giật, bị lấy. 권리를[재산을, 희망을]~ bị cướp/ bị lấy quyền lời [tài sản, hy vọng]. ②Bị lôi kéo, bị dụ dỗ. 여자에게 정신을 ~ bịp phụ nữ lôi kéo.

빼앗다 Cướp, giật, giành lấy. 아무의 권리를 [희을, 생명을]~ giành lấy quyền [hy vọng, cuộc sống] của ai.

빽 Ô, dù, chỗ dựa, sự ủng hộ. 아무의 ~으로 회에 들어가다 vào công ty dựa vào cái ô nào đó.

뺨치다 Tát tai.

빠개다 ①Chẻ, bửa. 나무를 ~ chẻ cây. 장을 ~ chẻ củi. ②Làm hư việc, làm hỏng việc. 일을 ~ làm hư việc.

뻐개지다 Bị vỡ, bị nứ, bị bể. 머리가 뻐개질 듯 이 아프다 đau như muốn vỡ đầu ra.

뻐그러지다 Vị vỡ, bị sập.

뻐근하다 Khó chịu, đau. 가슴이~ tức ngực. 등이~ đau lưng.

뻐기다 Ta đây, khoe khoang, vênh váo. 부하들에게 ~ vênh váo với bọn đệ tử.

뻐꾹 Cúc cu. 뻐꾸기가 ~하고 운다 chim gáy gáy cúc cu.

뻐끔하다 Lớn, to (lỗ). 뻐끔히 구멍이 나다 hơ ra một cái lỗ lớn.

뻐덕뻐덕하다 Thô, ráp, không trơn. 가죽이 ~ da thô, da sần.

뻐드러지다 Nhô ra, vẩu ra. 앞니가 뻐드러졌 랭 răng trước vẩu ra.

뻑적지근하다 Cảm thấy nặng nề.

뻔뻔스럽다 Không biết xấu hổ, trơ mặt, trơ trẽn. 뻔뻔하게 một cách trơ trẽn.

뻔찔나게 Rất thường xuyên. ~다니다 đi lại rất thường xuyên.

뻔하다 Xuýt nữa, tí nữa thì, xuýt bị. 차에 치일 ~ xuýt bị tông vào xe.

뻗다 ①Lan tỏa, tỏa ra. 뿌리는 땅속으로 ~어 나간다 cái rễ tỏa ra trong đất. ②Lan tỏa, lan ra. 해외로 ~어 나가다 đi ra nước ngoài.

뻗서다 Đối diện, đối mặt.

뻣뻣하다 Cứng nhắc, cứng, không mềm, cứng rắn. 뻣뻣한 손 cái tay cứng thô.

뻥 ①Xạo, nói dối. 뻥 까다 nói dối. ②Bụp, bình, bong. 병마개를 ~하고 뽑다 tháo cái nút chai cái bụp.

뻥놓다 Nói dối, nói ra bí mật.

뻥뻥 Bùm bùm, bụp bụp, bôm bốp. 샴페인을 ~터 뜨리다 sâm banh nổ bôm bốp

뻥뻥하다 Thần người, thẫn người. 나는 뻥뻥 하여 대답을 못 했다 tôi thẫn người ra không biết trả lời sao.

뼈마디 Đốt xương. ~가 아프다 đau đốt xương.

뼈오징어 Con mực có xương.

뼘 Gang tay. 뼘으로 재 다 đo bằng gang tay.

뼘다 Lấy gang tay đo.

뼘들이로 Lần lượt.

뽀뽀 Hôn, hôn vào má.

뽐내다 Tự hào, ta đây, tự cao. 뽐내며 걷다 đi đứng vẻ ta đây.

-뽑이 Cái dùng để rút. 못뽑이 cái dùng để nhổ đinh. 마개뽑이

cái mở nút

뽕나무 Cây dâu. ~밭 ruộng dâu. ~열매 quả dâu.

뽕빠지다 Kiệt sức, mệt. 결혼 잔치 치르느라 나는 뽕빠졌다 tôi kiệt sức vì tiệc đám cưới.

뽕잎 Lá dâu. ~을 따다 hái lá dâu. 누에에 ~을 주다 cho tằm lá dâu.

뾰로통하다 Không hài lòng, không vui, phụng mặt. 뾰로통해지다 phụng mặt xuống.

뿌글거리다 Sôi, sôi bọt.

뿌듯하다 ①Chật, bót. ②Tràn ngập niềm vui, đầy lồng ngực. 가슴 뿌듯한 기쁨 niềm vui tràn đầy.

뿌리 Cái rễ, rễ cây. ~를 박다[내리다] đóng rễ, bén rễ.

삐걱거리다 Vỡ, nứt, rạn. ~는 소리 tiếng vỡ, tiếng nứt.

入

사(赦) Xá, xá tội, ân xá. ~를 놓다 tha tội.

사가(史家) Sử gia. =역사가.

사건(事件) Sự kiện, vấn đề. ~을 해결하 giải quyết một vấn đề.

사고(事故) Tai nạn. ~가 나다 xảy ra sự cố, tai nạn

사공(沙工) Người lái đò, thợ thuyền, thợ bè. ~이 많으면 배가 산으로 올라가다「tục ngữ」 lắm lái đó thì thuyền đi lên núi, lắm thầy rầy ma.

사교성(社交性) Tính xã giao. ~이 있다 có tính xã giao

사구(沙丘/砂丘) Đồi cát ở sa mạc hoặc bờ biển do gió tạo thành.

사귐성(-性) Dễ gần gũi, thân thiện, hay làm bạn. ~있는[없는] 사람 người có[không có] tính dễ gần.

사그라뜨리다 Loại bỏ, bỏ ra.

사그라지다 Không còn, biến mất, hết. 기운이 ~ hết sức. 불이 ~ tắt đèn.

사글세(-貰) Tiền thuê phòng. ~방 phòng thuê.

사기(詐欺) Lừa đảo, lừa. ~하다. ~를 당하다 bị lừa. 돈을 ~ lừa tiền. 도박 ~ đánh bạc lừa đảo. ~수단 thủ đoạn lừa đảo. ~죄 tội lừa đảo. ~행위 hành vi lừa đảo.

사기업(私企業) Công ty tư nhân.

사내 Đàn ông, nam. ~아이 đứa bé trai.

사냥감 Con mồi, thứ để đi săn, thứ để bắt. ~이 많은

곳 nơi nhiều mồi

사념(邪念) Suy nghĩ không đúng đắn, suy nghĩ lệch lạc. ~을 버리다 vứt bỏ những suy nghĩ lệch lạc.

사농공상(士農工商) Sĩ nông công thương, chỉ bốn giai cấp trong xã hội ngày xưa.

사다 Mua. 비싸게~ mua đắt.

사닥다리 Cái thang. =사다리. ~에서 떨어져 허리를 다쳤다 rơi từ trên thang xuống bị chấn thương lưng.

사당(祠堂) Nhà thờ họ, từ đường. ~에 모시다 tập trung ở nhà thờ họ. ~

사돈(查頓) Thông gia. ~집 nhà thông gia. ~간이되다 trở thành thông gia.

사들이다 Mua vào, mua về. 대량으로~ mua vào với số lượng lớn.

사람됨 Phẩm hạnh, bản tính. ~이 정직하다 bản tính trung thực.

사람멀미 Khi thấy đông người quá thì chón mặt. ~하다.

사랑니 Răng khôn. ~가 나다 mọc răng khôn.

사랑스럽다 Đáng yêu, dễ thương. 사랑스러운 처녀 cô gái dễ thương.

사략(史略) Sử lược, phần lịch sử được viết tóm tắt.

사레 Ợ, khẹc ra. ~들리다 ợ ra.

사려(思慮) Suy ngẫm, nghiền ngẫm. ~깊은 suy nghẫm sâu sắc.

사령(死靈) Tứ linh, bốn con vật truyền thuyết, đó là long ly qui phượng.

사령(辭令) Lệnh bổ nhiệm hoặc bãi nhiệm.

사례(謝禮) Cảm ơn, tạ lễ. ~하다. ~금 tiền cảm tạ. ~의 뜻으로서 ý cảm tạ.

사로잡다 ①Bắt sống. 호랑이를 ~ bắt sống hổ.

사론(私論) Chủ trương, ý kiến cá nhân.

사뢰다 Trình bày, thưa chuyện. 선생님께 ~올 말씀은 다음과 같습니다 xin trình bày với thầy giáo như sau.

사료(史料) Tài liệu lịch sử, tư liệu lịch sử. 제2차 세계 대전에 관한 ~를 수집하다 thu tập các tư liệu lịch sử vì chiến tranh thế giới lần hai.

사료(思料) Sự suy xét, nghiền ngẫm. ~하다.

사르다 Đốt, thiêu. 편지를 불에 ~ cho bức thư vào lửa.

사르르 ①Từ từ, nhẹ nhàng. ~ 방문을 열다 nhẹ nhàng mở cửa ra. ②Tuyết hoặc băng từ từ tan ra. 쌓였던 눈이 ~녹았다 đống tuyết chất đống từ từ tan ra.

사리(私利) Tư lợi. ~사욕 tư lợi tư dục, tham

사립(私立) Tư lập, tư thục, dân lập. 이 학교는 ~이다 trường học này là trường tư lập.

사망(死亡) Tử vong, chết. ~하다. 교통사고로 ~ chết vì tai nạn giao thông.

사면(赦免) Ân xá. ~하다. 죄인의~ ân xá cho tội nhân.

사면발이 ①Loài cua, giống cua. ②Chỉ người.

사면초가(四面楚歌) Tứ cố vô thân, bốn phương không ai giúp đỡ.

사멸(死滅) Tiêu diệt, tiêu huỷ. ~하다.

사명(社命) Lệnh công ty. ~에 의하여 theo lệnh của công ty.

사명(使命) Sứ mệnh, vai trò, nhiệm vụ. 중대한 ~을 띠다 mang sứ mệnh quan trọng.

사모님 ①Vợ thầy giáo. ②Gọi khi tôn kính vợ ai đó, quí bà, phu nhân.

사무(社務) Công việc công ty.

사무(事務) Sự vụ, công việc. ~적인 có tính chất văn phòng. ~를 보다

làm việc. ~직원 nhân viên văn phòng. ~복 trang phục công sở.

사무자동화(事務自動化) Tự động hóa văn phòng, tự động hóa nghiệp vụ, tin học hóa hành chính.

사문(寺門) Cổng chùa.

사문서(私文書) Tài liệu riêng.

사물(死物) Vật chết, thứ chết rồi, đồ vứt đi.

사물(私物) Của riêng, vật của cá nhân ai. 이것은 내 ~입니다 cái đó là của cá nhân của tôi.

사물놀이(四物-) Âm nhạc dân gian Hàn Quốc, 4 người, mỗi người chầm một loại nhạc cụ như chiêng, trống, vv., cùng hòa tấu.

사민(四民) Sĩ nông công thương, tứ dân.

사바사바 Lén lút, chạy chọt. ~하다. ~해서 건축 청부를 맡다 chạy chọt để trúng thầu xây dựng ngôi nhà.

사박거리다 Gặm, nhấm.

사박사박 Xào xạc, sột soạt. 모래밭을 ~걷다 dẫm lạo xạo trên cát.

사반기(四半期) Một phần tư của năm. 제일 ~사 반기 quí một.

사반세기(四半世紀) Một phần tư thế kỷ.

사방(四方) Tứ phương đông tây nam bắc, bốn bề. ~(팔방)을 찾다 tìm cả bốn phương tám hướng.

사방(砂防) Chống xói, chống sạt lở. ~공사 công trình chống xói mòn. ~댐 đập chống xói mòn. ~림 rừng chốn sói mòn.

사범(事犯) Hành vi phạm tội, hành vi bị buộc tội. 경제~ hành vi vi phạm về vấn đề kinh tế.

사범(師範) Sư phạm. ~교육 giáo dục sư phạm. ~대학 đại học sư phạm.

사법(司法) Tư pháp. ~적 có tính tư pháp. ~권 quyền tư pháp.

사법(私法) Luật qui định

사변(事變) ①Tai ương, tai nạn. 예기치 않은 ~ tai nạn không đề phòng được trước. ②Chính biến, chính loạn. 나라에 ~이 났을 때 khi đất nước có chính biến.

사본(寫本) Bản sao. ~을 만들다 làm bản sao.

사부(師父) ①Sư phụ. ②Cha và thầy, người thầy đáng kính.

사분사분 Mềm mại, nhẹ nhàng, từ từ.

사분오열(四分五裂) Tan thành nhiều mảnh, vỡ ra tan hoang.

사붓사붓 Nhè nhẹ, lẳng lặng (không có tiếng động).

사비(私費) Tiền tư, tiền của mình. ~유학생 sinh viên du học do tiền túi cá nhân.

사사(私事) Việc tư.

사사(謝辭) Tạ từ, lời cảm tạ.

사사(師事) Làm thầy. ~하다. 다년간 그(분)에게 ~했다 làm thầy anh ta nhiều năm.

사사건건(事事件件) Mọi việc, việc này đến việc kia, việc gì cũng

사살(射殺) Bắn chết. ~하다. 그는 호랑이를 그 자리에서 ~했다 anh ta bắn chết con hổ ngay tại chỗ.

사삿일(私私-) Việc cá nhân, việc riêng tư. 남의 ~에 참견하다 tham gia vào việc riêng người khác.

사상(史上) Trong lịch sử. ~최대의 lớn nhất trong lịch sử.

사상(思想) Tư tưởng. ~의 자유 tự do tư tưởng. 봉건적~ tư tưởng phong kiến.

사색(思索) Sự suy nghĩ, nghiền ngẫm. ~하다. ~적인 생활 cuộc sống có

tính chất suy ngẫm.

사생결단(死生決斷) Đoàn kết cùng sống chết. ~하다.

사생아(私生兒) Đứa con hoang, đứa con ngoài giá thú. ~로 태어나다 sinh ra là con ngoài giá thú.

사생활(私生活) Đời sống riêng, đời tư. 의~ đời sống riêng tư của ai.

사서(辭書) Từ điển. =사전(辭典).

사서(私書) Giấy tờ cá nhân.

사설(私設) Tư lập, cá nhân làm ra. ~하다. ~묘지 khu mộ tư lập.

사실(查實) Điều tra thực tế. ~하다.

사심(邪心) Ác ý, ý xấu. ~있는 có ác ý.

사십(四十) Số bốn mươi. 제~ thứ 40. ~대의 사람 người vào tuổi 40.

사십구일재(四十九日齋) Cúng 49 ngày.

사업(事業) Công việc làm ăn, ngành nghề, sự nghiệp, làm ăn, kinh doanh. 큰 ~ công việc làm ăn lớn.

사업화(事業化) Công nghiệp hóa, thương nghiệp hóa. ~하다.

사옥(社屋) Tòa nhà của tòa soạn báo, nhà xuất bản, tòa nhà công ty. 본사~ tòa nhà trụ sở công ty.

사욕(邪慾) Lòng tham xấu xa.

사용(使用) Sử dụng, xài, dùng, chi tiêu, vận hành. ~하다. ~할 수 없다 không sử dụng được.

사우(社友) Bạn đồng môn, bạn cùng làm công ty.

사우나 Sauna, phòng tắm hơi.

사원(寺院) Đền, chùa.

사원(私怨) Mối thù hận riêng.

사월(四月) Tháng tư.

사위 Con rể. 맏~ con rể đầu.

사유(事由) Căn cứ, lý do. ~를 묻다 hỏi lý do. ~를 밝히다 làm rõ lý do.

사육(飼育) Nuôi (trâu bò, động vật). ~하다. 누에의 ~법 cách nuôi tằm.

사이다 Nước giải khát có gaz (sủi bọt).

사이드 Lề, mép, cạnh. (side). ~라이트 đèn viền. ~미러 gương viền xung quanh.

사이렌 ①Còi hú, còi ụ, tín hiệu (siren). ~을 울리다 hú còi ụ, cho còi ụ kêu. ②Tín hiệu. 공습경보 ~ tín hiệu tấn công.

사이버 Ảo, không gian, giả tưởng (cyber). ~대학 trường đại học ảo, đại học qua mạng.

사이공 Sài gòn (thành phố Hồ Chí Minh hiện nay).

사일런트 ①Bí mật (silent). ②Phim không có tiếng.

사임(辭任) Từ chức. ~하다. 강제로 ~시키다 bắt từ chức.

사자(使者) Sứ giả. ~를 보내다 cử sứ giả. ~로서 가다 đi sứ.

사자어금니(獅子) Cái răng nanh sư tử, chỉ vật rất cần thiết cho ai đó.

사장(沙場) Bãi cát. =모래사장.

사장(射場) Trường bắn.

사재(私財) Tài sản cá nhân.

사적(史的) Có tính lịch sử. ~고찰 khảo sát lịch sử. ~사실 sự thật có tính lịch sử.

사전(事前) Trước, trước khi. ~에 예방하다 đề phòng trước.

사절(使節) Đại biểu. ~단 đoàn đại biểu.

사절(謝絶) Sự từ chối, sự khước từ. ~하다.

사점(死點) Điểm chết, điểm cố định.

사정(事情) ①Tình hình, tình huống, hoàn cảnh. 가정~ hoàn cảnh gia

사정(射精) Xuất tinh, bắn tinh khi ra ngoài (nam). ~하다. ~관 ống dẫn tinh trùng.

사정사정(事情事情) Trình bày hoàn cảnh, xin. ~하다. ~해서 승낙을 얻다 trình bày hoàn cảnh và được chấp nhận.

사죄(死罪) Tử tội, tội chết.

사주(四柱) Tứ trụ, bốn quẻ về ngày tháng năm giờ sinh của người, thuật xem bói. ~(를) 보다 xem bói tứ trụ.

사주(社主) Chủ công ty.

사주(蛇酒) Rượu rắn. =뱀술.

사증(査證) ①Điều tra chứng minh. ~하다. ②Visa, thị thực. ~을 받다 nhận visa.

사직(社稷) Đất nước, triều đình.

사직(辭職) Từ chức, thôi việc. ~하다. ~서 đơn xin thôi việc.

사직서(辭職書) Đơn thôi việc, đơn từ chức. ~를 내다 đưa đơn thôi việc.

사진(沙塵) Bụi cát. ~을 일으키다 làm tung bụi cát.

사찰(寺刹) Đền, chùa. =절.

사찰(査察) Sự điều tra, kiểm tra. ~하다. ~비행 bay kiểm tra.

사춘기(思春期) Tuổi dậy thì. ~의 남녀 nam nữ tuổi dậy thì. ~에 달하다 đến tuổi dậy thì.

사칙(社則) Nội qui công ty. ~을 어기다 trái nội qui công ty.

사칭(詐稱) Mạo danh, tự xưng bậy để lừa gạt. ~하다.

사커 Môn bóng đá (soccer). ~선수 cầu thủ bóng đá.

사태(事態) Tình hình, tình thái. ~를 개선하다 cải thiện tình hình.

사통(私通) ①Liên lạc đi lại. ~하다. ② Tư thông,

thông dâm, có quan hệ ngoài chồng vợ.

사통오달(四通五達) Liên kết đến mọi nơi mọi hướng. =사통팔달.

사퇴(辭退) Sự từ chối, sự khước từ. ~하다. 자진~ tự rút lui.

사투(死鬪) Quyết tử, sống mái. ~하다. 그들은 적군과 ~를 벌였다 họ mở trận quyết tử với quân địch.

사특(邪慝) Xấu xa, ác độc. ~하다.

사표(辭表) Đơn từ chức, về hưu. ~를 내다 nộp đơn từ chức.

사하다 (謝-) ①Cảm ơn, cảm tạ. ②Tạ lỗi, xin lỗi.

사하라사막(-砂漠) Sa mạc Sahara.

사학(史學) Sử học. ~과 khoa sử

사항(事項) Hạng mục, mục, nội dung. 참고~ nội dung tham khảo.

사향(麝香) Xạ hương. ~고양이 mèo xạ hương.

~나무 cây xạ hương.

사형(死刑) Tử hình. ~하다. ~에 처하다 xử tử hình.

사화(私和) Sự hòa giải (trong vụ kiện). ~하다.

사활(死活) Sự sống còn, sự sống chết. ~에 관한 투쟁 đấu tranh cho sự sống còn.

사회복지(社會福祉) Phúc lợi xã hội. ~를 증진하다 đẩy mạnh phúc lợi xã hội.

삭감(削減) Giảm, giảm bớt. ~하다. 경비를 ~ giảm kinh phí.

삭막(索莫索漠) Mập mờ, không rõ rệt (trong ký ức). ~하다.

삭망(朔望) ①Ngày đầu tháng và ngày rằm. ②Cúng lễ.

삭치다(削-) Xóa bỏ, gạt bỏ.

삭탈관직(削奪官職) Xóa tên trong danh sách quan lại. ~하다.

삯 ①Tiền lương, tiền

công. ~을 받다 nhận tiền công. ②Tiền phải trả vì sử dụng cái gì đó. 기차 ~ tiền tàu hỏa.

산(酸) Axít.

산꼭대기(山-) Đỉnh núi. 장산 ~에서 trên đỉnh Trường Sơn. 그 ~에 호수가 있다 trên đỉnh núi có cái hồ.

산놓다(算-) Tính toán.

산릉(山陵) Sơn lăng, lăng vua. =왕릉.

산만(散漫) Tản mạn, không tập trung. ~하다. 머리가 ~한사람 người có đầu óc tản mạn, không tập trung.

산매(散賣) Bán lẻ. =소매. ~가격으로 bằng giá bán lẻ.

산멱통 Họng, cổ họng. 돼지의 ~을 찌르다 chọc tiết cổ lợn.

산명수려(山明水麗) Sơn thủy hữu tình, cảnh đẹp sông núi. =산자수명.

산모(産母) Sản phụ. ~보호 chăm sóc sản phụ.

산보(散步) Đi dạo. = 산책.

산소결핍(酸素缺乏) Thiếu ôxy. 물 속의 ~으로 연못의 물고기가 많이 죽어서 떠올랐다 trong nước thiếu ô-xy nên cá trong hồ chết nổi lên nhiều. ~증 bệnh thiếu ôxy.

산소흡입(酸素吸入) Thở ôxy, hít ôxy. ~을 받다 được thở ôxô.

산아(産兒) Sinh nở, sinh đẻ. ~하다. ~제한 hạn chế sinh đẻ.

산양(山羊) ①Sơn dương, con linh dương. ②Con dê.

산언덕(山-) Đồi, ngọn đồi.

산업(産業) Công nghiệp. ~개발 phát triển công nghiệp.

산적(山積) Chất đống, chất đống như núi. ~하다. 할 일이~해 있다 công việc chất đống như núi.

산적(散炙) Món thịt bò nướng.

산적도둑(散炙-) ①Chỉ người luôn chọn cái gì ngon mà ăn. ②Chỉ con gái lấy chồng về nhà lấy những cái gì tốt về nhà mình.

산지(産地) Nơi sản xuất, vùng sản xuất. 담배~ nơi sản xuất thuốc lá. 쌀의~ nơi sản xuất gạo.

산지기(山-) Nhân viên lâm nghiệp, người bảo vệ rừng.

산토끼(山-) Con thỏ rừng. ~사냥 săn thỏ rừng.

산파(産婆) Bà mụ, bà đỡ, nữ hộ sinh. ~역을 하다 đóng vai trò bà mụ.

산호(珊瑚) San hô. ~석 đá san hô.

산회(散會) Sự bế mạc, nghỉ họp. ~하다. 몇 시에 ~하였나? mấy giờ nghỉ họp?

산휴(産休) Kỳ nghỉ sinh. ~를 얻다 nghỉ sinh.

살금살금 Lặng lẽ, trộm, bí mật, rón rén, ~다가 가다 tiến tới một cách lặng lẽ.

살내리다 Gầy đi, xuống cân. 살내리는 약 thuốc làm gầy đi, thuốc giảm cân. ~기 위한 운동을 하다 vận động để xuống cân.

살뜰하다 Tiết kiệm, tần tiện. 살뜰히 một cách tần tiện.

살롱 ①Phòng khách, phòng tiếp khách kiểu châu Âu. ②Phòng triển lãm mỹ thuật.

살리다 ①Cứu sống, cứu mạng. 경제를 ~ cứu sống cả nền kinh tế.

살림 ①Cuộc sống, sống, sinh hoạt. ~하다. ~도구 công cụ sống.

살문(-門) Cửa sổ.

살벌(殺伐) ①Sát phạt. ~하다. ~한 분위기 bầu không khí sát phạt. ②Tàn sát.

살별 Sao Chổi. =혜성(彗星).

살살 Nhẹ nhàng, nhè nhẹ, chầm chậm. 상처를 ~ 만지다 mân mê vết thương.

살생(殺生) Sát sinh, giết người hoặc động vật. ~하다. ~을 금하다 cấm sát sinh.

살신성인(殺身成仁) Hy sinh bản thân mình vì chữ nhân. ~하다.

살아남다 Còn sống, sống sót. 살아남은 사람들 những người còn sống sót.

살충(殺蟲) Sát trùng, giết sâu bọ. ~하다. ~제 thuốc trừ sâu.

살포(撒布) Rắc, rải. ~하다. 화학 약품의~ rắc thuốc bột.

삼(蔘) Sâm, nhân sâm. =인삼(人蔘) . 산~ sâm núi.

삼가 Tự đáy lòng, chân thành, thành kính. ~감사의 말씀을 드립니다 chân thành cảm ơn.

삼각(三角) Tam giác, ba góc. ~관계 quan hệ ba phía (chỉ yêu đương), mối tình tay ba. ~형 hình tam giác.

삼각형(三角形) Hình tam giác. 둔각[예각]~ tam giác góc tù [góc nhọn]. 등변[부등변]~tam giác đều (không đều).

삼라만상(森羅萬象) Thiên la vạn tượng, muôn hình vạn trạng.

삼륜차(三輪車) Xe đạp ba bánh, xích lô.

삼림(森林) Rừng ~경비원 người canh rừng.

삼목(杉木) Cái gông cùm cổ, tay và chân người tù.

삼사분기(三四分期) Quí 3, tháng 8, 9, 10 trong năm.

삼엄(森嚴) Chặt chẽ, nghiêm khắc. ~하다. 경찰의~한 경계망을 뚫고 도주하다 bỏ trốn khỏi vòng vây chặt chẽ của cảnh sát.

삼오야(三五夜) Đêm rằm. ~밝은 달 trăng sáng

đêm rằm.

삼용(蔘茸) Sâm nhung.

삼지사방(-四方) Bốn phương. ~으로 도망치다 bỏ chạy ra bốn hướng, bỏ chạy tứ tung.

삼촌(三寸) Anh em của cha, chú, bác. 외~ cậu (em mẹ). 처~ thím, bác gái.

삽상하다(颯爽-) Mát mẻ. 삽상한 가을바람 gió thu mát mẻ.

삽시간(了時間) Trong chốc lát, trong chớp mắt, trong giây lát.

삽입(挿入) Lắp vào, ráp vào. ~하다. ~구 lỗ để lắp vào.

삽질(鍤-) Đào bới. ~하다.

삿갓 Cái nón tre.

상(賞) Thưởng, giải thưởng. 일등~ giải nhất.

-상(狀) Tiếp từ, đi sau danh từ, chỉ hình dạng, có hình hoặc trạng thái.

상가(商家) Cửa hàng, cửa hiệu, thương hiệu. .

상각(償却) Bồi thường, hoàn trả. ~하다. ~자산 tài sản hoàn trả.

상감(上監) Nhà vua, đức vua.

상거래(商去來) Buôn bán, giao thương. 거기는 ~가 활발하다 ở đó buôn bán làm ăn tốt.

상고(上告) Kháng án, chống án. ~하다. ~기한 thời hạn kháng án.

상고(詳考) Nghiên cứu, kiểm tra tỉ mỉ. ~하다.

상공(上空) Bầu trời, không trung. 서울 ~에(서) trên bầu trời Seoul.

상과(商科) Khoa thương mại, thương mại. ~대학 đại học thương mại.

상관(上官) Cấp trên, lãnh đạo. ~의 명령에 복종하다 phục tùng mệnh lệnh cấp trên.

상관(相關)Tương quan. ~하다. ~관계 quan hệ tương quan.

상권(上卷) Quyển một, tập một, quyển trước.

상금(賞金) Tiền thưởng. 백만원의~ tiền thưởng một triệu won.

상급(上級) ①Cấp trên. ~법원 toà cấp trên. ②. Cao cấp, cấp cao. ~공무원 viên chức cấp cao.

상긋 Mỉm cười. ~하다.

상담(商談) Họp, bàn bạc về thương mại, nói chuyện làm ăn. ~하다. ~을 추진하다 xúc tiến gặp gỡ thương mại.

상당(相當) Tương đương, bằng khoảng. 5만 원 ~의 선물 món quà tương đương 50 ngàn won.

상당하다(相當-) Phù hợp, tương xứng, thích đáng, tương đương. 능력에 상당한 급여 tiền lương tương đương với năng lực.

상동(相同) Giống nhau, bằng nhau, tương đồng.

상련(相戀) Nhớ thương nhau.

상례(常例) Thường lệ, tập tục thường, thói quen thường. ~에 따라 theo thường lệ.

상무(商務) Thương vụ. ~관 người phụ trách thương mại.

상배(賞盃) Chiếc cúp.

상벌(賞罰) Thưởng phạt. ~없음 không thưởng phạt.

상법(商法) Luật thương mại.

상병(上兵) Sĩ quan.

상병(傷兵) Thương binh, binh sĩ bị thương.

상병(傷病) Bị thương hoặc mắc bệnh. ~포로 tù binh bị thương.

상복(喪服) Áo tang. ~을 입다 mặc áo tang.

상사(相思) Tương tư. ~하다. ~병 bệnh tương tư.

상상력(想像力) Sức tưởng tượng, khả năng tưởng tượng. ~을 발휘하다 phát huy khả năng tưởng tượng

상설(詳說) Giải thích

tường tận. ~하다.

상설(霜雪) Sương.

상세(詳細) Tường tận, tỷ mỉ. ~하다. ~한 보고 báo cáo tỉ mỉ.

상속(相續) Thừa kế, kế tục. ~하다. 아버지의 재산을 ~하다 thừa kế tài sản của cha. ~권 quyền thừa kế

상수도(上水道) Đường nước máy. ~시설 thiết bị đường cấp nước.

상스럽다(常-) Bất lịch sự, mất nết, mất dạy. 상스러운 사람 người mất lịch sự. 상스러운 이야기 chuyện bậy, chuyện mất nết.

상실(喪失) Mất. ~하다. 권리를 ~ mất quyền.

상심(傷心) Đau lòng, bi quan. 하다.

상아(象牙) Ngà voi. ~제품 hàng ngà voi, sản phẩm bằng ngà voi. 상앗빛 màu ngà voi.

상앗대 Cây sào. ~로 밀다 chống bằng sào

상업(商業) Thương mại, thương nghiệp, mậu dịch. ~하다 buôn bán.

상여금(賞與金) Tiền thưởng. 연말~ tiền thưởng cuối năm.

상연(上演) Trình diễn. ~하다. ~을 금하다 cấm trình diễn.

상영(上映) Chiếu (phim). ~하다. ~중이다 đang chiếu.

상오(上午) Buổi sáng (trước 12 giờ). =오전(午前).

상온(常溫) Nhiệt độ bình thường.

상위(上位) Vị trí cao, hàng đầu. 세계의 ~ 50대 회사 50 công ty hàng đầu thế giới.

상의(上衣) Áo khoác. ~를 입다[벗다] mặc [cởi] áo khoác.

상의(上意) Ý cấp trên. ~하달 truyền đạt ý cấp trên.

상의(相議) Bàn bạc. ~하다. ~중이다 đang

bàn bạc.

상임(常任) Thường trực. ~고문 cố vấn thường trực.

상자(箱子) Cái thùng, cái hộp. 나무~ thùng gỗ. 한 ~가득 một hộp đầy.

상장(賞狀) Bằng khen, giấy khen. ~을 받다 nhận giấy khen. 정부는 그녀에게 ~을 수여했다 chính phủ tặng bằng khen cho cô ấy.

상적(相敵) Đối địch với nhau. ~하다.

상적(商敵) Đối thủ cạnh tranh buôn bán.

상전(相傳) Truyền cho nhau, tương truyền. ~하다.

상점(商店) Cửa hàng, cửa hiệu, nơi bán hàng. ~를 열다 mở cửa hàng.

상존(尚存) Tiếp tục tồn tại. ~하다.

상종(相從) Sống với nhau. ~하다.

상주(上奏) Báo cáo (tường trình) trước bệ rộng.

상소(上疏). ~하다.

상주(常住) Thường trú, sống. ~하다. ~인구 số dân thường trú. 한국에 ~하는 외국인 số người nước ngoài thường trú tại Hàn Quốc.

상주(常駐) Thường trú. ~하다. 한국에 ~하다 thường trú tại Hàn Quốc. ~특파원 đặc phái viên thường trú.

상주(喪主) Tang chủ, người có tang chính.

상책(上策) Thượng sách. 그렇게 하는 것이 ~은 아니다 làm thế không phải là thượng sách.

상처(喪妻) Chết vợ. ~하다. ~한 사람 người chết vợ.

상처(傷處) ①Vết thương. ~가 나다 bị thương. ~를 입다 bị thương.

상치(上-) Cái tốt nhất.

상침(上針) Khâu, may vá, kim chỉ. ~놓다.

상쾌(爽快) Sảng khoái, dễ

chịu. ~하다. ~한 아침 một buổi sáng sảng khoái. 기분이 ~하다 tinh thần sảng khoái.

상탄(賞嘆) Sự ngưỡng mộ, sự ca tụng.

상태(狀態) Trạng thái, tình hình. tình trạng. 전쟁~ tình trạng chiến tranh. 건강~ tình trạng sức khỏe. 건강 ~가 좋다 tình trạng sức khỏe tốt.

상태(常態) Trạng thái thường.

상통(相通) Hiểu nhau, cùng hiểu nhau. ~하다. 의사가 ~하다 hiểu ý của nhau.

상투 Búi tóc.

상투수단(常套手段) Thủ đoạn/phương pháp thường dùng. 그것은 그의 ~이다 đây là thủ đoạn quen thuộc của hắn.

상파울루 Thành phố Sao - Paulo.

상팔자(上八字) Vận may, tốt số. ~를 타다 số tốt.

상품(商品) Hàng hóa, thương phẩm. ~이 많다 nhiều hàng hóa.

상피(上皮) Lớp da ngoài, biểu bì. ~세포 tế bào biểu bì.

상피(相避) Anh em họ hàng, người có quan hệ gần gũi quan hệ tình dục với nhau. ~붙다.

상하다(傷-) Hư, hỏng, hư hại, xấu. 상한 사과 quả táo bị hư. 상한 고기 thịt hư. 음식이 ~ thức ăn hư.

상해(上海) Thượng Hải.

상행(上行) Đi lên. ~하다. ~선 tuyến đi lên, tuyến về kinh đô.

상현(上弦) Trăng khuyết, trăng đầu tháng. ~달 trăng khuyết.

상형문자(象形文字) Chữ tượng hình.

상호(相互) Tương hộ, lẫn nhau. ~의 이익을 위하여 vì lợi ích hai bên.

상호부조(相互扶助) Giúp đỡ lẫn nhau. ~하다.

상환(相換) Đổi cho nhau, đưa cho nhau. ~하다. 현금 ~으로 물품을 인도하다 trao tiền và lấy hàng về.

상황(狀況) Tình hình, tình huống. 현재의~로서는 theo tình huống như hiện nay.

상흔(傷痕) Vết sẹo. =흉터. ~을 남기다 để lại vết sẹo

새 Mới. ~해 năm mới.

새겨듣다 Khắc ghi, ghi nhớ. 선생님의 말을 새겨들어라 hãy khắc ghi lời thầy giáo.

새그물 Lưới bắt chim.

새기다 Giải thích. 시를 ~ giải thích thơ.

새다 ①Sáng ra, tỏ. 밤이 ~ trời sáng. 날이 ~기 전에 ~ trước khi trời sáng. ②Rò, rỉ. ~지 않게 막다 ngăn không cho rò.

새둥주리 Tổ chim.

새득새득 Ủa, héo tàn. ~하다.

새로이 Mới, mới mẻ.

새록새록 Liên tục, tiếp nối nhau.

새롭다 Mới, mới lạ, mới mẻ. 새로운 뉴스 tin mới.

새롱새롱 Vênh vênh váo váo.

새마을 Ngôi làng mới. ~정신 tinh thần ngôi làng mới.

새물 Sản phẩm đầu mùa, đầu vụ (đầu mùa, trái cây, cá). ~사과 táo đầu mùa.

새봄 Mùa xuân đến sớm.

새빨갛다 ①Đỏ sẫm. ②Nói dối, nói xạo.

새빨개지다 Trở nên đỏ sẫm, đỏ mặt.

새살림 Cuộc sống mới, lấy chồng. ~을 차리다 lo cuộc sống mới.

새살스럽다 Nông nổi, nông cạn, hấp tấp. 새살스런 여자 người đàn bà nông nổi.

새새틈틈 Tất cả mọi nơi mọi chỗ. ~ 찾다 tìm mọi nơi.

새색시 Cô dâu.

새서방(-書房) Chú rể.

새소리 Tiếng chim.

새시 Khung, khung cửa (sash). 알루미늄 ~ khung cửa nhôm.

새시대(-時代) Thế hệ mới.

새앙 Gừng, củ gừng. =생강. ~뿔 củ gừng.

새옹 Cái nồi.

새옹지마(塞翁之馬) Sái ông chi mã, không biết họa phúc đâu mà lần.

새우다 Thức, thức đêm. 밤을 ~ thức đêm.

새장(—欌) Cái chuồng, cái lồng (chim). ~에 갇힌 새 chim bị nhốt trong lồng.

새치기 ①Chen ngang. ~하다. 줄선 틈바구니에 ~하다 chen vào chỗ trống trong hàng. ②Làm thêm. ~하다

새카맣다 Đen thui, đen sẫm.

새하얗다 Trắng tinh. 새하얀 웨딩드레스 bộ váy cưới trắng tinh.

색(色) ①Màu sắc. 부드러운 ~ màu sắc dễ chịu.

색골(色骨) Kẻ cuồng dâm, người rất thích tình dục.

색다르다(色-) Mới lạ, khác lạ, mới mẻ. 색다른 맛이 없는 không có vị gì mới mẻ. 색다른 것 cái mới mẻ.

색덕(色德) Tài sắc và đức hạnh của người phụ nữ. ~을 갖추다 có cả sắc và đức.

색도(色度) Sắc độ.

색맹(色盲) Mù màu. 그는 ~이다 anh ta mù màu.

색인(索引) ①Tìm kiếm. 컴퓨터의 사용으로 ~ 작업이 간편해졌다 có máy tính nên việc tìm kiếm dễ hơn nhiều. ②Mục lục, trích lục, tập hợp. 외래어 ~ mục lục từ ngoại lai. 인명 ~ mục lục danh nhân.

샌드위치 Bánh sandwich.

샌들 Giày xăng đan (sandal). ~을 신은 사람 người đi xăng đan.

샌디에이고 Thành phố Sandiego.

샌프란시스코 Thành phố San Francisco. ~시민 người dân thành phố San Francisco.

샘 Ghen tỵ, ghen tức, sự đố kỵ. ~하다. ~이 많다 ghen nhiều.

샘솟다 Phun ra, trào ra, tuôn ra. ~듯 흘러 나오다 tuôn ra như suối.

샘플 Mẫu, mẫu mã (sample). ~케이스 hàng mẫu

샛서방(—書房) Người tình, có bạn trai . ~을 두다 có người tình.

샘물 Nước giếng, nước ngầm, nước mạch. ~을 긷다 múc nước giếng.

생가슴(生-) Sự buồn bực.

생굴(生-) Mật ong tươi.

생글거리다 Mỉm cười.

생기다 Xuất hiện, nảy sinh, có phát sinh. 돈이 ~ có tiền.

생김새 Diện mạo, dung mạo, tướng mạo. ~가 좋은 hình thức tốt.

생남(生男) Sinh con trai, có con trai. ~하다. ~턱 tiệc khao vì sinh con trai.

생도(生徒) Học trò, học sinh. = 학생.

생리(生理) Sinh lý. ~적 có tính sinh lý.

생맥주(生麥酒) Bia tươi. 생맥줏집 quán bia tươi.

생면(生面) Gặp lần đầu. ~하다.

생모(生母) Mẹ ruột. .

생사람 Người vô tội. ~을 잡다 bắt oan người.

생산(生産) ①Sản xuất. ~하다. ~을 높이다 nâng cao sản xuất. ~을 확대하다 mở rộng sản xuất. ②Sinh sản.

생선(生鮮) Cá tươi, cá

생. ~가게 cửa hàng cá.

생수(生水) Nước suối, nước tự nhiên.

생애(生涯) Cuộc đời. ~의 친구 bạn cả cuộc đời.

생약(生藥) Dược thảo.

생억지(生一) Cưỡng ép, bắt buộc. ~를 부리다 bắt ép, ép buộc.

생우유(生牛乳) Sữa tươi.

생이지지(生而知之) Không học mà cũng biết, sinh ra đã biết. ~하다.

생장(生長) Sinh trưởng, phát triển. =성장. ~기간 thời gian sinh trưởng.

생존(生存) Còn sống sót, sống, sinh tồn. ~하다. ~을 유지하다 duy trì sự sống. ~권 quyền sống.

생질(甥姪) Con trai của chị, cháu trai (con chị gái).

생채(-菜) Trà gừng.

생채(生彩) Sức sống, sự tươi mát. ~없는 그림 bức tranh thiếu sức sống.

생채기 Vết xước, vết trầy, vết cào (do móng tay). ~가 나다 bị vết xước.

생태(生態) Sinh thái. ~계 hệ sinh thái.

생판(生-) Hoàn toàn không biết, hoàn toàn mờ tịt hoặc chỉ người không biết gì. 우리는 이 일에는 모두 ~이다 chúng tôi chẳng biết gì về cái đó.

생핀잔(生-) Mắng mỏ vô cớ. ~을 주다 mắng ai vô cớ.

생화(生花) Hoa tươi. ~로 만든 꽃다발 vòng hoa được làm bằng hoa tươi.

생활비(生活費) Chi phí sinh hoạt. 높은[낮은] ~ chi phí sinh hoạt đắt đỏ[rẻ] ~를 벌기 위해서 일하다 làm việc kiếm tiền chi tiêu.

생활수준(生活水準) Mức sống. ~을 높이다 nâng cao mức sống.

샤워 Tắm (shower). ~를 하다 tắm. ~실 phòng tắm.

샤프 ①Sắc nhọn. ~하다. ②Dấu thăng.

샤프트 Cái trục (shaft).

샴 Xiêm, tên cũ của Thái Lan.

샴페인 Sâm banh (champagne). ~을 터뜨리다 bật sâm banh

샴푸 Dầu gội đầu (shampoo). ~로 머리를 감다 gội đầu bằng dầu.

샹송 Bài hát (chanson- tiếng Pháp).

새미 Da mềm (chamois)

서(西) Phía tây. ~향집 nhà hướng tây. ~풍 gió tây.

서(書) Thư, sách. ~점 hiệu sách.

서 Làm trợ từ, chỉ với điều kiện nào đó. 혼자~ một mình.

서가(書架) Quầy sách, kệ sách, giá sách. ~에 책을 꽂다 xếp sách vào giá sách.

서각(犀角) Sừng tê giác.

서간(書簡) Thư từ.

서거(逝去) Từ tôn trọng chỉ cái chết, qua đời, tạ thế. ~하다.

서관(書館) Hiệu sách, tiệm sách.

서글프다 Buồn, sầu, thảm. 서글픈 노래 bài hát buồn.

서기(瑞氣) Người phụ trách văn thư.

서껀 Cùng với, cùng. 술~떡~많이 먹었다 ăn nhiều cùng với rượu với bánh.

서다 Đứng ra, làm. 보증을 ~ đứng ra làm bảo lãnh.

서덜 ①Nơi có nhiều sỏi (sông, suối).②Bộ xương cá.

서로 Lẫn nhau. ~돕다 giúp đỡ lẫn nhau. ~사랑하다 yêu nhau.

서론(序論緒論)Phần đầu, lời mở đầu. ~으로(서) mở đầu.

서리 ①Sương. ~맞다 bị gặp phải sương.

서리 Bầy, nhóm chuyên

서 đi ăn trộm. ~하다. 닭[참외] ~ bọn ăn trộm gà[dưa].

서리 Đùm, đống, bụi. 나무~ bụi cây.

서먹(서먹)하다 Cảm thấy khó chịu, không tiện, không vui. 서먹서먹하게 khó chịu.

서명(署名) Ký tên. ~하다. ~이 없는 편지 thư không ký tên.

서법(書法) ①Thư pháp. ~을 배우다 học thư pháp. ②Cách viết chữ.

서변(西邊) Miền Tây, phía Tây.

서서히(徐徐-) Từ từ, chầm chậm. =천천히

서술(敍述) Sự diễn tả, biểu đạt. ~하다. ~형용사 tính từ biểu đạt.

서스펜스 Sự hồi hộp, sự căng thẳng (trong phim) (suspense). ~가 넘치는 영화 bộ phim rất nhiều đoạn hồi hộp.

서슴없다 Không do dự, không chần chừ. =서슴없이. 서슴없이 말하다 nói không do dự.

서식(書式) Mẫu giấy tờ, mẫu công văn. ~대로 theo mẫu. 일정한 ~ mẫu nhất định.

서언(序言緒言) Lời mở đầu, lời tựa.

서열(序列) Hàng ngũ, loại, bậc. ~에 따라 theo bậc.

서예(書藝) Nghệ thuật viết chữ.

서운하다 Tiếc nuối, buồn. 아들이 없어~ buồn vì không có con trai.

서장(書狀) Bức thư.

서장(署長) Giám đốc sở, cảnh sát trưởng, trưởng cơ quan sở thuế. 경찰서~ giám đốc sở cảnh sát.

서재(書齋) Phòng học, phòng đọc sách.

서적(書籍) Sách. ~광 người mê sách. ~목록 mục lục sách. ②Hiệu sách

서정(敍情抒情) Trữ tình. ~적(인) có tính trữ tình.

서혜(鼠蹊) Cái háng.

-석(席) Tiếp từ, chỉ vị trí, chỗ ngồi. 지정~ chỗ chỉ định. 부인~ ghế dành cho phụ nữ.

석가(釋迦) Phật Thích ca. ~모니(牟尼) Thích ca mô ni. ~탄신일 Ngày Phật đản.

석가산(石假山) Núi giả, hòn non bộ làm cảnh trong vườn. ~을 만들다 làm hòn non bộ.

석간(夕刊) Buổi tối, ra vào buổi chiều. ~신

석류(石榴) Quả lựu. ~나무 cây lựu.

석면(石綿) Chất asbestos, amiantus.

석명(釋明) Giải thích, biện bạch, phân trần. =변명. ~하다.

석묵(石墨) Khói đen. = 흑연(黑鉛).

석방(釋放) Phóng thích, thả ra. ~하다. 교도소에서~되다 được thả khỏi tù.

석영(石英) Thạch anh.

석유화학(石油化學) Hóa học dầu mỏ.

석이다 Làm mục nát.

석일(昔日) Ngày xưa. = 옛날.

석장(錫杖) Cây thuyền trượng (nhà sư).

섞갈리다 Rối tung lên, lộn xộn. ~이 섞갈리다 đầu óc rối tung lên.

섞다 Trộn lẫn, hòa lẫn, lẫn với. 쌀에 콩을 ~어 밥을 짓다 trộn đỗ vào gạo và nấu cơm.

섟 Cảm tình, tình cảm.

섟삭다 Nghi ngờ, nghi.

선 Xem mặt, ra mắt (làm mai mối). ~보다 xem mặt.

선거(選擧) Tuyển cử, bầu cử. ~하다 bỏ phiếu. ~에 이기다 thắng cử. ~에 지다 thất cử.

선거관리(選擧管理) Quản lý bầu cử.

선거운동(選擧運動) Vận động bầu cử, vận động tranh cử. ~을 하다.

선견(先遣) Cử đi trước, phái đi trước. ~하다. ~부대 bộ đội cử đi trước.

선견지명(先見之明) Cái tài biết trước mọi việc. ~이 있는 có tài biết trước mọi việc.

선고(仙姑) Tiên cô, bà tiên.

선고(先考) Phụ thân của mình.

선고(宣告) ①Tuyên bố. ~하다. ②Tuyên án. 무죄로 ~하다 tuyên cáo vô tội.

선교(宣敎) Truyền giáo, truyền đạo. ~하다. ~사 người truyền giáo.

선글라스 Kính râm (sun-glasses)

선급(先給) Trả trước. ~하다.

선다형(選多型) Hình thức thi trắc nghiệm. ~문제 câu hỏi thi trắc nghiệm.

선단(船團) Đoàn, nhóm. 수송~ đoàn hộ tống.

선도(仙桃) Đào tiên.

선두(先頭) Cầm đầu, dẫn đầu, đi đầu. ~에 서다 đứng đầu. ~주자 kẻ đứng đầu.

선뜩 Rùng mình. ~하다. ~거리다.

선뜻 Vui vẻ, nhẹ nhàng, nhanh chóng. ~승낙하다 vui vẻ đồng ý. 부탁을 ~들 어주다 vui vẻ chấp nhận sự nhờ vả của ai.

선량(善良) Lương thiện, tốt bụng. ~하다. ~한 모습으로 với bộ mặt lương thiện.

선로(線路) Tuyến đường sắt, đường ray. ~놓다 đặt đường sắt.

선망(羨望) Ghen tị, ganh tị. ~하다. ~의 대상이 되다 thành đối tượng ganh tị.

선방(善防) Chặn lại, ngăn lại. ~하다.

선배(先輩) Tiền bối, người đi trước, đàn anh. 직장~ đàn anh trong công việc.

선불(先拂) Ứng trước, trả

trước. ~하다. ~금 tiền ứng trước, tiền trả trước.

선사(先史) Tiền sử. ~시대 thời tiền sử.

선사 Sự biếu, sự tặng quà. 『선물』. ~하다. ~를 받다.

선세(先貰) Tiền đặt cọc.

선소리 Nói không đúng, nói sai. ~를 하다.

선수권(選手權) Chức vô địch, ngôi vô địch, đai vô địch. 전국~ giải vô địch toàn quốc.

선약(先約) Có hẹn trước. 죄송합니다 ~이 있습니다 xin lỗi, hôm nay tôi có hẹn trước.

선어(鮮魚) Cá tươi. ~운반선 thuyền vận chuyển cá tươi.

선언(宣言) ①Tuyên ngôn. ~하다. 공산당 ~ tuyên ngôn Đảng Cộng sản.

선언서(宣言書) Bản tuyên ngôn, bản tuyên bố. ~를 발표하다 đọc bản tuyên bố.

선열(先烈) Liệt sĩ, tiên liệt.

선왕(先王) Tiên vương, vua quá cố.

선외(選外) Không vào được cuộc tuyển chọn. ~가 되다 bị loại khỏi cuộc tuyển chọn.

선인장(仙人掌) Cây xương rồng.

선입감(先入感)Định kiến, thành kiến. =선입견

선전포고(宣戰布告) Tuyên chiến. ~하다. 정식 ~없이 침략하다 không có tuyên chiến mà cứ thế xâm chiếm.

선점(先占) Chiếm trước, giành lấy trước. ~자 người chiếm trước, người giành lấy được trước.

선정(煽情) Gợi dục, khiêu dâm, kích dục ~소설 tiểu thuyết khiêu dâm.

선조(先祖) Tổ tiên. ~대대의 묘 miếu mộ đời đời tổ tiên.

선착장(船着場) Bến đỗ

của tàu.

선천성(先天性) Có tính bẩm sinh.

선철(銑鐵) Thép.

선체(船體) Thân thuyền. ~구조 cấu tạo thân tàu.

선친(先親) Người cha quá cố.

선택(選擇) Lựa chọn, chọn. ~하다. ~의 자유 tự do lựa chọn. ~을 잘하다 chọn tốt.

선풍기(扇風機) Quạt máy. ~를 트다 bật quạt máy. ~를 끄다 tắt quạt.

선하다 Rõ ràng, rõ. 눈에 ~ rõ trước mắt.

선하다(善-) Hiền lành. = 착하다

선하품 Ngáp vặt, ngáp vì buồn chán. ~을 하다.

선행(善行) Hành động tốt, việc thiện. ~을 쌓다 làm việc thiện.

선향(先鄕) Quê hương, cố hương.

선험(先驗) Tiên nghiệm.

선회(旋回) Quay vòng, xoay quanh. ~하다.

섣불리 Vội vàng, ẩu, cẩu thả.

설 Ngày Tết năm mới. ~음식 thức ăn ngày Tết. ~연휴 nghỉ Tết.

설거지 Việc rửa bát đĩa. ~하다. ~물 nước rửa bát đĩa.

설경(雪景) Cảnh tuyết phủ hoặc tuyết rơi. ~을 감상하다 thưởng thức cảnh tuyết.

설계(設計) ①Lập kế hoạch. ②Thiết kế. ~하다. 집을 ~하다다 thiết kế nhà.

설날 Ngày Tết, ngày đầu năm mới.

설득력(說得力) Sức thuyết phục. ~이 있다 có sức thuyết phục.

설렁설렁 Nhè nhẹ, nhẹ nhàng. 바람이 ~ 분다 gió thổi nhè nhẹ.

설령(設令) Giả định, cho rằng, dù là. ~ 그렇다 해도 cho dù là thế đi nữa.

설립(設立) Thiết lập, thành lập, xây dựng. ~하다.

설마 Lẽ nào, không lẽ. ~그가 나를 잊었으랴 lẽ nào anh ta đã quên tôi.

설맞다 Trúng đạn/ tên phần mềm, trúng chỗ không hiểm yếu.

설문(設問) Hỏi đáp để điều tra về vấn đề gì đó. ~하다.

설보다 Nhìn qua.

설봉(舌鋒) Tài ăn nói, cái lưỡi sắc bén.

설빔 Quần áo (mới) ngày Tết.

설사(泄瀉)Bệnh đi ngoài, bệnh tiêu chảy. ~하다. 심한 ~ bệnh đi ngoài nặng.

설사(設使) Giả sử, giả định =설령.

설산(雪山) Ngọn núi tuyết, ngọn núi bị tuyết bao phủ.

설상(舌狀) Hình cái lưỡi.

설욕(雪辱) Rửa nhục, phục thù. ~하다. ~전 trận phục thù. 지난 번의 패배를 ~ rửa nhục lần trước thất bại.

설움 Nỗi buồn, nỗi đau, cảm giác khó chịu. 배고픈 ~ cái buồn đói bụng

설인(雪人) Người tuyết.

설정(設定) Thiết lập, thành lập. ~하다. 기금(基金)을 ~하다 lập quĩ.

설치다 Bỏ nửa chừng, làm dở. 간밤에는 잠을 설쳤다 nửa đêm dậy giữa chừng.

설탕(雪糖) Đường. ~을 넣다/치다 cho đường, bỏ đường.

설파(說破) Nói rõ, giải thích rõ. ~하다. 진리를 ~하다 nói rõ chân lý.

설편(雪片) Bông tuyết. =눈송이.

섬 Đảo, hòn đảo. ~에 가다 ra đảo. ~사람 dân đảo.

섬멸(殲滅) Huỷ diệt, tiêu

diệt. ~하다.

섬섬옥수(纖纖玉手) Bàn tay ngọc ngà.

섬세(纖細) Tinh tế, khéo léo. ~하다. ~한 디자인 một thiết kế công phu.

섬약(纖弱) Yếu, yếu mềm. ~하다.

섬유(纖維) Dệt, sợi, dệt sợi. ~공업 ngành công nghiệp dệt sợi

섭취(攝取) Tiếp nhận, thu nhận, lấy, hấp thụ. ~하다. 단백질의 ~ tiếp nhận protein.

성 Sự nổi giận, tức giận. ~이나다 nổi giận.

성(省) Tỉnh. 산동~ tỉnh Sơn Đông.

성가(聲價) Danh tiếng, sự mến mộ. ~가 높아지다 danh tiếng trở nên cao hơn.

성감(性感) Cảm giác khi quan hệ tình dục, khoái cảm tình dục.

성검사(性檢查) Kiểm tra giới tính.

성결(性-) Bản tính, tính cách hoặc trạng thái.

성과(成果) Thành quả, kết quả. 노력의~ thành quả nỗ lực.

성교(性交) Quan hệ tình dục. ~ 불능자 người không có khả năng quan hệ tình dục.

성금(誠金) Tiền đóng góp. ~을 내다 đóng góp tiền.

성깔 Xấu tính, tính hay nổi nóng, tính cộc cằn. ~이 있는 사람 người có tính cộc cằn.

성년(成年) Thành niên. ~에 달하다 đến tuổi thành niên. ~식 lễ thành niên.

성능(性能) Tính năng. 고~카메라 camera tính năng cao.

성단(星團) Quần thể sao.

성대(盛待) Thịnh đãi, tiếp đón ân cần chu đáo. ~하다. 성대한 대접 sự tiếp đãi ân cần.

성대(聖代) Thịnh vượng.

태평 ~ thái bình thịnh vượng.

성례(成禮) Tiến hành hôn lễ. ~하다.

성루(城壘) Tường thành. ~를 지키다 giữ tường thành.

성립(成立) Thành lập, thiết lập. ~하다. 그 계획은 ~되지 않았다 kế hoạch ấy vẫn chưa được thiết lập.

성명(聲明) Sự tuyên bố, tuyên bố. ~하다. 공동~ tuyên bố chung.

성모(聖母) Thánh mẫu. ~마리아 thánh mẫu Maria.

성묘(省墓) Tảo mộ. ~하다.

성문(成文) Thành văn. ~계약 hợp đồng thành văn. ~헌법 Hiến pháp thành văn.

성미(性味) Tính chất, tấm lòng, tính cách, đặc điểm. ~가 좋은 tốt tính.

성벽(性癖) Thói quen, tật. 과장하는 ~ cái tật hay bốc phét.

성사(成事) Thành công trong công việc, thành sự. ~하다.

성수기(盛需期) Mùa nhiều việc, mùa cao điểm, mùa bán chạy. 음료수와 빙과의 ~는 여름이다 mùa cao điểm của nước uống và kem là mùa hè.

성수품(盛需品) Hàng bán vào mùa cao điểm.

성숙기(成熟期) Tuổi dậy thì. ~에 달하다 đến tuổi dậy thì.

성스럽다(聖-) Cao quí, thuần khiết. 성스러운 생활 cuộc sống cao quí.

성심(誠心) Thành tâm, thành ý. ~껏[으로] hết lòng thành tâm

성악(聲樂) Thanh nhạc. ~을 배우다 học thanh nhạc. ~과 khoa thanh nhạc.

성인(成人) Người lớn. ~이 되다 trở thành người lớn.

성자(聖者) Thánh nhân. =성인(聖人)

성장(成長) ①Trưởng thành, lớn lên, sinh trưởng. ~하다. 성인으로 ~하다 trở thành người lớn.

성적(成績) Thành tích, kết quả. ~이 좋다 thành tích tốt.

성직(聖職) Các thánh chức, giới tăng lữ. ~에 있다. ~자. Tăng lữ ~자가 되다. trở thành tăng lữ

성질(性質) Tính cách, bản tính. ~사나운 사람 người có tính cách hung dữ.

성차(性差) Sự khác biệt về giới tính.

성찬(盛饌) Món ăn ngon, bữa ăn đầy đủ và nhiều. ~을 대접하다 thết đãi long trọng.

성찰(省察) Sự tự ngẫm, sự suy nghĩ. ~하다.

성추행(性醜行) Quấy rối tình dục hoặc cưỡng dâm, hiếp dâm =성희롱, 성폭행.

성품(性品) Phẩm hạnh, tính cách. ~이 상냥하다 tính cách từ tốn.

성혼(成婚) Thành hôn, kết hôn. =결혼.

성희롱(性戲弄) Quấy rối tình dục. 사무실에서의~ quấy rối tình dục trong văn phòng

성히 Trong điều kiện tốt, khỏe mạnh.

세 Ba. ~개 ba cái. 셋째 thứ ba. ~사람 ba người.

세(世) Đời thứ, thế hệ. 십오~후손 con cháu đời thứ 15.

세(貰) Tiền thuê, tiền mượn cái gì đó. ~를 올리다 tăng tiền cho thuê. 방~ tiền thuê phòng. 집~ tiền thuê nhà.

세(勢) Thế lực, quyền lực, sức mạnh. ~가 강하다 thế lực mạnh.

세계(世界) Trái đất, thế

giới. ~각지로부터 các nơi trên thế giới. ~의 끝까지 đến tận cùng thế giới

세균(細菌) Khuẩn, vi khuẩn. ~검사 kiểm tra vi khuẩn.

세기(世紀) Thế kỷ. 금~ thế kỷ này. 21~ thế kỷ 21. ~의 대사건 sự kiện lớn của thế kỷ.

세례(洗禮) Lễ rửa tội. ~를 베풀다[주다] rửa tội. ~를 받다 được rửa tội.

세리(稅吏) Thuế quan, hải quan.

세무(世務) Thế sự, mọi thế sự.

세무서(稅務署) Cục thuế, Sở thuế. ~장 giám đốc Sở thuế.

세미나 Cuộc toạ đàm (seminar). ~를 개최하다 mở tọa đàm.

세밀(細密) Tỉ mỉ. ~하다. ~한 검사 sự kiểm tra tỉ mỉ.

세발(洗髮) Sự gội đầu. ~하다.

세상사(世上事) Chuyện thế sự, chuyện thế gian. =세상물정.

세상살이(世上-) Sống, chuyện sinh sống. ~하다.

세업(世業) Nghề gia truyền. ~을 잇다 nối nghề gia truyền.

세우다 Dựng nên, lập ra, làm ra, thiết lập.

세일 ①Bán hàng, bán (sale). ②Bán hạ giá. 깜짝~ hạ giá bất ngờ.

세일즈맨 Người bán hàng (saleman).

세입(稅入) Thu nhập từ thuế.

세자(世子) Hoàng thế tử, thế tử. ~를 책봉하다 sắc phong thế tử.

세정(洗淨) Rửa sạch. =세척.

세종대왕(世宗大王) Vua Sejong của Hàn Quốc (người đã tạo ra bảng chữ cái Hàn Quốc).

세찬(歲饌) Món ăn ngày

Tết, quà tết.

세척(洗滌) Rửa sạch. ~하다. 위(胃)를 ~하다 rửa ruột. ~제 chất rửa. 이 세제는 ~효과가 뛰어나다 chất tẩy rửa này có khả năng tẩy rất tốt.

세평(世評) Dư luận, tin đồn, đánh giá của mọi người. ~에 의하면 theo dư luận.

세포(細胞) Tế bào. ~막 màng tế bào.

섹시하다 Gợi dục, khêu gợi (sexy). 섹시한 여자 người phụ nữ gợi dục.

셀프서비스 Tự phục vụ (self-service). ~식 가게 cửa hàng tự phục vụ.

셈 Tính toán. ~하다. ~을 배우다 học tính toán.

셈들다 Biết phán đoán, biết phân biệt, biết chọn lựa. = 셈나다

셈속 Tâm địa, kế hoạch, kế hoạch trong đầu. 음흉한 ~ tâm địa hung ác.

셈판 Nguyên nhân, lý do. 무슨 ~인지 모르겠다 không hiểu lý do gì.

셔츠 Áo, áo sơ mi (shirt). 청바지에 ~차림 mặc quần tây sáo sơ mi.

소 Bò. ~가죽 da bò.

소가지 Tâm địa, tâm tính. ~가 나쁘다 xấu tính, xấu bụng.

소각(燒却) Đốt bỏ đi, đốt cháy, hủy bằng cách đốt. ~하다. ~기[로(爐)] cái lò thiêu.

소간사(所幹事) Công việc. 일상~ công việc hằng ngày.

소갈머리 Tâm địa, cái tính xấu. = 소가지

소갈증(消渴症) Bệnh uống nước nhiều đi tiểu nhiều.

소감(所感) Cảm tưởng, cảm nhận. ~을 말하다 nói cảm tưởng.

소개장(紹介狀) Giấy giới thiệu. ~을 받다 nhận giấy giới thiệu.

소관(所管) Quản lý, chịu trách nhiệm. 교육부 ~사항 những nội dung

Bộ giáo dục quản lý.

소굴(巢窟) Hang, ổ, sào huyệt. 도둑의 ~ hang ổ bọn ăn trộm.

소극(消極) Tiêu cực, không tích cực. ~적(인) có tính tiêu cực.

소금구이 Làm muối, người làm muối. ~로 하다 làm nghề muối.

소급(遡及) Đề cập ngược lại, quay trở lại ngày xưa. ~하다. 법률을 ~해서적용하다 áp dụng luật ngày xưa.

소기(所期) Chờ đợi, mong đợi, mong muốn. ~의 성과를 거두다 đạt được thành quả mong muốn. ~한 바와 같이 như mong muốn.

소녀(小女) Tiểu nữ, cô gái chưa có chồng xưng với người trên. 마마. ~물러갑니다 Ma ma, tiểu nữ xin phép được lui ra.

소담하다 Tròn đầy, đầy đặn, đẹp mắt. 소담한 복숭아 quả đào tròn trĩnh.

소대(小隊) Tiểu đội. ~장 tiểu đội trưởng.

소댕 Cái vung. ~꼭지 nút vung, nắm vung.

소도(小島) Hòn đảo nhỏ.

소독(消毒) Khử trùng, tiệt trùng. ~하다. 일광으로 ~하다 diệt trùng bằng ánh sáng mặt trời.

소등(消燈) Tắt đèn. ~하다. ~시간은 12시다 thời gian tắt đèn là 12 giờ.

소령(少領) Thiếu tá. 공군~ thiếu tá không quân.

소론(所論) Tiểu luận.

소리소리 Kêu la, kêu hét, hét lên liên tục. ~지르다 kêu, hét lên liên tục.

소매치기 Móc túi. ~하다. ~당하다 bị móc túi. ~조심 cẩn thận bị móc túi.

소멸(燒滅) Bị cháy, thị đốt thành than. ~하다.

소모(消耗) Tiêu hao, mất, tốn, dùng. ~하다. ~비

chi phí tiêu hao. 정력~ tiêu hao sinh lực.

소몰이 Người chăn bò.

소묘(素描) Phác họa, vẽ qua.

소문자(小文字) Chữ viết nhỏ, chữ nhỏ.

소박(素朴) Giản dị, mộc mạc. ~하다. ~한 옷차림 ăn mặc giản dị.

소사(小辭/小詞) Tiểu từ, từ không biến đổi.

소사(所事) Công việc.

소사(燒死) Chết thiêu, chết cháy. ~하다.

소산(所産) Kết quả. 다년간에 걸친 노력의 ~ kết quả sau nhiều năm nỗ lực.

소살(燒殺) Cười qua chuyện. ~하다.

소상(小祥) Ngày giỗ đầu. ~을 지내다 giỗ đầu. ~을 치르다 làm giỗ đầu.

소상인(小商人) Tiểu thương.

소생(小生) Tiểu nhân, tôi (dùng khi xưng hô hạ mình xuống).

소석회(消石灰) Vôi.

소선거구(小選擧區) Khu vực bầu cử nhỏ.

소시민(小市民) Tiểu tư sản, tiểu thị dân.

소시지 Món xúc xích, dồi (sausage).

소식(小食) An ít. ~하다.

소식(素食) Món ăn đơn giản.

소신(小信) Niềm tin nhỏ. ~을 지키다 giữ niềm tin nhỏ.

소심(小心) Nhát gan. ~하다. ~한 사람 người nhát gan.

소액(少額) Ít, không nhiều (số lượng). ~의 돈 tiền với số lượng nhỏ.

소양(素養) Tri thức cơ sở, tri thức nền tảng. ~이 있는 có tri thức nền tảng.

소용(所用) Tác dụng, hiệu quả, kết quả. ~이 있다 có tác dụng.

소용돌이 ①Xoáy nước ~치다 xoáy

소위(所謂) Cái gọi là. ~운명이라는 것은 사람이 스스로 친 거미줄이다 cái gọi là số phận là sợi dây màng nhện mà con người tự quấn mình vào.

소유(所有) Sở hữu. ~하다. 의~가 되다 thành sở hữu của ai đó.

소일(消日) Giết thời gian, qua ngày. ~하다. 독서로 ~ đọc sách giết thời gian. 빈둥빈둥 ~하다 vất vưởng qua ngày.

소임(所任) Nhiệm vụ, công việc. ~을 맡다 nhận nhiệm vụ. ~을 다하다 hoàn thành nhiệm vụ.

소자(素子) Nguyên tố, thành tố.

소작(小作) Làm thuê, làm ruộng thuê, làm ruộng mướn. ~하다. ~료 tiền làm mướn. ~인(人) người làm ruộng mướn.

소작(所作) ①Người nào đó làm ra. ②Trò của ai đó bày ra.

소장(消長) Mạnh và yếu, thịnh và suy. ~하다. 음양의~ thịnh và suy của âm dương.

소장(訴狀) Thư tố cáo, bản cáo trạng. ~을 제출하다 trình bản cáo trạng.

소재(素材) Nguyên liệu, vật liệu, tài liệu. ~를 모으다 gom nguyên liệu.

소저(小姐) Cô gái.

소정(所定) Qui định, được qui định, đã định. ~의 사항 những hạng mục qui định.

소중(所重) Quan trọng, quí giá. ~하다. ~한 물건 vật dụng quan trọng. 목숨 만큼 ~ quan trọng như mạng sống.

소찬(素饌) Món chay.

소찬(素餐) Không làm gì ngồi hưởng lộc, bổng lộc.

소채(所債) Món nợ, nợ.

소채(蔬菜) Rau, rau xanh. =채소.

소책(小策) Mẹo vặt.

소책자(小冊子) Quyển sách nhỏ. ~를 발간하다. phát hành sách nhỏ.

소추(小秋) Đầu Thu, đầu mùa Thu.

소추(訴追) Sự khởi tố, truy cứu. ~하다.

소침(消沈) Mất ý chí. 의기~ mất ý chí.

소탕(掃蕩) Tiêu diệt, trừ khử. ~하다. 적을 ~하다 tiêu diệt địch.

소택(沼澤) Đầm lầy. ~지 vùng đầm lầy.

소파 Ghế sofa. ~에 앉다 ngồi lên sofa.

소편(小篇) Ngắn, tiểu thuyết ngắn.

소폭(小幅) Phạm vi nhỏ, ít, không nhiều. ~의 변동 sự biến động nhỏ.

소풍(逍風) ①Đi dạo, đi hóng gió. ~하. ~나가다 đi hóng gió. ②Đi cắm trại, đi picnic. ~하다. 학교 ~ cắm trại trường.

소프트웨이 Phần mềm (soft ware).

소형(小型) Nhỏ, loại nhỏ. ~권총 súng loại nhỏ. ~비행기 máy bay loại nhỏ.

소화(消火) Cứu hỏa, diệt hỏa. ~하다. ~기 bình dập lửa. ~용수 nước dập lửa.

소환(召還) Triệu hồi. ~하다. 대사를 ~하다 triệu hồi đại sứ.

속고갱이 Lõi, ruột (rau). 배추의 ~ lõi bắp cải.

속구(速球) Bóng ném nhanh (bóng chày).

속국(屬國) Nước phụ thuộc, nước thuộc địa. 영국의 ~이다 thuộc địa của Anh, nước phụ thuộc vào Anh.

속궁리(-窮理) Kế hoạch, phương pháp, suy tính. ~하다.

속기(速記) ①Tốc ký, viết tốc ký. ~하다. ~를 배우다 học tốc ký.

속달(速達) Phát chuyển nhanh. ~하다. ~로 보내다 gửi phát chuyển

nhanh.

속달다 Lo lắng, bồn chồn, háo hức. 결과를 알고 싶어~ lo lắng muốn biết kết quả.

속담(俗談) Tục ngữ. ~에 있듯이 như tục ngữ nói. 세 살 적 버릇이 여든 까지 간다는 ~은 결코 헛말이 아니다 câu tục ngữ tật lúc lên ba đến già vẫn không chừa quả nhiên là rất đúng.

속도제한(速度制限) Giới hạn tốc độ. ~을 하다 giới hạn tốc độ.

속등(續騰) Sự tăng liên tục. ~하다. 그는 시간이 없는지 ~으로 책을 읽어 내려간다 anh ta không có thời gian đọc nhanh sách rồi đi xuống.

속마음 Trong lòng, bụng dạ. 서로 ~을 잘 알다 biết bụng dạ của nhau.

속마음 Tâm trạng trong lòng, nỗi niềm trong người, ý định trong lòng. ~을 털어놓다 giãi bày tâm trạng.

속바지 Quần trong, quần lót.

속박(束縛) Trói buộc, hạn chế, bị kiềm chế. ~하다. 도덕적~ bị giới hạn về mặt đạo đức.

속사정(-事情) Tình hình bên trong, nội tình. ~이 궁금하다 muốn biết tình hình bên trong

속삭거리다 Thì thào, thì thầm. =속삭이다.

속살찌다 ①Mập lên, béo lên. ②Có nội dung hơn, phong phú nội dung hơn.

속설(俗說) Truyền thuyết, truyền tụng. ~에 의하면 theo truyền thuyết.

속임수 Trò lừa đảo. 간교한 ~ một trò lừa đảo nham hiểm.

속자(俗字) Chữ Hán giản thể.

속장 Trang trong (báo, sách).

속전속결(速戰速決) Tốc chiến tốc thắng, đánh

nhanh thắng nhanh. ~방식으로 하다 theo phương châm đánh nhanh thắng nhanh.

속진(俗塵) Bụi đời, việc đời phàm tục.

속짐작 Dự đoán, tính toán.

속창 Cái lót giày. 신에 ~을 깔다 thay lót giày.

속출(續出) Xuất hiện liên tục, xảy ra liên tục, phát sinh liên tục. ~하다.

속치레 Trang trí bên trong. ~를 하다.

속타다 Lo lắng, lo trong người. 속타는 일 việc lo lắng.

속탈(-縫) Bệnh khó tiêu, bệnh dạ dày. ~이 나다 mắc bệnh dạ dày.

속태우다 Lo lắng (tự thân). 쓸데없는 일에 ~ lo lắng chuyện đâu đâu. 아이 때문에 어머니가 속(을) 태운다 người mẹ lo lắng vì đứa con.

속효(速效) Hiệu quả tức thời, hiệu quả ngay. =즉효(卽效).

솎음 Tỉa, nhổ(cây).~(질)하다 nhổ, tỉa.

손 Khách, người từ nơi khác đến. ~을 맞다 đón khách, tiếp khách.

손(孫) Con cháu, nòi giống.

손(孫) Tiếp từ, chỉ con cháu đời thứ. 육대 ~ cháu đời thứ 6.

손가락자국 Vân tay, dấu vân tay.

손가방 Túi xách tay.

손거스러미 Vết xước ở phần da trên móng tay~가 생기다 bị xước da móng tay.

손녀(孫女) Cháu gái. 할머니가 손녀를 품에 안고 자장가를 불러 주었다 bà ôm cháu gái vào lòng hát bài hát ru.

손대중 Dùng tay ước lượng, đo bằng tay. ~으로 재다 đo bằng tay.

손도끼 Rìu tay, rìu con.

손도장(-圖章) Ngoắc tay,

ngoặc tay. ~을 찍다 sự ngoặc tay.

손들다 Giơ tay lên. 꼼짝 말고 손들어! Đứng im, giơ tay lên.

손떼다 Kết thúc. 일에서 ~ xong việc.

손모(損耗) Tiêu hao, mài mòn mất dần. 기계의 ~가 매우 심하다 mài mòn của máy rất nặng.

손목 Cổ tay. 나am cổ tay. 동호 đeo tay. ~에 수갑을 채우다 tra còng sắt vào cổ tay.

손보다 Sửa chữa, sửa. 바람에 뒤틀린 대문을 ~ sửa cái cửa bị gió lật.

손부(孫婦) Cháu dâu.

손붙이다 Bắt đầu, khởi công, tiến hành. 착수하다.

손빌리다 Nhờ giúp, nhờ ai giúp, mượn tay ai. 친구의 손을 빌려 nhờ bạn giúp.

손뼉 Bàn tay. ~(을) 치다 vỗ tay.

손수건(-手巾) Khăn tay, khăn mùi xoa. 주머니에서 ~을 꺼내어 눈물을 닦다 rút khăn mùi xoa trong túi ra lau nước mắt.

손수레 Cái xe kéo tay, xe kiến an, xe ba gác. ~를 끌고 가다 kéo xe tay.

손쉽다 Dễ, dễ xử lý, dễ làm. ~게 một cách dễ dàng.

손익다 Quen tay, quen việc. 손익은 일 việc làm vốn đã quen, việc quen thuộc.

손잠기다 Bận bịu, bận rộn. 일에 손잠겨 지금 나갈 수 없다 bận bịu quá không đi ra bây giờ được.

손전등(―電燈) Đèn bin, đèn cầm tay.

손짓 Dấu hiệu bằng tay, ra hiệu bằng tay, dùng tay. ~하다 vẫy tay, ra dấu tay. ~으로 가라고 하다 ra hiệu đi đi.

손치다 Chỉnh, sửa, nắn.

손치르다 Chiêu đãi khách, tổ chức tiệc.

손타다 Bị ăn trộm.

솔 Cây thông. 사계절 푸른 ~ thông xanh bốn mùa.

솔기 Đường nối, vết sẹo. ~가 있는 có chỗ nối

솔깃하다 Hứng thú, hấp dẫn. 귀가 솔깃해서 듣다 nghe một cách hứng thú.

솔로 Đơn, độc tấu (solo). ~로 노래하다 hát solo, hát một mình.

솔뮤직 Nhạc của người nô lệ da đen (soul music).

솔선(率先) Tiên phong, đi đầu. ~하다. ~해서하다 tiên phong, đi đầu.

솜 Bông. ~을 두다 nhồi bông.

솜대 Cây tre.

솜돗 Chiếu bông.

솜뭉치 Cục bông.

솟아나다 Trào ra, tuôn ra, phun ra, mọc ra (cây, nước, tình cảm). 눈물이 ~ nước mắt trào ra.

송구(送球) ①Môn bóng ném. ②Chuyền bóng bằng tay. ~하다.

송구영신(送舊迎新) Tống cũ nghênh tân, tiễn năm cũ đón năm mới. ~하다.

송기(誦記) Học thuộc ghi nhớ.

송년(送年) Tiễn năm cũ, tất niên. ~하다. ~회 lễ tất niên.

송달(送達) Gửi, chuyển đến (thư từ). ~하다. 연말에는 우편물 ~이 늦어진다 cuối năm thư đến muộn.

송덕(頌德) Ca ngợi công đức. ~하다. ~비 bia ca ngợi công đức.

송독(誦讀) Đọc thành tiếng, đọc to. ~하다.

송두리째 Tất cả, toàn bộ. 노름으로 재산을 ~날리다 đánh bạc tài sản bay mất sạch sành sanh.

송부(送付) Gửi (tiền,

hàng hóa). ~하다.

송사(訟事) Chuyện kiện tụng. ~하다.

송사(送辭) Lời từ biệt, lời tiễn biệt.

송사(頌辭) Lời nói ca tụng, lời ca tụng công đức.

송아지 Con bê, con bò con. 수~ bê con đực.

송영(送迎) Tiễn và đón, tiếp đón và tiễn đưa. ~하다. 공항은 ~객으로 붐볐다 sân bay nhộn nhịp khách đón đưa.

송영(誦詠) Ngâm thơ. ~하다.

송장 Xác chết, thi hài. =시체. ~을 파묻다 chôn cái xác chết.

솥뚜껑 Nắp nồi, vung nồi. ~을 닫다 đập nắp nồi.

솥발 Chân kiềng, chỉ quan hệ chắc chắn.

쇄골(鎖骨) Xương đòn vai.

쇄광(碎鑛) Xay đá để lấy quặng. ~기 máy xay đá.

쇠 ①Sắt. ~로 만들다 làm bằng sắt. ~가 녹이 슬었다 sắt bị rỉ. ②Chất sắt trong quặng.

쇠가죽 Da bò. ~으로 만든 허리띠 dây lưng làm bằng da bò.

쇠다 Đón, chào đón. 설을 ~ đón tết. 추석을 ~ đón Trung Thu.

쇠망(衰亡) Suy vong, suy tàn, suy sụp. ~하다. 로마 제국의 ~ sự suy vong của đế quốc La mã.

쇠망치 Cây búa sắt. ~로 못을 박다 dùng búa sắt đóng đinh.

쇠지레 Cái xà beng, cái đòn sắt.

쇠진(衰盡) Suy yếu, yếu suy tàn. ~하다.

쇠코뚜레 Vòng đeo ở mũi bò. ~를 꿰다 đeo vòng mũi bò.

쇠테 Khung sắt, sườn sắt.

쇠톱 Cưa sắt. ~으로 쇠 파이프를 잘랐다 dùng cưa sắt chưa ống sắt.

쇠하다(衰-) Suy yếu,

yếu, suy tàn. 기력~ sức nhớ suy giảm.

쇠혀 Lưỡi bò.

쇤네 Đồ tiểu nhân.

쇼 Pha, cảnh, pha biểu diễn, biểu diễn (show). ~걸 gái múa, gái biểu diễn (show girl).

쇼맨 Người biểu diễn nam (showman).

숄더백 Túi xách vai (shoulder bag). 요즘은 핸드백보다 숄더백을 많이 사용한다 dạo này người ta dùng túi xách vai nhiều hơn là tuí cầm tay.

수 Đực, giống đực, làm tiếp từ, đi trước động vật, chỉ thuộc giống đực.

수(水) Nước (thủy).

수(數) Số, số lượng. ~가 적다 ít.

수감(收監) Giam cầm, tù. ~되다 bị giam cầm. ~자 tù nhân.

수강(受講) Học, nghe giảng. ~하다. ~료 học phí. ~생 học sinh

수건(手巾) Khăn, cái khăn. ~으로 손을 씻다 lau tay bằng khăn. ~을 짜다 vặn khăn.

수검(受檢) Bị kiểm tra, bị kiểm duyệt. ~하다. ~자 người bị kiểm tra.

수고스럽다 Khó khăn, vất vả, mệt nhọc =수고 롭다.

수공(手工) Thủ công, làm bằng tay. ~업 ngành thủ công.

수괴(首魁) Tên đầu sỏ, tên cầm đầu. 도둑떼의 ~ tên cầm đầu băng trộm.

수권(授權) Trao quyền, thụ quyền cho ai. ~하다.

수금(水禽) Thuỷ cầm, gia cầm sống dưới nước như vịt. ~류 loài thuỷ cầm.

수급(首級) Thủ cấp (tướng địch, quân địch).

수급(受給) Nhận (lương, thưởng).

수기(手記) Bản ghi chép, chính tay mình ghi chép. ~하다. 체험~를 쓰다 viết nhật ký.

수녀(修女) Tu nữ. ~가 되다 thành tu nữ.

수년(數年) Mấy năm. ~간 trong mấy năm. ~전 mấy năm trước.

수놈 Con đực, giống đực. =수컷.

수뇌(首腦) Đầu óc, bộ não, đầu não. 군의~ bộ óc của quân đội.

수더분하다 Đơn giản và chân thật. 수더분한 사람 người bình thường.

수도(首都). Thủ đô. 하노이는 베트남의 ~이다 Hà Nội là thủ đô của Việt Nam.

수도(水道) Nước máy, nước ống. ~를 놓다 đặt nước máy. ~을 끌다 bắc nước máy. ~을 끊다 cắt nước, mất nước

수동(受動) Thụ động, bị động. ~적 có tính thụ động.

수두(水痘) Bệnh thủy đậu.

수두룩하다 Tràn đầy, nhiều. 나는 할 일이 ~ tôi còn nhiều việc để làm. 상점에 물건이 ~ trong cửa hàng đầy hàng hóa.

수들수들 Cằn, khô héo, khô cằn. ~하다. ~마르다 héo khô.

수량(數量) Số lượng. ~이 늘다 tăng số lượng.

수레 Cái xe, xe kéo tay. ~에 싣다 chất lên xe. ~를 끌다 kéo xe.

수려(秀麗) Đẹp, thanh tú. ~하다.

수련(修鍊) Tu luyện, bồi dưỡng, trau dồi (tay nghề, kỹ thuật, học vấn, nhân cách). ~하다.

수로(水路) Đường sông biển, đường thủy. ~로 가다 đi bằng đường thủy.

수뢰(受賂) Nhận hối lộ. =수회(收賄). ~하다. 검찰은 ~혐의로 전직 장관을 기소했다 kiểm sát đã khởi tố cựu bộ trưởng vì tội nhận hối lộ.

수료(修了) Hoàn thành

(khóa học). ~하다. ~증 giấy chứng nhận (đã học qua).

수리(修理) Sửa chữa. ~하다. 자동차를 ~하다 sửa chữa xe hơi. ~중이다 đang sửa chữa.

수립(樹立) Thiết lập, thành lập. ~하다. 계획을 ~하다 thành lập kế hoạch. 수마(水馬) Con hải mã.

수마(水魔) Ma nước, thần nước, chỉ ác ma gây thiệt hại lũ lụt.

수많다(數-) Nhiều, rất nhiều. ~은 돈 tiền nhiều.

수맥(水脈) Mạch nước. ~을 찾아내다 tìm mạch nước

수면(睡眠) Giấc ngủ, ngủ. ~을 방해하다 làm ảnh hưởng giấc ngủ.

수명(壽命) Tuổi thọ, thọ. ~이 길다 tuổi thọ dài. ~ 짧다 tuổi thọ ngắn.

수목(樹木) Cây cối. ~이 없다 không có cây.

수문(守門) Giữ cửa. ~군 quân canh cửa.

수미(首尾) Đầu và cuối. ~상접하다 đầu cuối nối nhau.

수박 Dưa hấu. 씨 없는 ~ dưa hấu không hạt.

수방(水防) Chống lụt. ~공사 công trình chống lụt.

수배(手配) Truy nã. ~하다. ~중인 범죄자 kẻ phạm tội đang bị truy nã. ~를 받고 있다 đang bị truy nã.

수배자(受配者) Người được cung cấp, người được cấp phát.

수배자(手配者) Kẻ bị truy nã.

수벌(受罰) Chịu án, nhận hình phạt.

수법(手法) Thủ pháp, cách thức, thủ đoạn. 범죄~ thủ đoạn phạm tội.

수보다(數-) ①Xem bói. ②Gặp vận may.

수복(收復) Tìm lại, lấy lại, giành lại(đất, quyền lợi). ~하다. 영토를 ~

하다 thu hồi lại lãnh thổ.

수복(修復) Tu sửa, sửa chữa, phục hồi. ~하다.

수분(水盆) Cái bồn nước.

수불(受拂) Sự thu chi. ~하다. ~금 tiền thu chi.

수사(搜查) Điều tra. ~하다. ~에 착수하다 bắt tay vào điều tra.

수산(水産) Thủy sản. ~가공품 hàng thủy sản gia công. ~물 hàng thủy sản.

수삼(水蔘) Củ sâm tươi.

수삼차(數三次) Vài lần, nhiều lần.

수상(水上) Trên mặt nước, nổi. ~가옥 nhà nổi. ~스키 trượt ván nước.

수상(首相) Thủ tướng. 전~ cựu thủ tướng.

수색(愁色) Vẻ lo lắng. ~을 띠다 mang vẻ lo lắng.

수서(水棲) Sống dưới nước. ~동물 động vật sống dưới nước.

수세(守勢) Thủ thế, thế phòng thủ. ~를 취하다 chuẩn bị thế phòng thủ. ~를 벗어나다 thoát khỏi thế phòng thủ.

수소 Con bò đực.

수소(水素) Nguyên tố hyđro. ~를 제거하다 khử hydro. ~가스 ga hygro.

수송(輸送) Vận chuyển, chở, tải. ~하다. ~중이다 đang vận chuyển.

수수(水手) Thuỷ thủ, thuyền viên.

수수(授受) Cho và nhận, trao đổi. ~하다.

수수료(手數料) Phí môi giới, phí hoa hồng. ~를 내다 trả phí môi giới.

수술(手術) Mổ, phẫu thuật. ~하다. ~을 받다 bị mổ tiến hành mổ. 맹장의 ~ mổ ruột thừa. ~실 phòng mổ. ~대 bàn mổ.

수습(修習) Thực tập, tập sự. ~하다. ~간호사 y tá thực tập.

수식(修飾) Sự trang hoàng, sự trang trí, trau chuốt (câu văn). ~하다.

수신(水神) Thủy thần.

수신(修身) Tu thân. ~하다. ~제가(齊家) tu thân tề gia.

수심(水深) Độ sâu của nước, chiều sâu. ~이 깊다 sâu. ~이 얕다 cạn. 수심

수심(獸心) Độc ác gian giảo như con thú.

수압(水壓) Thủy lực, thủy áp, áp suất nước. ~계 máy đo thủy áp. ~이 높다[낮다] áp lực nước cao[thấp].

수액(樹液) Nhựa cây. ~이 많다 nhiều nhựa.

수양(收養) Nhận làm con nuôi. ~하다. ~딸[아들] con gái [trai] nuôi. ~아버지[어머니] bố [mẹ] nuôi.

수업(授業) Giảng dạy, dạy. ~하다. ~을 받다 học. ~중이다 đang dạy

수여식(授與式) Lễ trao giải, lễ trao thưởng. 졸업증서~ lễ trao bằng tốt nghiệp. 학위~ lễ trao học vị.

수역(水逆) Ngược dòng, ngược nước.

수역(獸疫) Bệnh dịch của động vật.

수연(水煙) Khói nước, bụi nước.

수연(壽宴) Tiệc mừng thọ.

수영(水泳) Bơi. ~하다. ~의 명수 người bơi lội giỏi. ~을 잘 하다 bơi giỏi.

수완(手腕) Năng lực, khả năng, tài cán (xử lý công việc). ~이 있다 có năng lực, có khả năng.

수요(需要) Nhu cầu mua, sức mua (mua bán). ~가 많다 nhiều yêu cầu.

수용(收容) Chứa đựng, chứa, giam, giữ. ~하다. ~력 sức chứa. ~소 trại chứa, nơi giam giữ.

수용(受容) Tiếp nhận,

chấp nhận, nhận. ~하다. 외국 문화의 ~ tiếp nhận văn hóa nước ngoài.

수원(受援) Tiếp nhận viện trợ. ~국 nước tiếp nhận viện trợ.

수원(隨員) Tùy viên, nhân viên đi cùng.

수월찮다 Không dễ dàng, khó nhọc, khó khăn. 수월찮은 큰 수입 khoản thu nhập khó khăn..

수육(-肉) Thịt chín, thịt luộc. 안주로 ~을 주문하다 gọi đĩa thịt luộc làm đồ nhấm.

수은(受恩) Chịu ân, chịu ơn. ~하다.

수음(手淫) Sự thủ dâm. ~하다.

수인(囚人) Tù nhân, người bị kết án tù.

수인(數人) Vài người.

수입(收入) Thu nhập. 월~ thu nhập hàng tháng. ~이 많은 사람 người có thu nhập nhiều.

수입(輸入) Nhập khẩu. ~하다. ~가격 giá thu nhập.

수있다(數-) May mắn, may.

수작(秀作) Tác phẩm ưu tú.

수작(酬酌) ①Trao rượu cho nhau. ~하다. ②Nói với nhau. ~을 떨다 nói đi nói lại.

수저 Đũa và thìa. ~한 벌 một bộ đĩa vào thìa.

수적(數的) Số lượng, về con số. ~우세 ưu thế về số lượng..

수정(水晶) Thủy tinh. ~같이 맑은 물 nước trong như thủy tinh.

수종(隨從) Tuỳ tùng. ~으로 부리다 sai làm tuỳ tùng.

수종(樹種) Loại cây hoặc giống cây. ~개량 cải tiến giống cây.

수주(受注) Nhận đơn đặt hàng. ~하다. 그 부품의 ~가 있었다 có đơn đặt hàng loại linh kiện đó. .

수중(手中) Trong tay. ~의 돈 tiền trong tay. 의~에 있다 có ở trong tay

수지(獸脂) Mỡ động vật.

수직(垂直) Thẳng đứng, thẳng. 헬리콥터는 수직으로 이륙할 수 있다 máy bay trực thăng có thể cất cánh thẳng đứng.

수질(水質) Chất nước, thành phần nước. ~검사 kiểm tra thành phần nước

수집(收集) Thu gom. ~하다. 원료~ thu gom nguyên liệu.

수집(蒐集) Sưu tầm, sưu tập, thu nhập ~하다. 의견을 ~ thu thập ý kiến.

수찬(修撰) Biên soạn (sách). ~하다.

수찰(手札) Sách tay.

수채화(水彩怜) Tranh vẽ bằng màu nước.

수척(瘦瘠) Gầy gò, khô gầy. ~하다. ~한 얼굴 khuôn mặt gầy gò.

수첩(手帖) Quyển sổ tay. ~에 적다 chép vào sổ.

수축(收縮) Co, thắt, rút lại. ~하다. 철은 가열하면 팽창하고 식히면 ~한다 thép nếu nóng thì nở ra còn lạnh thì co lại.

수출금지(輸出禁止) Cấm xuất khẩu. ~하다.

수출시장(輸出市場) Thị trường xuất khẩu. ~을 개척하다 khai thác thị trường.

수취(受取) Nhận. ~하다 ~인 người nhận.

수치(羞恥) Xấu hổ. ~스럽다 xấu hổ, đáng xấu hổ.

수칙(守則) Qui định, nội dung cần tuân thủ. 학생~ qui định học sinh.

수컷 Con đực. 그것은 ~이냐 암컷이냐? Con đó con đực hay con cái.

수탉 Con gà trống.

수태(受胎) Thụ thai, có bầu, có mang. ~하다. ~(능)력 khả năng thụ thai

수틀(繡-) Cái khung thêu. ~에 헝겊을 끼다 cài cái khăn vào khung thêu

수평(水平) Sự cân bằng, trạng thái cân bằng. 지면과 ~으로 ngang với mặt đất, cân bằng với mặt đất.

수포(水泡) ①Bong bóng, bong bóng nước. ~가 일다 nổi bong bóng. ②Công cốc, công không. ~로 돌아가다 thành bong bóng.

수폭(水爆) Bom hyđro, bom H. =수소폭탄

수프 Món súp, súp (soup). 야채~ súp rau.

수피(獸皮) Da động vật, da thú. ~로 만든 지갑 cái ví làm bằng da động vật.

수필(隨筆) Bài tùy bút, tuỳ bút. ~집 tập tuỳ bút.

수하(誰何) Bất cứ ai, ai. ~를 막론하고 bất cứ ai.

수하다(壽-) Sống lâu, sống thọ.

수학(修學) Theo học, theo nghề. ~하다.

수학(數學) Toán. ~을 잘 하다 giỏi toán. ~자 nhà toán học.

수행(修行) Tu hành. ~하다. ~중이다 đang tu hành. ~자 người tu hành.

수형(受刑) Chịu án, thụ án. ~하다. ~자 người đang thụ án.

수호(守護) Sự bảo vệ, sự che chở, giữ gìn, giữ ~하다. 신의 ~ sự che chở của thần linh. ~신 thần hộ mệnh.

수호(修好) Tình hữu nghị hai nước. ~하다. ~조약 điều ước hữu nghị hai nước

수화(受禍) Gặp tai họa, tai ương. 천재지변의 ~를 당하다 gặp thiên tai động đất.

수화(燧火) Ngọn đuốc.

수회(收賄) Nhận hối lộ. ~하다. ~공무원 viên chức ăn hối lộ.

수훈(受勳) Nhận huân chương.

수훈(殊勳) Công lao lớn. ~을 세우다 lập công lớn.

숙면(熟面) Lạ, không quen. 숙면인 사람 người lạ mặt.

숙명(宿命) Số mệnh. ~적 có tính số mệnh.

숙박(宿泊) Ở, cư trú, ở trọ. ~하다. 민가에 ~하다 ở trọ nhà dân.

숙부드럽다 Mềm, mềm mại. 숙부드러운 가죽 da mềm.

숙사(宿舍) Ký túc xá, chỗ ở, chỗ trọ. 가선수에게 ~를 제공하다 cung cấp chỗ ở cho vận động viên tham gia. ~를 정하다 định chỗ ở.

숙성(夙成) Sớm phát triển, chín sớm. =조숙 (早熟). ~하다. ~한 아 이 đứa bé sớm phát triển.

숙성(熟成) Chín, chín đủ. ~하다. ~온도 nhiệt độ chín.

숙소(宿所) Nơi ở, chỗ ở. ~를 옮기다 chuyển chỗ ở. ~를 잡다 tìm chỗ ở. 임시 ~ nơi ở tạm.

숙수(熟手) Người giỏi nấu ăn, đầu bếp.

숙어(熟語) Thành ngữ, quán ngữ. ~집 quyển thành ngữ.

숙연하다(肅然-) Lặng lẽ, im lặng. ~숙연히 một cách lặng lẽ.

숙영(宿營) Đóng quân ngoài trời. ~하다. ~지 nơi đóng quân.

숙원(宿怨) Mối hận thù lâu năm. ~을 풀다 trả mối thù lâu năm. 그는 나에게 ~을 품고 있다 anh ta mang mối thù với tôi.

숙원(宿願) Niềm mơ ước ấp ủ từ lâu, sự ước mong lâu nay. ~을 이루다 đạt được sự ước mong lâu nay.

숙의(熟議) Suy nghĩ và bàn bạc kỹ lưỡng. ~하다. ~한 끝에 sau khi suy nghĩ và bàn bạc kỹ lưỡng.

숙이다 Cúi, hạ. 머리를

~ cúi đầu.

숙주나물 Cây giá, giá đậu xanh.

숙직(宿直) Trực, trực ban (cơ quan). ~하다. 오늘 ~은 누구냐 ? Hôm nay ai trực. 나는 어젯밤 ~이었다 tôi trực đêm qua.

숙질(叔姪) Chú cháu.

숙청(肅淸) Thanh lọc, thanh trừng. ~하다. ~당한 사람 người bị thanh lọc.

순(筍) Măng, búp, mầm. 대~ măng tre.

순결(純潔) Thuần khiết, tinh khiết, trong sạch, trong trắng. ~하다. ~한 사랑 một mối tình trong trắng.

순경(巡警) Tuần tra, tuần canh. 교통~ tuần tra giao thông. ~을 돌다 đi tuần.

순계(純系) Thuần hệ, chính hệ (cây cối).

순국산(純國産) Sản xuất trong nước. ~품 hàng nội chính hiệu.

순금(純金) Vàng ròng, vàng nguyên chất. 순금한 ~ một chỉ vàng ròng.

순대 ①Dồi lợn. ~한 토막 một khúc dồi. ②Món mực nhồi nhịt.

순록(馴鹿) Con tuần lộc, con nai.

순리(順理) Thuận lý, theo lý. ~적으로 해결하다 giải quyết theo lý

순박(淳朴醇朴) Lương thiện. ~하다. ~한 농민 một nông dân lương thiện.

순발력(瞬發力) Sức bật, sức phản xạ.

순번(順番) Số thứ tự. ~을 기다리다 đợi số thứ tự.

순사(殉死) Hy sinh vì đất nước, xả thân vì nước. ~하다 Chết theo (vua).

순색(純色) Màu nguyên thủy, màu không pha màu khác.

순수(循守) Tuân thủ. ~하다.

순식간(瞬息間) Trong giây lát. ~에 trong giây lát.

불이 ~에 번졌다 trong chốc lát ngọn lửa bùng ra.

순여(旬餘) Hơn 10 ngày.

순조(順調) Trôi chảy, trơn tru, suôn sẻ. ~롭다. ~로우면 nếu trôi chảy.

순종(純種) Sự thuần chủng. ~의 말 ngựa thuần chủng.

순종(順從) Sự nghe lời, sự phục tùng. ~하다.

순직(殉職) Hết lòng với công việc hy sinh bản thân. ~하다.

순혈(純血) Thuần chủng.

순화(純化) Làm đơn giản hóa. ~하다.

순화(馴化) Thích ứng môi trường mới (sinh vật). ~하다.

순후하다(醇厚-) Ấm áp, thân thiện..

술값 Tiền rượu. 외상~ tiền rượu nợ.

술김 Lúc say, khi say. ~에 khi say

술래잡기 Trò chơi trốn tìm. ~하다.

술렁거리다 Xì xào, bàn tán.

숨구멍 ①Khí quản. ②Chỉ thoát khỏi bầu không khí bực bội.

숨기(-氣) Hơi thở, sức thở.

숨기다 Giấu, cất, che giấu. 나이를 ~ giấu tuổi.

숨돌리다 Nghỉ, tạm nghỉ. 숨돌릴 틈도 없다 không có thời gian mà nghỉ.

숨어들다 Giấu, cất giấu. 지하로 ~ giấu xuống tầng hầm.

숫보기 Người trong trắng, ngây thơ.

숫지다 Chân thành, giàu tình người. 숫진 농부 người nông dân giản dị chân thành.

숫처녀(-處女) Một trinh nữ.

숫총각(-總角) Trai tân.

숭고(崇高) Cao cả. ~하다. ~한 이상 lý tưởng cao cả.

숭늉 Nước cơm cháy.

숭상(崇尚) Tôn sùng. ~하다.

숭어 Cá quả, cá tràu, cá lóc.

숯가마 Bếp than.

쉬다 Khản cổ họng. 쉰 목소리 giọng khản. 감기가 들어 목이~ bị cảm giọng khản lại.

쉬척지근하다 Hôi, ôi (thức ăn).

쉬파리 Con ruồi xanh, con nhặng xanh.

쉬하다 Đi đái, đi tiểu.

슈트 Áo khoác ngoài (suit).

슈퍼마켓 Siêu thị (super maket).

슛 Sút (shoot, shot). ~하다. 롱~ sút xa. 정확한 ~ cú sút chính xác.

스낵 Món ăn nhanh, bữa ăn phụ (snack). ~바[코너].

스님 Thầy tu, nhà sư.

스란치마 Váy dài.

스러지다 Biến mất, lặn mất =사라지다.

스릴러 Phim/ kịch gây hồi hộp, căng thẳng (thriller)

스마트하다 Bảnh bao, sáng sủa (smart). .

스물 Hai mươi tuổi. ~하나.

스위트룸 Phòng đa chức năng (suite room). lộn không trung. ~블루 xanh da trời.

스칼러십 Học bổng (scholarship). ~을 받다 nhận học bổng.

스캐너 Scanner, máy quét.

서쿨 Trường học(school). ~버스 xe buýt đưa đón học sinh.

스크루 Con vít (screw).

스크린 Màn hình(screen). ~에 나오다 hiện lên màn hình.

스킨 Da. ~로션 dưỡng da

스타디움 Sân vận động (stadium)

스타우트 Bia đen. (stout)

스타킹 Tất da phụ nữ (stocking). ~을 신다

[벗다] đi (tháo) tất da.

스태프 Nhân viên (staff). ~일동 toàn thể nhân viên.

스탬프 Con dấu, con tem (stamp) ~를 찍다 đóng tem.

스턴트맨 Diễn viên đóng thế (phim ảnh) (stunt man).

스테레오(-) Âm thanh nổi (stereo).

스테이션 Trạm, đồn, điểm. (station).

스테인리스강(鋼) Thép không rỉ.

스텝 Bước đi, bước chân (step).

스토브 Cái lò, cái bếp (stove). 가스 ~ lò ga. 석유 ~ lò than.

스토어 Cửa hàng, cửa hiệu (store).

스토킹 Bám đuôi, theo dõi (stalking).

스파르타 Sparta.

스패너 Cái cờ lê (spanner).

스펀지 Đệm, mút, xốp (sponge). ~고무 nệm cao su, xốp cao su.

스페인 Tây Ban Nha (Spain). ~인 người Tây Ban Nha.

스펙트럼 Quang học. ~사진 ảnh quang học.

스펠(링) Đánh vần (spelling).

스포크스맨 Người phát ngôn (spokemen).

스폰서 Người tài trợ, bảo trợ (sponsor). ~가 되다 thành nhà tài trợ.

스폰지 Mút, bằng mút. ~로 만든 làm bằng mút.

슬로건 Khẩu hiệu (slogan). 라는 ~을 내걸고 đưa ra khẩu hiệu là.

슬롯머신 Máy đánh bạc (slot machine).

슬리퍼 Dép lê (slippers). ~를 신다 đi dép lê.

슬프다 Buồn, rầu. 슬픈 이야기 câu chuyện buồn.

습격(襲擊) Tập kích, tấn công. ~하다. ~을 당하다 bị tập kích.

습도(濕度) Độ ẩm. ~가 높아 độ ẩm cao.

승(乘) Phép nhân.

승(僧) Thầy tu, tăng ni.

승강이(昇降-) Tranh luận, tranh cãi. ~하다. 서로 ~를 벌이다 tranh cãi với nhau.

승객(乘客) Hành khách. 일등~ khách hạng nhất.

승려(僧侶) Người xuất gia. ~가 되다 thành người xuất gia.

승률(勝率) Tỷ lệ phần trăm của sự chiến thắng (trong tổng số trận đấu).

승마(乘馬) Cưỡi ngựa. ~하다. ~연습 luyện tập cưỡi ngựa.

승무(僧舞) Công việc nhà chùa.

승소(勝訴) Sự thắng kiện. ~하다. ~판결 phán quyết thắng kiện.

승압(昇壓) Tăng áp, tăng điện áp. ~하다.

승용(乘用) Chở người. ~으로 쓰다 dùng để chở người.

승원(僧院) Chùa, tăng viện.

승인(勝因) Nguyên nhân thắng lợi.

승제(乘除) Phép nhân và phép chia.

승직(僧職) Giới giáo, chức thầy tu.

승차(乘車) Lên xe. ~하다. ~구 cửa lên xe. ~거부 từ chối cho lên xe.

승차권(乘車券) Vé lên xe, vé tàu, vé xe. ~매표소 nơi bán vé.

승화(昇華) Sự thăng hoa. ~하다. ~시키다 làm cho thăng hoa.

시(是) Đúng. ~비를 가리다 phân biệt thị phi, phân biệt đúng sai.

시가(媤家) Nhà chồng. 설 연휴를 시가에서 보내다 đón tết ở nhà chồng.

시가(詩歌) Thơ ca. ~선집 tuyển tập thơ ca.

시구(市區) ①Thành phố, khu vực thành phố. ②Thành phố và quận huyện.

시굴(試掘) Khảo sát, thăm dò (quặng). ~하다. ~갱 hầm khảo sát.

시그러지다 Mệt mỏi, tổn hao, mất. 시그러질 줄 모르다 không biết mệt.

시근거리다 Thở hổn hển. 시근거리며 말하다 thở hổn hển nói.

시꺼멓다 Đen thui, đen sẫm. 시꺼멓게 타다 cháy đen thui.

시끄러워 Mất trật tự (Đừng làm ồn).

시내 Dòng suối. ~물 nước suối.

시냇가 Bờ suối. ~에서 빨래를 하고 있다 đang giặt bên bờ suối.

시냇물 Nước suối. 급히 흐르는 ~ nước suối chảy gấp.

시네마 Rạp chiếu bóng (cinema)

시대 Thời đại,

시력(視力) Thị lực. ~이 좋다 thị lực tốt. ~이 약하다 thị lực yếu. ~

시론(時論) Dư luận.

시료(試料) Chất làm thí nghiệm, vật làm thí nghiệm.

시류(時流) Thời cuộc. ~에 순응[역행]하다 theo [ngược] thời cuộc.

시리다 Lạnh, buốt. 귀가[손이]~ buốt tai[tay].

시뮬레이션 Thử nghiệm, làm thử. (simulation).

시민권(市民權) Quyền công dân. ~을 부여하다 trao quyền công dân.

시부렁거리다 Nói chuyện phiếm, nói huyên thuyên.

시비(市費) Chi phí của thành phố. ~로 bằng chi phí của thành phố.

시사(示唆) Ám hiệu, báo trước. ~하다.

시상(詩想) Ý thơ, cảm hứng thơ. ~이 떠오르다 ý thơ trào dâng.

시새우다 ①Ghen tuông.

남을 ~ ghen người khác. ②Tranh cãi, tranh giành.

시스템 Hệ thống (system). ~화하다 hệ thống hóa.

시승(試乘) Sự đi thử. ~하다. ~차 xe chạy thử.

시시부지하다 Chìm xuống, đi vào quên lãng, không giải quyết được.

시시부지되다 bị quên lãng.

시시비비(是是非非) ①Nhiều cái sai cái đúng. ②Tranh luận phải trái. ~하다.

시시콜콜 Kẹt xỉn, keo kiệt. Từng cái một, chi ly. ~캐묻다 hỏi từng cái một.

시심(詩心) Tâm hứng làm thơ. ~이 일다 nổi tâm hứng làm thơ.

시아버님(媤—)Bố chồng.

시아이에이 Tổ chức tình báo của Mỹ CIA.

시아이에프 Giá gồm giá vận chuyển, giá cif (CIF; C. I. F).

시아주버니(媤-) Anh chồng.

시안(試案) Bản thảo, bản kế hoạch tạm thời. ~을 작성하다 làm bản thảo. ~을 검토하다 kiểm tra bản thảo.

시앗 Thiếp. ~을 보다 lấy thiếp.

시약(施藥) Phát thuốc miễn phí. ~하다.

시어머님(媤-) Từ tôn kính của mẹ chồng.

시업(始業) Khởi nghiệp hoặc bắt đầu công việc. ~하다. ~(을 알리는) 벨 chuông báo bắt đầu công việc.

시역(市域) Khu vực thành thị.

시연(試演) Diễn thử. ~하다.

시영(市營) Do thành phố điều hành kinh doanh. 이 지하철은 ~이다 tàu điện này là do thành phố kinh doanh.

시외(市外) Ngoại thành. ~에 살다 sống ở ngoại thành. ~버스 xe buýt chạy ra ngoại thành.

시외가(媤外家) Bên ngoại nhà chồng.

시외삼촌(媤外三寸) Cậu chồng.

시외전화(市外電話) Điện thoại ngoại tỉnh. ~를 걸다 gọi điện thoại liên tỉnh.

시용(試用) Dùng thử. ~하다. 신제품을 ~하다 dùng thử sản phẩm mới.

시운(時運) Thời vận, thời vận lúc đó. ~이 바뀌다 thời vận thay đổi. ~을 타다 chộp lấy thời vận, nhân thời vận.

시운전(試運轉) Vận hành thử, chạy thử, lái thử (xe, máy móc). ~하다. 기계의 ~ vận hành thử máy móc.

시원섭섭하다 Buồn vui lẫn lộn. 딸을 시집보내고 나니~ cho con gái đi lấy chồng buồn vui lẫn lộn

시위(侍衛) Thị vệ, canh gác. ~하다.

시의(侍醫) Thị y, thầy thuốc trong cung.

시의(猜疑) Nghi kỵ, nghi ngờ. ~하다. ~의 눈으로 보다 nhìn bằng con mắt nghi ngờ. ~심 사 nghi ngờ.

시의회(市議會) Hội đồng nhân dân thành phố, hội đồng nghị viện thành phố. ~의장 chủ tịch nghị viện thành phố.

시일(時日) Ngày giờ, thời gian. ~과 장소 ngày giờ và địa điểm.

시장(市長) Thị trưởng. ~선거 bầu cử Thị trưởng.

시장 Chợ. 육~ chợ thịt.

시재(試才) Thi tài.

시절(時節) Mùa, vụ. 꽃피는 ~ mùa hoa nở.

시점(視點) Quan điểm, cách nhìn. 정치적 ~에서 보다 nhìn theo quan điểm chính trị.

시정(市井) Đường phố, phố xá.

시제(市制) Luật định, qui định của thành phố. ~를 실시하다 thực hiện qui định của thành phố.

시중 Chăm sóc, sự phục vụ. ~하다. 병자를 ~하다 chăm sóc người bệnh.

시즌 Mùa, vụ (season). 졸업~ mùa tốt nghiệp. 취업~ mùa xin việc.

시집(媤-) Nhà bố mẹ chồng. ~가다 đi lấy chồng. ~보내다 gả con gái. ~도 가기 전에 기저귀 마련한다 「속담」 Đếm cua trong lỗ.

시청(市廳) Tòa thị chính, uỷ ban nhân dân thành phố. ~공무원 viên chức uỷ ban nhân dân thành phố.

시초(始初) Ban đầu, lúc đầu.

시치미 Giả vờ, giả bộ. ~를 떼고 giả vờ.

시트 ①Ra trải giường (sheet) ~갈다 thay tấm ra. ②Tấm bạt che mưa (sheets).

사트 Ghế ngồi, chỗ ngồi (seat).

시판(市販) Bán ra thị trường. ~하다~되고 있다 đang được bán ra thị trường.

시합(試合) Trận đấu, thi đấu. 달리기 ~ thi chạy. ~을 벌이다 mở cuộc thi. 축구~ trận đấu bóng.

시행(施行) Thi hành, thực hiện, tiến hành. ~하다. 법률을 ~하다 thi hành pháp luật. ~기간 thời gian thi hành.

시험관1(試驗官) Giám thị hoặc người ra đề thi.

시험삼아(試驗-) Làm thử nghiệm, lấy làm thử nghiệp. ~해보다 làm thử. 한 달간 ~써보다 xài thử một thời gian xem sao.

시현(示現) Thể hiện, bộc lộ.

시형(詩形) Thể thơ.

시호(詩豪) Thi hào, nhà thơ lớn.

식객(食客) Thực khách.

식당(食堂) Nhà ăn, nhà hàng. ~을 운영하다 kinh doanh nhà hàng.

식대(食代) Giá thức ăn,

tiền ăn, tiền cơm.

식도(食道) Thực quản. ~염 viêm thực quản.

식림(植林) Trồng rừng. ~하다. ~계획 kế hoạch trồng rừng. ~사업 ngành trồng rừng.

식물학(植物學) Thực vật học. ~자 nhà thực vật học.

식복(食福) Phúc hay được ăn. ~이 있다 có phúc hay được ăn.

식부(植付) Trồng trọt, trồng. ~하다. 대량~ trồng hàng loạt.

식사(式辭) Lời chúc mừng. ~읽다[하다] đọc lời chúc mừng.

식산(殖産) Tăng sản lượng.

식상(食傷) Sự ngộ độc thức ăn, tiêu chảy.

식성(食性) Khẩu vị. ~에 맞다 hợp khẩu vị

식솔(食率) Nhân khẩu, thành viên gia đình.

식수(食水) Nước uống, nước ăn. ~를 공급하다 cung cấp nước ăn.

식언(食言) Nuốt lời, không giữ lời hứa. ~하다. ~을 밥 먹듯 하다 thất hứa như cơm bữa.

식염(食朴) Muối ăn. ~농도 nồng độ muối ăn.

식용(食用) Có thể ăn được, dùng để ăn. ~기름 dầu ăn.

식인(食人) Ăn thịt người. ~귀 quỷ ăn thịt người. ~상어 cá mập ăn thịt người.

식자(識者) Học giả, người có học. ~층 giới học thức.

식자우환(識者憂患) Biết lại đâm lo, biết lại là cái bệnh.

식장(式場) Nơi tiến hành nghi lễ. ~이 어딥니까? Phòng tiến hành nghi lễ ở đâu?

식전(式典) Nghi thức.

식초(食醋) Giấm. ~를 치다 nêm giấm vào.

식충(食蟲) Ăn sâu bọ.

~류 động vật ăn sâu bọ.

식칼(食-) Dao dùng trong bếp. ~로 감자를 썰다 dùng dao ăn thái khoai tây.

식탁(食卓) Bàn ăn. ~에 앉다 ngồi vào bàn ăn. ~을 치우다 dọn dẹp bàn ăn. ~에 오르다 đưa lên bàn ăn.

식품(食品) Thực phẩm, thức ăn. ~가공 chế biến thực phẩm. ~위생 vệ sinh thực phẩm.

식피(植皮) Cấy da. ~하다.

식히다 Làm cho nguội. 뜨거운 물을 ~ làm nguội nước nóng. 불어서 ~ thổi cho nguội.

신 Hứng thú. ~이 나다 có hứng, hứng lên.

신(腎) Quả thận.

신간(新刊) Sách, báo mới xuất bản. ~소개 giới thiệu sách mới.

신개발(新開發) Mới xây dựng, mới phát triển, mới có. ~주택지 khu vực nhà ở mới khai thác.

신개척지(新開拓地) Mới xây dựng, mới phát triển. =신개발.

신건이 Thằng ngốc, thằng đần.

신결석(腎結石) Sỏi thận. =신장 결석.

신경지(新境地) Vùng đất mới. ~를 개척하다 khai phá vùng đất mới.

신경질(神經質) Bệnh thần kinh quá nhạy, dễ cáu gắt, dễ phản ứng, dễ nổi nóng. ~을 부리다 cáu gắt, nổi cáu. ~이 나게 하다 làm cho ai cáu gắt.

신경향(新傾向) Khuynh hướng mới. ~을 보이다 cho thấy khuynh hướng mới.

신곡(新曲) Khúc nhạc mới, bài hát mới.

신곡(新穀) Gạo mới, lương thực mới thu hoạch.

신관(新官) Quan chức mới.

선관(新館) Tòa nhà mới xây. 백화점 ~ tòa nhà mới xây của siêu thị.

신극(新劇) Vở kịch mới.

신근(伸筋) Gân.

신기(神技) Tài năng, kỹ thuật xuất chúng.

신기(神氣) Thần khí, tinh thần. ~가 상쾌하다 tinh thần thoải mái.

신념(信念) Niềm tin. ~을 가지고 có niềm tin, mang niềm tin. 굳은 ~ niềm tin chắc chắn. ~을 잃다 mất niềm tin. ~이 없다 không có niềm tin..

신다 Đeo, đi (vào chân). 구두를 ~ đi giày. 양말을 ~ đi tất. 양말을 갈아~ thay tất.

신당(新黨) Đảng mới. ~을결성하다 cấu thành một Đảng mới.

신대륙(新大陸) Tân lục địa(chỉ Châu Mỹ và châu Úc).

신도(信徒) Tín đồ. 가독교~ tín đồ đạo Cơ đốc. 불교~ tín đồ Phật giáo.

신도시(新都市) Thành phố mới, khu đô thị mới. ~개발 phát triển khu đô thị mới.

신뒤축 Gót giày. ~이 높다 gót giày cao. ~이 닳다 mòn gót.

신랑(新郎) Chú rể, tân lang. ~신부 chú rể cô dâu. ~감 người được chọn làm rể.

신망(信望) Tin tưởng và chờ đợi. 세인의 ~을 얻다받다 được mọi người tin tưởng và chờ đợi.

신명나다 Háo hức, vui vẻ.

신묘(辛卯) Năm Tân mão.

신문기사(新聞記事) Bài báo.

신문사(新聞社) Tòa soạn báo. ~에 근무하다 làm việc ở tòa soạn.

신물 Ngán, ngấy, ợ (trong người). ~이 올라오다 trào ợ ra. ~(이)나다 phát ngán

신바닥 Đế giày ~을 갈다 thay đế giày.

신바람 Hào hứng, vui vẻ, hưng phấn. ~이 나다 hào hứng. ~이 일어

나다 có hứng.

신발 Dép, giày dép, dép lê. ~가게 cửa hàng giày dép. ~제조업자 công ty chế tạo giày dép.

신발명(新發明) Phát minh mới. ~하다.

신발족(新發足) Sự bắt đầu mới ~하다.

신변(身邊) Cơ thể, thân thể, tính mạng. ~의 위험 nguy hiểm tính mạng. 경찰에 ~ 보호를 요청하다 yêu cầu cảnh sát bảo vệ tính mạng.

신병(身病) Cơn bệnh, bệnh trong cơ thể, bệnh tật. ~을 앓다 đau bệnh. 그는 ~을 치료하기 위해 출국했다 anh ta ra nước ngoài để chữa bệnh.

신병(新兵) Tân binh, lính mới. ~훈련 huấn luyện tân binh. ~훈련소 trại huấn luyện tân binh.

신부(新婦) Cô dâu. ~의상 áo cô dâu. ~감을 고르다 chọn con dâu.

신빙(信憑) Tin tưởng. ~하다.

신사(辛巳) Tân Tị, năm Tân Tị.

신생아(新生兒) Trẻ mới sinh, trẻ sơ sinh. ~의 사망률 tỷ lệ tử vong ở trẻ sơ sinh.

신생활(新生活) Cuộc sống mới. ~로 들어가다 bước vào cuộc sống mới.

신서(信書) Thư từ. ~를 보내다 gửi thư.

신서(新書) Sách mới.

신석(腎石) Bệnh sỏi thận. =신장 결석.

신설(新說) Một học thuyết mới. ~을 제기하다 đưa ra một học thuyết mới.

신성(神性) Tính chất thần bí. ~을 띠다 mang vẻ thần bí.

신세대(新世代) Thế hệ mới. ~여성 phụ nữ thế hệ mới.

신소리 Nói lảng đi chỗ khác. ~하다.

신수(身數) Số mệnh, số

vận. ~가 펴이다 gặp số. 금년에는 ~가 나쁘다 vận số năm nay xui quá.

신승(辛勝) Chiến thắng một cách khó khăn, chiến thắng một cách vất vả. ~하다.

신신당부(申申當付) Dặn đi dặn lại. ~하다.

신실(信實) Đáng tin cậy. ~하다. ~한 말 lời nói đáng tin.

신심(信心) Lòng tin. ~이 깊다 lòng tin sâu sắc.

신안(新案) Kế hoạch mới, phương án mới. ~을 구상하다 tìm phương án mới.

신앙(信仰) Tín ngưỡng, tin. ~하다. 기독교~ tin vào đạo Tin lành, theo Tin lành.

신약(腎藥) Thuốc tăng cường khả năng tình dục, thuốc thận. .

신여성(新女性) Người phụ nữ mới.

신역(新譯) Mới dịch. ~하다. ~서적 sách mới dịch.

신열(身熱) Cơn sốt, bệnh sốt. ~이 있다 bị sốt. ~이 높다 sốt cao.

신염(腎炎) Viêm thận. =신장염.

신예(新銳) Mới và tinh nhuệ, hiện đại, tối tân. ~무기 vũ khí tối tân.

신용도(信用度) Độ tin tưởng, đột đáng tin. 그의~는 높다 độ đáng tin của anh ta cao.

신용상태(信用狀態) Tình trạng tín dụng, tình trạng tài chính. 회사의~ tình trạng tín dụng của công ty. ~를 조사하다 điều tra tình hình tín dụng của công ty.

신용장(信用狀) Thư tín dụng (L.C). ~의 발행 phát hành thư tín dụng. ~을 개 설하다 mở thư tín dụng. 수출/수입~LC xuất khẩu, nhập khẩu.

신유(辛酉) Năm Tân Dậu.

신음(呻吟) Tiếng rên,

tiếng rên rĩ(đau). ~하다. 고통으로 ~하다 rên vì đau. ~소리 tiếng rên rĩ.

신의(神醫) Thần y, người thầy thuốc rất giỏi.

신인(新人) Người mới, nhân vật mới (thể thao, ca nhạc, điện ảnh vv.). 정계의~ nhân vật mới của chính trường

신입(新入) Mới gia nhập, mới tham gia vào, mới đến. ~사원 nhân viên mới.

신자(信者) Tín đồ. 불교~ tín đồ hật giáo. 그는 천주교~다 anh ta là tín đồ Thiên chúa giáo.

신작(新作)Tác phẩm mới, sản phẩm mới. ~을 발표하다 công bố tác phẩm mới.

신장(-欌) Cái giá đựng giày dép.

신장(身長) Chiều cao cơ thể. ~을 재다 đo chiều cao cơ thể. ~이 크다 cao người. ~순으로 theo thứ tự chiều cao cơ thể

신장(伸張) Mở rộng, tăng cường, khuyếch trương. ~하다. 세력~ mở rộng thế lực. 수출을 ~하다 tăng cường xuất khẩu.

신장(神將) Thần tướng.

신장(新裝) Tân trang, làm mới, trang trí lại. ~하다.

신저(新著) Sách mới làm, sách mới viết.

신전(神殿) Cái miếu thờ thần.

신접(新接) Cuộc sống mới.

신정(新正) Ngày 1 tháng 1 dương lịch, năm mới. ~연휴 nghỉ tết dương lịch.

신정(新訂) Đính chính mới. ~하다. ~판 bản đính chính mới.

신정권(新政權) Chính quyền mới.

신정책(新政策) Chính sách mới.

신제(新製) Mới làm ra, mới sản xuất.

신조(新造) Mới làm ra, mới tạo ra. ~하다. 배를 ~하다 mới làm ra con thuyền.

신주(神主) Bàn thờ người chết.

신지식(新知識) Tri thức mới. ~을 넓히다 mở rộng tri thức mới.

신진(新進) Tân tiến, mới, tiến bộ. ~세력 thế lực tiến bộ.

신천지(新天地) Chân trời mới, thế giới mới.

신청(申請) Xin (phát, cấp), yêu cầu, đăng ký. ~하다. ~에 거절하다 từ chối đề nghị của ai. ~기한 thời hạn nộp đơn. ~서 đơn xin.

신체검사(身體檢査) Kiểm tra sức khoẻ. ~를 하다. ~에서 떨어지다 rớt kiểm tra sức khoẻ.

신출내기(新出-) Người tập sự.

신코 Mũi giày.

신토불이(身土不二) Đất và người không thể là hai.

신통(神通) Thần thông, kỳ lạ. ~하다.

신트림 Sự ói mửa. ~하다.

신파(新派) Trường phái mới.

신편(新編) Mới biên soạn. ~한국사 sách Hàn Quốc lịch sử mới biên soạn.

신학기(新學期) Học kỳ mới. ~가 시작되다 học kỳ mới bắt đầu.

신학문(新學問) Học vấn mới, tri thức mới.

신해(辛亥) Năm Tân Hợi.

신효(神效) Hiệu quả thần kỳ. ~하다 có hiệu quả thần kỳ.

싣다 Chất, chứa. 말에 짐을 ~ chất hành lý lên ngựa. 차에 물건을 ~ chất hàng hoá lên xe.

실 Dây chỉ. ~을 풀다 tháo chỉ. ~로 꿰다 may bằng chỉ. ~처럼 가는 mỏng như chỉ.

실(實) Thực tế. ~은 이렇다 thực tế là như

thế.

실- Tiếp từ, đi trước một số danh từ, chỉ mỏng manh, mỏng và nhỏ. ~눈 mắt hí, mắt lươn. ~뱀장어 con lươn nhỏ.

실(室) Tiếp từ, đi sau một số danh từ, chỉ phòng ốc, nơi, địa điểm. 6호~ phòng số 6.

실가 Thực giá.

실감(實感) Cảm giác thật, cảm giác như thực. ~하다. ~이 나다 có cảm giác như thật. ~을 주다 gây cảm giác thực.

실감개 Ống (chỉ), suốt (chỉ), ống cuộn. ~에 실을 감다.

실개천 Dòng suối nhỏ.

실격(失格) ①Không phù hợp qui định. ②Loại trừ, loại bỏ, sự truất quyền thi. ~하다. ~시키다 loại ra.

실경(實景) Cảnh thật, cảnh thực. 이 그림은 ~을 그린 것이다 bức tranh này vẽ cảnh thực.

실과(實果) Hoa quả, trái cây. =과실(果實).

실국수 Mì sợi mỏng.

실권(失權) Mất quyền lợi, mất quyền lực. ~하다.

실기(失期) Để lỡ dịp, mất thời cơ. ~하다

실기(失機) Để lỡ cơ hội. ~하다.

실기(失氣) Mất nhuệ khí, mất tinh thần.

실꾸리 Cục chỉ. ~를 풀다 gỡ cục chỉ.

실농(失農) ①Bỏ lỡ vụ. ~하다. ②Mất mùa. ~하다.

실답지않다(實-) Không thành thật, không trung thực.

실덕(失德) Mất đức hạnh, thất đức. ~하다.

실떡거리다 Nói huyên thuyên.

실랑이질 Quấy rối, nhũng nhiễu. ~하다. ~를 당하다 bị nhũng nhiễu.

실로(實-) Đúng là, thực là. 그는 ~비범한 사람

이다 thực ra anh ta là người phi thường.

실리(失利) Thiệt hại. ~하다.

실리(實利) Lợi ích thực, tiền lời thực. ~가 있다 có thực lợi.

실물(實物) Vật thực, thực tế. ~같이 보이다 trông như thật.

실물대(實物大) Độ lớn thực. =실물 크기.

실사(實查) Kiểm tra thực tế. ~하다.

실성(失性) Điên. ~하다. ~한 사람 người điên. ~한 사람처럼 như người điên.

실세(實勢) Sức lực thực tế, cái thế thực tế.

실소(失笑) Cười. ~하다. ~를 금치 못하다 không nhịn được cười.

실수(失手) Lỗi, lầm, sai lầm. ~하다. 말을 ~하다 nói nhầm. 그건 내 ~이다 cái đó lỗi tại tôi.

실수요(實需要) Nhu cầu thực tế.

실수익(實收益) Thu nhập thực.

실습(實習) Thực tập. ~하다. ~생 sinh viên thực tập. ~시간 thời gian thực tập. 현장~ thực trạng thực tế.

실시(實施) Thực thi, tiến hành. ~하다. ~되다 được thực thi. ~안 kế hoạch thực thi.

실신(失神) Sự ngất, sự bất tỉnh, thất thần. ~하다.

실실 Lẳng lặng, lặng lẽ. ~웃다 cười lặng lẽ.

실액(實額) Số tiền thực tế.

실업자(失業者) Người thất nghiệp. ~를 구제하다 cứu đỡ người thất nghiệp. ~가 많다 nhiều người thất nghiệp. ~가 늘고 있다 người thất nghiệp đang tăng lên.

실없다 Không đáng tin cậy. 실없는 사람 người không đáng tin cậy. 실없는 말 lời nói không đáng tin. 실없는 소리

마라 đừng nói lung tung.

실없이 Vô lý, không tin được. ~말하다 nói bậy, nói khoác.

실오리 Mẩu chỉ. ~같은 희망 hy vọng mỏng manh.

실온(室溫) Nhiệt độ trong phòng.

실외(室外) Ngoài sân, ngoài trời. ~에 내놓다 để ngoài trời. .

실의(失意) Thất vọng. ~하다. ~에 빠지다 rơi vào thất vọng.

실익(實益) Ích lợi thực tế. ~이 있다 có lợi tích thực tế. ~을 추구하다 theo đuổi lợi ích thực tế.

실장(室長) Trưởng phòng. 기획실~ trưởng phòng kế hoạch.

실재(實在) Tồn tại thực, có thực. ~하다. ~하지 않는 không tồn tại thực. 유형적~ tồn tại hữu hình. ~의 인물 nhân vật có thực.

실정(實情) Tình hình thực tế. ~을 알다 biết tình hình thực tế. ~을 조사하다 điều tra tình hình thực tế.

실조(失調) Mất sự điều hòa, mất cân bằng. 영양~ mất cân bằng dinh dưỡng. 수출입의 ~를 막다 ngăn chặn tình trạng mất cân bằng xuất nhập khẩu.

실족(失足) Trượt chân. ~하다. 계단에서 ~하다 trượt chân ở cầu thang.

실존(實存) Tồn tại thực tế, hiện hữu. ~하다.

실지(失地) Đất bị mất, đất bị cướp lấy. ~를 회복하다 phục hồi lại đất đã mất.

실직(失職) Thất nghiệp, mất việc. ~하다. ~자 kẻ mất việc. ~을 당하다 bị mất việc.

실쭉하다 Không hài lòng, bất mãn. 실쭉해서 입술을 내밀다 không hài lòng trề môi xuống.

실책(失策) Chính sách hoặc phương sách sai lầm. 큰 ~ sai lầm lớn. 그런 사람을 신용한 것이 내 ~이었다 tin tưởng anh ta là sai lầm của tôi.

실체(實體) Thực thể.

실추(失墜) Mất. ~하다. 신용을 ~하다 mất niềm tin. 권력을 ~하다 mất quyền lực.

실측(實測) Đo thực tế. ~하다. ~결과 kết quả đo thực tế. ~보고서 báo cáo đo thực tế.

실컷 Thỏa mãn, thoải mái, đã. ~먹다 ăn thoải mái. ~마시다 uống cho đã. ~울다 khóc cho đã.

실큼하다 Ghét.

실탄(實彈) Đạn thật. ~사격 bắn đạn thật. ~을 발사하다 bắn đạn thật.

실태(失態) Sai lầm, thất bại.

실터 Khoảng trống chật hẹp giữa hai ngôi nhà.

실팍지다 Chắc nịch, to khỏe. 실팍하다.

실팍하다 Mạnh khoẻ, to khoẻ. 실팍한 사람 người to khỏe.

실패(失敗) Thất bại. ~하다. ~의 원인 nguyên nhân thất bại.

실행(實行) Thực hành, thực hiện, thi hành. ~하다. ~할 수 없는 không thể thực hiện được. 계약을 ~하다 thực hiện hợp đồng.

실현(實現) Thực hiện. ~하다. ~불가능하다 không thể thực hiện được.

실형(實兄) Anh ruột.

실형(實刑) Hình phạt. ~을 선고하다 tuyên án hình phạt.

실화(失火) Gây ra hỏa hoạn do sai sót. ~하다. 그 화재는 ~가 아니고 방화였다 vụ hỏa hoạn ấy không phải là do sơ sót mà do cố tình đốt.

실화(實話) Chuyện thật. 이 이야기는~입니다 câu chuyện này là thật.

실황(實況) Tình hình thực tế. ~을 시찰하다 thị sát tình hình thực tế.

실효(實效) Hiệu lực thực tế, hiệu quả thực. ~가 있다 có hiệu quả thực tế.

싫건좋건 Dù thích hay ghét. ~가야 한다 thích hay ghét đều phải đi.

싫다 Ghét, không thích. ~은 일 việc mình ghét. 보기 ~은 놈 thằng nhìn không ưa. ~어지다 trở nên ghét.

심(心) ①Lõi cây. 이 나무는 ~까지 썩었다 cái cây thối đến lõi. ②Lõi, ruột, phần bên trong. ~이 굵다 lõi dày.

심각(深刻) Nghiêm trọng, trầm trọng. ~하다. ~한 문제 vấn đề nghiêm trọng.

심경(深耕) Thâm canh. ~하다.

심근(心筋) Cơ tim.

심근(心根) Tấm lòng.

심난하다(甚難-) Rất khó khăn.

심내막(心內膜)Màng tim.

심다 Trồng cây, trồng trọt. 나무를 ~ trồng cây.

심대하다(甚大-) Rất to lớn. 심대한 영향 ảnh hưởng rất to lớn. 심대한 손해 thiệt hại rất to lớn. 심대한 해를 입히다 chịu tổn hại rất to lớn.

심덕(心德) Tâm đức. ~이 곱다 tâm đức tốt.

심란(心亂) Xáo trộn, lẫn lộn. ~하다.

심려(心慮) Lo lắng. ~하다. ~를 끼치다 làm cho lắng. 심려 마십시오! Xin anh (ông bà. vv.) đừng lo.

심령(心靈) Tâm linh. ~적(인) có tính chất tâm linh.

심리(心理) Tâm lý. 어린이의 ~ tâm lý trẻ em. ~적 có tính tâm lý. ~상태 trạng thái tâm lý.

심리(審理) Thẩm tra

(tòa). ~하다. ~중이다 đang thẩm tra. ~를 받다 đang bị thẩm tra.

심리학(心理學) Tâm lý học. ~자 nhà tâm lý học. 교육~ giáo dục tâm lý học. 사회~ tâm lý xã hội.

심마니 Người đi đào sâm núi.

심메 Đi đào sâm. ~(를) 보다 đi tìm sâm.

심미(審美) Thẩm mỹ, cái đẹp. ~적 có tính thẩm mỹ. ~안 con mắt thẩm mỹ. ~안이 있다 có con mắt thẩm mỹ.

심박(心搏) Nhịp tim. ~수 số nhịp đập tim. ~은 아주 정상입니다 nhịp tim rất bình thường.

심방(心房) Tâm nhĩ. 우[좌] ~ tâm nhĩ phải [trái].

심방(深房) Thâm phòng.

심방(尋訪) Thăm, thăm viếng. ~하다.

심볼 Biểu tượng, tượng trưng (symbol). 평화의~ biểu tượng của hòa bình.

심병(心病) Nỗi lo, mối lo.

심복(心腹) Người tâm phúc, đệ tử. ~이 되다 thành tâm phúc.

심부(深部) Nơi sâu nhất. 상처의 ~를 건드리다 chạm đến nơi sâu thẳm nỗi đau.

심사(深謝) Cảm ơn sâu sắc. ~하다.

심산(深山) Núi sâu. ~궁곡[유곡] thâm sơn cùng cốc.

심상(尋常) Tầm thường, bình thường. ~하다. ~히. ~지 않은 không tầm thường.

심성(心性) Tâm tính. ~이 곱다 tâm tính tốt.

심술(心術) Bướng bỉnh. ~을 부리다[내다, 피우다] bướng bỉnh.

심실(心室) Tâm thất. 우~ tâm thất phải. 좌~ tâm thất trái.

심심소일(-消日) Tiêu khiển, làm việc gì đó cho đỡ buồn. =심심풀이.

심안(心眼) Con mắt nhìn, khả năng phán đoán.

심약(心弱) Mềm yếu, nhu nhược. ~하다.

심오(深奧) Sâu sắc. ~하다. ~한 지식 tri thức sâu sắc.

심원(心願) Tâm nguyện. ~성취 đạt tâm nguyện.

심음(心音) Tiếng tim đập.

심이(心耳) Tâm nhĩ. 우[좌] ~ tâm nhĩ phải [trái].

심적(心的) Liên quan đến tinh thần, tâm hồn. ~상태 trạng thái tinh thần.

심지(心-) Bấc, sợi bấc. ~에 불을 붙이다 đốt nến vào bấc. ~가 타다 bấc cháy.

심지(心地) Tâm địa, tâm tính. ~가 곱다 tâm tính tốt.

심지(心志) Ý chí. ~가 강하다 ý chí cứng rắn.

심지어(甚之於) Thậm chí, còn hơn nữa. ~결혼반지까지 팔았다 thậm chí bán cả nhẫn cưới.

심축(心祝) Chân thành cầu chúc. ~하다.

심취(心醉) Say mê. ~하다. 미술에 ~하다 say mê mỹ thuật.

심층(深層) ①Các tầng sâu. 바다의 ~ tầng sâu của biển. ②Sâu vào bên trong. ~기사 bài báo đi sâu.

심통(心-) Tâm địa. ~이 사납다 tâm địa dữ dằn.

심통(心痛) Đau lòng. ~하다. 그녀는 지나친 ~으로 병이 났다 cô ấy quá đau lòng nên sinh bệnh.

심판(審判) Phán xử, phán quyết. ~하다 phán quyết, xử. 최후 ~의 날 ngày phán quyết cuối cùng. ~결정에 항의해도 소용없다 kháng nghị quyết định phán xử cũng chẳng có ích lợi gì.

심혈(心血) ①Máu của tim. ②Tâm huyết. ~을 기울이다 dồn tâm

huyết.

심호흡(深呼吸) Sự hít thở sâu. ~하다.

심혼(心魂) ①Tâm hồn, trái tim và tâm hồn. ②Tinh thần, đầu óc. 일에 ~을 기울이다 dồn tinh thần cho công việc.

심홍(深紅) Màu đỏ sẫm.

심화(心火) Cơn nóng giận trong lòng. ~가 나다 cơn giận bùng lên.

심화(深化) Sự đào sâu thêm. ~하다. 관계가 ~되다.

심황(-黃) Cây nghệ, củ nghệ.

심히(甚-) Rất, lắm, hết sức. ~춥다 rất lạnh.

십(十) Mười (thập). ~일 mười ngày. ~년 mười năm.

십각(十角) Thập giác, mười góc. ~형 hình thập giác.

십각(十脚) Mười chân.

십계명(十誡命) Mười điều dạy của Chúa (đạo Cơ đốc).

십구(十九) Số mười chín. 제~ thứ 19. ~세기 thế kỷ 19.

십분(十分) Mười phút. 두 시~ hai giờ mười phút.

십상 Đúng với, hợp với. 그 모자가 너에게는 ~이다 cái mũ ấy hợp với cậu lắm.

십인십색(十人十色) Mỗi người mỗi ý, mỗi người một vẻ. = 각인각색.

십자가(十字架) Thập tự giá, giá chữ thập (đạo Cơ đốc). ~에 못 박다 đóng đinh vào thập tự giá.

십자로(十字路) Ngã tư. ~에 서다 đứng ở ngã tư.

십장(什長) Người quản đốc, đốc công.

십중팔구(十中八九) Mười thì đến tám chín, gần như hoàn toàn. 그는 ~ 실패할 것이다 anh ấy gần như hoàn toàn thất bại. ~거짓말이 다 đa phần là lời nói dối.

싯누렇다 Rất vàng.

싱겁다 Nhạt, nhạt nhẽo. 맛이~ vị nhạt. 커피가 ~ cà phê nhạt.

싱그레 Mỉm, khẽ. ~웃다 mỉm cười.

싱싱하다 Tươi, tươi tắn. 꽃이~ hoa tươi.

싱크대(-臺) Cái chậu rửa, bồn rửa.

싶어하다 Muốn, ao ước, khao khát. 몹시 하고 ~ rất muốn làm. 그 아이는 캔디를 먹고 싶어한다 cậu bé ấy rất muốn ăn kẹo.

싸개 Giấy gói.

싸다니다 Đi lung tung, đi lăng quăng. 잘 ~는 사람 người hay đi lung tung. ~기를 좋아하다 thích đi lung tung. 하루 종일 ~ đi lung tung cả ngày.

싸데려가다 Chuẩn bị tất cả mọi thứ rồi đưa vợ về.

싸라기 Vụn gạo, gạo nát, gạo vỡ. ~로 죽을 쑤다 dùng gạo nát nấu cơm.

싸락눈 Hạt tuyết.

싸움터 Bãi chiến trường, chiến trường, nơi đánh nhau. ~에 나가다 ra chiến trường.

싸이다 Bị động từ của "싸다" được gói, bị gói, bị bọc, bị che, bị bao bọc, được bao bọc. 포장지에 싸인 선물 món quà được gói trong giấy.

싸잡다 Tập trung vào, dồn vào, tất cả. 싸잡아 비난하다 tập trung vào phê phán. 이번 일로 그 사람을 싸잡아 욕하지 마라 đừng tập trung chửi anh ta vì chuyện này.

싹 Mầm. ~이 트다 mọc mầm. ~이 나다 mọc mầm. ~을 따다 hái mầm.

싹 Mạnh, không do dự, dứt khoát (chỉ động tác mạnh) ~밀어 버리다 đẩy hết, đẩy đi.

싹독싹독 Xoẹt, roẹt. 종이를 ~자르다! cắt tờ giấy cái xoẹt. 이발사는 내 뒷머리를 몇 번 ~ 잘랐다 thợ cắt tóc cắt phần tóc sau của tôi cái xoẹt.

싹싹 Xoẹt, xoẹt xoẹt (cắt). 종이를 ~ 자르다 cắt giấy xoẹt xoẹt.

싼값 Giá rẻ. ~에 팔다 bán giá rẻ. ~에 사다 mua với giá rẻ.

싼흥정 Mặc cả để mua cho rẻ. ~으로 사다 mua rẻ. ~으로 팔다. bán rẻ

쌀 Gạo, lúa gạo. ~가게 cửa hàng gạo. ~가루 bột gạo. ~값 giá gạo. ~농사 trồng lúa.

쌀가루 Bột gạo.

쌀가마니 Túi gạo, bao gạo.

쌀농사(-農事) Trồng lúa, làm lúa.

쌀뜨물 Nước vo gạo.

쌀밥 Cơm.

쌀벌레 Con mọt gạo.

쌀쌀 Hơi lành lạnh, hơi lạnh lùng (thái độ). ~하다.

쌀쌀맞다 Bị đối xử hơi lạnh nhạt. 쌀쌀맞은 대답 câu trả lời hơi lạnh nhát.

쌀장사 Buôn gạo ~하다.

쌈 Món cuốn (rau cuốn thịt).

쌈질 Cãi nhau, đánh nhau. ~하다.

쌍(雙) Một đôi, một cặp. 한 쌍의 젊은 부부 một cặp vợ chồng trẻ. 쌍을 이루다 thành đôi. 비둘기 한 ~ một đôi chim bồ câu.

쌍꺼풀(雙-) Mắt hai mí. ~지다 có hai mí.

쌍날(雙-) Hai lưỡi. ~칼 con dao hai lưỡi.

쌍둥이(雙-) Anh (chị) em sinh đôi. 남녀(의) ~ sinh đôi một nam một nữ.

쌍말 Lời nói bậy, nói tục. =상말.

쌍무(雙務) Nghĩa vụ của hai bên. ~계약 hợp

đồng hai bên. ~관계 quan hệ hai bên.

쌍무(雙舞) Múa đôi, múa cặp.

쌍발(雙發) Hai nòng. ~총 súng hai nòng.

쌍방(雙方) Song phương, hai bên. ~의 이익 lợi ích song phương. ~의 양보 nhượng bộ của hai bên.

쌍분(雙墳) Mộ song táng, mộ đôi.

쌍수(雙手) Hai tay. ~를 들다 giơ hai tay. ~를 들어 찬성하다 giơ hai tay tán thành.

쌍심지(雙-) Hai ngọn bấc. 쌍심지(를) 켜다 rất giận.

쌍쌍이(雙雙-) Từng đôi, từng cặp. 학생들은 ~ 나갔다 học sinh đi từng cặp ra.

쌍알(雙-) Trứng có hai lòng. ~(을) 지르다 trùng khớp (việc, thời gian).

쌍태(雙胎) Song thai.

쌓다 Xếp, chồng, chất lên nhau. 벽돌을 ~ xếp gạch. 장작을 ~ chất củi. 창고에 물건을 쌓아 놓았다 xếp hàng vào trong kho.

쌓이다 Được chồng, chồng chất, chất lớp. 할 일이 산같이 ~ việc chồng như núi.

쌔비다 Ăn trộm.

쌨다 Chất đầy, đầy.

쌩 Tiếng gió thổi qua, vù, ù. 바람이 불다 gió thổi vù, ào.

써내다 Đưa ra, trình ra. 답안을 ~ trình đáp án ra. 원서를 ~ trình đơn ra. 회사에 이력서를 ~ trình lý lịch cho công ty.

써다 Nước xuống.

써레 Bừa, san cho bằng. ~질하다 san, bừa.

써먹다 Lợi dụng, sử dụng. 써먹을 데가 없다 không lợi dụng cái gì được, không làm gì được.

썩둑- 싹독- Xoẹt (tiếng

cắt vật gì mềm).

썩어빠지다 Hư hỏng, thối.

썩이다 Làm cho hư, làm hư, làm hỏng. 책을 ~ làm hỏng sách.

썰다 Thái, cắt, cưa. 오이를 ~ thái dưa chuột. 얇게 ~ thái mỏng. 목수가 톱으로 나무를 ~ thợ mộc dùng cưa cắt cây.

썰매 Xe tuyết, tấm trượt trên tuyết. ~를 끄는 개 chó kéo xe tuyết.

썸벅 Chẻ toác ra, chẻ dễ dàng. ~하다.

쏘이다 Bị cắn, bị đốt. 벌에게 ~ bị ong cắn.

쏜살 Tên bắn, chỉ rất nhanh. ~같다 như tên bắn. ~같이 달리다 chạy nhanh như tên bắn.

쏟다 Rót, đổ. 바닥에 물을 ~ đổ nước lên sàn. 통의 물을 독에 ~ rót nước trong thùng vào vại. 쌀을 자루에 ~아 넣다 đổ gạo vào trong bao.

쏟다 Tuôn ra, tràn ra, chảy ra nhiều. 식은땀을 ~ mồ hôi lạnh tuôn ra hối hả. 기침을 ~ cơn ho bùng lên. 눈물을 ~ trào nước mắt, tuôn nước mắt.

쏟뜨리다 Làm tuôn ra, làm tóe ra, bung ra. 차를 테이블 위에 ~ rắc tung trà lên trên bàn. 쌀알을 땅에 ~ bung hết gạo ra đất.

쏟아지다 Trào ra, tuôn ra, tuôn xối xả (chất lỏng, nước mắt, mồ hôi, máu vv.). 눈물이 nước mắt tuôn ra. 비가 ~ mưa xối xả.

쐬다 Phơi, hóng (gió, mặt trời). 햇볕에[을] ~ hóng nắng. 바람을 ~ hóng gió. 이부자리를 햇볕에 ~ phơi chăn dưới nắng. 담요를 바람에 ~ hóng gió cái chăn.

쑤다 Quấy, nấu chín bằng nước. 죽을 ~ nấu cháo. 풀을 ~ nấu hồ, quấy hồ.

쑤셔넣다 Nhét vào.

서류를 가방속에 ~ nhét giấy tờ vào trong túi.

쑤시개 Que cời, que xoi, thanh chòi. 굴뚝 ~ que chòi ống khói. 이~ cây tăm xỉa răng.

쑤시다 Nhức, đau nhức. 다리가 ~ chân đau nhức. 귀가 ~ nhức tai. 머리가 ~ nhức đầu. 온몸이 ~ nhức cả người.

쑥스럽다 Xấu hổ, ngượng ngùng. 쑥스러운 듯이 vẻ xấu hổ. 지나친 칭찬을 받아~ ngượng vì được khen quá mức.

쑬쑬하다 Tàm tạm, tạm được. 쑬쑬히 tàm tạm, tạm được.

쓰다 Viết. 편지를 ~viết thư. 글을 ~ viết chữ. 이름을 ~ viết tên. 영수증을 ~ viết hóa đơn. 잘 ~ viết đẹp.

쓰디쓰다 ①Rất đắng. 무슨 약인데 이렇게 쓰디쓰냐? Thuốc gì mà đắng thế này? ②Rất đắng cay. 쓰디쓴 경험 kinh nghiệm rất đắng cay.

쓰러뜨리다 Làm cho đổ, đánh đổ, đánh ngã, xô ngã. 집을 ~ xô đổ nhà. 그는 한 방에 상대를 바닥에 쓰러뜨렸다 chỉ một đòn anh ta đánh ngã đối thủ.

쓰러지다 ①Đổ xuống, bổ, ngã, té, gục xuống. 앞으로 ~ đổ về trước. 바람에 ~ đổ vì gió. ②Gục ngã(vì bệnh tật), suy sụp, chết. 친구가 과로로 ~ bạn tôi gục ngã vì bệnh tật. 배가 고파 쓰러질 것 같다 bụng đói muốn gục xuống.

쓰레기 ①Rác, rác rưởi. ~를 버리다 vứt rác. ~를 버리지 마세요! Mong đừng vất rác nơi đây. ②Đồ rác rưởi, đồ hủ bại, vứt đi. 인간~ con người rác rưởi.

쓰레받기 Cái đựng rác, cái hốt rác. ~에 쓸어 담다 quét vào cái hốt

Từ điển Hàn-Việt

rác.

쓰레질 Quét rác. ~하다.

쓰리다 ①Đau, rát, khó chịu. 속이 ~ xót bụng. ②Đau buồn, cay đắng.

쓰이다 Được dùng vào.

쓰이다 ①Bị động từ của "쓰다", được dùng, được sử dụng, được dùng vào. ②Bị động từ của "쓰다" tuyển dụng, dùng, thuê.

쓱 Thoảng qua, thoáng qua.

쓱쓱 Mân mê, xoa xoa. 두 손을 ~ 비비다 xoa xoa hai tay. 수염을 ~ 쓰다듬다 mân mê râu.

쓴맛단맛 Vị đắng vị ngọt, đắng cay ngọt bùi. 인생의 ~을 다겨다 chịu tất cả đắng cay của cuộc đời.

쓴웃음 Nụ cười cay đắng. ~을 짓다 cười cay đắng.

쓸다 ①Quét. 방을 ~ quét phòng. 비로 ~ dùng chổi quét. 마당을 ~ quét sân.

②Xoa xoa, thoa thoa, mân mê. 수염을 ~ mân mê râu

쓸데없다 Vô ích, vô tích sự, không được việc gì, không có tác dụng gì. 쓸데없는 사람 người vô tích sự. 쓸데없는 이야기 câu chuyện đâu đâu.

쓸리다 Bị quét đi, bị cuốn qua. 눈이 바람에 ~ tuyết bị cơn gió cuốn đi.

쓸어버리다 Cuốn đi, quét đi, cuộn đi.

씁쓸하다 Đăng đắng.

씌다 Ma quỉ chui vào.

씨 ①Hạt, cái hạt. ~없는 수박 dưa hấu không có hạt. ~를 뿌리다 gieo hạt. ②Mầm mống. 불륜의 ~ mầm mống của sự bất luân.

씨 Tiếng than khi bất bình, mẹ khỉ, mẹ. 나만 빼놓고, 씨! Mẹ nó chừa mình ra.

씨돼지 Lợn giống.

씨받이 Lấy hạt.

씨뿌리기 Gieo hạt.

씨소 Bò giống.

씨알 Trứng giống, trứng để làm giống.

씨알머리 Con nhà người khác. ~없다 không hợp gì cả.

씨암탉 Gà mái giống. ~걸음 đi khuyênh khoạng như gà đẻ.

씨앗 Hạt, hạt giống. 배추~ hạt bắp cải. 밭에 ~을 뿌리다 gieo hạt trên ruộng.

씨억씨억 Hoạt bát, nhanh nhẹn. ~하다.

씨족(氏族) Thị tộc. ~사회 xã hội thị tộc.

씨주머니 Túi hạt.

씨줄 Dòng máu, huyết thống.

씩 Cười không thành tiếng, nhạt nhẽo. ~웃다 cười nhạt.

씩둑거리다 Tán phét, nói dóc.

씩씩하다 Ga lăng, mạnh mẽ, đàn ông. 씩씩한 남자 người đàn ông mạnh mẽ.

씰그러지다 Bị méo mó, biến dạng.

씻가시다 Rửa sạch.

씻기다 Bị động từ của "씻다", bị rửa, bị tẩy. 비에 씻겨 내려가다 bị mưa rửa. 잘 ~ rửa dễ.

씻부시다 Rửa sạch.

씻은듯이 Như rửa, sạch, không còn. 병이~ 낫다 bệnh hết không còn gì nữa.

씽 ①Gió thổi mạnh qua, vù, ào, vu, vù. 바람이 ~ 불다 gió thổi cái vù qua. ②Vật thể hoặc con người đi nhanh qua, tạo ra cơn gió, vù, vi, vu vu.

ㅇ

아 Ôi, a. ~! 아버지. A! Cha/ bố!

아가 Đứa bé, giống =아기.

아가리 Cái miệng, cái mồm, cái lỗ, cái cửa, chỗ vào ra (người, động vật, đồ vật).

아가씨 (처녀) Thiếu nữ, cô gái, cô, cô ơi (dùng khi gọi). 귀여운 ~ một cô gái đáng yêu.

아교(阿膠) Keo, hồ. ~질의 dính, keo, có tính keo.

아궁이 Lò sưởi.

아그레망 Sự tán thành. ~을 요청하다 yêu cầu tán thành.

아기서다 Có thai.

아까 Vừa mới, vừa lúc nãy. ~부터 từ lúc nãy.

아낌없이 Không tiếc. ~쓰다 dùng không tiếc nuối.

아나운서 Phát thanh viên (radio, TV). 스포츠~ phát thanh viên thể thao.

아나운스먼트 Bảng thông báo.

아내 Vợ. 사랑하는~ người vợ yêu quí.

아녀자(兒女子) Trẻ con và phụ nữ, trẻ em đàn bà (tiếng tục).

아늑하다 Ấm áp, tiện nghi, dễ chịu.

아니 Không phải, không, không ạ, không phải (câu trả lời).

아니나다를까 Đúng như đã nói, đúng thật rồi, đúng như dự đoán. ~그는 거기 있었다 còn gì nữa, anh

아담 Thanh nhã, thanh

tao. ~하다.

아닌게아니라 Đúng thế, chắc thế, quả nhiên.

아닌밤중(中) Giữa đêm. ~에 vào giữa đêm. ~에 이 왠 소란이냐 giữa đêm có tiếng gì thế này?

아담(雅淡) Sạch sẽ, ngăn nắp. ~하다.

아동(兒童) Nhi đồng, trẻ em. ~용 đồ dùng trẻ em.

아둔하다 Ngu, đần, dốt.

아득하다 Xa xôi. 아득한 옛날 ngày xưa xa xôi.

아들 Con trai. ~을 낳다 sinh con trai.

아뜩하다 Chóng mặt, choáng váng.

아라비아 Ả Rập. ~말 tiếng Ả Rập. ~문자 chữ Ả Rập.

아랑곳 Sự quan tâm, can thiệp, để ý.

아래 Dưới, bên dưới. 나무 ~에서 dưới cây.

아래쪽 Phía dưới cùng.

아량(雅量) Sâu sắc, khoan dung.

아련하다 Lờ mờ, mờ mịt.

아로새기다 Khắc, chạm, trổ.

아뢰다 Báo lên cấp trên.

아르바이트 Làm thêm, công việc làm thêm (học sinh). ~하다

아름답다 Đẹp (phong cảnh, người). 아름다운 마음 một tấm lòng cao đẹp.

아마 Có lẽ, có thể, biết đâu, không chừng. ~그럴지도 모른다 không biết chừng như vậy cũng nên

아마추어 Người không chuyên. Amatơ, tài tử, nghiệp dư. ~축구 bóng đá nghiệp dư.

아메리카 America, Mỹ. ~주 châu Mỹ.

아무런 Bất cứ, bất cứ nào. ~사고 없이 không có bất cứ tai nạn nào.

아무렇거나 Dẫu sao,

dẫu sao thì cũng. ~해보세 dẫu sao cũng làm thử xem.

아무렴 Đương nhiên, tất nhiên.

아무리 Cho dù, dù là, dù. ~ 돈이 많아도 cho dù nhiều tiền đi nữa.

아무말 Bất cứ lời nào. ~없어 떠나다 ra đi không nói một lời nào.

아물거리다 Lờ mờ, không rõ ràng. ~는 기억 ký ức lờ mờ.

아물다 Khỏi, thôi bệnh, lành lại (vết thương). ~지않는 상처 như vết thương không chữa khỏi.

아버님 Cha, bố (gọi một cách tôn kính).

아버지 Bố, cha, ba. ~답다 đáng ra bố, ra dáng bố.

아베크 Hẹn hò.

아부(阿附) Nịnh bợ, nịnh. ~하다. 상사에게 ~하다 nịnh cấp trên.

아사(餓死) Chết đói ~하다. ~시키다 cho chết đói, bỏ cho chết đói.

아쉽다 Tiếc, tiếc nuối. 어딘지 아쉬운 데가 있다 có cái gì đó tiêng tiếc.

아스팍 Hiệp hội Châu Á Thái bình dương ASPAC.

아스피린 Thuốc aspirin.

아슬아슬하다 Hồi hộp, căng thẳng.

아식축구(-式蹴球) Môn bóng đá.

아예 Hoàn toàn. ~관심이 없다 hoàn toàn chẳng có sự quan tâm nào

아울러 Cùng lúc, đồng thời. 지혜와 용기를 ~갖추다 có cả trí tuệ và dũng khí

아이 Đứa bé, đứa trẻ, con cái. ~같은 như đứa bé, như trẻ em.

아이론 Bàn ủi (iron)

아이큐 I.Q (chỉ số thông minh).

아장아장 Chập chững.

~걷다 bước chập chững.

아저씨 Chú, người bằng tuổi bố mẹ mình.

아주머니 Dì, bà, cô.

아직까지 Đến tận bây giờ, đến tận nay. 그한테서~ 소식이 없다 đến giờ vẫn chưa có tin tức của anh

아첨(阿諂) Sự nịnh bợ. ~하다.

아침 Buổi sáng. ~에 vào buổi sáng.

아카데미 Điện ảnh. ~상 giải Oscar.

아파트 Chung cư, nhà tầng tập thể. ~단지 khu chung cư.

아편 Á phiện, thuốc phiện. ~을 피우다 hút thuốc phiện.

아프다 Đau. 목이 ~ đau cổ. 배가 ~ đau bụng.

아홉 Chín, ~째 thứ chín. ~살 chín tuổi.

악(惡) Ác, cái ác. 선과~ thiện và ác.

악감(惡感) Ác cảm. ~을 품다 mang ác cảm. ~을 주다 gây ác cảm cho.

악극(樂劇) Nhạc kịch, ôpêra. ~단.

악기(樂器) Nhạc khí, nhạc cụ. ~를 연주하다 biểu diễn nhạc cụ.

악명(惡名) Tiếng xấu.

악물다 Nghiến, nghiền, siết. 이를 ~ nghiến chặt răng.

악사(樂士) Nhạc sĩ.

악센트 Chất giọng, giọng điệu.

악어(鰐魚) Cá sấu. ~가죽 da cá sấu.

악연(惡緣) Mối nhân duyên tồi, mối quan hệ tồi, ác duyên, duyên nợ gặp người ác, cái duyên nợ tồi.

악운(惡雲) Vận đen, vận xui. ~을 세다 bị vận xấu.

악조건(惡條件) Hoàn cảnh khó khăn, điều kiện khó khăn. ~을 무릅쓰고 khắc phục hoàn cảnh khó khăn.

악취(惡臭) Mùi thối, hôi thối. ~을 풍기다 tỏa mùi hôi thối.

안(案) Đề án, kế hoạch, phương án. ~을 세우다 xây dựng đề án.

안 Bên trong, trong. ~으로 들어가다 đi vào bên trong. 건물~ trong tòa nhà

안간힘 Gắng sức, cố sức. ~을 쓰다 dùng hết sức

안기다 Bế, bồng, ôm ấp. 엄마품에 안겨 있는 아이 đứa bé được ôm trong lòng mẹ.

안내(案內) Sự hướng dẫn, sự chỉ đạo. ~하다. 아무의 ~로 theo sự hướng dẫn của ai đó.

안녕(安寧) Bình an. ~하다. 안녕하십니까? Anh khỏe chứ?

안달 Quấy phá, gây khó chịu. ~을 부리다 gây khó chịu.

안도(安堵) Yên tâm, yên lòng, thanh thản.

안되다 Cấm, không được. 떠들면~ làm ồn là không được.

안마 Mát xa. ~하다 làm mát xa, xoa bóp.

안배(按排) Bày trí, xếp đặt, bố trí.

안벽(岸壁) Bong ke, bến đậu tàu.

안보(安保) An ninh. 국가의~ an ninh quốc gia.

안성맞춤(安城-) Vừa vặn, vừa khéo, hợp, chuẩn. 그 양복이 너한테는 딱 ~이로구나 bộ complê ấy rất vừa với tôi

안식(安息) Nghỉ ngơi. ~하다. ~처 nơi an nghỉ.

안심(安心) Yên tâm, an tâm. ~하다. ~이 되다 được an tâm, cảm thấy an tâm.

안아맡다 Chịu trách nhiệm việc người khác, làm việc người khác.

안위(安危) An nguy. 국가의~ an nguy của đất nước.

안이하다(安易-) Dễ dàng. ~하게 một cách dễ dàng.

~한 생활 cuộc sống dễ dàng.

안일 Việc nhà, việc nội bộ. ~하다.

안전(安全) An toàn. ~하다. ~하게 một cách an toàn.

안주(安住) Cuộc sống yên bình.

안중(眼中) ① Trong mắt. ② Lọt vào mắt, đạt đến tiêu chuẩn nào đó.

안차다 Dũng cảm.

안치(安置) Để, cất một cách an toàn. 은행에는 귀중품의 ~를 위한 금고가 있다 ở ngân hàng cần két sắt để bảo quản an toàn đồ quí

안타까워하다 Tiếc nuối, tiếc.

앉다 Ngồi. 단정히~ ngồi một cách thẳng thắn.

앉은뱅이 Người què.

앉은일 Việc làm tại chỗ, công việc ngồi làm một chỗ. ~을 하다.

안히다 Để ngồi, cho ngồi, bố trí cho ngồi, để vào. 아이를 의자에 ~ để đứa bé ngồi trên bàn.

않다 Không, không làm gì đó. 조금도 노력을 ~ không có một chút nỗ lực.

알 Trứng, quả trứng. 새~ trứng chim.

알다 Biết, nhận biết. 이미 ~고 있다 đã biết trước.

알뜰하다 Cẩn thận, tỉ mỉ.

알랑거리다 Nịnh bợ, nịnh hót. 윗사람에게 ~ nịnh hót cấp trên.

알랑알랑 Lừa lọc, tán tỉnh. ~ 여자를 꾀다 lừa lọc tán tỉnh gái

알레르기 Dị ứng, chứng nổi dị ứng. 나는 화분 ~다 tôi dị ứng với phấn hoa.

알맞다 Phù hợp. ~은 가격 giá phù hợp.

알선(斡旋) Giới thiệu, môi giới ~하다. 일자리를 ~해주다 giới thiệu việc làm.

알아내다 Hiểu ra, biết, phát hiện ra.

알아맞히다 Đoán đúng.

알아보다 Nhận ra, tìm hiểu. 원인을 ~ tìm hiểu lý do.

알아주다 Hiểu cho, biết cho. 남의 공로를 ~ biết cho công lao của ai.

알약(-藥) Thuốc viên.

앓다 Đau. 눈을 ~ đau mắt.

암기(暗記) Học thuộc lòng ~하다. ~력 sức nhớ.

암나사(-螺絲) Cái ốc vít.

암놈 Con cái. 강아지 ~ con chó con cái

암시 Ám hiệu, tín hiệu. ~하다. ~를 주다 đưa ám hiệu.

암시세(暗時勢) Giá chợ đen.

암실(暗室) Phòng tối (làm thí nghiệm vật lý, hóa..).

암암리(暗暗裡) Bí mật, ngầm, khi người ta không biết. ~에 bí mật, ngầm.

암팡스럽다 Can đảm, gan dạ.

암호(暗號) Ám hiệu, tín hiệu mật. ~을 풀다 mở tín hiệu, giải mã ám hiệu.

압력(壓力) Áp lực. 군사 및 경제~ áp lực kinh tế và quân sự.

압류(押留) Tịch thu. ~하다. ~당하다 bị tịch thu.

압축(壓縮) Ep lại, cô lại, nén lại. 공기~ nén không khí

앗다 Cướp, giật, lấy. 목숨을 ~ cướp mạng sống.

앗아가다 Giật lấy, vồ lấy. 그는 내 손에서 와락 편지를 ~다 anh ta giật lấy bức thư trong tay tôi.

앙갚음 Sự trả thù. ~하다.

앙그러지다 Phù hợp, thích ứng.

앙등(昂騰) Tăng vọt.

앙망(仰望) Mong muốn,

mong ước. ~하다.

앙모(仰慕) Ngưỡng mộ. ~하다.

앙상하다 Gầy gò, xanh xao, ốm yếu, phờ phạc, xơ xác. 잎이 떨어져 ~한 나뭇가지 cành xây xơ xác rụng lá

앙심(怏心) Mối hận thù. ~을 품다 mang hận thù, ôm hận thù

앙칼스럽다 Mạnh mẽ, quyết liệt, dữ dội.

앙화(殃禍) Cái nạn, tai họa, tai ương. ~를 받다 gặp tai họa, gặp nạn

앞 Phía trước. ~에 phía trước, trước.

앞가슴 Ngực.

앞날 Ngày sau, ngày mai. ~을 위하여 cho ngày sau.

앞머리 Cái trán.

앞못보다 ① Mù, đui.
② Coi thường.

앞바다 Ngoài biển, ngoài khơi.

앞서다 Trước tiên, trước hết, đứng trước. 무엇보다 ~는 것이 돈이다 tiền là trước hết mọi thứ.

앞장 Đứng đầu. ~을 서다 đứng lên đầu.

앞지르다 Làm trước, vượt lên trước, làm xong trước.

애가(哀歌) Khúc bi thương, bài ca buồn.

애국(愛國) Ái quốc, yêu nước. ~가 nhà yêu nước.

애로(隘路) Con đường hẹp, còn đường chật.

애매하다 Không chính xác, oan uổng, không đúng tội. 애매한 사람을 죽이다 giết người vô tội

애먹다 Lo lắng.

애모(愛慕) Ái mộ. ~하다.

애석(哀惜) Nỗi đau buồn, thương tiếc

애완(愛玩) Ưu, mến, thích. ~하다. ~동물 động vật nuôi trong nhà

애조(哀調) Giai điệu buồn, điệu hát buồn.

애증(愛憎) Yêu và ghét.

~이 뒤얽힌 관계 mối quan hệ yêu và ghét lẫn lộn.

애향(愛鄕) Tình yêu quê hương. ~하다.

애호(愛好) Yêu thích, quí mến. ~하다.

애환(哀歡) Vui và buồn, vui buồn. 삶의 ~ vui buồn cuộc sống

액사(縊死) Treo cổ tự tử. ~하다.

액운(厄運) Vận hạn, không may. ~을 만나다 gặp vận hạn.

앨범 Tập ảnh, quyển album. ~에 끼우다 để vào an bum.

야광(夜光) Dạ quang, phát quang. ~세계 đồng hồ dạ quang.

야구(野球) Bóng chày. ~경기 trận đấu bóng chày.

야기하다 Gây ra, là nguyên nhân. 분쟁을 ~ gây ra tranh chấp.

야단(惹端) ①Làm ầm ỹ. ②Trách móc, la rầy, khiển trách. ~하다. 게으르다고 아들을 ~ 하다 la con trai lười nhác.

야만(野蠻) Dã man. ~하다. ~적 풍습 phong tục có tính dã man.

야말로 Chính, chính là. 그~ chính anh ta

야멸스럽다 Không tình cảm, lạnh lùng. 야멸스런 말을 하다 nói lời nói lạnh lùng

야무지다 Mạnh mẽ, rắn chắc.

야박(野薄) Bạc bẽo. ~하다. ~한 세상 thế gian bạc bẽo.

야성(野性) Dã tính, tính hoang dã. ~적인 có tính hoang dã.

야시(夜市) Chợ đêm.

야식(夜食) Ăn tối. ~하다.

야심(夜深) Đêm khuya. ~할 때까지 일하다 làm đến tận đêm khuya.

야심(野心) Dã tâm. ~있는 có dã tâm. ~을 품다 mang dã tâm.

야외(野外) Ngoài trời.

~경기 trận đấu ngoài trời.

야위다 Ốm, yếu, hốc hác. 야윈 얼굴 khuôn mặt hốc hác.

야전(野戰) Dã chiến. ~하다. ~병원 bệnh viện dã chiến.

야채(野菜) Rau, rau xanh. ~를 가꾸다 trồng rau.

야학(夜學) Học buổi tối.

야회(夜會) Cuộc gặp ban đêm.

약(約) Thuốc. 감기~ thuốc cảm.

약골(弱骨) Thể chất yếu đuối.

약관(弱冠) Tuổi đôi mươi, tuổi thanh xuân.

약국(藥局) Hiệu thuốc, tiệm thuốc.

약도(略圖) Lược đồ, sơ đồ. ~을 그리다 vẽ lược đồ.

약방(藥房) Tiệm thuốc. ~에서 감기약을 사 먹었다 mua thuốc cảm ngoài tiệm thuốc uống

약방문(藥方文) Toa thuốc, đơn thuốc.

약사(藥師) Dược sĩ.

약설(略說) Giải thích tóm tắt. ~하다.

약소(弱小) Nhỏ và yếu đuối. ~하다.

약속(約束) Lời hứa, hứa, hẹn. ~하다. ~시간 thời gian hẹn.

약솜(藥-) Bông y tế.

약재(藥材) Thuốc, dược phẩm.

약점(弱點) Nhược điểm, điểm yếu. ~을 지니고 있다 có điểm yếu.

약정(約定) Hứa, giao kèo. ~하다.

약제(藥劑) Dược phẩm, thuốc.

약탈(掠奪) Cướp, giành lấy, cường đoạt. ~하다. 마을을 ~하다 cướp làng

약혼(約婚) Đính hôn. ~하다. ~한 여자 người phụ nữ đính hôn

얄팍하다 ①Mỏng. ② Ít, thiển cận.

얌심 Sự ghen ghét.

얌전하다 Lịch thiệp, lịch sự.

양(羊) Con cừu. ~의 우리 đàn cừu.

양각(陽刻) Đẽo, khắc, chạm. ~하다.

양금(洋琴) Đàn dương cầm.

양기(陽氣) ①Ánh sáng mặt trời. ② Dương khí.

양녀(養女) Con gái nuôi.

양념 Gia vị. ~을 치다 nêm gia vị.

양단간(兩端間) Dù sao đi nữa. ~해야 할 일이 다 việc dù gì cũng phải làm.

양도(讓渡) Chuyển nhượng, sang nhượng. ~하다. ~할 수 있는 có thể chuyển nhượng được.

양력(陽曆) Dương lịch. ~3월 tháng 3 dương lịch.

양로(養老) Dưỡng lão. ~연금 tiền dưỡng lão.

양립(兩立) Sự cùng tồn tại. ~하다.

양말(洋襪) Tất, vớ. ~한 켤레 một đôi tất. ~을 신다 đi tất.

양민(良民) Lương dân, dân thường. ~학살 giết hại thường dân.

양반(兩班) Giới quý tộc.

양보(讓步) Nhượng bộ, nhường. ~하다. 조금도~치 않다 không nhượng bộ một tý nào.

양복(洋服) Complê, âu phục. ~을 입다 mặc âu phục.

양분(養分) Thành phần dinh dưỡng. ~이 있다 có thành phần dinh dưỡng.

양상(樣相) Hiện tượng, bề mặt.

양성(養成) Giáo dục, đào tạo, bồi dưỡng. ~하다. 인재를 ~하다 nuôi dưỡng nhân tài

양속(良俗) Thuần phong mỹ tục, thói quen tốt. ~미풍 thuần phong mỹ tục.

양수기(量水器) Máy hút

nước, máy bơm nước. ~를 돌리다 quay máy bơm nước.

양순(良順) Ngoan ngoãn vâng lời. ~하다.

양식(良識) Phán đoán tốt.

양식(洋式) Kiểu Tây

양식(洋食) Món ăn phương tây. ~집 quán ăn phương tây.

양심(良心) Lương tâm. ~에 따라 theo lương tâm.

양육(養育) Dưỡng dục, nuôi nấng. ~하다. ~법 cách nuôi nấng.

양의(洋醫) Bác sĩ y khoa, bác sĩ phương Tây.

양인(洋人) Người Châu Âu.

양자(養子) Con nuôi. ~들다 nhận con nuôi.

양장(洋裝) Y phục phương Tây.

양재(洋裁) May âu phục.

양초(洋-) Cây nến.

양춘(陽春) ①Mùa xuân ấm áp ② Tháng giêng.

양치(養齒) Đánh răng. ~하다

양친(兩親) Song thân, Cha mẹ

양호(良好) Tốt, hay. ~하다.

양화(洋靴) Đôi giày da kiểu Tây.

얕다 Cạn, nông. ~은 호수 hồ cạn.

얕보다 Xem thường, coi thường. 얕볼 수 없는 không thể xem thường được.

어개(魚介) Hải sản, tôm cá.

어거하다(馭車-) Đánh, điều khiển (ngựa, bò, gia súc). 어거하기 쉬운 khó điều khiển

어귀 Cổng vào. 터널 ~ cổng vào đường hầm

어그러지다 Trái, ngược, vi phạm. 예상에 ~ trái với dự đoán.

어기대다 Chống đối. 어기대지 말고 하란 대로 해라 đừng có

chống đối, sai gì làm đi.

어김 Sự vi phạm.

어깨 Vai. ~에 가방을 메고 đeo túi xách trên vai.

어느 Nào. ~사람 người nào?

어두컴컴하다 Tối om, tối. 어두컴컴한 밤 đêm tối.

어디 Ở đâu (hỏi). ~까지? Đến tận đâu? ~서 ở đâu?

어때 Như thế nào. 이거~ cái này thì thế nào?

어떠한 Nào, nào đó, như thế nào. ~이유로 vì một lý do nào đó.

어려움 Khó khăn, sự khó khăn. ~을 겪다 gặp khó khăn

어련히 Chắc, chắc chắn, nhất định. 내버려 둬. ~알아서 할라고 cứ để đó, chắc chắn nó sẽ biết tự phải làm gì

어렵(漁獵) Đánh bắt cá, nghề cá.

어렵다 Khó, khó khăn, vất vả, cực. 어려운 문제 một vấn đề khó khăn.

어루만지다 Vuốt ve, mân mê.

어른 Người lớn. 집안의~ người lớn trong gia đình.

어리다 Còn trẻ, trẻ con, nhỏ. ~지만 tuy nhỏ nhưng.

어리석다 Ngu dốt, dại dột. ~게도 thật là ngu dốt.

어린애 Trẻ em, trẻ nhỏ. ~와 같은 như trẻ em.

어림짐작 Sự phỏng đoán, đoán. ~하다. ~으로 đoán. ~일 뿐이다 chỉ là đoán thôi.

어릿거리다 Đần ra, thần ra, không suy nghĩ gì cả.

어릿대다 Đần, thần. 어릿거리는[어릿어릿한] 사람 người đần, thằng đần.

어마 Oi, ôi, sao, trời đất. ~예쁘기도 하다! ôi đẹp quá

어머니 Mẹ, má. ~없는 không có mẹ.

어멈 ① Người hầu. ②Gọi mẹ (khiêm tốn)

어물(魚物) Cá, các loại cá. ~상(商) cửa hàng buôn bán cá.

어민(漁民) Ngư dân. 태풍으로 ~들의 피해 thiệt hại của ngư dân do bão.

어버이 Bố, cha. ~날 ngày của cha.

어법(語法) Văn phạm, ngữ pháp. 한국말의 ~ ngữ pháp tiếng Hàn.

어불성설(語不成說) Khó hiểu, có vẻ không đúng. ~이다 khó hiểu, vô lý.

어상반하다(於相半-) Bằng nhau, như nhau.

어색하다(語塞-) Ngượng ngùng, ngại ngùng (không quen)

어서 Nào, hãy, tiếp tục. ~들어오세요 nhanh vào đây.

어선(漁船) Thuyền đánh cá, ngư thuyền. ~단 đoàn thuyền đánh cá.

어설프다 Chưa quen, chưa thành thục. 일하는 것이 ~ chưa quen việc.

어세(語勢) Ngữ điệu. ~를 높이다 lên giọng.

어수룩하다 Thật thà, hiền lành, chất phác (tính cách).

어슬렁거리다 Đi lang thang. 공원을 ~ đi lang thang trong công viên

어슷비슷하다 Giống nhau, như nhau, chẳng khác gì nhau.

어엿하다 Đáng kính.

어울리다 Xứng đáng, thích hợp. ~지 않는 옷 áo không hợp.

어음 Trái phiếu, séc. ~으로 지급하다 trả bằng trái phiếu.

어이 Như thế nào, làm sao. 당신이 모르는데 내가 ~ 알겠소? anh không biết thì làm sao tôi biết chứ?

어이구 Ôi, (đau, ngạc nhiên, không biết nói sao). ~ 허리 아파 ôi đau cái lưng quá.

어제 Ngày hôm qua, hôm qua. ~아침 sáng hôm qua.

어조(語調) Ngữ điệu, giọng nói. 딱딱한 ~로 bằng cái giọng cứng nhắc.

어중간하다(於中間-) Nửa đường, giữa đường.

어지간하다 Rất, hoàn toàn. 어지간한 미인 mỹ nhân.

어지럽다 Chóng mặt. 어지러울 정도의 높이 độ cao chóng mặt

어질다 Hiền lành, bao dung, độ lượng đức hạnh.

어차피 Dù thế nào, dẫu sao, nói gì thì nói. ~ 돈을 갚아야 한다 dẫu sao thì tiền cũng phải trả.

어촌(漁村) Làng chài, làng cá.

어허 Ồ, vậy thì là, thì ra (hiểu ra).

어휘(語彙) Từ vựng. ~가 풍부하다 từ vựng phong phú.

억누르다 Áp bức, đàn áp, trấn áp.

억류(抑留) Giữ, giam giữ. ~하다. 그녀는 ~되어 있다 cô ấy đang bị giam giữ.

억만(億萬) Rất nhiều, vô cùng nhiều.

억보 Chỉ người bướng bỉnh.

억압(抑壓) Ức áp, ức hiếp. ~하다.

억양(抑揚) Âm điệu, ngữ điệu. ~있는 có ngữ điệu.

억울하다 Oan ức, oan, oan uổng. 그렇게 하면 내가 ~ anh nói vậy thì oan tôi.

억제(抑制 Kìm nén. ~하다. ~할 수 없는 không kìm nén được.

억조(億兆) Hàng ngàn hàng vạn ,rất đông, vô số.

억측(臆測) Ước chừng, phỏng đoán. ~하다.

억패듯 Khắc nghiệt, tàn bạo.

언감생심(焉敢生心) Sao dám. ~ 하느냐? Dám hả? ~ 내 앞에서 그런 말을 하느냐? Dám nói trước mặt tao điều đó hả?

언급(言及) Đề cập đến, nói đến. ~하다. 에 ~하다 đề cập đến cái gì đó.

언니 Chị.

언더웨어 Đồ lót (underware).

언덕 Dốc, đồi. ~을 올라가다 đi lên đồi.

언도(言渡) Tuyên án, tuyên cáo.

언론(言論) Ngôn luận. ~의 자유 tự do ngôn luận.

언변(言辯) Khả năng nói, khả năng hùng biện. ~이 좋다 nói giỏi, biện bạch giỏi.

언사(言辭) Ngôn từ.

언쟁(言爭) Tranh luận. ~하다. 와~하다 tranh luận với ai.

언저리 Bờ, gờ, cạnh, rìa, lề, vành, biên giới.

언제든지 Bất cứ lúc nào. ~놀러 오세요 hãy đến chơi bất cứ lúc nào.

언제부터 Từ khi, bao lâu. ~기다리고 있었느냐?

얹다 Đặt, để. 가슴에 손을 ~고 생각하다 để tay lên ngực suy nghĩ.

얻다 Giành được, được, lấy được, thu hoạch được. 승리를 ~ giành thắng lợi.

얼굴빛 Nét mặt, sắc mặt. ~을 변하다 đổi nét mặt.

얼근하다 Vị hơi cay, cay cay.

얼기설기 Rối lắm, phức tạp. ~얽히다 rối rắm phức tạp.

얼다 Đông, kết thành đá, đóng băng. 물은 화 씨 32도에 ~ nước đông ở 32 độ F.

얼른 Nhanh, mau, vội vàng. ~가거라! Đi nhanh lên. ~대답해라 trả lời nhanh lên.

얼마 ①Bao nhiêu(giá cả). 이것은 ~입니까? Cái này giá bao nhiêu? ②Bao nhiêu lâu.

얼싸 Hoan hô.

얼얼하다 Đau đớn, nhức nhối, rát(cay).

얼쩍지근하다 Cay.

얼추 Nói chung, đại để. 일이 ~ 다되다 đại để gần xong rồi.

얼추잡다 Phỏng chừng, ước đoán

얽다 Cột, buộc. 짐을 ~ cột hành lý.

엄동(嚴冬) Mùa đông khắc nghiệt. ~설한 mùa đông lạnh đầy tuyết.

엄밀(嚴密) Bí mật, nghiêm túc bí mật.

엄연하다(儼然-) Nghiêm túc, trang nghiêm.

엄호(掩護) Bao che, che giấu. ~하다.

업(業) Nghiệp, nghề nghiệp, việc làm.

업다 Cõng. 애기를 ~ cõng đứa bé.

업신여기다 Ngạo mạn coi thường ai. ~는 태도 thái độ ngạo mạn coi thường.

업자(業者) Người điều hành công việc gì đó, người làm ăn, doanh nghiệp.

업적(業績) Sự nghiệp. 위대한 ~을 남기다 để lại một sự nghiệp vĩ đại. 학문적~ thành tích về mặt học vấn.

엇갈리다 Trái, ngược.

엇바꾸다 Đổi cho nhau.

엇베다 Cắt ngang.

엉덩이 Mông, đít. ~이 큰 여자 người đàn bà mông to.

엉망 Hỏng, hư, loạn, tùm lum lên. ~이 되다 bị hư.

엉터리 Chẳng ra gì, kém cỏi, bỏ đi, vứt đi. ~의사 bác sĩ chẳng ra gì. ~회

사 công ty chẳng ra gì.

엎다 Úp xuống. 술잔을 ~어놓다 đặt sấp chén rượu.

엎드러지다 Rơi xuống, ngã xuống.

에게 Cho, tới, với. 친구~ 편지를 보내다 gửi thư cho bạn.

에너지 Năng lượng. ~절약 tiết kiệm năng lượng. 전기~ năng lượng điện.

에스오에스 Tín hiệu S.O.S, tín hiệu cấp cứu. ~를 발하다 phát tín hiệu cấp cứu.

에스컬레이터 Cầu thang tự động, cầu thang cuốn.

에우다 ①Vây quanh, bao quanh. ②Quay lại con đường khác.

엔조이 Thưởng thức, thích thú. ~하다.

엔지니어 Kỹ sư, kỹ thuật viên.

엔진 Động cơ, máy. ~이 고장나다 động cơ xảy ra trục trặc.

엔트리 Tham gia.

엘리베이터 Thang máy. ~를 타다 đi thang máy.

여(女) Nữ, giới tính nữ. ~가수 nữ ca sĩ.

여간(如干) Một chút, một tí.

여객(旅客) Hành khách. ~기 máy bay chở khách.

여관(旅館) Nhà trọ. ~에 들다 vào khách sạn.

여교사(女教師) Cô giáo.

여권(女權) Nữ quyền.

여권(旅券) Hộ chiếu. ~을 교부하다 đổi hộ chiếu. ~을 발급하다 cấp hộ chiếu. ~이 나오다 có hộ chiếu.

여급(女給) Người nữ hầu bàn.

여기 Ở đây, chỗ này. ~가 바로 내 고향이다 đây chính là quê hương tôi

여기다 Cho rằng, nghĩ rằng, cảm thấy, cho, coi, xem, đối xử. 나쁘게 ~ cho là tốt. 행복하게 ~

cảm thấy hạnh phúc

여기자(女記者) Nữ phóng viên.

여느 Bình thường. ~사람 người bình thường.

여단(旅團) Lữ đoàn. 보병~ lữ đoàn bộ binh

여러분 Quí vị. 신사 숙녀 ~ kính thưa các quí ông quí bà.

여러해 Nhiều năm.

여럿 Phần lớn mọi người, nhiều người.

여로(旅路) Con đường đi du lịch, cuộc hành trình.

여론(輿論) Dư luận. ~을 무시하다 xem thường dư luận.

여름 Mùa hè. ~에 vào mùa hè.

여망(輿望) Sự chờ đợi, sự trông mong. 국민의 ~에 부응하다 đáp ứng sự trông mong của nhân dân.

여명(黎明) Tảng sáng, mờ sáng. ~에 lúc mờ sáng.

여배우(女俳優) Nữ diễn viên.

여백(餘白) Khoảng trống, chỗ trống. ~을 남기다 [채우다] để lại (điền vào, lấp) khoảng trống.

여사무원(女事務員) Nhân viên nữ.

여성(女性) Giới nữ, phụ nữ, nữ. 현대~ phụ nữ hiện đại.

여신(女神) Nữ thần. 자유의~ nữ thần tự do.

여실(如實) Như thật, giống như thật. ~하다 .

여아(女兒) Con gái.(딸). ~를 분만하다 sinh con gái

여야(與野) Đảng cánh tả và đảng cánh hữu. .

여염(閭閻) Khu dân cư, nơi dân sống.

여왕(女王) Nữ hoàng. ~엘리자베스 nữ hoàng Elizabeth.

여우 Con cáo. ~의 모피 lông cáo.

여운(餘韻) Dư vị, dư âm. 감동의 ~을 남기다 để

lại dư âm cảm động

여울 Suối, con suối, cái khe nước.

여의(如意) Như ý. ~하다. 만사~ vạn sự như ý.

여인숙(旅人宿) Nhà trọ nhỏ, rẻ tiền. ~주인 chủ nhà trọ.

여자(女子) Đàn bà, con gái, phái đẹp, giới phụ nữ.

여장(女裝) Giả làm phụ nữ. ~남자 người đàn ông hóa trang thành phụ nữ.

여장(女將) Nữ tướng.

여전하다 Vẫn như trước, như trước đây. 여전히 게으르다 vẫn lười như trước.

여점원(女店員) Cô gái bán hàng.

여지(餘地) Chỗ, điều kiện, căn cứ. 우리는 선택의 ~가 남아있다 chúng ta vẫn còn căn cứ để lựa chọn.

여쭈다 Trình bày, thưa, xin hỏi. 모르는 것이 있으면 선생님께 ~어라 có cái gì không biết thì hỏi thầy giáo đi.

여차(如此) Như vậy, như thế, thế này. ~하다.

여축(餘蓄) Gom lại, tiền tích cóp còn lại. ~하다. 조금의~도 없다 không còn một chút dư nào cả.

여탈(與奪) Cướp, giật, giành lấy.

여탕(女湯) Nhà tắm công cộng nữ.

여태 Đến nay, đến hiện nay. ~ 없었던 일 chuyện chưa từng có đến nay.

여파(餘波) ①Hậu quả, kết quả.②Cơn sóng con sau khi sóng lớn đã đi qua.

여하(如何) Như thế nào, ra sao. ~하다. ~한 이유로 với lý do như thế nào đó. 성공은 노력 ~에 달려 있다 thành công phụ thuộc vào nỗ lực như thế nào đó.

여행(旅行) Du lịch, du hành. ~하다. ~중이다 đang đi du lịch.

역경(逆境) Nghịch cảnh. ~에 빠지는 사람 người rơi vào nghịch cảnh.

역군(役軍) Kẻ nô dịch, phu, công nhân.

역사(歷史) Lịch sử. ~적인 có tính lịch sử. ~적인 사건 vụ việc có tính chất lịch sử.

역산(逆算) Đếm ngược.

역성 Thiên vị, bênh vực, đứng về một phía. ~하다.

역습(逆襲) Phản công. ~하다. ~을 받다 bị phản công.

역전경주(驛傳競走) Sự chạy tiếp sức.

역점(力點) Trung điểm của sự vật.

역정(逆情) Cơn giận, sự giận dữ. ~이 나다 nổi giận

역조(逆調) Hoàn cảnh bất lợi, điều kiện bất lợi.

역진(力盡) Bị kiệt sức, hết sức. ~하다.

역하다(逆-) Cảm giác muốn ói, buồn nôn. 역한 냄새 mùi buồn nôn.

역학(力學) Động lực học.

역할(役割) Vai trò. ~을 하다 làm vai trò, đóng vai trò.

연가(戀歌) Bản tình ca, bài thơ tình.

연간(年間) Hằng năm, theo năm. ~계획 kế hoạch hằng năm.

연감(年鑑) Niên giám.

연고(緣故) Duyên cố, lý do, mối quan hệ. ~를 통해 thông qua mối quan hệ

연골(軟骨) Sụn, xương mềm.

연구(研究) Nghiên cứu. ~하다. ...을 전문으로 ~하다 chuyên nghiên cứu về gì đó.

연금(年金) Tiền lương hưu. ~으로 생활하다 sống bằng tiền lương hưu.

연기(煙氣) Khói. ~가 나다 có khói, bốc khói.

연료(燃料) Nhiên liệu. ~가 떨어지다 hết nhiên liệu.

연루(連累) Liên lụy. ~하다. ~되다 bị liên lụy. ~자 người có liên lụy.

연리(年利) Lợi tức hàng năm.

연립(聯立) Đứng lên liên tục. ~하다.

연만(年滿) Tuổi già, già. ~하다.

연말(年末) Cuối năm. ~결산 quyết toán cuối năm

연맹(聯盟) Liên minh, hiệp hội.

연면(連綿) Tiếp tối, liên tục. ~하다.

연문(戀文) Thư tình. ~을 쓰다 viết thư tình.

연민(憐憫) Thương hại, thương người,. ~의 정을 느끼다 cảm thấy tội nghiệp.

연발(連發) Bắn liên tục, đưa ra liên lục. ~하다. 소총을 ~하다 bắn súng liên lục.

연방(聯邦) Liên bang. ~수사국 Cục điều tra liên bang Mỹ (FBI).

연설(演說)[Diễn thuyết . ~하다. ~잘 하다 diễn thuyết tốt.

연세(年歲) Tuổi già. ~가 많다 nhiều tuổi

연소(年少) Ít tuổi, trẻ. ~하다.

연속(連續) Liên tục. ~하다. 24시간 ~ liên tục 24 tiếng đồng hồ

연쇄(連鎖) Dây chuyền, hàng loạt. ~살인사건 vụ giết người hàng loạt.

연수(研修) Tu nghiệp. ~하다. ~생 tu nghiệp sinh.

연습(練習) Luyện tập. ~하다. ~부족 thiếu luyện tập.

연승(連勝) Thắng liên tục. ~하다. 4~하다 thắng 4 trận liên tiếp.

연시(年始) Đầu năm.

연안(沿岸) Bờ biển, bờ hồ lớn. ~의.

연애(戀愛) Yêu, tình yêu, yêu đương, luyến ái. ~하다. 순결한 ~ tình yêu trong trắng.

연액(年額) Số tiền hàng năm.

연약(軟弱) Mềm, yếu. ~하다.

연어(淵魚) Cá hồi.

연역(演繹) Diễn dịch. ~하다.

연연(戀戀) Luyến tiếc, tiếc thương, tình cảm. ~하다.

연원(淵源) Nguồn gốc, căn nguyên, khởi đầu. ~을 더듬다 tìm căn nguyên.

연유(煉乳) Sữa đặc, sữa đã cô.

연인(戀人) Người yêu, người tình. 옛날의 ~ người yêu ngày xưa.

연잇다(連-) Liên tục, tiếp tục.

연장(延長) Kéo dài, trì hoãn. ~하다. 수명을 ~하다 kéo dài tuổi thọ.

연적(戀敵) Tình địch, đối thủ trong tình yêu.

연접(連接) Liên tiếp, liền mạch, liên kết. ~하다.

연정(戀情) Tình yêu.

연제(演題) Chủ đề diễn thuyết, nội dung bài giảng.

연착륙(軟着陸) Hạ cánh an toàn, hạ cánh xuống. ~하다.

연천하다(年淺) Chưa lâu, mới, còn mới, chưa được bao lâu. 우리 회사는 창립된지 아직 ~ công ty chúng tôi thành lập chưa được bao lâu cả.

연체(延滯) Hoãn, đình hoãn, trì hoãn, hoãn lại, chưa chi trả. ~하다.

연초(煙草) Thuốc lá. ~를 피우다 hút thuốc lá.

연출(演出) Diễn xuất, biểu diễn. ~대본 kịch bản diễn

연통(煙筒) Cái ống khói. 난로 ~ ống khói lò.

연표(年表) Niên biểu.

연필(鉛筆) Bút chì. ~로 쓰다 viết bằng bút chì.

연하(年下) Ít tuổi hơn.

연합(聯合) Liên hợp, liên kết, hợp lại với nhau. ~하여 적을 대항 하다 liên kết lại chống địch

연해(沿海) Duyên hải. ~경비 canh phòng duyên hải. ~지대 khu vực duyên hải.

연해안(沿海岸) Bờ biển.

연화(軟貨) Tiền giấy.

연후(然後) Sau đó, về sau.

열 Mười, số mười. 여덟에 둘을 더하면 ~이 된다 tám cộng hai thành mười.

열광(熱光) Cuồng nhiệt. ~하다. ~적 có tính cuồng nhiệt.

열기(列記) Ghi chép, chép vào. ~하다.

열기(熱氣) Hơi nóng.

열김(熱-) Nổi giận.

열나다(熱--) Bị sốt.

열녀(烈女) Liệt nữ, nữ anh hùng.

열렬하다(熱烈) Cháy bỏng, nhiệt liệt. ~열렬 한 사랑 tình yêu cháy bỏng.

열리다 Được mở. 문이 열려 있다 cửa đang mở. 문이 안으로 ~ cửa mở vào trong.

열망(熱望) Khát vọng, mong muốn cháy bỏng ~하다. 자유~ khát vọng tự do.

열세(劣勢) Yếu thế. ~하다.

열쇠 Chìa khóa. 자물쇠를 ~로 열다 mở ổ khoá bằng chìa khóa.

열심(熱心) Sự nhiệt tình, sự hăng hái.

열심히 Một cách chăm chỉ, cần cù. ~공부하다 học hành chăm chỉ.

열악(劣惡) Tồi, kém. ~하다. ~한 환경에서 살다 sống trong hoàn cảnh tồi tàn.

열없다 E thẹn, rụt rè, bẽn lẽn

열연(熱演) Diễn xuất,

biểu diễn nhiệt tình. ~하다.

열차(列車) Tàu hỏa, xe lửa. 부산행~ xe lửa đi Busan.

염가(廉價) Giá rẻ. ~로 với giá rẻ.

염기(厭忌) Không ưa, ghét. ~하다.

염두(念頭) Ghi nhớ, suy nghĩ.

염려(念慮) Lo lắng. ~하다. 어머니의 건강을 ~하다 lo lắng cho sức khỏe của mẹ.

염료(染料) Sự nhuộm, thuốc nhuộm. ~공업 công nghiệp thuốc nhộm.

염매(廉賣) Bán rẻ. ~하다.

염세(厭世) Tính bi quan, tính yếm thế. ~하다.

염수(鹽水) Nước muối, nước mặn. ~호(湖) hồ nước mặn.

염오(厭惡) Sự căm ghét, thù ghét. ~하다.

염원(念願) Cầu mong, ước mong, khao khát. ~하다.

염통 Trái tim. =심장

엽서(葉書) Bức thiệp. ~를 보내다 gửi thiệp.

엿 Sáu, số sáu.

엿듣다 Nghe trộm, nghe lén. 전화를 ~ nghe trộm điện thoại.

영감(靈感) Linh cảm. ~이 들다 có linh cảm.

영걸(英傑) Anh kiệt, anh hùng.

영계(-鷄) ①Con gà con. ② Chỉ kẻ ít tuổi, thằng nhóc.

영고(榮枯) Sự thịnh vượng và sự suy tàn.

영공(領空) Không phận. ~을 침범하다 xâm phạm vùng trời.

영도(領導) Sự lãnh đạo. ~하다. ~ 능력을 갖춘 지도자 nhà lãnh đạo có khả năng lãnh đạo

영락(零落) ① Rụng lá. ②Suy tàn, thối nát. ~하다.

영락없다(零落-) Đúng, chính xác, hoàn toàn

đúng. ~는 농사꾼 anh nông dân đúng chất

영민(英敏) Thông minh sắc sảo, nhạy bén. ~하다.

영사(映寫) Chiếu, phóng. ~하다. ~기 máy chiếu.

영사(領事) Lãnh sự. ~관 lãnh sự quán.

영아(叛兒) Trẻ sơ sinh. ~사망률 tỷ lệ trẻ sơ sinh.

영양(營養) Dinh dưỡng. ~이 부족하다 thiếu dinh dưỡng, suy dinh dưỡng. ~상태 tình trạng dinh dưỡng.

영업(營業) Kinh doanh, buôn bán, làm ăn, mở cửa. ~하다. ~을 시작하다 bắt đầu mở cửa (làm ăn).

영정(影幀) Ảnh chân dung.

영조(營造) Xây dựng. ~하다.

영지(領地) Lãnh địa.

영지(靈地) Mảnh đất linh thiêng.

영지(靈芝) Nấm linh chi.

영향(影響) Ảnh hưởng. ~을 주다 làm ảnh hưởng.

영혼(靈魂) Linh hồn.

영화(映怜) Phim, phim ảnh, điện ảnh. ~를 보다 xem phim.

옆 Bên cạnh. ~에 ở bên cạnh. 길~의 집 nhà cạnh đường. ~리 lề, biên.

예각(銳角) Góc nhọn. 와~을 이루다 với cái gì đó kết hợp thành một góc nhọn.

예금(預金) Tiền gửi, tiền tiết kiệm. ~하다. 정기~ tiết kiệm định kỳ.

예기(豫期) Tính toán trước. ~하다.

예리(銳利) Sắc, bén, nhọn. ~하다.

예방(豫防) Dự phòng, phòng chống. ~하다. ~할 수 없다 không phòng trước được.

예배(禮拜) Làm lễ. ~하다.

예법(禮法) Phép lịch sự, lễ phép.

예보(豫報) Dự báo. ~하다. 일기~ dự báo thời tiết.

예쁘다 Đẹp, xinh đẹp. 예쁜 목소리로 bằng giọng nói dễ nghe.

예사(例事) Chuyện thường.

예속(隷屬) Sự lệ thuộc, thuộc vào. ~하다.

예수 Jesu. ~주님 Chúa Jesu.

예순 Số sáu mươi.

예술(藝術) Nghệ thuật. ~화하다 nghệ thuật hóa.

예식(禮式) Lễ thức, nghi thức. ~장 nơi làm lễ.

예약(豫約) Đặt trước. ~하다. 좌석을 ~하다 đặt trước chỗ.

예정(豫定) Chương trình, kế hoạch làm việc.

예제 Đây đó, chỗ này chỗ kia.

예증(例證) Lấy ví dụ chứng minh. ~하다.

예찬(禮讚) Sự thán phục, sự khen ngợi. ~하다.

예측(豫測) Lời đoán trước. ~하다.

예탁(預託) Gửi, ký thác vào ngân hàng. ~하다. ~금 tiền gửi.

예탐(豫探) Theo dõi, dò, thăm dò. ~하다. 적정을~ 하다 thăm dò địch

오관(五官) Ngũ quan, năm giác quan

오다 Đến, tới. 이리 ~세요! Hãy đi lại đây! 놀러 ~세요! Hãy đến chơi.

오다가다 Thỉnh thoảng, đôi khi.

오래다 Lâu, cũ, xưa. 오랜 습관 một tập tục lâu đời. 오래지 않아 không lâu trước đây.

오래도록 Một lúc lâu, một thời gian dài.

오래오래 Lâu, mãi mãi. ~살다 sống lâu. ~해로(偕老)하다 sống lâu.

오렌지 Cam, quả cam. ~주스 nước cam.

오류(誤謬) Lỗi, sai lầm. ~가 없는 không sai.

오르내리다 Leo lên leo xuống, đi lên đi xuống.

오른 Điều tốt, điều phải.

오물(汚物) Chất bẩn, rác, phân. ~처리 xử lý chất bẩn. ~수거인 người thu gom chất bẩn

오붓하다 Đủ, sung túc, phong phú. 오붓한 살림 cuộc sống sung túc.

오빠 Anh trai (em gái gọi).

오심(誤審) ① Xử sai (tòa). ~하다. ② Xử sai(trọng tài thể thao). ~하다.

오욕(汚辱) Ô nhục.

오의(奧義) Ý nghĩa sâu sắc.

오인(吾人) ①Tôi. ② Chúng tôi.

오인(誤認) Ngộ nhận. ~하다.

오직 Chỉ, duy. ~ 울다 chỉ khóc không.

오진(誤診) Sự chẩn đoán sai.

오징어 Mực, cá mực.

오차(誤差) Sai số, sai.

오찬(午餐) Cơm trưa. ~에 초대하다 mời cơm trưa.

오피스 Cơ quan (office).

옥(玉) Hòn ngọc, viên ngọc.

옥(屋) Căn nhà.

옥(獄) Ngục, nhà tù. ~에 갇히다 giam trong ngục. 호치민의 옥중일기(獄中日記) Quyển Nhật ký trong tù của Hồ Chí Minh

옥수수 Ngô. 옥수수. ~를 재배하다 trồng ngô.

옥신각신 Cãi xem ai đúng ai sai. ~하다. 서로 ~하다 cãi nhau.

온도(溫度) Nhiệt độ. ~가 높다 nhiệt độ cao.

온돌(溫突) Hệ thống sưởi ấm sàn nhà của người Hàn Quốc.

온라인 Trực tuyến (on-line). 은행의 ~시스템 hệ thống trực tuyếtn của ngân hàng.

온아(溫雅) Duyên dáng.

~하다. ~한 사람 người duyên dáng.

온화(溫和) Ôn hòa. ~하다. ~한 기후 khí hậu ôn hòa.

올리다 Nâng lên, đưa lên. 손을 ~ giơ tay lên.

올림 ①Sự biếu, sự tặng. ② Từ dùng cuối thư, người viết dùng để chỉ tỏ lòng tình cảm của mình dâng bức thư, gửi thư cho ai.

옮다 Di chuyển.

옮아오다 Chuyển tới. 부산에서 서울로 ~ chuyển từ Busan tới Seoul.

옳다 Đúng, chính xác, chuẩn. ~지 않는 không đúng, ~은 일을 하다 làm việc đúng.

옷 Áo, áo quần. 겉~ áo ngoài. 비~ áo mưa.

옷감 Chất vải, chất liệu làm áo.

옷차림 Cách ăn mặc. ~이 얌전하다 cách ăn mặc gọn gàng.

옹고집(壅固執) Tính bướng bỉnh, sự ngoan cố.

옹호(擁護) Ủng hộ. ~하다. ~자 người ủng hộ.

와 Cùng, với. 친구~ cùng với bè bạn.

와글거리다 Đám đông, số đông người.

와신상담(臥薪嘗膽)Nếm mật nằm gai. ~하다.

와이셔츠 Áo sơ mi.

와해(瓦解) Vỡ nát, vỡ vụn, gãy nát, như ngói vỡ. ~하다.

완결(完結) Sự kết thúc. ~하다.

완고(頑固) Ngoan cố, bướng bỉnh. ~하다. ~한 노인 một ông già ngoan cố.

완벽(完璧) Hoàn thiện. ~하다. ~하게 một cách hoàn thiện.

완연하다(宛然-) Sáng sủa, rõ ràng.

완장(腕章) Cái băng tay. ~을 두르다 quấn băng tay.

완패(完敗) Thất bại một

cách toàn diện.

완행(緩行) Chạy chậm. ~열차 tàu chậm.

완화(緩和) Giảm bớt, dịu bớt, giảm nhẹ. 긴장을 ~ làm giảm bớt sự căng thẳng. 규율을 ~ làm giảm bớt kỷ cương.

왈가왈부(曰可曰否) Phân biệt đúng hay sai. ~하다

완관(王冠) Vương miện.

왕래(往來) Đi lại, qua lại, vãng lai. ~하다. 사람의 ~ người qua lại.

왕복(往復) Đi về, khứ hồi. ~하다. 하루 두 번~ một ngày đi về hai chuyến.

왜 Tại sao. ~그런지 tại sao vậy nhỉ.

왜소(矮小) Nhỏ, nhỏ xíu, bé tị. ~하다.

외고집(-固執) Sự ngoan cố.

외곬 Chỉ một con đường, chỉ một cách.

외과(外踝) Khoa ngoại (bệnh viện). ~의사 bác sĩ khoa ngoại.

외교(外交) Ngoại giao. ~상 về mặt ngoại giao.

외나무다리 Cầu độc mộc, cầu làm bằng chỉ một thanh gỗ bắc ngang. 원수는 ~에서 만난다 「tục ngữ」 Gặp nhau trên cây cầu độc mộc, gặp nhau chỗ không tránh khỏi.

외도(外道) Ngoại tình, làm những việc sai trái. ~하다. 남편의 ~ người chồng ngoại tình.

외동딸 Con gái một.

외로움 Sự đơn độc, sự cô đơn. 외로움을 타다 Dễ cảm thấy cô độc, hay thấy mình cô đơn.

외면(外面) Bề ngoài, bên ngoài.

외면(外面) Ngoảnh mặt, quay mặt. ~하다. ~당하다 bị mọi người ngoảnh mặt.

외모(外貌) Ngoại hình, bề ngoài. 장사꾼 같

은~ ngoại hình giống như nhà buôn.

외세(外勢) Thế lực bên ngoài, tình hình bên ngoài.

외손(外孫) Cháu ngoại.

외양간(畏養間) Cái chuồng ngựa. 소 잃고 ~고치는 격이다 mất bò mới lo làm chuồng.

외우(畏友) Người bạn quý.

외우다 Học thuộc lòng.

외제(外製) Chế tạo ở nước ngoài, hàng ngoại. ~품 hàng ngoại.

외조모(外祖母) Bà ngoại.

외조부(外祖父) Ông ngoại.

외지다 Cách biệt với bên ngoài, cô lập. ~ 마을 ngôi làng biệt lập.

외항선(外航船) Tàu viễn dương.

외향성(外向性) Tính hướng ngoại.

외형(外形) Ngoại hình, bề ngoài. ~상(의) về bề ngoài.

외환(外換) Ngoại tệ. ~관리법 luật quản lý ngoại hối.

왼 Trái, bên trái. ~손 tay trái. ~발 chân trái. ~쪽 bên trái

왼손 Tay trái. ~잡이 người thuận tay trái.

요 Khăn trải giường. ~를 펴다 trải khăn trải giường.

요가 Yoga. 수련~자 người tập yoga.

요구(要求) Yêu cầu. ~하다. ~에 따라 theo yêu cầu.

요구르트 Sữa chua, yaourt.

요리(料理) Nấu nướng, nấu ăn, món ăn. ~하다. ~를 만들다 làm món ăn.

요리조리 Thế này thế kia. ~피하다 tránh bên này bên kia. ~평계대다 bào chữa thế này thế kia.

요망(妖妄) Lỗ mãng. ~떨다 lỗ mãng. ~부리다 lỗ

măng.

요망(要望) Mong muốn, ước muốn. ~하다.

요법(療法) Phương pháp cứu chữa, cách trị bệnh. 민간~ cách chữa bệnh dân gian.

요부(妖婦) Người đàn bà xảo quyệt.

요소(要所) Vị trí quan trọng.

요소(要素) Yếu tố. 건강은 행복의 ~이다 sức khỏe là yếu tố của hạnh phúc.

요술(妖術) Trò ma thuật. ~을 부리다 giở trò ma thuật, bày trò ma thuật.

요양(療養) Điều dưỡng. ~하다. ~중이다 đang điều dưỡng. ~소 nơi điều dưỡng.

요절나다 Vỡ, hư, bể, hỏng.

요조(窈窕) Yểu điệu. ~하다. ~숙녀 thục nữ.

요즘 Gần đây. ~ 어떻습니까? Gần đây thế nào?

요지(要旨) Nội dung chính.

요청(要請) Mời, yêu cầu. ~하다. 의 ~에 의해 theo lời mời của.

요컨대(要-) Nói tóm lại, nói những điểm quan trọng là. ~그것은 이렇다 nói tóm lại là thế.

요통(腰痛) Chứng đau lưng.

욕보다(辱-) Chịu nhục, nhịn nhục.

욕설(辱說) Câu chửi, lời sỉ nhục.

욕실(浴室) Phòng tắm, nhà tắm.

욕심(欲心) Lòng tham. 돈의~ tham tiền.

욕조(浴槽) Bồn tắm.

욕지기 Sự buồn nôn. ~하다.

욕하다(辱-) Chửi, mắng, la. 아무를 ~ chửi ai đó.

용(用) Dùng cho. 남자~장갑 bao tay đàn ông.

용감(勇敢) Dũng cảm. ~하다. ~히 một cách

dũng cảm. ~

용도(用度) Số lượng tiêu dùng, phí tổn.

용도(用途) Mục đích sử dụng. ~가 많다 nhiều mục đích.

용돈(用-) Tiền tiêu vặt.

용량(用量) Liều dùng, lượng sử dụng.

용색(容色) Sự giao cấu, sự giao hợp.

용서(容恕) Tha thứ. ~하다. ~할 수 없다 không thể tha thứ được.

용선(傭船) Thuê tàu, mượn tàu chở.

용솟음(湧-) Phun ra, vọt ra.

용수(用水) Nước sử dụng, nước sinh hoạt. ~로 đường nước sinh hoạt.

용신(容身) Dung thân, sống. ~하다.

용쓰다 Gắng sức, dồn sức.

용액(溶液) Dung dịch

용의(用意) Dụng ý, có ý. 절도~ có ý định ăn cắp.

용이(容易) Tính dễ dãi, tính đơn giản. ~하다.

용인(容認) Cho phép, đồng ý. ~하다.

용재(用材) Gỗ xây dựng.

용훼(容喙) Sự can thiệp. ~하다. 남의 일에 ~하다 can thiệp vào việc người khác.

우(優) Ưu, ưu tú, hạng ưu.

우거(寓居) Nơi tạm trú. ~하다.

우거지다 Rậm, dày đặc (rừng, cây).

우거지상(-相) Bộ mặt nhăn nhó. ~을 하다.

우겨대다 Bám riết vào, khăng khăng.

우글거리다 Đông đúc, nhộn nhịp.

우대(優待) Ưu đãi, ưu tiên. ~하다. ~를 받다 được ưu đãi.

우두망찰하다 Rối tung lên.

우두머리 ①Chóp, đỉnh, ngọn, đầu. ② Đại ca, đầu đàn.

우둔(愚鈍) Sự ngu dại, sự ngu đần. ~하다.

우뚝 Cao. ~하다. ~한 코 mũi cao.

우락부락 Thô lỗ, thô kệch. ~하다.

우량(優良) Tốt, chất lượng tốt. ~하다.

우마(牛馬) Bò và ngựa, gia súc. ~처럼 혹사하다 đối xử như trâu ngựa.

우매(愚昧) U muội, ngu nuội. ~하다.

우모(羽毛) Lông vũ.

우물 Giếng nước. ~안 개구리 ếch trong giếng.

우미(優美) Đẹp và thanh nhã.~하다.

우산(雨傘) Ô, dù. ~을 펴다 mở ô, căng ô.

우상(偶像) Thần tượng. ~화하다 thần tượng hóa.

우선(優先) Ưu tiên. ~하다. ~적 có tính ưu tiên.

우선(于先) Trước tiên. ~부터 하다 trước tiên bắt đầu từ.

우세(優勢) Ưu thế. ~하다 có ưu thế.

우수(優秀) Ưu tú. ~하다. ~한 학생 học sinh ưu tú.

우수리 Tiền lẻ, tiền thối lại.

우스팡스럽다 Buồn cười.

우연(偶然) Tình cờ, ngẫu nhiên. ~하다. ~히 một cách tình cờ.

우열(優劣) Trên và dưới, hơn và kém.

우왕좌왕(右往左往) Đi đi lại lại, lòng vòng, loanh quanh. ~하다.

우울(憂鬱) Buồn, trầm cảm. ~하다. ~한 분위기 không khí buồn.

우월(優越) Ưu việt, giỏi, xuất sắc. ~하다.

우유(牛乳) Sữa bò. ~를 짜다 vắt sữa. 아기를 ~로 기르다 nuôi đứa bé bằng sữa.

우유부단(優柔不斷) Chần chừ, do dự. ~하다. 그는 ~한 사람이다.

우의(友誼) Tình hữu nghị, tình bạn. 따뜻한~ tình bạn ấp áp. ~로써 bằng tình hữu nghị.

우자(愚者) Kẻ dại.

우장(雨裝) Áo mưa.

우정(郵政) Bưu điện, bưu chính.

우정(友情)[Tình bạn.

우주(宇宙)[Vũ trụ. ~를 탐험하다 thám hiểm vũ trụ.

우차(牛車) Xe bò.

우천(雨天) Trời mưa.

우체국(郵遞局) Bưu điện. ~사무원 nhân viên bưu điện.

우체통(郵遞筒)Thùng thư. 편지를 ~에 넣다 bỏ thư vào thùng.

우환(憂患) Lo lắng.

우회(迂回) Đi vòng vòng, đi vòng. ~하다.

우회전(右回轉) Rẽ sang phải. ~하다.

욱기(-氣) Tính hung hăng. ~가 있다 có tính hung hăng.

운(運) Vận, số. ~이 좋다 vận may. ~이 나쁘다 xấu số.

운동(運動) Vận động, thể thao. ~하다. 가벼 운~ vận động nhẹ.

운명(運命) Vận mệnh, số mệnh. ~의 장난 trò đùa của số phận.

운반(運搬) Vận chuyển. ~하다. 철도~ vận chuyển bằng đường sắt. ~비 phí vận chuyển.

운영(運營) Điều hành, kinh doanh. ~하다. 호텔을 ~하다 kinh doanh khách sạn.

운용(運用) Sự ứng dụng, sự vận dụng. ~하다

운임(運賃) Thuế hàng hóa, cước vận chuyển.

울리다 Làm cho ai khóc, chọc cho khóc. 사람을 ~ làm cho người ta khóc.

울림 Tiếng dội âm thanh.

울분(鬱憤) Bực mình, giận giữ. ~을 참다 nén giận. ~을 풀다 làm cho hết giận.

울상(-相) Mặt méo mó muốn khóc. ~을 하다 nét mặt méo mó muốn khóc.

울퉁불퉁하다 Gập ghềnh, mấp mô. 울퉁불퉁한 길 con đường gập ghềnh.

울화(鬱火) Bực mình, bực tức do khó chịu. ~가 치밀다 cơn bực mình trồi lên.

움 Chồi, mầm. ~트다 mầm mọc.

움막(-幕) Cái lều.

움키다 Om, nắm, cầm chặt.

움푹 Chỗ trũng, hóp, lõm, sự lõm vào sâu. ~하다.

웃다 Cười. 잘 ~ 는사람 người hay cười. 싱겁게 ~ cười nhạt

웅대(雄大) Hùng vĩ, to lớn, vĩ đại. ~하다.

웅변(雄辯) Hùng biện. ~하다. ~가 nhà hùng biện. ~술 thuật hùng biện.

웅편(雄篇) Tác phẩm lớn, kiệt tác.

워낙 Vốn, vốn là. 그는 ~몸이 약하다 anh ta vốn yếu đuối.

워드 Chương trình Word (máy vi tính).

워터 Nước. ~탱크 thùng nước.

원(願) Niềm ước mong, sự khao khát, sự mong muốn.

원 Wôn (đơn vị tiền Hàn Quốc). 천~짜리 loại một ngàn won.

원가(原價) Giá thành. ~이하로 dưới giá thành. ~로 팔다 bán bằng giá thành.

원고(原告) Nguyên đơn, nguyên cáo.

원교(遠郊) Vùng ngoại ô.

원군(援軍) Quân chi viện, quân tiếp tế. ~을 보내다 gửi quân chi viện.

원기(元氣) Nguyên khí, sức mạnh, sinh lực. ~부족 thiếu sinh lực. ~가 왕성하다 sinh lực mạnh mẽ.

원단(元旦) Tết Nguyên

đán.

원두막(園頭幕) Cái lều. 참외 ~ lều canh dưa.

원래(原來) Vốn dĩ, vốn là, vốn có, vốn như cũ. ~대로 như cũ. ~상태로 되다 trở lại trạng thái ban đầu.

원려(遠慮) Sự lo xa, sự thận trọng. ~가 없다 không có gì phải lo xa.

원료(原料)[Nguyên liệu. ~공급하다 cung cấp nguyên liệu.

원만(圓滿) Mãn nguyện, hoàn thành. ~하다. ~한 해결 cách giải quyết mãn nguyện.

원망(怨望) Trách móc, trách cứ, oán giận. ~하다. ~스러운 얼굴 khuôn mặt oán giận.

원산(原産) Nơi sản xuất. ~증명서 giấy xuất xứ sản xuất.

원산지(原産地) Nước sản xuất, nước xuất xứ. 석탄의~ nước sản xuất than. ~증명 chứng minh xuất xứ.

원생(原生) Nguyên sinh. ~동물 động vật nguyên sinh.

원서(願書) Đơn xin. ~를 제출하다 trình đơn xin. ~를 접수하다 tiếp nhận đơn xin.

원수(怨讐) Kẻ thù, kẻ địch, mối thù. ~를 갚다 trả thù.

원숭이 Con khỉ. ~도 나무에서 떨어진다 Thần thánh cũng có lúc sai.

원안(原案) Bản thảo.

원어(原語) Tiếng mẹ đẻ. ~로 읽다 đọc bằng tiếng mẹ đẻ.

원유(原油) Dầu thô. ~공급 cung cấp dầu thô. ~탐사 tìm kiếm dầu, thăm dò mỏ dầu.

원인(原因) Nguyên nhân. 근본~ nguyên nhân căn bản.

원자재(原資材)Nguyên vật liệu.

원전(原典) Bản gốc.

원점(原點) Nguyên điểm,

điểm xuất phát. ~으로 돌아가다 trở lại nguyên điểm.

원정(遠征) Viễn chinh. ~경기 trận đấu sân khách. ~군 quân viễn chinh.

원조(援助) Viện trợ. ~하다. 미국의 ~를 받는 나라 nước nhận viện trợ của Mỹ.

원주민(原住民) Thổ dân.

원칙(原則) Nguyên tắc. ~을 세우다 xây dựng nguyên tắc.

원컨대(願-) Mong muốn, hy vọng.

원항(遠航) Nghề hàng hải, sự đi biển. ~하다. ~중이다.

원활(圓滑) Trơn, trơn tru, êm. ~하다. ~ 하게 작동하는 엔진 máy vận hành một cách êm ả.

월경(越境) Sự vượt biên giới. ~하다. ~비행 bay vượt qua biên giới.

월경(月經) Kinh nguyệt (phụ nữ).

월계관(月桂冠) Vòng nguyệt quế.

월광(月光) Ánh trăng, ánh trăng sáng.

월권(越權) Vượt quyền, lạm quyền. ~하다.

월급(月給) Lương tháng. ~으로 살다 sống bằng lương.

월식(月食) Nguyệt thực. 부분~ nguyệt thực một phần.

웨딩 Lễ cưới. ~드레스 áo cưới.

웨이터 Anh bồi. ~를 부르다 gọi bồi bàn.

웬 Gì, nào. ~사람이지요? Người nào đó?

웬걸 Ôi, chao ôi! Sao! Thế nào! Đi nào! Được! Kỳ chưa!

위 Trên, phía trên. ~에서 말한 바와 같이 như đã nói ở trên.

위광(威光) Uy quyền, quyền lực. 대통령의 ~ cái uy quyền tổng thống.

위구(危懼) Lo lắng. ~하

다. ~심을 품다 mang sự lo lắng

위기(危機) Nguy cơ, khủng khoảng. ~를 벗어나다 thoát khỏi nguy cơ.

위난(危難) Sự nguy hiểm, hiểm họa. ~을 당하다.

위대(偉大) Vĩ đại. ~하다. ~한 업적 một sự nghiệp vĩ đại.

위도(緯度) Vĩ độ. ~를 측정하다 đo vĩ độ.

위령제(慰靈祭) Lễ truy điệu.

위로(慰勞) An ủi, động viên, úy lạo. ~하다. 병자를 ~하다 động viên người bệnh.

위명(威名) Uy danh, danh tiếng.

위문(慰問) Sự an ủi, động viên.

위반(違反) Vi phạm. ~하다. 선거법을 ~하다 vi phạm luật bầu cử. 교통규칙을 ~하다 vi phạm nguyên tắc giao thông

위선(緯線) Đường vĩ, vĩ tuyến.

위성(危星) Vệ tinh. ~국 nước vệ tinh.

위세(威勢) Uy thế, sức mạnh, nội lực.

위시하다(爲始-) Bắt đầu, mở đầu.

위신(威信) Uy tín. ~에 관계되다 có liên quan đến vấn đề uy tín. ~을 지키다 giữ uy tín

위엄(威嚴) Uy nghêm, vẻ uy nghiêm. ~있는 có vẻ uy nghiêm.

위원(委員) Ủy viên. ~장 Chủ tịch Ủy ban.

위인(偉人) Vĩ nhân. 역사상의~들 những vĩ nhân trong lịch sử.

위임(委任) Ủy nhiệm, ủy quyền. ~하다. ~받다 được ủy quyền.

위장(僞裝) Ngụy trang, giả làm. ~하다. 거지로~하다 ngụy trang làm ăn mày.

위정자(爲政者) Chính khách, người làm chính

trị.

위조(僞造) Giả, làm giả. ~하다. 화폐를 ~하다 làm giả tiền giấy.

위주(爲主) Làm chính, làm chủ, làm đầu. 자기 ~의 사고방식 cách suy nghĩ lấy mình làm chính.

위증(僞證) Giả chứng nhận, chứng nhận giả. ~하다.

위촉(委囑) Sự ủy nhiệm, đảm nhiệm. 하다.

위축(萎縮) Sự co, sự thu nhỏ, sự teo lại. ~하다.

위하다(爲-) Vì, là cho, do. 예술을 위한 예술 nghệ thuật vì nghệ thuật.

위하여 Vì, để vì, cho. 사회를 ~ vì xã hội.

위해(危害) Sự làm tổn hại. ~를 가하다 làm nguy hại, làm tổn hại.

위협(威脅) Uy hiếp. ~하다. 평화에 대한~ uy hiếp hòa bình.

위훈(偉勳) Công lớn. ~을 세우다 lập công lớn.

윗사람 Cấp trên, người bề trên.

유(類) Thứ, hạng, loại.

유골(遺骨) Hài cốt. ~를 줍다 thu lượm hài cốt.

유공(有功) Có công, lập công. ~하다.

유곽(遊廓) Khu nhà thổ, chốn lầu xanh, ổ nhện. ~에 드나들다 ra vào nhà thổ.

유괴(誘拐) Dụ dỗ, bắt cóc. ~하다. 어린애 를~하 다 bắt cóc trẻ em.

유년(幼年) Niên thiếu. ~기 thời niên thiếu.

유념(留念) Quan tâm, chú ý, lưu tâm. ~하다.

유능(有能) Có tài. 하다. ~한 사람 người có tài.

유니언 Sự họp nhất, sự thống nhất.

유니폼 Đồng phục. ~을 입다 mặc đồng phục.

유대류(有袋類) Loài thú có túi.

유독(惟獨.唯獨) Chỉ có một, duy nhất, đơn nhất.

유람(遊覽) Tham quan,

du lãm. ~하다. ~객 khách du lịch.

유랑(流浪) Lang thang. ~하다. 이곳저곳 ~하다 đi lang thang đây đó.

유래(由來) Gốc, nguồn gốc, nguyên nhân, xuất xứ phát sinh.

유리(琉璃) Kính, thủy tinh. ~공장 nhà máy kính.

유리하다(有利) Có lợi. 유리한 조건 điều kiện có lợi.

유린(蹂躪) Xâm phạm, xâm hại quyền lợi người khác.

유망(有望) Có triển vọng. ~하다. ~한 장래 tương lai có hy vọng.

유머 Hài hước. ~소설 tiểu thuyết hài.

유명(有名) Nổi tiếng. ~인사 nhân vật nổi tiếng.

유모(乳母) Nhũ mẫu, bà vú.

유무(有無) Có hay không. 출석 의사의 ~를 묻다 hỏi có ý tham gia không.

유묵(遺墨) Lưu bút, bút tích, chữ viết của người đã chết.

유물(遺物) Di vật. 과거의~ di vật quá khứ để lại.

유배(流配) Sự đày, sự trục xuất. ~하다. ~되다 bị đày đi.

유복(有福) Giàu có. ~하다. ~한사람 người giàu có.

유부녀(有夫女) Người phụ nữ đã có chồng.

유산(流産) Sẩy thai, bị sẩy thai.

유산(遺産) Tài sản để lại, di sản. 무형~ di sản vô hình.

유상(有償) Bồi thường. ~의법 luật bồi thường.

유서(遺書) Di chúc, chúc thư.

유선(有線) Có dây, hữu tuyến. ~전화 điện thoại hữu tuyến. ~텔레비전 truyền hình hữu tuyến, truyền hình cáp. .

유숙(留宿) Lưu trú. ~하다.

유순(柔順) Qui thuận, làm theo. ~하다.

유식(有識) Có tri thức. ~하다.

유실(流失) Cuốn trôi, làm chảy đi, làm mất đi. ~하다. ~되다 bị mất.

유실(遺失) Mất, thất lạc. ~하다. ~되다 bị mất.

유엔 Liên hiệp quốc (UN). ~군 quân Liên hiệp quốc.

유역(流域) Lưu vực. 한강~ lưu vực sông Hàn.

유연(柔軟) Tính mềm dẻo, tính dịu dàng. ~하다.

유연(有緣) Có duyên phận, hữu duyên.

유영(游泳) Sự bơi lội. ~하다.

유용(有用) Sự hữu ích, sự có ích. ~하다.

유월(六月) Tháng sáu.

유위(有爲) Có năng lực. ~하다.

유임(留任) Tiếp tục đảm nhiệm chức vụ. ~하다.

유자격자(有資格者) Người có đủ khả năng.

유적(遺跡) Di tích. 고대 문명의~ di tích của văn minh cổ đại.

유전(遺傳) Di truyền. ~하다. ~적 có tính di truyền.

유제품(乳製品) Sản phẩm sữa.

유족하다(裕足-) Phong phú, nhiều. ~하게 살다 sống một cách sung túc.

유종(有終) Có sự kết thúc, hoàn thành.

유죄(有罪) Có tội. ~하다. ~로 판결되다 bị phán quyết là có tội.

유치원(幼稚園) Nhà trẻ. 아이를 ~에 보내다 đưa trẻ tới nhà trẻ.

유쾌(愉快) Vui, thích, sảng khoái. ~하다.

유통(流通) Lưu thông. ~하다. ~시키다 làm cho trở nên lưu thông.

유학(遊學) Du học. ~하다. ~가다 đi du học.

유한(有限) Hữu hạn, có giới hạn. ~하다. 책임

~회사 công ty trách nhiệm hữu hạn.

유행(流行) Mốt, thịnh hành, thời trang. ~하다. 일시적~ lưu hành một thời.

유행성감기(流行性感氣) Bệnh cúm. ~에 걸리다 mắc bệnh cúm.

유형(類型) Kiểu, loại, chủng loại.

유혹(誘惑) Dụ dỗ, cám dỗ, lôi kéo. ~하다. 술의 ~ sự cám dỗ của rượu.

유효(有效)[Hữu hiệu, có hiệu lực. ~하다. ~하게 một cách hữu hiệu.

육아(育兒) Nuôi dạy trẻ. ~하다. ~비 phí nuôi dạy trẻ

육안(肉眼) Mắt thường. ~으로 볼 수 있다 có thể nhìn bằng mắt thường.

육영(育英) Sự giáo dục. ~하다.

육지(陸地) Lục địa, đất liền.

육체(肉體) Cơ thể, thể xác. ~와 정신 tinh thần và thể xác.

윤곽(輪廓) Hình dáng bên ngoài, bề ngoài. .

윤기(潤氣)[Độ ẩm.

윤나다(潤-) Bóng, bóng láng, sáng chói.

율(率) Tỷ lệ. 율로 theo tỷ lệ

율법(律法) Luật pháp.

융숭하다(隆崇-) Đáng trọng, đáng kính.

융통(融通) Cho vay tiền. ~하다.

융통성(融通性) Sự linh hoạt, tính linh hoạt ứng xử, linh động, sự thích ứng.

융흥(隆興) Sự thịnh vượng, sự thăng lên. ~하다.

으깨다 Nghiền, đè nát.

으레 Thông thường, theo lẽ thường, theo thói quen, đương nhiên, chắc chắn.

으로 Bằng, với, theo. 왼손~ 쓰다 viết bằng tay trái.

-으면서 Đang thì, trong lúc, vừa. 아침을 먹~ 신문을 보다 vừa ăn sáng vừa xem báo.

은메달(銀-) Huy chương bạc.

은밀(隱密) Sự bí mật, sự kín đáo. ~하다.

은반지(銀~) Nhẫn bạc.

은인(恩人) Ân nhân. 그는 내~이다 anh ta là ân nhân của tôi.

은정(恩情) Nhân tình, tình cảm,

은퇴(隱退) Từ giã, về hưu. ~하다. ~경기 trận đấu từ giã. 정계에서 ~하다 rút lui khỏi chính trường.

은폐(隱蔽) Sự giấu giếm, sự che đậy. ~하다. 사실을 ~하다 che giấu sự thật

은행(銀行) Ngân hàng. ~에 예금하다 bỏ tiền vào ngân hàng.

음력(陰曆) Âm lịch. ~5월 tháng năm âm lịch.

음료(飮料) Đồ uống. ~수 nước uống.

음모(陰謀) Âm mưu. ~하다. 암살의 ~하다 có âm mưu ám sát. ~에 관계하다 có liên quan đến âm mưu.

음반(音盤) Đĩa hát. ~을 틀다 bật đĩa hát.

음역(音譯) Dịch âm. ~하다.

음울(陰鬱) Buồn. ~하다. ~한 이야기 câu chuyện buồn.

음주(飮酒) Uống rượu. ~하다. ~검사 kiểm tra có uống rượu hay không.

읍(邑) Xã, phường. ~사무소 Ủy ban phường, văn phòng phường.

읍소(泣訴) Khóc xin. ~하다.

읍장(邑長) Trưởng ấp.

읍촌(邑村) Làng xã.

응급(應急)[Cấp cứu. ~병원 bệnh viện cấp cứu.

응낙(應諾) Sự ưng thuận, sự đồng ý. ~하다. ~없이 không có sự đồng ý.

응답(應答) Trả lời. ~하다.

응원(應援) Cổ vũ, động viên. ~하다. ~단 đoàn ủng hộ viên.

응접(應接) Gặp mặt, tiếp đón. ~하다.

의견(意見) Ý kiến. 내~으로는 ý kiến của tôi thì.

의결(議決) Bàn bạc và quyết định. ~하다.

의과(醫科) Ngành y. ~대학 đại học y. ~학생 sinh viên y khoa.

의관(衣冠) Quần áo và mũ nón, ăn mặc.

의기양양(意氣揚揚) Mạnh mẽ, hoạt bát, sung sức. ~하다.

의논(議論) Bàn bạc, thảo luận. ~하다. ~중이다 đang bàn bạc.

의도(意圖) Ý đồ. ~하다 nhắm vào.

의례(依例) Nghi lễ. 외교적~ nghi lễ ngoại giao.

의론(議論) Bàn luận. ~하다.

의롭다(義-) Ngay thẳng, đạo đức, chính nghĩa. 의로운 사람 người ngay thẳng.

의뢰(依賴) Nhờ vào người khác, cậy nhờ, trông nhờ. ~하다. ~를 들어주다 đồng ý tiếp nhận sự nhờ cậy.

의료(醫療) Y tế. ~기계 máy móc y tế.

의료보험(醫療保險) Bảo hiểm y tế. ~비 phí bảo hiểm y tế.

의생(醫生) Bác sĩ, thầy thuốc.

의서(醫書) Sách y khoa.

의술(醫術) Y thuật, cách chữa bệnh.

의식(意識) Ý thức, nhận thức. ~하다. ~적인 có tính ý thức.

의심(疑心) Nghi ngờ. ~하다. ~없다 không có nghi ngờ gì.

의외(意外) Không suy nghĩ, không ngờ tới. ~의 일 việc không suy nghĩ tới.

의원(議員) Nghị viên, nghị sĩ. 서울 출신~ nghị sĩ xuất thân ở Seoul.

의인(義人) Người ngay thẳng.

의자(倚子) Ghế, cái ghế. 긴~ ghế dài. ~에 앉다 ngồi lên ghế.

의젓하다 Đứng đắn, người lớn.

의존(依存) Dựa vào. ~하다. 에 ~하다 dựa vào.

의지(依支) Cậy nhờ, giúp đỡ, tựa, dựa. ~하다. ~할 만한 친국 bạn có thể cậy nhờ được.

의지가지없다 Không nơi nương tựa.

의치(義齒) Hàm răng giả. ~를 해 박다 gắn răng giả

의협(義俠) Nghĩa hiệp. ~적인 có tính nghĩa hiệp.

의형제(義兄弟) Anh em rể.

의혹(疑惑) Sự nghi ngờ.

이 Răng. ~가 나쁘다 răng xấu.

이과(理科) Khoa học xã hội.

이국(異國) Đất nước xa lạ.

이권(利權) Quyền lợi.

이글이글 Lửa cháy hừng hực.

이기(利器) Vật rất sắc.

이기(利己) Ích kỷ. ~적 có tính ích kỷ. ~심 tính ích kỷ.

이기다 Thắng, chiến thắng. 경계에 ~ thắng trận (thể thao).

이든지 Dù... hay, hoặc... hoặc, hoặc, hay.

이등(二等) Loại hai, thứ hai. ~상 giải nhì. ~차 xe loại hai. ~품 hàng loại hai.

이등분(二等分) Chia hai phần bằng nhau, sự chia đôi.

이래(以來) Từ khi đó tới đấy, đến nay. 해방~ từ giải phóng tới nay.

이래저래 Cái này cái nọ, điều này điều khác, bằng cách này hay cách khác.

이러구러 Ngẫu nhiên, điều không ngờ.

이러니저러니 Thế này, thế kia.

이렇든저렇든 Cho dù thế này hay thế kia.

이렇듯 Đến như thế, như thế

이력(履歷) Lý lịch. ~이 좋다 có lý lịch tốt.

이례(異例) Ngoại lệ, trường hợp đặc biệt.

이론(異論) Ý kiến khác.

이론(理論) Lý luận. ~적 có tính lý luận.

이루 Khó, khó có thể.

이마 Cái trán. 넓은 ~ trán rộng. 좁은 ~ trán nhỏ.

이만 Từng này. ~이면 부족하다 từng này thì thiếu.

이면(裏面) Mặt sau, mặt trái.

이모(姨母) Dì (em mẹ). ~부 dượng (chồng dì).

이모부(姨母夫) Dượng.

이미지 Ấn tượng.

이바지하다 Cung cấp, tiếp tế, cống hiến.

이반(離反) Phản bội. .

이발(理髮) Cắt tóc. ~하다. ~소 tiệm cắt tóc.

이번 Lần này. ~시험 thi lần này.

이변(異變) Sự rủi ro, tai nạn.

이별(離別) Chia tay, ly biệt. ~하다. 눈물의~ nước mắt ly biệt.

이분(二分) Chia đôi, chia hai. ~하다.

이불 Cái chăn.

이브닝 Buổi chiều, buổi tối.

이비(耳鼻) Tai và mũi.

이사(理事) Hội đồng quản trị. ~장 chủ tịch hội đồng quản trị.

이상(以上) Trên, trên mức. 나이가 50~ 된 사람 người tuổi trên 50.

이상(異常) Lạ lùng, lạ lẫm, kỳ lạ, bất thường. ~하다.

이상(理想) Lý tưởng.

이상적(理想的) Có tính chất lý tưởng, lý tưởng. ~남편 người chồng lý tưởng.

이색(異色) Khác màu.

이슥하다 Khuya, muộn, tối. 이슥한 밤에 đêm khuya.

이염(耳炎) Viêm tai.

이완(弛緩) Làm cho nó lỏng bớt, làm cho bớt căng thẳng.

이왕(已往) Quá khứ, dĩ vãng.

이외(以外) Ngoài ra. 일요일 ~에는 ngoài chủ nhật ra.

이욕(利慾) Tính tham lam, tính hám lợi.

이용(利用) Sử dụng. ~하다.

이웃 Hàng xóm, lân cận. ~집 nhà hàng xóm.

이유(理由) Lý do. 결석~ lý do vắng mặt.

이윤(利潤) Lợi nhuận, lợi ích.

이율(利率) Lãi suất. ~을 인상하다 nâng lãi suất.

이의(異議) Khiếu nại, kiến nghị.

이익(利益) Ích lợi, lợi ích. ~이 있다 có ích lợi.

이점(利點) Lợi thế, điểm thuận lợi. ~을 갖다 tìm điểm lợi.

이제 Bây giờ, lúc này.

이종(異種) Khác loại.

이주(移住) Di trú. ~하다. ~민 dân di trú.

이중(二重) Hai lần, hai lớp. ~으로 싸다 gói bằng hai lớp.

이지(理智) Lý trí.

이치(理致) Đạo lý, nguyên lý. 자연의 ~ nguyên tắc của tự nhiên

이렇게저렇게 Nói thế này thế kia, biện minh thế này thế kia, vịn vào cớ này cớ nọ.

이하(以下) Dưới, dưới

mức. 500원~ dưới 500 won.

이해(理解) Hiểu, biết suy nghĩ. ~하다. 상호간의 ~ hiểu nhau.

이해력(理解力) Năng lực hiểu, nhanh trí, trí thông minh.

이혼(離婚) Ly hôn, ly dị. ~하다. 와 ~하다 ly hôn với ai.

익사(溺死) Chết đuối. ~하다. ~할 뻔했다 suýt chết đuối.

익살 Làm trò hề, làm trò khôi hài.

익숙하다 Thành thạo, thành thục, quen. 익숙한 일 việc thành thạo.

인(人) Nhân, con người.

인(寅)Hướng Dần (hướng đông-bắc).

인가(人家) Nhà ở, nơi cư trú của con người.

인각(印刻) Khắc, trổ, chạm. ~하다.

인걸(人傑) Nhân tài.

인격(人格) Nhân cách. ~상실 mất nhân cách. ~을 존중하다 tôn trọng nhân cách.

인계(引繼) Bàn giao, chuyển giao. ~하다. ~받다 nhận bàn giao.

인공(人工) Nhân tạo. ~미 vẻ đẹp nhân tạo.

인권(人權) Nhân quyền. ~문제 vấn đề nhân quyền.

인기(人氣) Sự mến mộ, sự ưa thích, nổi tiếng. ~가 있다 được sự mến mộ.

인력거(人力車) Chiếc xe kéo, xe chạy bằng sức người, xe ba gác.

인류(人類) Nhân loại. ~사 lịch sử nhân loại.

인민(人民) Nhân dân. ~의 권리 quyền lợi của nhân dân.

인사(人士) Nhân sự, con người ~과 phòng nhân sự. ~과장 trưởng phòng dân sự.

인사불성(人事不省) Bất

tỉnh nhân sự, ngất xỉu không biết gì.

인산인해(人山人海) Biển người, rất nhiều người, rừng người.

인삼(人蔘) Nhân sâm. ~차 trà sâm.

인상(人相) Nét mặt.

인상(印象) Ấn tượng. 첫~ ấn tượng ban đầu. 좋은~ ấn tượng tốt

인색(吝嗇) Keo kiệt, bủn xỉn. ~하다.

인생(人生) Cuộc sống, cuộc đời, nhân sinh. ~의 목적 mục đích cuộc sống. ~관 nhân sinh quan

인쇄(印刷) In, in ấn. ~하다. ~의 잘못 lỗi in.

인식(認識) Nhận thức. ~하다. 빠르게 ~하다 nhận thức một cách nhanh chóng.

인재(人材) Nhân tài. ~을 구하다 tìm kiếm nhân tài. ~를 발굴하다 tìm kiếm nhân tài.

인증(引證) Dẫn chứng. ~하다.

인증(認證) Xác nhận. ~하다

인질(人質) Vật thế chấp, vật đảm bảo. ~로 잡다 lấy làm vật đảm bảo. 여자를 ~로 잡다 lấy đàn bà làm vật thế chấp

인책(引責) Tự nhận trách nhiệm. ~하다.

인체(人體) Cơ thể con người. ~구조 cấu tạo cơ thể con người.

인축(人畜) Người và vật.

인출(引出) Rút (tiền) ~하다. 은행에서 돈을 ~하다 rút tiền ở trong ngân hàng.

인터내셔널 Quốc tế.

인터뷰 Phỏng vấn. ~하다. 신문기자와 ~하다 họp báo với các ký giả.

인프라 Cơ sở hạ tầng.

인플레이션 Lạm phát. ~을 초래하다 gây lạm phát.

인하(引下) Hạ xuống, giảm xuống. ~하다. 가격을 ~하다 giảm giá.

인하다(因-) Do, vì do.

부주의로 인한 손해 thiệt hại do không chú ý.

일거(-擧) Nhất cử, một hành động. ~양득 nhất cử lưỡng tiện.

일격(-擊) Một cú đánh.

일견(-見) Cái nhìn thoáng qua, cái liếc qua. ~하다. 백문이 불여~「속담」 trăm nghe không bằng một thấy

일관(-貫) Tính nhất quán

일광(日光) Ánh nắng mặt trời. ~욕 tắm nắng.

일구이언(-口二言) Một miệng hai lời, nói thế này thế kia. ~하다.

일군(-軍) Người công nhân

일급(日給) Trả theo từng ngày. ~3만동 một ngày làm 30 ngàn đồng.

일긋거리다 Rung, lắc, bị lung lay.

일기(日記) Nhật ký. ~를 쓰다 viết nhật ký. ~장 quyển nhật ký. 옥중~ nhật ký trong tù (Hồ Chí Minh)

일꾼 Người làm công, người làm thuê, người lao động.

일년(-年) Một năm. ~에 두번 một năm hai lần.

일단락(-段落) Tạm dừng, tạm nghỉ.

일당(-堂) Cùng đảng với nhau, những người cùng cung mục đích

일당(日當) Ngày lương, lương công nhật.

일대일(-對-) Một chọi một, một đấu một.

일도양단(-刀兩斷) Một đao hai đoạn, cắt cái gì thành hai hoặc tính quả quyết. ~하다.

일등(-等) Đứng đầu, loại một. ~병 binh nhất.

일람(-覽) Xem một lần.

일러주다 Cho biết, báo tin, thông báo.

일련(-連) Một dãy, một chuỗi, một hàng.

일로(-路) Có xu thế, theo xu thế, trên con đường.

일리(-理) Sự hợp lý, đúng lý do. ~가 있다 có lý

của nó.

일별(-別) Ly biệt, chia tay. ~하다. 와/과 ~하다 chia tay với ai, xa ai.

일부(-部) Một phần. ~지역 một số địa phương.

일부(-夫) Người đàn ông bình thường.

일부러 Cố tình. ~ 울다 cố tình khóc.

일사병(日射病) Sự say nắng. ~에 걸리다 mắc bệnh say nắng.

일사천리(-瀉千里) Chỉ công tiệc tiến hành trôi chảy.

일손 ①Tay nghề ②số lao động.

일수(日數) Số ngày.

일순간(-瞬間) Lúc này, khi này.

일시(-時) Tạm thời, nhất thời. ~적인 có tính tạm thời. ~적 현상 hiện tượng có tính nhất thời.

일심(-審) Án sơ thẩm, xử lần đầu.

일어(日語) Tiếng Nhật, Nhật ngữ.

일어나다 Thức dậy, xảy ra, đứng dậy, xuất hiện. 아침에 일찍 ~ dậy sớm vào buổi sáng.

일러서다 Đứng dậy. 벌떡~ đứng vụt dậy.

일어탁수(-魚濁水) Một con cá làm bẩn vũng nước, một con sâu làm rầu nồi canh.

일절(-切) Hoàn toàn, rất cả, tuyệt đối.

일정(日程) Lịch trình, kế hoạch. ~을 세우다 xây dựng lịch trình.

일제(-齊) Nhất thể, toan thể, tất cả. ~히 một cách toàn thể. ~검거 bắt đồng loạt.

일주(-周) Một vòng.

일주일(-週日)Một tuần. ~일회 một tuần một lần.

일지(日誌) Lịch ghi nhớ, sổ nhật ký. = 일기(日記).

일탈(逸脫) Thoái khỏi, thoát ra, vi phạm, đi ra khỏi. ~하다.

일편(-片) Một miếng,

một mảnh.

일행(-行) Nhóm, đoàn, đội, tất cả mọi người.

일환(-環) Cùng mối liên hệ với, liên kết với.

일회용(-回用) Sử dụng một lần.

읽다 Đọc, xem (báo). 신문을~ đọc báo.

임금(賃金) Tiền lương, lương, lương bổng. ~이 낮다 lương thấp.

임기(任期) Nhiệm kỳ. ~중 đang đương nhiệm.

임기응변(臨機應變) Tuỳ cơ ứng biến.

임대(賃貸) Cho thuê. ~하다. 집을 ~ cho thuê nhà.

임무(任務) Nhiệm vụ. 중대한 ~ nhiệm vụ trọng đại.

임박(臨迫) Gấp rút, cấp bách. ~하다.

임산부(妊産婦) Người phụ nữ có thai, sản phụ.

임상(臨床) Lâm sàng ~하다. ~적 연구 nghiên cứu có tính lâm sàng.

임종(臨終) Lâm chung, hấp hối. ~의 말 lời nói khi hấp hối.

임질(淋疾) Bệnh lậu. ~에 걸리다 mắc bệnh lậu.

입 Cái miệng. ~이 크다 miệng to.

입가 Vành môi, mép.

입구(入口) Cửa vào.

입국(入國) Nhập cảnh. ~하다. ~날짜 ngày nhập cảnh. ~사증 visa nhập cảnh

입금(入金) Đóng tiền vào, nhập tiền vào. ~하다.

입길 Miệng lưỡi, cái để chê bai.

입다 Mặc. 옷을~ mặc áo. 양복을 ~ mặc complê.

입담 Khả năng ăn nói. ~이 좋다 khả năng ăn nói tốt.

입대(入隊) Vào bộ đội, đi lính.

입동(立冬) Lập đông.

입상(入賞) Đoạt giải. ~하다. 일등으로~하다 được nhận giải nhất.

입술 Môi. 두꺼운 ~ môi dày.

입신(立身) Lập thân, lập nghiệp. ~하다.

입아귀 Mép.

입안(立案) Xây dựng phương án, xây dựng, làm. 정책 ~ xây dựng chính sách.

입양(入養) Sự nhận làm con nuôi. ~하다. ~되다 được nhận làm con nuôi.

입영(入營) Vào bộ đội, vào lính. ~하다.

입원(入院) Nhập viện. ~하다. ~중이다 đang nằm viện.

입장(立場) Vị trí, hoàn cảnh, điều kiện. 곤란한~ hoàn cảnh khó khăn.

입찰(入札) Đấu thầu. ~하다. ~가격 giá đấu thầu.

입체(立體) Nổi, lập thể. ~사진 ảnh nổi.

입초(立哨) Phiên gác, phiên trực. ~서다.

잇다 ① Nối, gắn cho liền. 줄을 ~ nối dây. 실을 ~ nối chỉ. ②Thừa kế. 왕위를 ~ nối ngôi.

잇달다 Liên tiếp, nối lại với nhau.

잇몸 Chân răng, nướu răng. ~출혈 chảy máu chân răng.

있다 Có, mang, sở hữu. 열쇠가 여기~ có chìa khóa đây. 무슨일이 ~어요? Có chuyện gì vậy? 돈이~ có tiền. 경험이 ~ có kinh nghiệm.

잉꼬 Con vẹt đuôi dài. ~부부 vợ chồng chung thuỷ.

잉여(剩餘) Dôi, thừa, dư.

잉크 Mực viết, mực máy. 므.~로 쓰다 viết bằng mực.

잉태(孕胎) Có mang, có thai. = 임신(姙娠).

잊다 Quên, quên đi, quên mất. 우산을 ~ quên cái ô

잊히다 Bị bên. 잊히지 않는 일 việc không thể quên.

잎 Cái lá. 나뭇~ lá cây.

ㅈ

자 Cái thước. ~로 잰 것처럼 như là lấy thước đo.

자가(自家) Nhà mình. 이것은 ~제의 포도주다 rượu này do nhà tôi nấu.

자각(自刻) Việc tự khắc phục khó khăn.

자각심(自覺心) Tính tự giác, tính tự biết

자갈색(紫褐色) Màu hơi đỏ nâu.

자강(自强) Tự cường, tự làm cho mình mạnh lên. ~하다.

자경단(自警團) Đội tự vệ, dân phòng.

자계(自戒) Cảnh giác với bản thân mình, tự cảnh giác. ~하다.

자고이래(自古以來) Từ xưa tới nay.

자괴지심(自愧之心) Tự xấu hổ, lòng biết xấu hổ. ~이 있다 biết tự xấu hổ.

자구(字句) Câu văn, lời văn. ~에 구애되다 câu hôn bằng những dòng chữ.

자구권(自救權) Quyền tự bào chữa, quyền tự cứu lấy mình.

자구행위(自救行爲) Tự cứu lấy mình, tự bào chữa. ~를 하다.

자국(自國) Nước mình, đất nước mình, quê hương. ~민 dân tộc mình,

자궁(子宮) Tử cung. ~암 ung thư tử cung.

자극(刺戟) Kích thích, động viên. ~하다. ~성 tính kích thích.

자금(資金) Vốn, quĩ, tiền. ~이 있다 có quĩ.

자금난(資金難) Thiếu vốn, khó khăn về vốn. ~으로 do thiếu vốn, vì thiếu vốn.

자급(自給) Tự cấp, tự cung cấp. ~하다. ~경제 nền kinh tế tự cấp.

자급력(自給力) Sức tự cấp, khả năng tự cung cấp.

자급자족(自給自足) Tự cung tự cấp. ~의 정책 chính sách tự cung tự cấp

자긍(自矜) Lòng kiêu hãnh, sự tự hào. ~하다. ~을 느끼다 cảm thấy tự hào.

자긍심(自矜心) Niềm tự hào, lòng tự hào, sự tự hào. 문화적~ lòng tự hào về văn hóa.

자기(自己) Bản thân, cá nhân mình, tự mình. ~스스로 tự bản thân người mình.

자담하다(自擔-) Tự mình chịu, tự mình làm.

자당(蔗糖) Đường làm từ mía, đường.

자동(自動) Tự động. ~하다. ~식 theo kiểu tự động.

자동사(自動詞) Nội động từ (động từ không kết hợp với tân ngữ).

자동차(自動車) Xe hơi, xe con, xe ô tô. ~로 가다 đi bằng xe.

자득(自得) Tự kiêu, tự bằng lòng với mình.

자린고비(玼吝考妣) Đồ kẹt xỉn, kẻ keo kiệt.

자립(自立) Tự lập. ~하다. ~생활 cuộc sống tự lập.

자만(自慢) Tự kiêu, tự hài lòng. ~하다. ~심 tính tự mãn, lòng tự mãn.

자매(姉妹) Chị em. ~와 같은 như chị em.

자명종(自鳴鐘) Đồng hồ báo thức.

자명하다(自明-) Tự biết, tự hiểu rõ. 자명한 이치 một sự thật ai cũng biết.

자모(字母) Chữ cái. ~순(順) theo thứ tự abc.

자문(諮問) Tư vấn. ~하다. ~기관 cơ quan tư vấn.

자문자답(自問自答) Tự hỏi

và tự trả lời. ~하다.

자반(佐飯) Cá muối, cá ướp. 고등어~ cá thu ướp.

자발(自發) Tự phát, sự tự giác.

자방(子房) Bầu, hoa, nhụy hoa.

자백(自白) Tự bạch, tự nói ra, thú nhận. ~하다. 죄를 ~하다 tự nói ra tội.

자본(資本) Vốn, tư bản, tiền, tài chính. ~의 회전 quay vòng vốn.

자본주의(資本主義) Chủ nghĩa tư bản. ~경제 kinh tế chủ nghĩa tư bản.

자부(子婦) Con dâu. 친구의 딸을 ~로 삼았다 chọn con gái bạn làm con dâu.

자북(磁北) Hướng bắc của từ. ~극 cực bắc của từ.

자비(自費) Tiền của chính mình. ~생 học sinh học bằng chi phí cá nhân.

자산(資産) Tư sản, tiền bạc. ~가 nhà tư sản.

자살(自殺) Tự sát, tự vẫn. ~하다. ~적 mang tính tự sát.

자색(紫色) Màu tím. ~으로 바꾸다 chuyển sang màu tím.

자성(自省) Tự tỉnh ra, tự nhận biết. ~하다. ~을 촉구하다 yêu cầu ai đó, làm cho ai đó tự hiểu ra.

자세(姿勢) Tư thế. 앉은 자세로 theo tư thế ngồi.

자세하다(仔細-) Tỷ mỷ, chu đáo. 자세한 이야기 câu chuyện tỷ mỷ.

자손(子孫) Con&cháu. 그분은 자손이 많으시다 anh ấy đông con cháu.

자수(自首) Tự thú, đầu thú. ~하다. 경찰에 ~하다 đầu thú với cảnh sát.

자수정(紫水晶)Thủy tinh tím.

자숙(自肅) Tự cẩn thận với hành động của mình. ~하다.

자습(自習) Tự học. ~하다. 집에서 ~하다 tự

học ở nhà.

자승자박하다(自繩自縛) Tự lấy dây của mình trói mình, tự trói mình,

자시하(慈侍下) Người sống với mẹ, bố đã mất.

자식(子息) Con, con cái. ~이 많다 đông con.

자실(自失) Quên mất bản thân mình.

자약하다(自若-) Bình tĩnh, điềm tĩnh. ~하게 một cách bình tĩnh.

자외선(紫外線) Tia tử ngoại. ~방사 phóng ra tia tử ngoại.

자우(慈雨) Cơn mưa đúng lúc cho cây cối phát triển.

자웅(雌雄) Nam và nữ, trai gái. ~을 감별하다 phân biệt giới tính.

자원(資源) Tài nguyên. 국가의 ~ tài nguyên của quốc gia.

자원(自願) Tự nguyện, tình nguyện. ~하다. ~해서 tự nguyện làm cái gì đó.

자위(自慰) Tự vệ. ~하다. ~권 quyền tự vệ. ~본능 bản năng tự vệ.

자유(自由) Tự do. ~스럽다. 개인의 ~ tự do cá nhân.

자유왕래(自由往來) Tự do đi lại, tự do thăm viếng.

자유재량(自由裁量) Tự quyết định. ~권 quyền tự quyết định.

자유화(自由化) Tự do hoá. ~하다.

자율(自律) Tự chủ, tự kiềm chế. ~적 có tính tự kiềm chế.

자율규제(自律規制) Qui chế tự kiềm chế, qui chế tự chủ.

자음(子音) Phụ âm. ~자 phụ âm.

자의(自意) Tự ý, theo ý mình, ý của mình. ~(대)로 theo ý của mình.

자의(恣意) Tự ý, tùy ý, theo ý của mình. ~적인 có tính tự tiện.

자의식(自意識) Tự nhận

thức. ~이 강하다 giỏi tự nhận thức.

자인(自認) Thừa nhận, tự nhận. ~하다. 실패를 ~하다 thừa nhận thất bại.

자인(自刃) Dùng dao tự vẫn.

자임하다(自任-) Tự cho mình, tự phong. 큰 학자로 ~ tự cho mình là một học giả lớn.

자자손손(子子孫孫) Con cháu, cháu chắt, hậu duệ. ~이르기까지 đến tận đời con cháu.

자자(自刺) Tự sát.

자자하다(藉藉-) Nhiều, bao la, rộng lớn. 명성이 ~ uy danh rộng lớn

자장가(-歌) Bài hát ru. ~를 불러서 아이를 재우다 hát ru con ngủ.

자장면(酢醬麵) Mỳ Cha Chang, mì trộn đỗ đen.

자재(自在) Tự tại, tự tồn tại.

자재(資材) Nguyên phụ liệu. ~건축 vật liệu xây dựng.

자저(自著) Tự mình viết nên (sách), tự truyện.

자적(自適) Tự thỏa mãn. ~하다.

자전(字典) Tự điển, từ điển. 한한(漢韓)~ từ điển Hán-Hàn.

자전거(自轉車) Xe đạp. ~를 타다 đi xe đạp. ~경주 đua xe đạp.

자전지계(自全之計) Kế tự bảo vệ mình.

자정(自淨) Tự lọc. ~작용 tác dụng tự làm sạch.

자조(自助) Tự nỗ lực, sự giúp mình. ~정신 tinh thần tự nỗ lực

자족(自足) ①Sự tự túc. ~하다. ②Tự hài lòng.

자존(自尊) Tự tôn. ~하다. 민족 ~정신 tinh thần tự tôn dân tộc.

자주포(自走砲) Pháo tự hành.

자중(自重) ①Tự cẩn thận. ~하다. ②Tự tôn trọng mình, tự giữ mình. ~하다.

자중지난(自中之亂) Tự đánh nhau, cái loạn từ bên trong.

자천(自薦) Sự tự giới thiệu. ~하다.

자청(自請) Tự xin, xung phong, tình nguyện. ~하다.

자체(自體) Bản thân, đích thân, chính sự việc đó. ~감사 tự kiểm tra mình.

자초(自招) Tự gây ra, tự mang lại. ~하다. 화를 ~하다 tự mang lại họa cho mình.

자축(自祝) Tự chúc mình. ~하다.

자치(自治) Tự trị, tự quản lý, tự xử lý công việc. ~하다. ~권 quyền tự trị.

자침하다(自沈-) Tự chìm xuống (thuyền).

자칭(自稱) Tự xưng. ~하다. 시인을 ~하다 tự xưng là nhà thơ.

자타(自他) Mình và người khác. ~의 관계 quan hệ giữa mình và người khác.

자탄(子彈) Đạn, bom đạn nói chung. ~에 맞아 숨지다 trúng đạn chết

자태(姿態) Vóc dáng, hình dáng, phong cảnh. 아름다운 ~ hình dáng đẹp

자퇴(自退) Tự rút lui. ~하다. 입후보를 ~하다 tự rút lui khỏi ghế ứng cử viên.

자혜(慈惠) Lòng từ bi, nhân ái.

자화(磁化) Từ tính hóa. =자기화.

자화상(自恰像) Tranh về chính mình. ~을 그리다 vẽ tranh về bản thân mình.

자화수정(自花受精) Sự thụ tinh, tự phụ phấn.

자회사(子會社) Công ty con, công ty thành viên.

작고(作故) Thành người quá cố, chết. ~하다. ~한 사람 người quá cố.

작금(昨今) Gần đây, mới đây. ~양년(兩年) hai

năm nay.

작년(昨年) Năm ngoái, năm rồi. ~의 오늘 ngày này năm ngoái.

작당(作黨) Kết bầy, kết bè phái. ~하다.

작도(作圖) Vẽ (tranh, bản thiết kết, bản đồ). ~하다.

작동(作動) Chạy, vận hành. ~하다. 전기로 ~하다 chạy bằng điện.

작두(斫-) Cái bàn xén thức ăn cho ngựa, bò.

작량(酌量) Dự đoán số lượng, ước lượng, án chừng. ~하다.

작렬(炸裂) Nổ tung ra, nổ bùng ra, bung ra. ~하다.

작문(作文) Làm văn, viết văn. ~하다. ~을 연습하다 luyện viết văn

작반(作伴) Cùng, cùng làm, cùng đi cùng. ~하다.

작성(作成) Soạn, xây dựng, làm, tạo nên. 서류를 ~하다 soạn tài liệu.

작시(作詩) Làm thơ. ~하다. ~법 phương pháp làm thơ.

작약하다(雀躍-) Nhảy lên mừng rỡ, mừng quá nhảy lên.

작열(灼熱) Nóng lên. ~하다. ~하는 태양 mặt trời nóng dần lên.

작용(作用) Tác dụng, ảnh hưởng. ~하다. ~과 반작용 tác dụng và phản tác dụng.

작인(作人) Người mượn ruộng người khác làm. =소작인.

작전(作戰) Phương pháp, kế hoạch. ~을 세우다 lập kế hoạch.

작정(作定) Quyết định làm gì đó, dự định, tính. ~하다. 무엇을 할~인가? Anh định làm gì

작태(作態) Thái độ. ~하다 tỏ thái độ.

작폐(作弊) Gây rắc rối, phiền phức.

작품(作品) Tác phẩm. 예술~ tác phẩm nghệ

thuật. 문학~ tác phẩm văn học.

잔(盞) Cốc, chén, ly. ~에 술을 붓다 rót rượu vào chén.

잔교(棧橋) ①Cầu tàu. 배를 ~에대다 đỗ tàu vào cầu. ②Cầu treo, cây cầu.

잔당(殘黨) Tàn quân, dư đảng.

잔류(殘留) Tụt lại ở phía sau, ở lại. ~하다. ~병력 binh lính còn ở lại.

잔서(殘暑) Cơn nóng cuối mùa hè.

잔술(盞-) Chén rượu nhỏ. ~집 cửa hàng bán rượu lẻ.

잔악(殘惡) Tàn nhẫn hung ác, tàn ác. ~하다. ~행위 hành vi tàn ác.

잔업(殘業) Làm thêm. ~하다. ~수당 tiền làm thêm.

잔여(殘餘) Còn lại, dư lại. ~액 số tiền còn lại.

잔인(殘忍)Tàn nhẫn. ~하다. ~한 살인 vụ giết người tàn nhẫn

잔재주(-才-) Tài vặt. ~를 부리다 giở tài vặt.

잔적(殘跡) Vết tích còn lại.

잔적(殘敵) Tàn binh. ~을 소탕하다 truy quét tàn binh.

잔학(殘虐) Tàn bạo, tàn nhẫn. ~하다. ~한 행위 hành vi tàn nhẫn.

잔향(殘響) Tàn âm, tiếng vang. 절의 종소리의~ tiếng vọng chuông chùa.

잔허리 Cái lưng nhỏ, eo con kiến.

잔혹(殘酷) Tàn nhẫn, ác độc. ~하다. ~행위 hành vi tàn nhẫn.

잘 Đẹp, tốt đẹp. ~ 있었니? Cậu khoẻ chứ?

잘살다 Sống giàu có, sống thoải mái.

잘하다 Làm giỏi, thành thục. 영어를 ~ giỏi tiếng Anh.

잠 Giấc ngủ. ~이 부족하다 thiếu ngủ.

잠수(潛水) Lặn, ngâm

trong nước. ~하다. ~모 mũ lặn. ~부 thợ lặn.

잠시(暫時) Trong chốc lát, giây lát. ~후에 một chút sau.

잠식(蠶食) Ăn mòn, gặm nhấm, từ từ chiếm lĩnh. ~하다.

잠약(-藥) Thuốc ngủ.

잠업(蠶業) Nghề nuôi tằm.

잠열(潛熱) Hơi nóng âm ỉ.

잠입(潛入) Thâm nhập, lén vào. ~하다. ~자 kẻ thâm nhập.

잠잠하다(潛潛-) Tĩnh mịch, thanh vắng. ~게 một cách thanh vắng

잠재(潛在) Tiềm ẩn, chứa đựng. ~하다. ~적 có tính tiềm ẩn.

잠적하다(潛跡-) Lặn, biến mất. 그는 갑자기 잠적했다 đột nhiên anh ta lặn mất.

잠종(蠶種) ①Trứng tằm. ②Giống tằm, loài tằm.

잠함(潛函) Thùng lặn.

잠항(潛航) Đi ngầm dưới biển. ~하다.

잠행(潛行) Đi lén lút. ~하다.

잡감(雜感) Cảm nhận phức tạp.

잡건(雜件) Việc lặt vặt, việc vớ vẩn.

잡곡(雜穀) Các loại lương thực, tạp chốc. ~밥 cơm trộn.

잡급(雜給) Tiền chi trả phụ thêm.

잡기(雜技) Tạp kỹ, trò vặt. 그는 ~에 능하다 anh ta giỏi các trò vặt.

잡기(雜記) Tạp ký, ghi chép tản mạn. ~장 quyển tạp ký.

잡다하다(雜多-) Đủ loại, đủ chiều. ~한 정보 đủ loại thông tin.

잡담(雜談) Nói chuyện phiếm. ~하다. ~을 즐기다 thích nói chuyện phiếm

잡도리 Cai quản, quản lý. ~하다.

잡동사니 Đồ vớ vẩn, đồ

bỏ đi.

잡되다(雜-) Tầm thường, rẻ tiền. 잡된 사람 thằng lố lăng.

잡록(雜錄) Sự ghi chép linh tinh, ghi chép tổng hợp.

잡물(雜物) ①Chất có pha trộn. ②Tạp chất.

잡배(雜輩) Bọn vô lại, bọn tạp nham.

잡보(雜報) Các tin tức vặt. ~란 mục rao vặt.

잡부(雜夫) Người làm thuê

잡비(雜費) Chi phí linh tinh. ~꽤 많이든다 tốn nhiều các chi phí linh tinh.

잡상인(雜商人) Người bán tạp hóa.

잡서(雜書) Sách viết những chuyện vặt.

잡식(雜食) Ăn tạp, cái gì cũng ăn. ~하다. ~동물 động vật ăn tạp.

잡역(雜役) Tạp dịch. ~부(婦) người đàn bà làm việc vặt.

잡용(雜用) Chi phí vặt.

잡음(雜音) Tạp âm, tiếng ồn, tiếng nhiễu sóng. ~지수 chỉ số tạp âm

잡지(雜誌) Tạp chí. 여성 ~ tạp chí phụ nữ

잡화(雜貨) Hàng hóa linh tinh, tạp phẩm. ~매장 nơi bán hàng tạp hóa

잣 Quả thông, quả tùng. ~가루 bột hạt thông. ~기름 dầu thông.

장갑(掌匣) Bao tay, găng tay. ~을 끼다 đeo găng tay.

장거(壯擧) Việc lớn, việc trọng đại.

장거리(長距離) Cự ly dài, cự ly đường trường. ~전화 điện thoại đường dài.

장고(長考) Suy nghĩ kỹ, lâu. ~하다.

장골(壯骨) Gân cốt, cơ bắp.

장관(長官) Bộ trưởng. 외무~ Bộ trưởng ngoại giao.

장관(將官) Tướng, tướng

soái. ~급장교 sĩ quan cấp tướng.

장구(長軀) Thân dài, cao, lớn.

장국(醬-) Cái thùng đựng.

장군(將軍) Tướng quân, tướng.

장궤양(腸潰瘍) Viêm ruột.

장기(長技) Tài, kỹ năng giỏi. 그의 ~는 무엇이냐? Tài năng của anh ta là gì?

장기(長期) Thời gian dài, lâu dài, trường kỳ. ~계획 kế hoạch lâu dài.

장기(將棋) Cờ tướng. ~를 두다 đánh cờ tướng.

장기(臟器) Cơ quan ngũ tạng. ~이식 cấy ghép nội tạng cơ thể.

장김치(醬-) Kim chi ngâm tương.

장꾼(場-) Người buôn bán ở chợ.

장날(場-) Ngày họp chợ.

장남(長男) Trưởng nam.

장내(場內) Trong phạm vi nào đó, trong nhà. ~정리 dọn dẹp bên trong.

장녀(長女) Trưởng nữ, con gái cả. ~와 차녀 con gái cả và con gái thứ.

장님 Người mù. 눈뜬 ~(문맹인) người mù mở mắt.

장단(長短) Ưu nhược. 사물에는 모두 ~이 있다 vật luôn có cả ưu và nhược.

장대(長-) Cái sào tre.

장대하다(壯大-) Khỏe mạnh, rắn chắc.

장돌뱅이(場-) Chỉ người đi lang thang chợ này chợ kia để bán hàng.

장래(將來) Tương lai, những ngày tháng sắp tới. 먼 ~에 tương lai xa.

장려(壯麗) Tráng lệ, lộng lẫy. ~하다.

장려(勵) Khuyến khích, cổ vũ. ~하다. ~금 tiền thưởng

장력(張力) Sức kéo. ~계

(計) máy đo sức kéo.

장렬(壯烈) Tráng liệt, anh dũng. ~하다. ~한 죽음 cái chết oanh liệt

장례(葬禮) Tang lễ, ma chay. ~식 đám tang.

장로(長老) Trưởng lão, ông cụ người có học vấn hoặc đạo đức cao.

장롱(欌籠) Tủ quần áo.

장리(掌理) Quản lý, xử lý công việc. ~하다.

장면(場面) Cảnh tượng, hình ảnh. 연애 ~ cảnh yêu đương.

장모(丈母) Mẹ vợ.

장문(-門) Cửa mở rộng.

장문(長文) Một bài viết dài, một đoạn viết dài.

장바닥(場-) Khu vực chợ, chợ.

장발(長髮) Tóc dài. ~족(族) dân tộc tóc dài.

장방형(長方形) Hình chữ nhật. =직사각형.

장벽(障壁) Bức tường chắn. 중간에 높은 장벽을 세워 xây bức tường chắn cao ở giữa

장병(長病) Bệnh lâu ngày. ~을 앓다 mắc bệnh lâu ngày.

장병(長兵) Viễn binh

장병(將兵) Sĩ quan.

장보다(場-) ①Mở cửa hàng. ②Đi chợ.

장부(丈夫) Trượng phu. 대~ Đại trượng phu.

장부(帳簿) Sổ ghi chép, sổ sách. ~에 기입하다 vào sổ

장부끝(帳簿-) Cân bằng sổ. ~을 맞추다 cân bằng sổ sách.

장비(葬費) Chi phí mai táng.

장비(裝備) Trang bị, sự trang bị. ~하다. 대포를 ~하다 trang bị đại pháo.

장사(壯士) Tráng sĩ. 힘이 ~다 sức mạnh là tráng sĩ, kẻ mạnh đúng.

장사(葬事) Việc tang lễ, việc mai táng. 장삿날 ngày chôn.

장색(匠色) Thợ thủ công.

장생(長生) Trường sinh. ~하다. ~불사 trường sinh bất tử.

장서(藏書) Bộ sưu tập sách. ~하다 sư tầm sách. ~가 người sưu tầm sách.

장소(場所) Vị trí, địa điểm, nơi, chỗ. 약속~ chỗ hẹn

장손(長孫) Cháu trưởng, cháu đích tôn.

장수(長壽) Trường thọ, sống lâu. ~하다. ~의 비결 bí quyết trường thọ.

장수(將帥) Tướng soái, tướng.

장수(張數) Số tờ, số trang.

장시간(長時間) Thời gian dài, lâu. ~에 걸쳐 mất một thời gian dài.

장시세(場時勢) Thời giá, xu thế thị trường. ~의 변동 sự biến động của thời giá.

장시일(長時日) Lâu đời, lâu ngày. ~에 걸치다 qua nhiều năm tháng.

장식(裝飾) Trang trí. ~하다. 방을 꽃으로 ~하다 trang trí phòng bằng hoa.

장신구(裝身具) Đồ trang sức (dây chuyền, nhẫn vv.).

장옷(長-) Áo dài che mặt hoặc toàn thân phụ nữ.

장유(長幼) Già và trẻ, người lớn và trẻ nhỏ.

장인(匠人) Thợ thủ công.

장일(葬日) Ngày đám tang.

장자(長子) Con trai đầu, con trưởng. ~상속권 quyền tất cả mọi thứ thuộc con trưởng.

장점(長點) Ưu điểm, điểm mạnh. ~과 단점 ưu và nhược điểm.

장정(長程) Cuộc hành trình dài.

장정(裝幀) Đóng bìa, làm bìa sách. ~하다. 견고한 ~ bìa kiên cố.

장족(長足) ①Trường túc, chân dài. ②Bước dài. ~의 진보 sự tiến bộ dài.

장죽(長竹) Cây gậy tre dài.

장중(壯重) Trang trọng. ~하다. ~하게 một cách trang trọng.

장중(掌中) Đang nắm giữ, trong tay ai. = 수중 (手中).

장지(葬地) Nơi chôn cất, nơi mai táng.

장질(長姪) Cháu cả, cháu đầu.

장천(長天) Trời rộng bao la.

장총(長銃) Cây súng dài.

장치(裝置) Trang bị, thiết bị, ~하다 lắp đặt, trang bị.

장침(長針) Kim phút (kim đồng hồ).

장탄식(長歎息) Tiếng thở dài. ~하다.

장터(場-) Vị trí chợ, địa điểm chợ.

장판(壯版) Nền nhà có lót gỗ, giấy. ~지(紙) giấy lót sàn.

장편(長篇) Trường thiên, dài tập. ~소설 tiểu thuyết nhiều tập.

장해(障害) Chướng ngại, trở ngại. =장애(障㝵障碍).

장형(長兄) Anh cả.

장화(長靴) Giày cao cổ, giày bốt. 고무~ giày cao gót.

재 Ngọn núi. ~를 넘다 vượt đèo.

재가(在家) Tại nhà, ở nhà. ~근무 làm việc tại nhà.

재가(再嫁) Tái giá. =하다. =개가(改嫁).

재가(裁可) Sự phê chuẩn, cho phép. ~하다. ~를 얻다 có được sự cho phép.

재간(才幹) Tài năng, năng lực. ~이 있다 có tài. ~ 많은 사람 người nhiều tài

재간(再刊) Xuất bản lại, tái bản. ~하다.

재감(在監) Ở tù, ở trong tù. ~자 kẻ ở tù.

재감염(再感染) Sự tái nhiễm.

재개(再開) Mở lại. ~하다.

교섭을 ~하다 tái thiết lập giao dịch.

재개(再改) Sửa lại lần nữa. ~하다.

재개발(再開發) Tái khai thác, phát triển lại cho tốt thêm.

재결(裁決) Phán quyết, phân xử. ~하다. ~권 quyền phán xét.

재결합(再結合) Tái thống nhất, tái kết hợp. ~하다. 이산 가족의 ~ tái hợp những gia đình ly tán.

재경(在京) Ở lại thủ đô. ~하다.

재경(財經) Tài chính kinh tế. 국회~위원회 Uỷ ban kinh tế tài chính quốc hội.

재계(財界) Giới tài chính, tài chính. ~사정 tình hình tài chính.

재고(再考) Suy nghĩ lại, xét lại, tính lại. ~하다. ~한후에 sau khi xem xét lại.

재고(在庫) Tồn kho. ~하다. ~량 lượng tồn kho.

재고품(在庫品) Hàng tồn kho. ~목록 danh mục hàng tồn kho.

재교부(再交付) Cấp lại, phát lại (hồ sơ, giấy tờ). ~하다. ~신청 xin cấp lại.

재교육(再教育) Tái giáo dục. ~하다. 직업~ tái đào tạo nghề.

재구성(再構成) Tái cấu thành, tái tổ chức lại. ~하다.

재구속(再拘束) Bắt giam lại. ~하다.

재군비(再軍備) Tái vũ trang. ~하다. =재무장.

재귀(再歸) Quay trở lại, quay về.

재근(在勤) Làm việc lại, quay trở lại làm việc. ~하다.

재난(災難) Tai nạn, tai họa. ~을 당하다 bị tai nạn. 불의의 ~ tai nạn bất ngờ.

재년(災年) Năm gặp

nhiều hoạn nạn.

재능(才能) Tài năng. ~이 있다 có tài.

재단(財團) Tổ chức, quĩ. ~법인 pháp nhân tổ chức

재단(裁斷) Cắt (vải). ~하다. ~기 máy cắt. ~사 thợ cắt vải.

재담(才談) Nói chuyện dí dỏm. ~하다.

재덕(才德) Tài đức. ~겸비하다 tài đức song toàn.

재독(再讀) Đọc lại. ~하다. 그 기사는 ~할 만한 가치가 있다 bài báo ấy cần đọc lại.

재돌입(再突入) Tham gia lại, vào lại.

재동(才童) Thần đồng.

재래(在來) Có tính truyền thống, cổ truyền. ~기술 kỹ thuật truyền thống.

재략(才略) Tài trí mưu mẹo. ~이 있다 có tài trí mưu mẹo.

재량(裁量) Năng lực, khả năng, trình độ.

재롱(才弄) Sự đáng yêu (của trẻ nhỏ).

재료(材料) Nguyên liệu, vật liệu. ~를 제공하다 cung cấp nguyên liệu.

재류(在留) Trú tại, ở tại. ~하다. ~외국인 người nước ngoài cư trú.

재명(才名) Tài danh.

재목(材木) Gỗ. ~운반선[트럭] thuyền [xe tải] vận chuyển gỗ.

재무(財務) Tài chính. ~감사 kiểm tra tài chính.

재물(財物) Tài sản, vật dụng. 남의 ~ tài sản người khác.

재민(災民) Nạn nhân, người bị thiệt hại. =이재민(罹災民).

재발(再發) Tái phát. ~하다. 전재의 ~ tái bùng nổ chiến tranh.

재발견(再發見) Tái phát hiện. ~하다.

재발급(再發給) Tái cấp, phát lại. ~하다.

재발족(再發足) Bắt đầu

lại. ~하다.

재발행(再發行) Phát hành lại. ~하다.

재방송(再放送) Phát lại (truyền hình, truyền thanh). ~하다.

재배(再拜) Lạy lại, lạy lần thứ hai. ~하다.

재벌(財閥) Tài phiệt.

재범(再犯) Tái phạm. ~하다. ~을 막기 위한 교육 giáo dục chống tái phạm.

재벽(再壁) Trát lại, trét lại tường.

재변(災變) Tai họa.

재보(財寶) Đồ quí hiếm.

재보험(再保險) Sự tái bảo hiểm. ~하다. ~금 tiền tái bảo hiểm.

재복무(再服務) Đăng ký lại. ~하다. ~명령 lệnh tái nhập ngũ.

재봉(裁縫) May mặc. ~하다. ~공임[삯] tiền công may.

재봉틀(裁縫-) Máy may. ~기름 dầu máy may

재분배(再分配) Sự phân phối lại. ~하다. 부(富)의 ~ phân phối lại cái giàu.

재빠르다 Nhanh. ~게 một cách nhanh chóng.

재사(才士) Người có tài. =재자(才子).~다병 chữ tài đi với chữ tai một vần.

재산(財産) Tài sản. ~을 공개하다 công khai tài sản.

재산공개(財産公開) Công khai tài sản. ~하다.

재삼(再三) Hai ba lần. ~재사(再四) hai ba bốn lần.

재상영(再上映) Chiếu lại. ~하다.

재색(才色) Tài sắc. ~을 겸비하다 tài sắc vẹn toàn.

재생(再生) Phát, cho máy chạy (băng cátsét). ~하다. 녹음을 ~하다 phát lại phần đã ghi băng.

재생산(再生産) Tái sản xuất. ~하다.

재선(再選) Tái cử. ~하다. ~되다 tái trúng cử.

재선거(再選擧) Tái bầu cử, bầu cử lại.

재세(在世) Cuộc đời. ~시 lúc sinh thời.

재소자(在所者) Người bị giam cầm, tù nhân.

재승덕박(才勝德薄) Có tài nhưng có tật. ~하다.

재시합(再試合) Đấu lại, đấu lượt về.

재욕(財慾) Tham vật chất. ~이 많다 rất tham vật chất.

재음미하다(再吟味-) Xem lại, thưởng thức lại.

재의(再議) Thảo luận lại. ~하다. ~는 불필요하다 không cần bàn lại.

재인(才人) Nhân tài.

재임(再任) Tái nhiệm, tiếp tục đảm trách chức vụ. ~하다.

재입국(再入國) Tái nhập cảnh. ~하다. ~허가 giấy phép tái nhập cảnh

재입학(再入學) Nhập học lại. ~을 허가하다 cho phép nhập học lại.

재자(才子) Tài tử, người con trai có tài. ~가인 tài tử giai nhân.

재작일(再昨日) Ngày hôm trước.

재정(財政) Tài chính, tiền nong. ~적 원조 viện trợ về tài chính.

재조사(再調査) Điều tra lại. ~하다.

재주(才-) Tài năng, năng khiếu. ~가 있다 có tài

재주(在住) Cư trú. ~하다. .

재주꾼(才-) Người có tài, người có năng khiếu.

재주넘기(才-) Khả năng nhào lộn trên không trung.

재주넘다(才-) Nhảy lộn nhào. 비행기가 ~ máy bay bay lộn nhào.

재중(在中) Ở bên trong. 견본~ bên trong có hàng mẫu.

재지(才智) Tài trí. ~있는 có tài trí.

재직(在職) Tại vị, đương chức. ~하다. ~기간 thời gian tại chức

재청(再請) Đề nghị lại, yêu cầu lại. ~하다.

재취(再娶) Lấy vợ lại, tái hôn(nam). ~하다. (재혼)

재치(才致) Nhanh mắt, nhanh hiểu. ~가 있다 cậu ấy rất nhanh mắt.

재침(再侵) Sự xâm lược lần hai, tái xâm lược. ~하다.

재탕(再湯) Sắc lại, đun lại (thuốc bắc). ~하다. ~커피 cà phê sắc lại.

재택(在宅) Ở nhà. ~하다. ~간호 chăm sóc tại nhà.

재투자(再投資) Tái đầu tư. ~하다.

재투표(再投票) Bầu lại, bỏ phiếu lại. ~하다.

재티 Tro, tàn, bụi than. ~가뒤다 tro bốc lên.

재판(再版) Sự in lại, tái bản. ~하다. ~ 3천 부 in lần 2, ba ngàn cuốn.

재평가(再評價) Đánh giá lại. ~하다. 자산~ đánh giá lại tài sản.

재포장(再包裝) Đóng gói lại. ~하다.

재학(在學) Đang đi học. ~하다. ~기간 thời gian đang đi học.

재할인(再割引) Trừ thêm, trừ thêm nữa, giảm thêm nữa. ~하다.

재합성(再合成) Tái hợp. ~하다.

재화(財貨) Hàng hóa.

재활(再活) Hoạt động trở lại. ~하다.

쟁반(錚盤) Cái khay, cái mâm. 과일~ cái mâm trái cây.

저감(低減) Giảm xuống, hạ xuống. ~하다. 생산의 ~ giảm sản xuất.

저개발(低開發) Kém phát triển. ~국 nước kém phát triển.

저격(狙擊) Nhắm bắn, bắn tỉa. ~하다. ~대 đội bắn tỉa.

저공(低空) Độ cao thấp. ~비행 bay thấp.

저금(貯金) Tiền tiết kiệm. ~하다 tiết kiệm.

저렴(低廉) Rẻ. ~하다. ~한 가격 giá rẻ.

저류(底流) ①Dòng chảy thấp. ②Nước ngầm, biển.

저리(低利) Lãi suất thấp. ~대출금 tiền vay lãi xuất thấp.

저명(著名) Trứ danh, nổi tiếng. ~하다. ~인사 nhân vật nổi tiếng.

저물가(低物價) Giá thấp, giá rẻ. ~정책 chính sách hàng giá rẻ.

저상(沮喪) Mệt mỏi, mất tinh thần. ~하다. 의기 ~하여 mất tinh thần.

저서(著書) Viết sách, làm sách. 예술에 관한 ~ viết sách về nghệ thuật.

저수(貯水) Chứa nước. ~하다. ~량 lượng nước chứa.

저수지(貯水池) Cái hồ chứa nước. ~댐 đập chứa nước.

저술(著述) Viết sách, làm sách, viết lách. ~하다. ~가 nhà văn. ~업 nghề viết lách.

저습(低濕) Độ ẩm thấp. ~지 nơi có độ ẩm thấp.

저승 Thế giới bên kia. ~사자(使者) sứ giả của thế giới bên kia.

저음(低音) Giọng trầm. ~가수 ca sĩ giọng trầm. .

저의(底意) Mục đích chính, động cơ chính. ~없이 không có ý gì khác.

저인망(底引網) Lưới kéo thấp, lưới cào. ~어선 thuyền cá lưới quét.

저임금(低賃金) Tiền công thấp. ~근로자 người lao động tiền công thấp.

저자세(低姿勢) Giả bộ nghèo khổ, làm ra vẻ thấp kém.

저장(貯藏) Chất kho, bỏ kho. ~물 hàng bỏ vào kho.

저조(低調) Giọng khē,

giọng thấp, giọng nhỏ.

저주(咀呪) Lời nguyền, câu chưởi rủa. ~하다.

저지(低地) Vùng đất thấp.

저지(沮止) Sự phá rối, vật cản trở, điều trở ngại. ~하다.

저축(貯蓄) Tiết kiệm. ~하다. ~금 tiền tiết kiệm.

저탄(貯炭) Một đống than.

저택(邸宅) Lâu đài, biệt thự. 훌륭한 ~ biệt thự tráng lệ.

저학년(低學年) Lớp thấp hơn, bậc nhỏ hơn.

적갈색(赤褐色) Màu đỏ sẫm.

적개심(敵愾心) Lòng thù hận. ~을 일으키다 gây lòng thù hận.

적격(適格) Đủ tư cách, phù hợp.

적국(敵國) Quân thù, kẻ thù.

적극(積極) Tích cực. ~적 có tính. ~적인 사람 người có tính tích cực.

적금(積金) Tiền tiết kiệm. ~을 하다 gửi tiền tiết kiệm.

적바림 Ghi lại, chép lại, chép để lại.

적발(摘發) Phát hiện. ~하다. 부정사건을 ~ 하다 phát hiện sự việc tiêu cực.

적법(適法) Hợp pháp. ~이다.

적병(敵兵) Quân địch.

적손(嫡孫) Đích tôn, cháu đích tôn.

적송(積送) Chất lên tàu. ~하다.

적수(敵手) Địch thủ. 나는 그의 ~가 못된다 tôi không thể là địch thủ của anh ấy.

적습(敵襲) Sự tấn công của kẻ thù. ~을 받다.

적시(適時) Đúng lúc, đúng thời.

적신호(赤信號) Tín hiệu đỏ.

적역(適役) Một vị trí thích hợp, một chức vụ thích hợp.

적외선(赤外線) Tia hồng ngoại. ~램프 đèn hồng ngoại.

적요(摘要) Tóm tắt, bản sơ lược.

적용(適用) Áp dụng, vận dụng. ~하다. 법의 ~ áp dụng luật. ~되다 được vận dụng.

적응(適應) Thích ứng. ~하다. 새 환경에 ~시키다 thích ứng với hoàn cảnh mới.

적의(敵意) Sự thù oán. ~가 있는 có thù oán.

적자(赤字) Lỗ vốn, bị lỗ (kinh doanh).

적정(適正) Hợp lý, công bằng. ~하다. ~한 가격 giá hợp lý.

적출(積出) Chất hàng lên để gửi đi, xuất hàng. ~항 cảng xuất hàng.

적탄(敵彈) Đạn của quân địch.

적확(的確) Chính xác. ~하다.

전갈(傳喝) Chuyển, nhờ chuyển, bức nhắn ~하다.

전개(展開) Triển khai. ~하다. 이론을 ~하다 triển khai lý luận.

전거(典據) Điểm cứ, căn cứ. ~있는 학설 học thuyết có căn cứ

전경(前景) Tiền cảnh.

전고(典故) Điển cố.

전공(專攻) Chuyên môn, chuyên. ~하다. 수학을 ~하다 chuyên về toán học.

전광(電光) Tia điện, tia chớp điện.

전교(全校) Cả trường, toàn trường.

전구(電球) Bóng điện. ~가 끊어지다 bóng điện bị cháy.

전국(全國) Toàn quốc. ~적 có tính toàn quốc. ~적으로 유명하다 nổi tiếng toàn quốc.

전기(電氣) Điện. ~를 켜다 bật điện. ~를 끄다 tắt điện.

전기(電機) Máy móc và

thiết bị điện. ~공업.

전날(前-)Ngày hôm trước.

전남편(前男便)Chồng cũ, chồng trước.

전납(前納) Nộp trước, đóng trước. ~하다.

전년(前年) Năm trước.

전념(專念) Tập trung vào. ~하다

전능(全能) Toàn năng. ~하다.

전답(田畓) Ruộng, vườn.

전당(典當) Sự cầm cố, vật thế chấp. ~물 vật thế chấp.

전도(傳導) Truyền, truyền dẫn. ~하다.

전동(電動) Chuyển động bằng điện. ~공구 dụng cụ điện. ~차 xe điện.

전두(前頭) Trán. ~골 xương trán.

전등(電燈) Bóng điện. ~이 밝다 bóng điện sáng.

전락(轉落) Rơi vào, lún sâu vào, sụp vào (hoàn cảnh xấu).

전람(展覽) Triển lãm. ~하다. ~물 hàng triển lãm.

전래(傳來) ①Truyền lại, để lại. ②Từ nước ngoài chuyển về. ~하다.

전략(戰略) Chiến lược. ~적 có tính chiến lược.

전망(展望) Triển vọng. ~이 좋다 triển vọng tốt.

전매(轉賣) Bán lại. ~하다.

전매(轉買) Mua lại. ~하다.

전매특허(專賣特許) Giấy phép bán độc quyền.

전면(全面) Toàn diện. ~적 có tính toàn diện.

전면(前面) Tiền diện, mặt trước.

전멸(全滅) Hoàn toàn bị diệt vong. ~하다. ~시키다 làm cho diệt vong hoàn toàn.

전문(專門) Chuyên môn. ~적 tính chuyên môn. ~가 nhà chuyên môn.

전문(前文) Tiền văn, câu

mở đầu, câu trước.

전반(全般) Toàn thể. 국민의~ toàn thể quốc dân.

전복(顚覆) Sự lật đổ, lật ngược. ~하다. 열차 ~ 사고 vụ tai nạn lật tàu

전봇대(電報-) Cây cột điện. = 전주(電柱).

전부(全部) Toàn bộ, toàn thể. ~합해서 gộp tất cả lại.

전비(前非) Tội lỗi xưa, lỗi lầm cũ. ~를 깨닫다 hiểu ra lỗi lầm trước đây.

전사(戰死) Hy sinh, chết vì chiến trận. ~하다. ~자 người chết trận.

전사(戰士) Chiến sĩ. 무명 ~ chiến sĩ vô danh.

전상(戰傷) Vết thương chiến tranh. ~을 입다 bị thương ngoài chiến trường

전생(前生) Kiếp trước. ~의인연 nhân duyên kiếp trước.

전서(全書) Toàn thư. 백과~ bách khoa toàn thư.

전설(傳說) Truyền thuyết. ~적인 인물 nhân vật có tính truyền thuyết.

전성(全盛) Đỉnh cao của sự phồn vinh, sự cực thịnh. ~하다.

전성관(傳聲管) Cái loa.

전세계(全世界) Toàn thế giới. ~에 trên toàn thế giới.

전세기(前世紀) Thế kỷ trước.

전소(全燒) Hoàn toàn bị cháy. ~하다.

전속력(全速力) Tất cả tốc độ. ~으로 bằng tất cả tốc lực.

전손(全損) Toàn bộ thiệt hại. ~을 보다 chịu toàn bộ thiệt hại.

전송(電送) Gửi, chuyển, giao. ~하다.

전수(全數) Tổng số, toàn bộ.

전수(專修) Chuyên tu, chuyên môn. ~하다.

전술(戰術) Chiến thuật.

~상 mặt chiến thuật.

전시(戰時) Thời chiến.

전시대(前時代) Thời đại trước.

전신(全身) Toàn thân, cả người. ~에 밴 땀 cả người mồ hôi.

전아(典雅) Thanh nhã, lịch lãm. ~하다.

전압(電壓) Điện áp. ~이 높다 điện áp cao.

전액(全額) Toàn bộ số tiền. ~ 환불 hoàn trả lại tất cả số tiền.

전야(前夜) Đêm trước. 성탄절 ~ đêm trước Nôen.

전언(前言) Lời nói trước, lời mở đầu.

전열(前列) Hàng trước, dãy trước. ~왼쪽에서 세 번째 thứ 3 hàng trước bên trái.

전염(傳染) Truyền nhiễm. ~하다. ~경로 đường truyền nhiễm

전임(前任) Tiền nhiệm. ~자 người tiền nhiệm.

전전긍긍(戰戰兢兢) Run vì sợ. ~하다.

전전하다(轉轉\-) Chuyển từ tay người này qua tay người kia.

전정(前庭) Sân vườn trước nhà.

전제(前提) Tiền đề. ..을 ~로 하다 lấy..làm tiền đề.

전조(前兆) Dấu hiệu, sự báo hiệu, điềm.

전조(前條) Điều kiện trước, điều kiện đã đề cập.

전조등(前照燈) Đèn pha (xe hơi, tàu hỏa)

전족(纏足) Tục bó chân. ~하다.

전주(前奏) Đoạn mở đầu, khúc dạo đầu.

전지(電池) Pin, ắc qui.

전진(前陣) Tiến lên phía trước. ~하다. 일보 ~하다 tiến lên phía trước một bước.

전차(電車) Xe điện, tàu điện. ~를 타다 đi xe điện.

전채(戰債) Món nợ chiến tranh.

전책임(全責任) Toàn bộ trách nhiệm, tất cả trách nhiệm.

전처(前妻) Người vợ cũ (đã ly dị). ~소생의 자식 con vợ trước.

전폐(前篇) Sự bãi bỏ, sự hủy bỏ hoàn toàn.

전하다(傳-) Chuyển. 말을 ~ chuyển lời. 정부를 ~ chuyển thông tin.

전항(前項) Điều khoản trước.

전해(前-) Năm ngoái, năm trước.

전향(轉向)Phương hướng, thay đổi. ~하다.

전혀 Hoàn toàn. ~ 모르는 사람 người hoàn toàn không biết.

전형(典型) Điển hình. ~적인 có tính điển hình.

전화(電化) Điện thoại. ~하다. ~로 bằng điện thoại. 이동~ điện thoại di động.

전화위복(轉禍爲福) Họa trở thành phúc, trong cái rủi có cái may.

전환(轉換) Chuyển, chuyển đổi, quay. ~하다. 180도의~ quay 180 độ.

절 Chùa.

절감(節減) Cắt giảm, giảm. ~하다

절개(節概) Sự trung thành.

절경(絶景) Tuyệt cảnh, cảnh rất đẹp. 천하~ tuyệt cảnh thiên hạ

절다 Ngâm nước, muối.

절단(切斷) Cắt. ~하다. 둘로 ~하다 cắt làm hai.

절도(竊盜) Trộm cắp. ~혐의로 bị nghi là trộm cắp.

절뚝거리다 Đi khập khiễng, đi cà nhắc.

절레절레 Lắc lắc cái đầu.

절망(絶望) Tuyệt vọng. ~하다. ~적인 상태 trạng thái tuyệt vọng

절망(切望) Rất mong muốn, rất cần. ~하다.

절멸(絶滅) Tiêu diệt hoàn toàn. ~하다.

절명(絶命) Tuyệt mệnh, chết.

절무(絶無) Tuyệt đối chẳng có cái gì. ~하다.

절삭(切削) Cắt sắt. ~하다. ~공구 công cụ cắt sắt

절색(絶色) Tuyệt sắc, rất đẹp.

절세(絶世) Tuyệt thế, nhất thế gian này.

절수(節水) Sự tiết kiệm nước. ~하다.

절식(絶食) Tuyệt thực. ~하다.

절실(切實) Rất cần thiết, rất khẩn cấp, rất quan trọng. ~하다.

절약(節約) Tiết kiệm. ~하다. 전기를 ~하다 tiết kiệm điện.

절연(絶緣) Cắt đứt quan hệ, tuyệt duyên. ~하다.

절정(絶頂) Tuyệt đỉnh, đỉnh cao.

절제(切除) Sự cắt bỏ. ~하다.

절치(切齒) Nghiến răng giận. ~하다.

절친(切親) Tuyệt thân, rất thân thiết. ~하다.

절토(切土) San đất.

절통하다(切痛-) Hối tiếc.

절하(切下) Sự giảm giá.

절해(絶海) Biển khơi, biển sâu.

절호(絶好) Tuyệt hảo, huy hoàng, tráng lệ.

점(點) Điểm, chấm. ~을 치다 đánh dấu.

점(點) Điểm số. ~을 주다 cho điểm.

점(占) Quẻ bói. ~보다 xem bói

점가(漸加) Sự gia tăng từ từ, tăng dần. ~하다. ~속도 tốc độ tăng dần.

점거(占據) Chiếm đóng, chiếm giữ. ~하다.

점검(點檢) Kiểm tra. ~하다. 인원을 ~하다 kiểm tra giấy tờ tùy

thân

점멸(點滅) Sáng rồi tắt, lập loè. ~하다.

점수(點數) Điểm số, thành tích (học). 좋은 ~ điểm số tốt.

점술(占術) Thuật bói toán, sự nói trước, sự tiên đoán.

점심(點心) Buổi trưa, cơm trưa. ~을 먹다 ăn trưa.

점원(店員) Nữ bán hàng.

점유(占有) Chiếm hữu. ~하다.

점적(點滴) Từng giọt, giọt một.

점호(點呼) Điểm danh, gọi tên từng người. ~하다.

접(椄) Ghép cành. ~(을) 붙이다.

접객(接客) Sự tiếp khách. ~하다.

접견(接見) Tiếp kiến. ~실 phòng tiếp kiến.

접경(接境) Đường biên giới, vùng ranh giới. ~하다.

접골(接骨) Nối xương. ~하다.

접대(接待) Tiếp đãi, mời cơm. ~하다. 손님을 ~하다 tiếp đãi khách.

접목(椄木) Sự ghép cành. ~하다. ~법 cách ghép cành.

접속(接續) Nối, liên kết. ~하다.

접어주다 Bỏ qua, tha thứ, khoan thứ.

접자(摺 -) Cây thước gấp.

접점(接點) Tiếp điểm.

접종(接種) Sự tiêm chủng. ~하다.

접종(接踵) Bám theo, theo gót ai. ~하다.

접착(接着) Gắn, dính. ~하다. ~제 keo dính, keo dán, chất dán.

접피술(接皮術) Nghệ thuật ghép da.

접하다(接-) Tiếp cận, sát đến, gần, đối mặt với.

접합(接合) Gắn vào một nơi. ~하다.

젓 Đồ hải sản muối. 새우~ tôm muối.

정간(停刊) Sự đình bản. ~하다.

정감(情感) Xúc cảm, tình cảm. ~있게 말하다 nói có cảm xúc.

정강(政綱) Đại cương chính trị.

정강이 Cẳng chân, ống quyển.

정거(停車) Nơi đậu, bến đỗ (xe), sự dừng lại. ~하다.

정거장(停車場) Bến xe, trạm dừng xe.

정격(正格) Hình thức thích hợp, tính đúng quy tắc. ~의. ~활용언어.

정견(政見) Chính kiến. 을표하다 bày tỏ chính kiến của mình.

정교사(正教師) Một giáo viên biên chế.

정구(庭球) Môn quần vợt, môn ten-nít.

정년(停年) Về hưu. ~에 달하다 đến tuổi về hưu.

정녕(丁寧) Chắc chắn, nhất định. = 정녕. ~ 그러냐? Chắc chắn như thế không

정남(貞男) Đồng tử, con trai trinh

정답다(情-) Nhiều tình cảm, tình cảm. 정다운 친구 người bạn tình cảm.

정떨어지다 Mất cảm tình, tình cảm xấu đi.

정략(政略) Sách lược chính trị.

정력(精力) Sức lực, sinh lực, sức. ~의 소모 hao mòn sinh lực

정련(精鍊) Sự tinh luyện. ~하다.

정례(定例) Thói quen, tập quán đã được qui định.

정무(政務) Việc nhà nước.

정문(正門) Cửa trước, cổng chính. ~으로 들어가다 vào bằng cửa chính.

정물(靜物) Tĩnh vật. ~사진 ảnh tĩnh vật.

정미(精米) Chà gạo trắng, xát gạo. ~하다. ~기 máy xát gạo.

정반대(正反對) Hoàn toàn đối ngược, hoàn toàn phản đối.

정방형(正方形) Hình vuông.= 정사각형.

정비(整備) Trang bị. ~되어 있다 được trang bị.

정사(精査) Điều tra kỹ. ~하다.

정사면체(正四面體) Một tứ diện đều.

정색(正色) Vẻ mặt nghiêm nghị.

정서(正西) Đúng hướng tây, hướng chính tây.

정선(精選) Sự chọn lựa cẩn thận. ~하다. ~품 hàng chọn.

정성(精誠) Thịnh tình, tấm lòng thành. ~스럽다. ~껏 với tất cả lòng thành.

정수(淨水) Nước sạch. ~기 máy lọc nước.

정시(正視) Sự nhìn thẳng. ~하다.

정애(情愛) Tình cảm, sự yêu thương

정액(定額) Con số cố định.

정열(情熱) Sự nhiệt tình, say mê. ~적인 사랑 tình yêu say mê.

정예(精銳) Tinh nhuệ, được chọn lọc. ~부대 quân tinh nhuệ.

정원(庭園) Vườn. ~을 만들다 làm vườn.

정월(正月) Tháng giêng, tháng một âm.

정유(精油) Lọc dầu. ~공장 nhà máy lọc dầu.

정육(精肉) Thịt nạc.

정육면체(正六面體) Hình lục giác.

정육점(精肉店)Cửa hàng thịt.

정일(定日) Ngày quy định, ngày hẹn.

정자(精子) Tinh trùng.

정자형(丁字形) Hình dạng chữ T.

정쟁(政爭) Sự xung đột chính trị.

정전(停電) Mất điện, không có điện.

정제(精製) Tinh chế, làm tỉ mỉ

정조(貞操) Trinh tiết, trinh. ~관념이 약하다 quan niệm thấp về chữ trinh.

정주(定住) Định cư, cư trú. ~하다.

정중(鄭重) Trịnh trọng. ~하다. ~한 말로 bằng giọng nói trịnh trọng.

정채(精彩) Rực rỡ, sống động.

정책(政策) Chính sách. ~상의 문제 vấn đề về mặt chính sách.

정처(正妻) Vợ chính.

정초(正初) Đầu tháng. ~에 vào đầu tháng.

정칙(定則) Qui tắc qui định, qui định, định chế.

정탐(偵探) Trinh thám. ~하다.

정태(靜態) Tình thế, tình hình.

정확(正確) Chính xác. ~하다. ~한 발음 phát âm chính xác.

정해(正解) Lời giải đáp chính xác, sự hiểu đúng. ~하다.

정해지다(定-) Đã được quyết định, đã quy định.

정형(定形) Định hình.

정혼(定婚) Sự đính hôn, sự hứa hôn. ~하다.

정회(停會) Dừng họp, ngừng họp. ~하다.

정회원(正會員) Một hội viên chính thức. ~의 자격 tư cách hội viên chính thức.

정휴일(定休日) Ngày nghỉ được qui định.

정히(正-) Chính xác, đúng.

젖 Sữa. 소~ sữa bò. 어머니~ sữa mẹ. ~을 짜다 vắt sữa.

제 Của tôi. ~모자 mũ của tôi.

제거(除去) Loại bỏ, loại trừ, trừ khử.

제곱 Bình phương. ~하다.

제금(提琴) Đàn viôlông.

제기 Cầu, quả cầu. ~를 차다 đá cầu

제도(製陶) Sản xuất đồ gốm.

제련(製鍊) Đúc, luyện. ~하다. ~소 nhà máy đúc.

제마(製麻) Sản xuất sợi đay. ~하다.

제막(除幕) Bỏ tấm màn xuống, khánh thành. ~하다. ~식 lễ khánh thành.

제면(製膽製麵) Làm mì, sản xuất mỳ. ~하다.

제목(題目) Đề mục.

제문(祭文) Bài văn tế.

제물에 Tự nó, một mình. 상처가 ~ 나았다 vết thương tự nó khỏi.

제방(堤防) Con đê, gờ, ụ. ~공사 làm đê. ~을 쌓다 xây đê.

제법 Khá, kha khá, nhiều, đáng kể. ~덥다 khá nóng.

제법(製法) Cách sản xuất.

제복(制服) Đồng phục. ~을 입다 mặc đồng phục.

제본(製本) Đóng sách. ~하다.

제사(祭祀) Cúng, tế. ~지내다 cúng, làm lễ cúng.

제시(提示) Trình, cho xem. ~하다.

제시간(- 時間) Thời gian thích hợp. ~에 đúng giờ, đúng lúc.

제야(除夜) Đêm giao thừa.

제안(提案) Đề nghị. ~하다. ~에 응하다 đồng ý đề nghị.

제약(制約) Chế tạo thuốc (dược). ~하다. ~공장 nhà máy thuốc.

제압(制壓) Sự đàn áp, sự áp bức, sự thống trị. ~하다.

제어(制御) Chế ngự. ~하다.

제언(提言) Khuyên. ~하

다.

제육(-肉) Thịt heo, thịt lợn.

제육감(第六感) Giác quan thứ sáu.

제의(提議) Đề nghị, đề xuất. ~하다

제이(第二) Thứ hai, thứ nhì, thứ yếu.

제자(弟子) Học trò, đệ tử.

제정신(-精神) Tỉnh táo, sáng suốt.

제지(製紙) Làm giấy, sản xuất giấy. ~하다. ~공장 nhà máy sản xuất giấy.

제창(提唱) Đề xướng. ~하다.

제철(製鐵) Chế tạo sắt thép. ~하다.

제초(除草) Nhổ cỏ, trừ cỏ, làm cỏ. ~하다.

제출(提出) Trình ra, đề ra. ~하다. 증거를 ~하다 trình chứng cứ ra.

제칠(第七) Thứ bảy. ~함대 Hạm đội 7.

제판(製版) Chế bản, in chế bản. ~하다.

제팔(第八) Thứ tám.

제패(制霸) Nắm lấy quyền bá chủ.

제풀로 Tự nó, chính nó. =제물에.

제주도 Đảo Cheju.

제품(製品) Hàng hóa. 국내~ hàng nội. 외국~ hàng ngoại.

제하다(除-) Trừ, trừ ra. 세금을 ~30만원 남아 있다 trừ thuế còn 300 ngàn.

제한(制限) Giới hạn, hạn chế. ~하다. 시간~ giới hạn về thời gian.

제혁(製革) Đồ da, làm bằng da.

제호(題號) Đề mục sách.

제화(製靴) Làm giày, đóng giày. ~공장 thợ đóng giày.

제휴(提携) Sự hợp tác, sự phối hợp. ~하다.

젠장 Tiếng thốt lên khi không hài lòng, trời đất, ôi.

젠체하다 Làm ra vẻ ta

đây, lên mặt.

조국(祖國) Tổ quốc. ~을 방위하다 bảo vệ tổ quốc.

조규(條規) Qui định.

조그마하다 Nhỏ, bé. =자그마하다.

조그만큼 Rất nhỏ, rất bé.

조금(潮-) Lúc triều xuống thấp nhất.

조달(調達) Huy động, cung cấp. 자금~ cung cấp vốn, huy động vốn.

조도(照度) Độ chiếu, sức chiếu, độ chiếu sáng.

조동사(助動詞) Trợ động từ.

조라떨다 Cẩu thả, hấp tấp.

조력(助力) Trợ lực, sự giúp sức. ~을 청하다 yêu cầu sự trợ giúp.

조력(潮力) Sức thủy triều. ~발전소 trạm phát điện do sức thủy triều.

조련(操鍊) Tu luyện, rèn luyện. ~하다

조롱(鳥籠) Cái lồng chim.

조류(鳥類) Loài chim, thuộc về chim.

조류(潮流) Trào lưu. 시대의 ~에 따르다 theo trào lưu của thời đại.

조리(調理) Sự giữ gìn sức khỏe.

조리(條理) Tính logic. ~가 없다 không có logic.

조림 Món thịt, rau đóng hộp. 고기통~ thịt hộp.

조립(組立) Lắp ráp. ~하다. 기계를 ~하다 lắp ráp máy móc.

조마(調馬) Sự huấn luyện ngựa. ~하다.

조만간(早晚間) Sớm muộn, lát nữa, ngay bây giờ, sau rốt.

조망(眺望) Nhìn từ xa. ~하다

조명(照明) Chiếu sáng. ~하다. ~탄 pháo sáng, bom phát sáng.

조모(祖母) Bà (nội/ngoại).

조목(條目) Điều mục. ~조목 từng điều mục.

조문(弔問) Viếng tang.

~하다.

조석(朝夕) Buổi sáng và buổi chiều.

조선(造船) Đóng tàu, tạo thuyền. ~하다. ~기사 kỹ sư đóng tàu

조섭(調攝) Sự giữ gìn sức khỏe. =조리(調理)

조성(造成) Tạo thành. ~하다. 산림을 ~하다 tạo thành rừng.

조약(條約) Điều ước. ~상의 권리 quyền lợi theo điều ước.

조언(助言) Khuyên. ~하다. 전문가의 ~을 청하다 xin lời khuyên của nhà chuyên môn.

조업(助業) Sản xuất. ~하다. ~을 단축하다 cắt giảm sản xuất.

조역(助役) Vai phụ.

조용하다 Im lặng, tĩnh lặng. 조용한 곳에 ở nơi yên tĩnh.

조운(漕運) Vận chuyển bằng đường biển. 해운.

조원(造園) Làm vườn, xây vườn. ~하다.

조인(鳥人) Phi công, người láy máy bay.

조인(調印) Đóng dấu, ký tên đóng dấu. ~하다.

조작(操作) Sản xuất. ~하다.

조장(組長) Tổ trưởng, trưởng nhóm

조퇴(早退) Về sớm. ~하다. 두 시간~ về sớm hai tiếng đồng hồ.

조폐(造幣) In tiền, làm tiền. ~하다.

조혼(早婚) Tảo hôn. ~하다

족적(足迹) Dấu chân, vết chân. ~을 남기다 để lại vết chân.

족히(足-) Đủ, đầy đủ, hoàn toàn.

존 Khu vực, miền, vùng.

존귀(尊貴) Chức vụ cao và quí trọng.

존대(尊待) Tôn trọng. ~하다. ~말 lời nói tôn trọng.

존립(存立) Sự sống còn, sự tồn tại, sự hiện hữu.

~하다.

존의(尊意) Ý tôn trọng.

존재(存在) Tồn tại. ~하다. ~하지않는 không tồn tại.

존중(尊重) Tôn trọng. ~하다. 여론을 ~하다 tôn trọng dư luận.

존칭(尊稱) Tôn xưng, xưng hô tôn trọng. ~하다.

졸라대다 Mè nheo, đòi.

졸문(拙文) Nét chữ nguyệch ngoạc.

졸업(卒業) Tốt nghiệp. ~하다. ~후 sau khi tốt nghiệp.

졸음 Sự buồn ngủ, cơn buồn ngủ

졸작(拙作) Tác phẩm kém, tác phẩm làm bằng tay nghề kém.

졸필(拙筆) Nét chữ xấu.

졸하다(卒-) Chết, qua đời, từ trần.

졸하다(拙-) Kém thuyết phục, dở.

좀 Một chút, một tí. 오늘은 날씨가 ~ 춥다 hôm nay thời tiết hơi lạnh.

좀더 Một chút nữa. ~주세요 hãy cho tôi thêm một chút nữa.

좁다랗다 Chật chội, bí hơi, ngột ngạt.

종(鐘) Chuông, cái chuông. ~소리 tiếng chuông.

종(種) Loại, chủng loại, thứ.

종가(宗家) Tôn gia, dòng dõi, chính thất.

종가래 Cái xẻng con.

종견(種犬) Con chó giống.

종결(終結) Tổng kết, kết thúc. ~하다.

종교(宗敎) Tôn giáo. ~를 믿다 tin vào tôn giáo.

종극(終極) Cuối cùng, sau cùng.

종내(終乃) Sau hết, sau cùng, rốt cuộc. = 마침내.

종당(從當) Cuối cùng, sau cùng.

종렬(縱列) Hàng dọc, dọc.

종료(終了) Kết thúc, hết. ~하다.

종루(鐘樓) Tháp chuông.

종류(種類) Chủng loại, loại. ~가 다른 khác loại.

종막(終幕) Màn cuối, kết thúc

종말(終末) Kết thúc. 전쟁도 ~이 가깝다 chiến tranh cũng gần kết thúc.

종매(從妹) Cô em họ.

종목(種目) Hạng mục. 영업~ hạng mục kinh doanh.

종업(終業) Sự kết thúc công việc.

종연(終演) Sự kết thúc buổi diễn, cuối buổi diễn. ~하다.

종용(慫慂) Thuyết phục khuyên bảo.

종이 Giấy. ~한장 một tờ giấy. ~에 적다 viết ra giấy.

종일(終日) Cả ngày. 어제 ~ cả ngày hôm qua.

종자매(從姉妹) Chị em họ.

종점(終點) Điểm cuối. 버스~ điểm cuối của xe buýt.

종족(宗族) Nòi giống. ~보존 bảo tồn nòi giống.

종종걸음 Bước chân thoăn thoắt.

종지(終止) Kết thúc, ngưng. ~하다.

종탑(鐘塔) Cái tháp chuông.

종합(綜合) Tổng hợp. ~하다. ~적 có tính tổng hợp.

종형(從兄) Người anh họ.

종형제(從兄弟) Anh em họ.

종횡(縱橫) Bề ngang và bề dọc.

좇다 Đuổi theo, theo. 그를 ~아가다 đuổi theo anh ấy

좋다 Tốt. ~든 나쁘든 dù tốt hay xấu.

좋아하다 Thích. ~든 싫어 하든 dù tốt hay xấu.

좌(左) Bên trái, bên tả. ~로 보다 nhìn sang trái

좌경(左傾) Sự nghiêng về bên trái. ~하다.

좌고(坐高) Độ cao đi ngồi xuống.

좌고우면(左顧右眄) Phân vân, do dự. ~하다.

좌담(座談) Toạ đàm. ~회 cuộc hội đàm, cuộc tọa đàm.

좌불안석(坐不安席) Ngồi cũng không yên, phập phồng, lo lắng. ~하다.

좌상(坐像) Bức tượng ngồi.

좌석(座席) Chỗ ngồi, chỗ. 앞~ chỗ phía trước. 뒷~ chỗ phía sau.

좌우(座右) Bên phải chỗ mình ngồi.

좌익(左翼) Cánh trái (chim, máy bay, đội hình).

좌장(座長) Chủ tịch, chủ tọa.

좌절(挫折) Khó khăn, thất bại, thua, bị mất khí thế. ~하다.

좌지우지(左之右之) Làm thế này thế kia, tùy ý.

좌우하다(左右-) Nắm, quyết định, quyết định. 운명을 ~ quyết định đến vận mệnh.

좌측(左側) Bên trái. 길 ~에 bên trái đường.

쫠쫠 Tuôn ra ào ào, phun ra ào ào, ào ào.

죄(罪) Tội, tội tình. ~가 있다 có tội.

죄다 Thắt. 줄을 ~ thắt dây.

죄명(罪名) Tội danh.

죄벌(罪罰) Phạt vì tội gì.

죄상(罪狀) Chi tiết (tình huống) phạm tội.

죄인(罪人) Tội nhân.

주(週) Tuần. 금~에 vào tuần này. 내주 tuần sau.

주(洲) Đại lục, Châu. 아시아~ châu Á.

주(株) Cổ phiếu, cổ phần.

주가(株價) Giá cổ phiếu.

주간(晝間) Ban ngày. ~근무 làm việc ban ngày.

주거(住居) Nơi cư trú. ~를 정하다 định nơi cư trú. ~면적 diện tích cư trú.

주검 Thi thể, thi hài, xác chết.

주관(主觀) Chủ quan. ~적 có tính chủ quan.

주관(主管) Chủ quản. ~하다.

주구(誅求) Bóc lột, cưỡng đoạt tài sản của dân (cơ quan nhà nước). ~하다.

주권(主權) Chủ quyền. ~을 잡다 nắm chủ quyền.

주급(週給) Lương tuần. ~제도 chế độ lương tuần.

주기(週期) Chu kỳ. ~적 có tính chu kỳ.

주다 Cho, đưa cho, trả, đưa. 일을 ~ giao việc, đưa việc cho làm.

주당(酒黨) Bầy, nhóm người thích rượu.

주도(主導) Chủ đạo. ~역할을 하다 giữ vai trò chủ đạo.

주독(酒毒) Chứng nghiện rượu.

주동(主動) Chủ động, cầm đầu. ~가 người cầm đầu.

주둥이 Cái mỏ chim, miệng, mỏ.

주량(酒量) Tửu lượng. ~이 크다 tửu lượng lớn.

주력(主力) Chủ lực. ~부대 bộ đội chủ lực.

주력(注力) Dồn sức, dốc sức. ~하다.

주렴(珠簾) Chuỗi ngọc.

주례(主禮) Chủ lễ.

주로(主-) Chính, chính là, chủ yếu.

주로(走路) Đường đi.

주류(主流) Dòng chảy chính.

주류(酒類) Chủng loại rượu.

주륙(誅戮) Tử hình tội

nhân. ~하다.

주르륵 Chảy xối xả.

주름 Vết nhăn, nếp nhăn. 눈가의 ~ nếp nhăn nơi mí mắt.

주름잡다 Bị nhăn, có vết gấp.

주리다 Đói bụng, đói khát.

주립(州立) Trường đại học do thành phố, bang lập ra.

주마(走馬) Cuộc đua ngựa, sự điều khiển ngựa. ~하다.

주막(酒幕) Quán trọ, khách sạn nhỏ.

주말(週末) Cuối tuần. 해변에 ~을 보내다 nghỉ cuối tuần ở bãi biển.

주머니 Túi, cái túi. ~를 떨다 sạch túi, giũ túi. ~가비다 trống túi.

주먹 Nắm tay, cú đấm. 맨 ~으로 싸우다 đánh nhau bằng nắm đấm.

주먹다짐 Dùng cú đấm để đánh, đánh bằng cú đấm, đấm. ~하다.

주먹질 Đấm. ~하다.

주모(主謀) Chủ mưu. ~하다. ~자 kẻ chủ mưu.

주모(酒母) Người đàn bà bán rượu.

주목(注目) Chú ý. ~하다. ~의 대상 đối tượng chú ý.

주무시다 Ngủ.

주문(注文) Đặt, đặt hàng. ~하다. 급한 ~ đơn đặt hàng gấp.

주민(住民) Cư dân. ~등록 đăng ký cư trú. ~등록증 giấy đăng ký cư trú.

주밀(周密) Cẩn thận, thận trọng. ~하다.

주석(朱錫) Thiếc. ~으로 만든 làm bằng thiếc.

주석(主席) Chủ tịch. 국가~ Chủ tịch nước.

주석(主席) Chủ tịch, lãnh tụ.

주성분(主成分) Thành phần chính.

주세(酒稅) Thuế rượu.

주식(株式) Cổ phần.

~양도하다 chuyển nhượng cổ phần.

주식회사(株式會社) Công ty cổ phần.

주심(主審) Trọng tài chính.

주안(主眼) Mục tiêu được chú ý, điều cần chú ý.

주야(晝夜) Ngày đêm. ~교대 thay ca ngày đêm.

주역(註譯) Vai chính. ~을 맡다 đóng vai chính.

주연(主演) Diễn chính, đóng chính. ~하다. ~자 diễn viên chính.

주요(主要) Chủ yếu, chính. ~하다. ~도시 thành phố chính.

주워담다 Nhặt lên cho vào. 흩어진 사과를 바구니에 ~ nhặt táo rụng cho vào giỏ.

주위(周圍) Chu vi, xung quanh. ~의 사람들 những người xung quanh.

주유(注油) Bơm xăng. ~소 trạm xăng.

주의(注意) Chú ý, cẩn thận. ~하다. ~를 끌다 kéo sự chú ý.

주익(主翼) Đôi cánh.

주인(主人) Chủ nhân. ~과하인 chủ và tớ.

주인공(主人公) Nhân vật chính, diễn viên chính.

주일(駐日)Đóng tại Nhật Bản. ~베트남 대사관 Đại sứ quán Việt Nam tại Nhật Bản.

주임(主任) Chủ nhiệm, đứng đầu. 과~ chủ nhiệm khoa.

주입(注入) Rót vào, đổ vào. .

주장(主將) Ý kiến. 자기~ chủ trương của mình, ý kiến của mình

주재(駐在) Cư ngụ, cư trú. ~하다. ~국 nước cư trú.

주저(躊躇) Chần chừ, ngần ngừ. ~하다.

주전(主戰) Chủ chiến. ~선수 vận động viên chính.

주전(鑄錢) Sự đúc tiền.

주전부리 Ăn vặt. ~하다.

주전자(酒煎子) Ấm nước, ấm nấu nước. ~에 물을 끓이다 đun nước bằng ấm điện.

주제(主題) Chủ đề. 작품의 ~ chủ đề của tác phẩm.

주조(酒造) Làm rượu, nấu rượu. ~하다.

주종(主從) Thầy trò, chủ tớ.

주지육림(酒池肉林) Lấy rượu làm hồ, bữa tiệc rất sang trọng, rất xa xỉ.

주차(駐車) Đỗ xe, đậu xe. ~하다. ~금지구역 khu cực cấm đậu xe (biển báo).

주창(主唱) Chủ xướng, đứng ra lên tiếng, đứng ra nói lên. ~하다.

주체(主體) Chủ thể.

주체스럽다 Khó quản lý.

주축(主軸) Trục chính, nhân vật chính

주춤거리다 Chần chừ, do dự.

주춤주춤 Sự do dự, chần cừ.

주치(主治) Chữa bệnh chính, điều trị chính. ~하다.

주택(住宅) Nhà ở, nơi cư trú. 근로자용 ~ nơi ở của công nhân.

주판(籌板) Cái bàn tính.

주포(主砲) Chủ pháo, pháo chính.

주필(主筆) Chủ bút, tổng biên tập.

주한(駐韓) Đóng tại Hàn Quốc, ở Hàn Quốc.

주해(註解) Lời chú giải, sự chú thích, lời ghi chép. ~하다.

주행(走行) Đi, di chuyển. ~하다.

주호(酒豪) Thích rượu, nghiện rượu.

주홍(朱紅) Màu đỏ tươi.

주황(朱黃) Màu vàng tươi.

주효(奏效) Có hiệu lực. ~하다.

주휴(週休) Ngày nghỉ

trong tuần. ~2일제.

주흥(酒興) Tửu hứng, cái hứng uống rượu

죽(粥) Cháo. ~을 끓다 hầm cháo. ~거리도 없다 không có cháo mà ăn.

죽기(竹器) Đồ dùng bằng tre.

죽다 Chết. ~은 사람들 những người chết.

죽도(竹刀) Cây dao bằng tre.

죽림(竹林) Rừng tre, bụi tre.

죽어지내다 Sống bị áp bức, sống bị đè nén.

죽여버리다 Giết đi, giết quách đi.

죽이다 Giết, giết chết. 때려~ đánh chết. 아무를 ~ giết ai đó.

죽장(竹杖) Cây gậy tre.

죽피(竹皮) Vỏ tre.

준거(準據) Căn cứ. ~하다.

준걸(俊傑) Tài năng xuất chúng.

준결승전(準決勝戰) Trận bán kết. ~에 진출하다 bước vào trận bán kết

준공(竣工) Hoàn công, hoàn tất. ~하다.

준교사(準教師) Phó giáo sư.

준령(峻嶺) Cái đồi/ ngọn núi cao.

준말 Nói tắt.

준비(準備) Chuẩn bị. ~하다. ~없는 연설 diễn thuyết không có sự chuẩn bị.

준사원(準社員) Một nhân viên sắp thành nhân viên chính thức.

준수(遵守) Tuân thủ. ~하다. 법을 ~ tuân thủ pháp luật.

준장(准將) Chuẩn tướng.

준족(駿足) Bước chân nhanh.

준행(準行) Thực hiện theo chuẩn. ~하다.

줄 Hàng. ~로 서다 đứng thành hàng, xếp hàng.

줄 Cách thức, cách. 수영할 ~ 알다 biết cách bơi.

줄다 Rút, giảm, hạ. 강물이 ~ nước sông rút.

줄달다 Liên tục, không ngớt. 손님이 ~ khách hàng không ngớt.

줄드리다 Treo dây, mắc dây.

줄사닥다리 Cái thang dây.

줄어들다 Co lại, rút lại, nhỏ lại.

줄이다 Giảm bớt, giảm, cắt giảm. 비용을 ~ cắt giảm chi phí.

줄잡다 Ước đoán, dự đoán.

줄줄 Ròng ròng, hàng hàng. 땀을 ~ 흘리다 mồ hôi chảy ròng ròng.

줄짓다 Xếp theo đội hình.

줄타기 Đi trên dây. ~하다.

줍다 Nhặt, lặt. 길에 시계를 주웠다 nhặt được đồng hồ trên đường.

중(中) Trong, trong số. 왕~왕 vua trong các vị vua.

중간(中間) Trung gian, giữa. ~무역 mậu dịch trung gian.

중간치(中間-) Khoảng giữa, giữa chừng.

중개(仲介) Môi giới. ~하다. ~무역 môi giới mậu dịch.

중거리(中距離) Cự ly trung bình, cự ly vừa. ~미사일 tên lửa tầm trung.

중계(中繼) Truyền, nối. ~방송 phát truyền (qua đài vv).

중고(中古) Trung cổ. ~사 lịch sử trung cổ.

중공업(重工業) Công nghiệp nặng, ngành công nghiệp nặng.

중과(衆寡) Sự chấp, sự chênh lệch tỷ số. ~부적이다.

중궁(中宮) Trong cung.

중권(中卷) Quyển giữa, tập giữa.

중금속(重金屬) Kim loại

nặng.

중급(中級) Trung cấp. ~영어 tiếng Anh trung cấp.

중기(中期) Trung kỳ, thời kỳ giữa.

중년(中年) Trung niên. ~기 tuổi trung niên.

중노동(重勞動)Lao động nặng.

중단(中斷) Dừng, đứt, chấm dứt. ~하다.

중대(中隊) Trung đội. ~장 trung đội trưởng.

중대(重大) Quan trọng, trọng đại. ~하다.

중도(中途) Giữa chừng. ~에서 giữa chừng.

중독(中毒) Trúng độc, nhiễm độc. ~되다 bị trúng độc.

중동(中東) Trung Đông. ~지역 khu vực trung đông.

중동무이(中-) Rời bỏ (từ bỏ) nửa chừng. ~하다.

중립(中立) Trung lập. ~적인 태도를 취하다 có thái độ trung lập.

중망(衆望) Mong muốn của nhân dân.

중매(仲媒) Làm mai. ~하다. ~들다 làm mai.

중문(中門) Cửa giữa.

중범(重犯) Tên tội phạm nghiêm trọng.

중병(重病) Bệnh nặng. ~에 걸리다 mắc bệnh nặng. ~환자 bệnh nhân bệnh nặng.

중복(中伏) Trùng, lặp. ~하다. ~된다 bị trùng.

중부(中部) Trung bộ, miền trung. 베트남~에 있는 도시 thành phố miền trung Việt Nam.

중사(中士) Trung sĩ.

중상(重傷) Vết thương nặng. ~을 입다 bị thương nặng.

중성(中性) Trung tính. ~남자 đàn ông pêđê. ~반응 phản ứng trung tính.

중세(重稅) Thuế nặng. ~를 과하다 đánh thuế nặng.

중소(中小) Vừa và nhỏ. ~상공업자 những người buôn bán và làm ăn nhỏ và vừa.

중소기업(中小企業) Xí nghiệp vừa và nhỏ.

중수(重修) Trung tu. ~하다.

중순(中旬) Trung tuần. 8월~ trung tuần tháng 8.

중시(重視) Sự cân nhắc kỹ, suy xét kỹ. ~하다.

중심(中心) Trung tâm. 수도의 ~ trung tâm thủ đô

중심(重心) Trọng tâm.

중앙(中央) Trung ương, trung tâm. ~아시아 trung tâm châu Á.

중언부언(重言復言) Nói đi nói lại. ~하다.

중얼거리다 Lầm bầm, càu nhàu một mình.

중역(重役) Nhân vật quan trọng, thành viên ban giám đốc. ~회의 họp ban Giám đốc.

중역(重譯) Bản dịch lại. ~하다.

중외(中外) Trong và ngoài.

중요(重要) Quan trọng. ~하다. 역사상의 ~사건 vụ việc quan trọng trong lịch sử.

중요성(重要性) Tính quan trọng. ~이 있다 có tính quan trọng.

중요시(重要視) Trọng thị, coi trọng

중용(中庸) Trung dung, sự điều độ.

중임(重任) Trách nhiệm nặng nề, chức vụ quan trọng.

중장(中將) Trung tướng.

중장비(重裝備) Thiết bị nặng.

중재(仲裁) Trọng tài. ~하다. 싸움의 ~를 하다 làm trọng tài cho vụ đánh nhau.

중절(中絶) Ngắt giữa chừng, tắt giữa chừng.

중점(重點) Trọng điểm, tập trung làm gì đó.

중점(中點) Trung điểm.

중죄(重罪) Trọng tội. ~를 범하다 phạm trọng tội.

중증(重症) Triệu chứng nặng. ~환자 bệnh nhân có triệu chứng nặng.

중지(中止) Dừng, đình chỉ. ~하다. ~되다 bị đình chỉ.

중책(重責) Trọng trách.

중첩(重疊) Sự lặp lại.

중추(中樞) Trung tâm, điểm chính.

중축(中軸) Trục giữa.

중탕하다(重湯-) Cất lại, chưng lại.

중퇴(中退) Bỏ học giữa chừng. ~하다. ~자 người bỏ học giữa chừng.

중편(中篇) Quyển giữa, tập giữa.

중폭격(重爆擊) Đánh bom nặng, đánh bom nhiều. ~하다.

중풍(中風) Trúng gió. ~에 걸리다 bị trúng gió.

중학교(中學校) Trường cấp hai. ~를 졸업하다 tốt nghiệp cấp hai.

중핵(中核) Nhân, hạt, bộ phận chính.

중형(中型) Loại trung bình, cỡ trung bình.

중혼(重婚) Lập gia đình hai lần. ~하다.

중환(重患) Bệnh nặng.

중흥(中興) Sự phục hồi, sự khôi phục. ~하다.

중히(重-) Cẩn thận, lưu ý.

중환자(重患者) Bệnh nhân nặng. ~실 phòng dành cho bệnh nhân nặng.

쥐 Con chuột. 물에 빠진 ~같다 như chuột rơi xuống nước.

쥐다 Nắm, cầm.

쥐덫 Bẫy chuột. ~으로 쥐를 잡다 bắt chuột bằng bẫy.

쥐뿔 Rất nhỏ, rất bé, chẳng đáng bao nhiêu. ~도 모르다 chẳng biết cái gì

쥐약(-藥) Thuốc chuột.

쥐어뜯다 Nhổ, bức, hái, khoét, xé.

쥐정신(-精神) Chứng hay quên, trí nhớ kém.

즉결(即決) Quyết định ngay lập tức, quyết định nhanh.

즉답(即答) Câu trả lời ngay lập tức. ~하다.

즉매(即賣) Mua ngay. ~하다.

즉사(即死) Chết ngay tại chỗ. ~하다.

즉석(即席) Tại chỗ, tại nơi. ~에서 대답을 하다 trả lời ngay tại chỗ.

즉시(即時) Ngay tức khắc. 문제를 ~ 해결 하다 giải quyết vấn đề ngay tức thì.

즉위(即位) Đưa lên ngôi.

즉일(即日) Ngay ngày hôm đó, cùng trong ngày đó.

즉흥(即興) Cái hứng tức thì.

즐거움 Thú vui. 전원 생활의 ~ thú vui cuộc sống điền viên.

즐겁다 Vui vẻ, hạnh phúc. ~게 지내다 sống một cách vui vẻ.

즐기다 Thích thú, thích, vui vẻ với. 독서를 ~ thích thú đọc sách.

증(症) Triệu chứng. 중독~ triệu chứng trúng độc.

증(證) Chứng cớ, chứng cứ.

증가(增加) Tăng, tăng lên. ~하다. 체중을 ~ tăng cân, lên cân.

증감(增減) Sự tăng giảm, sự lên xuống. ~하다.

증거(證據) Chứng cớ, chứng cứ. 충분한 ~ chứng cớ đầy đủ.

증권(證券) Chứng khoán. ~거래소 trạm giao dịch chứng khoán.

증급(增給) Tăng lương. ~하다.

증대(增大) Tăng lên nhiều. 수출~ tăng xuất khẩu

증류(蒸溜) Sự chưng cất. ~하다.

증명(證明) Chứng minh, chứng nhận. ~하다. 무죄를 ~하다 chứng minh vô tội.

증발(增發) Gửi thêm, gửi hơn số lượng đã định.

증배(增配) Tăng phần.

증보(增補) Bổ sung thêm. ~하다.

증산(增産) Tăng sản lượng, sản xuất tăng ~하다.

증상(症狀) Triệu chứng. 감기의 ~ triệu chứng cảm cúm.

증서(證書) Văn bản, giấy tờ.

증설(增設) Lắp đặt thêm, lắp ráp thêm. ~하다.

증세(症勢) Triệu chứng, tình trạng bệnh nhân.

증세(增稅) Sự tăng thuế. ~하다.

증수(增水) Nước dâng lên phồng ra. ~하다.

증언(證言) Chứng giám, sự làm chứng. ~하다.

증여(贈與) Tặng, biếu. ~하다. ~물 đồ tặng. ~재산 tài sản tặng.

증오(憎惡) Lòng căm thù. ~하다.

증인(證印) Đóng dấu chứng minh

증자(增資) Sự tăng vốn. ~하다.

증정(贈呈) Tặng, biếu. ~하다. 꽃을 ~하다 tặng hoa, dâng hoa.

증조모(曾祖母) Bà cố.

증조부(曾祖父) Ong cố.

증진(增進) Tiến triển, tốt lên. ~하다. 건강의 ~ sức khỏe tốt lên.

증축(增築) Xây thêm. ~하다.

증파(增派) Cử thêm, phái thêm. ~하다.

증폭(增幅) Mở rộng phạm vi. ~하다.

증회(贈賄) Đưa hối lộ. ~하다.

증후(症候) Triệu chứng. =증세(症勢).~군.

지 Tính từ, tính từ khi. 저는 한국에 온~ 이

년이 되었어요 tính từ khi tôi tới Hàn Quốc đã được hai năm.

지가(地價) Giá đất. ~가 오르다 giá đất tăng.

지각(知覺) Cảm giác. ~이 없다 không có cảm giác.

지갑 Cái ví, cái bóp. 가죽~ ví da.

지게미 Cặn rượu.

지경(地境) Hoàn cảnh. 파멸한 ~이다 đang vào hoàn cảnh sụp đổ, đang trong tình trạng hủy diệt.

지고(至高) Tối cao, cao nhất. ~하다.

지공무사(至公無私) Chí công vô tư. ~하다.

지구(地球) Trái đất. ~궤도 quĩ đạo trái đất.

지구(持久) Bền, dai. ~하다. ~력 sức bền, độ bền.

지국(支局) Chi cục, chi nhánh.

지그르 Sự sôi sùng sùng.

지게차 Xe nâng.

지극히(至極-) Rất, lắm, vô cùng.

지근거리다 Quấy rối, quấy nhiễu, làm phiền.

지글거리다 Sôi sùng sục.

지나다 Đi qua. 대구를 ~ đi qua Teagu.

지나치다 Quá mức, quá, quá đáng. 술을 ~게 마시다 uống quá nhiều rượu.

지난(至難) Quá khó. ~하다.

지난날 Những ngày tháng qua. ~의 추억 những ký ức của những ngày tháng đã qua.

지난번(-番) Lần trước.

지내다 Trải qua, sống. 하루를 ~ qua một ngày.

지내듣다 Thoảng nghe, thoáng nghe.

지내보다 Trải qua, kinh qua, có kinh nghiệm.

지니다 Mang, giữ, có. 비밀을 ~ giữ bí mật.

지다 Cõng. 짐을 ~ cõng hàng.

지다위 Dựa vào ai.

지대(地帶) Khu vực. 미작~ khu vực trồng lúa. 평야~ khu vực đồng bằng.

지덕(地德) Mảnh đất tốt.

지도(地圖) Bản đồ. 상세한 ~ bản đồ chi tiết.

지도자(指導者) Người lãnh đạo, người chỉ đạo. 유능한 ~ người lãnh đạo có năng lực.

지독(至毒) Quá đáng, quá thể, nghiệt ngã, khắc nghiệt. ~하다. ~한 말 lời nói quá đáng.

지레짐작(-斟酌) Sự phỏng đoán, sự đoán chừng. ~하다.

지령(指令) Lệnh chỉ huy, mệnh lệnh.

지루하다 Chán, chán ngẩy, mệt mỏi. ~한 여행 một chuyến đi mệt mỏi.

지류(支流) Chi lưu, nhánh sông phụ.

지르다 Hò hét. 소리를 ~ hét to.

지름길 Đường tắt. 성공의 ~ con đường tắt thành công.

지리(地利) Địa lợi.

지리(地理) Địa lý. ~상 về mặt địa lý. 자연~ địa lý tự nhiên.

지리다 Có mùi hôi nước đái, mùi tanh.

지망(志望) Ước muốn, mong muốn. ~하다. 외교관을 ~하다 mong muốn trở thành nhà ngoại giao.

지맥(地脈) Mạch đất.

지면(地面) Mặt đất. ~에 앉다 ngồi trên mặt đất.

지면(紙面) Giấy, mặt giấy.

지명(地名) Địa danh.

지명(指名) Nói đích danh. ~하다. ~수배자 người bị truy nã đích danh.

지목(指目) Chỉ ra. ~하다. 범인을~하다 chỉ ra tội phạm.

지문(指紋) Dấu vân tay. ~을 남기다 để lại dấu vân tay.

지반(地盤) Cái nền đất. 단단한 ~ nền vững chắc.

지방(地方) Địa phương. ~경찰 cảnh sát địa phương.

지방(脂肪) Mỡ. ~이 많은 음식물 thức ăn nhiều mỡ. ~층 lớp mỡ.

지배(支配) Quản lý, chi phối, thống trị. ~하다. ~를 받다 bị quản lý.

지배인(支配人) Người quản lý, người điều hành.

지범지범 Ăn hết cái này đến cái kia.

지변(地變) Động đất.

지병(持病) Bệnh lâu ngày, bệnh mãn tính.

지복(至福) Niềm hạnh phúc lớn lao.

지부(支部) Phần phụ, phần nhỏ, chi nhánh.

지분(持分) Sở hữu, có.

지불(支拂) Chi trả, trả. ~하다. ~을 거절하다 từ chối chi trả.

지붕 Mái, mái nhà. 기와로 ~을이다 lợp mái bằng ngói.

지사(支社) Chi nhánh công ty.

지새다 Trời sáng, trời rạng.

지새우다 Thức suốt đêm.

지시(指示) Chỉ thị. ~하다. ~에 따라 theo chỉ thị.

지식(知識) Tri thức. ~이 있다 có tri thức. ~이 없다 không có tri thức.

지아비 Người chồng, chồng.

지압(指壓) Dùng ngón tay ấn xuống. ~을 하다.

지어미 Người vợ, vợ.

지엄(至嚴) Rất nghiêm, vô cùng nghiêm khắc. ~하다.

지역(地域) Khu vực. ~별로 từng khu vực.

지연(遲延) Trì hoãn, kéo dài. ~하다. ~되다 bị trì hoãn.

지엽(枝葉) Cành và lá.

지옥(地獄) Địa ngục. ~같

다 như địa ngục.

지우개 Cái tẩy.

지우다 Chất lên lưng. 짐을 말에~ chất hàng lên lưng ngựa.

지우다 Xóa bỏ, xóa. 칠판을 ~ xóa bảng. 이름을 ~ xóa tên.

지원(支援) Chi viện, giúp đỡ. ~하다. 정신 적인 ~ chi viện về mặt tinh thần.

지위(地位) Vị trí, chức vị. ~있는 사람 người có chức vị. 사회적~ vị trí trong xã hội.

지은이 Người viết, người ghi (điểm).

지인(知人) Người quen biết.

지장(支障) Trở ngại. ~이 있다 có trở ngại.

지저분하다 Bẩn thỉu, luộm thuộm. ~한 방 căn phòng bẩn thỉu.

지전(紙錢) Tiền giấy.

지점(支店) Chi nhánh, đại lý. ~망 mạng đại lý.

지정(指定) Chỉ định. ~하다. ~한 대로 theo sự chỉ định.

지중해(地中海) Địa Trung Hải.

지지(支持) Ủng hộ. ~하다. 여론의~ sự ủng hộ của dư luận.

지지난달 Tháng trước.

지지난밤 Đêm trước.

지지난번(-番) Lần trước.

지지난해 Năm kia (trước năm ngoái).

지지다 Hầm, ninh, hãm (trà).

지진(地震) Động đất, địa chấn. ~이 나다 xảy ra động đất.

지진아(遲進兒) Đứa trẻ kém (chậm) phát triển.

지질(地質) Địa chất. ~분석 phân tích địa chất.

지질하다 Buồn tẻ, chán ngắt.

지척거리다 Lê bước.

지체(遲滯) Trì trệ. ~하다.

없이 không một chút trì trệ.

지축(地軸) Trục của trái đất.

지출(支出) Chi trả, chi ra. 수입과~ thu và chi.

지친(至親) Chí thân, rất thân.

지침(指針) Cái kim chỉ.

지켜보다 Chú ý, theo dõi.

지키다 Trông coi, giữ, giữ gìn, tuân thủ,. 집을 ~ coi nhà. ~를 지키다 giữ trật tự.

지탄(指彈) Chỉ trích, phê phán. ~하다

지팡이 Cái gậy, gậy chống. ~를 짚다 chống gậy. 대~ gậy tre.

지평(地平) Mặt đất bằng.

지평선 Đường chân trời.

지폐(紙幣) Tiền giấy. ~의 남발 lạm phát tiền giấy.

지필(紙筆) Giấy, bút, mực.

지하(地下) Dưới lòng đất. ~에서 일하다 làm việc dưới lòng đất.

지하철(地下鐵) Xe điện ngầm. ~로 가다 đi lại bằng xe điện ngầm.

지함(紙函) Hộp giấy, thùng giấy.

지화(指話) Nói chuyện bằng tay.

지환(指環) Chiếc nhẫn.

지휘(指麾) Chỉ huy. ~하다.

직(職) Việc làm.

직각(直角) Thẳng góc, góc vuông.

직감(直感) Trực giác, linh tính. ~하다.

직격(直擊) Cú đá thẳng.

직결(直結) Liên kết trực tiếp. ~하다.

직경(直徑) Đường kính.

직계(直系) Trực hệ. ~가족 gia tộc trực hệ.

직공(職工) Người lao động.

직구(直球) Đường banh thẳng. ~를 던지다.

직권(職權) Chức quyền. ~을 남용하다 lạm

dụng chức quyền.

직녀(織女) Cô thợ dệt.

직매(直賣) Bán trực tiếp, bán thẳng.

직매(直賣) Mua trực tiếp, mua thẳng.

직면하다(直面) Đối diện, đối mặt. 직면한 문제 vấn đề đối diện.

직무(職務) Công việc, nhiệm vụ. ~를 수행하다 thi hành nhiệm vụ.

직물(織物) Sợi, sợi vải. ~공장 nhà máy dệt.

직분(職分) Chức phận. ~을 다하다 làm hết chức phận.

직사(直射) Bắn thẳng.

직사각형(直四角形) Hình chữ nhật.

직수입(直輸入) Nhập khẩu trực tiếp.

직수출(直輸出) Xuất khẩu trực tiếp

직언(直言) Sự nói thẳng, sự nói rõ ràng. ~하다.

직업(職業) Nghề nghiệp, nghề, việc làm. ~별로 từng ngành nghề.

직역(直譯) Bản dịch trực tiếp. ~하다.

직영(直營) Điều hành trực tiếp. ~하다.

직원(職員) Nhân viên, công nhân, người làm công. ~명부 danh sách nhân viên.

직장(職場) Nơi làm việc, công việc. ~을 구하다 kiếm chỗ làm.

직진(直進) Tiến thẳng, đi thẳng.

직책(職責) Chức trách, trách nhiệm công việc.

직통(直通) Đi thẳng. ~하다. ~열차 tàu chạy thẳng. ~전화 điện thoại gọi thẳng.

직후(直後) Ngay sau khi. 종전~ ngay sau khi kết thúc chiến tranh.

진객(珍客) Vị khách quý.

진걸레 Giẻ lau sàn nhà.

진격(進擊) Tấn công.

진공(眞空) Chân không. ~청소기 máy hút bụi.

진귀(珍貴) Quí, hiếm. ~하다.

진급(進級) Thăng cấp, lên chức, lên lớp. ~하다. ~시키다 lên chức cho ai.

진날 Một ngày mưa.

진단(診斷) Chẩn đoán. ~하다. 의사의 ~ chẩn đoán của bác sĩ.

진담(眞談) Nói thật. 농담을 ~으로 듣다 đùa mà lại nghe thành thật.

진도(進度) Tiến độ.

진동(振動) Rung, chấn động.

진력(盡力) Tận lực, hết sức. ~을 다하다 hết sức

진로(進路) Con đường đi lên, đường tiến lên.

진료(診療) Khám chữa bệnh. ~하다. ~를 받다 được khám bệnh. ~실 phòng khám.

진리(眞理) Chân lý.

진맥(診脈) Sự xem mạch. ~하다.

진물 Máu, mủ (vết thương).

진범(眞犯) Chính phạm, kẻ có tội thực sự.

진보(進步) Tiến bộ. ~하다. 놀라운~ sự tiến bộ đáng ngạc nhiên.

진본(珍本) Quyển sách quý.

진본(眞本) Bản gốc, bản chính.

진부(眞否) Thật và giả. ~를 확인하다 kiểm tra thật hay giả.

진서(珍書) Sách quý.

진선미(眞善美) Chân, thiện, mỹ.

진수(進水) Sự hạ thủy. ~하다.

진실(眞實) Sự thật. 역사적인 ~ sự thật lịch sử.

진실성(眞實性) Lòng trung thành. (충실성).

진심(眞心) Chân tình, thật lòng. ~으로 một cách thực lòng.

진압(鎭壓) Trấn áp. ~하다. 폭동을 ~하다 trấn áp bọn phản loạn.

진열(陳列) Trưng bày, bày ra cho nhiều người xem. ~하다.

진영(陣營) Bản doanh, doanh trại, nơi đóng quân.

진일 Công việc chính trong nhà.

진입(進入) Tiến vào, vào, đi vào. ~하다. 궤도에 ~하다 đi vào quĩ đạo.

진전(進展) Tiến triển. ~하다. ~이 빠르다 tiến triển nhanh.

진정(眞正) Chân chính. ~하다. ~한 사랑 tình yêu chân chính.

진정(眞情) Chân tình. ~으로 một cách chân tình.

진주(珍珠) Ngọc trai, hòn ngọc. ~와 같다 giống như ngọc.

진지 Cơm, thức ăn, bữa ăn. ~ 잡수셨습니까 dùng cơm phải không ạ?

진지(陣地) Trận địa.

진짜 Thật, thực, không phải giả. ~와 가짜 thật và giả. ~금 vàng thật.

진출(進出) Bước vào, tiến vào, đi vào. 결승전에 ~ lọt vào trận chung kết.

진취(進就) Tiến thủ. ~하다. ~적 tính tiến thủ.

진치다(陣-) Cắm trại, cho quân cắm trại.

진토(塵土) Đất bụi, vật dơ bẩn, rác.

진통(鎭痛) Giảm đau, làm ngớt cơn đau. ~제 thuốc giảm đau.

진퇴(進退) Tiến thoái. ~양난 하다 tiến thoái lưỡng nan.

진항(進航) Đi, chạy trên biển. ~하다.

진해제(鎭咳劑) Thuốc ho.

진행(進行) Tiến hành. ~하다. ~중 đang tiến hành.

진홍(眞紅) Màu đỏ sẫm.

진화(進化) Tiến hóa. ~론 thuyết tiến hóa

진화(鎭火) Sự dập tắt lửa.

~하다.

진흙 Bùn, sình, lầy, đất.

질겁하다 Sợ, ngạc nhiên, hoảng.

질그릇 Đồ sứ chưa tráng men.

질근질근 Dần dần, chầm chậm.

질기다 Dai. 질긴 고기 thịt dai.

질뚝배기 Cái tô đất.

질량(質量) Chất lượng. ~단위 đơn vị chất lượng.

질러오다 Đi tắt.

질리다 Chán, chán chường.

질문(質問) Câu hỏi, hỏi. ~하다. ~에 대답하다 trả lời câu hỏi.

질박(質樸) Sự giản dị, sự chất phát. ~하다.

질병(疾病) Bệnh tật, bệnh.

질색(窒塞) Rất ghét, vô cùng ghét, ghê. ~하다.

질서(秩序) Trật tự. ~가 있다 có trật tự. ~없이 chẳng trật tự gì cả.

질질 Kéo dài lê thê, lết bết.

질타(叱咤) Trách móc, quở trách. ~하다.

질투(嫉妬) Ghen, sự ghen tị, ghen ghét. ~하다.

질환(疾患) Đau ốm, bệnh tật.

질흙 Bùn, đất sét.

짐 Hàng hóa, hành lý, gánh nặng. ~이 되다 trở thành gánh nặng

짐마차(-馬車) Xe ngựa chở đồ.

짐스럽다 Cảm thấy như gánh nặng, cảm thấy nặng nề.

짐승 Động vật bốn chi.

짐작(斟酌) Sự phỏng đoán, sự ước đoán. 내 ~에는 theo tôi đoán thì.

짐짐하다 Mần mặn.

집 Nhà. ~안에 trong nhà. 기와~ nhà ngói. 초가~ nhà tranh.

집(集) Sự sưu tập. 걸작~ bộ sưu tập các kiệt tác.

집게 Cái gắp, cái cặp, cái kẹp.

집구석 Góc nhà, xó nhà.

집권(執權) Tập quyền. 중앙~ trung ương tập quyền.

집단(集團) Tập thể. ~강도 cướp tập thể.

집들이 Ăn mừng tân gia.

집무(執務) Thực hiện công việc. ~하다.

집문서(-文書) Giấy tờ nhà, giấy chứng minh sở hữu nhà.

집비둘기 Chim bồ câu nhà.

집세(-貰) Tiền thuê nhà. ~를 내다 trả tiền thuê nhà.

집안 Trong nhà, trong gia đình. ~의 일 việc trong gia đình.

집약(集約) Tập trung lại, gom lại.

집어넣다 Bỏ vào, nhét vào, bỏ tù, cho vào tù.

집어먹다 Bốc ăn.

집어삼키다 Bốc lấy nuốt.

집어주다 Cầm lấy cho.

집요(執拗) Tính ngoan cố, tính bướng. ~하다.

집적거리다 Đụng vào, chạm vào, tham gia vào, can thiệp vào.

집주인(-主人) Người chủ nhà.

짓 Cử động, cử chỉ, động tác. 몸~ động tác của thân thể.

짓밟다 Chà đạp, đạp lên, coi thường.

짓밟히다 Bị chà đạp, bị đạp lên, bị coi thường.

짓씹다 Nhai kỹ.

짓찧다 Nghiền, giã.

징 Chuông, cồng. ~을 치다 đánh chuông.

징계(懲戒) Trừng phạt, xử phạt. ~하다.

징그럽다 Ghê rợn, rùng rợn. 징그러운 느낌 cảm giác ghê rợn.

징후(徵候) Triệu chứng, dấu hiệu.

짖다 Sủa, hót, kêu. 개~은 소리 tiếng chó sủa.

짙다 Đậm. ~색 màu đậm.

짙푸르다 Xanh thẫm.

짚 Rạ, cây rạ.

짚다 Chống. 지팡이를 ~ chống gậy.

짝 Cặp, đôi. ~을 짓다 kết đôi.

짝사랑 Yêu đơn phương. ~하다.

짧다 Ngắn. ~은 시간안에 trong thời gian ngắn

쪽지(-紙) Mẩu giấy. ~에 몇자 적다 viết mấy chữ lên mẩu giấy.

쪽팔리다 Xấu hổ, ngượng.

쫓아가다 Đuổi theo. 도둑을 ~ đuổi theo kẻ trộm.

쯤 Chừng, khoảng. 그는 나이가 50~ 되다 tuổi anh ta khoảng 50.

찌다 Béo lên. 쌀이 ~ béo lên.

찌르다 Đâm, châm. 바늘로 손가락을 ~ kim đâm vào ngón tay.

찍히다 Bị đóng dấu, được đóng dấu.

찡그리다 Nhăn mặt, cau mặt, nhíu mày nhăn mặt. 눈썹을 ~ cau mày.

찢다 Xé. 둘로 ~ xé thành hai.

찢어지다 Bị xé, bị rách. 가슴이 ~는 듯이 아프다 đau như xé ruột gan.

차 Phụ âm tiếng Hàn Quốc, đọc là shi ứt.

차(茶) Trà. ~나무밭 ruộng chè, cánh đồng chè. ~찌끼 bã chè. ~ 한 잔 một cốc trà.

차감(差減) Giảm, tụt xuống. 하다. 손익을 ~ 하다 giảm lời lỗ. ~잔액 số tiền giảm.

차갑다 Se lạnh, hơi lạnh.

차고(車庫) Thùng xe. ~에 넣다 cho vào thùng xe. ~에 넣어 두다 để vào trong thùng xe.

차관(借款) Tiền cho vay, vay tiền, vay vốn. ~을 신청하다 xin vay vốn.

차다 Đầy, đủ, kín, không còn chỗ trống. 달도 ~면 기운다 「속담」 cái gì đầy rồi thì sẽ đổ.

차단(遮斷) Cắt đứt, đứt đoạn, chặn, ngăn. ~하다. 교통을~ cắt đứt đường giao thông.

차량(車輛) Xe cộ, phương tiện đi lại. ~통행금지 cấm xe cộ đi lại (biển cấm).

차례 Thứ, lượt, thứ tự. 내 ~ lượt của tôi. ~로 theo thứ tự, theo lượt. 크기의 ~로 theo thứ tự về kích cỡ.

차로(叉路) Giao lộ, đường tách nhau.

차륜(車輪). Bánh xe. 차바퀴. 착륙용~ bánh dùng để hạ cánh.

차리다 Chuẩn bị. 음식을 ~ chuẩn bị thức ăn. 잔치를 ~ chuẩn bị tiệc.

차림 Ăn mặc, trang phục. 행상인 ~의사내 người đàn ông ăn mặc bằng

quần áo lễ hội.

차림새 Tư thế, thái độ. 검소한 ~ tư thế khiêm tốn.

차멀미(車-) Say xe. ~하다. 그녀는 버스만 타면 ~를 한다 chỉ cần lên xe buýt là cô ấy say xe.

차밍 Hấp dẫn, duyên dáng (charming). ~하다. ~한 처녀 một thiếu nữ duyên dáng.

차바퀴(車-) Bánh xe. ~자국 vết bánh xe.

차반(茶盤) Cái khay, cái mâm.

차버리다 Bỏ rơi, đá bay đi, từ chối. 애인을 ~ bỏ rơi người yêu.

차별(差別) Phân biệt. 하다. ~없이 không có sự phân biệt. 남녀 ~없이 không phân biệt nam nữ.

차분하다 Bình tĩnh, tĩnh lặng, bình lặng. 차분한 ~기분 bầu không khí tĩnh lặng.

차선(車線) Tuyến đường, tuyến xe, luồng xe. 3의~ 도로 đường ba luồng xe. ~을 지키다 đi đúng luồng xe...

차압(差押) Tịch thu, thu. =압류(押留). 집이 ~에 들어가다 nhà bị tịch thu.

차용(借用) Mượn để dùng, mượn dùng. ~하다. 일금 10만 원을 ~하다 mượn 100 ngàn tiền wôn.

차위(次位) Vị trí thứ hai.

차이(差異) Sự chênh lệch, sự khác biệt, sự cách biệt. 빈부의 ~ sự chênh lệch giàu nghèo.

차일(遮日) Tấm bạt che ánh nắng. ~을 치다 che bạt.

차장(次長) Phó giám đốc, phó quản lý, chức phó.

차점(次點) Điểm về nhì, đứng thứ hai. ~이 되다 đứng thứ hai.

차제(此際) Tình hình hiện nay, tình hình thực tế. ~에 vào tình hình này.

차지 Chiếm, giữ, nắm

lấy. 높은 지위를 ~하다 nắm chức vị cao. 수석을 ~하다 đứng đầu trong lớp.

차차(次次) Dần dần, từ từ, càng. ~ 어려워지다 càng khó dần lên. ~ 추워지다 càng lạnh dần lên.

차창(車窓) Cửa sổ xe, tàu. ~밖에 비치는 경치 cảnh bên ngoài cửa sổ tàu xe.

차체(車體) Thân xe. ~가 낮은 자동차 xe hơi có thân xe thấp.

차치하다(且置-) Trừ ra, loại ra, bỏ ra. 농담은 ~하고 bỏ những lời nói đùa ra.

차탄(嗟歎) Thở dài, chán chường. ~하다.

차표(車票) Vé xe, vé tàu. ~를 사다 mua vé xe. ~를 예약하다 đặt vé tàu xe. ~판매소 nơi bán vé.

-착(着) ①Đến, đến nơi. 5시 부산~의 열차 tàu đến Busan lúc 5 giờ. ②Về thứ (cuộc đua).

착각(錯覺) Nhầm lẫn, nhầm, mơ tưởng. ~하다. 다른 사람으로 ~하다 nhầm là người khác.

착공(着工) Bắt đầu, khởi công. ~하다. ~식 lễ khởi công. 그 공사는 다음 주에 ~된다 công trình ấy được khởi công vào tuần sau.

착란(錯亂) Chóng mặt, không tỉnh táo, hỗn loạn. ~하다. 정신~ tinh thần không tỉnh táo.

착모(着帽) Đội mũ. ~하다. 갱내에서는 헬멧의 ~가 필수적이다 trong hầm mỏ đội mũ bảo hiểm là điều bắt buộc.

착발(着發) ① Xuất phát và đến nơi. ~하다. ② Bắn, bóp cò.

착실(着實) Trung thực, thực thà, tin tưởng được, chắc chắn. ~하다. ~한 사람 người trung thực.

착안(着眼) Tập trung, lưu ý, để ý.

착오(錯誤) Nhầm lẫn, nhầm. ~하다. ~에 빠지다 nhầm lẫn.

착용(着用) Đội, mang, đeo. ~하다.

착유(搾乳) Vắt sữa. ~하다. ~하는 여자 cô gái vắt sữa.

착의(着衣) Mặc quần áo. ~하다.

착임(着任) Bổ nhiệm, thực hiện việc mình được bổ nhiệm. ~하다.

착잡(錯雜) Phức tạp, khó hiểu. ~하다. ~한 표정 nét mặt khó hiểu.

착정(鑿井) Đào giếng, khoan giếng. ~하다.

착지(着地) Hạ cánh, xuống đất. ~하다. 잘 ~하다 hạ cánh tốt.

착착(着着) Trơn tru, trôi chảy. ~진행되다 tiến hành trôi chảy.

착하다 Hiền lành, lương thiện. 착한 사람 con người hiền lành.

착함(着艦) Lên tàu, lên thuyền, lên máy bay. ~하다.

찬(讚) Lời khen. 그림에 ~을 쓰다 viết lời khen lên bức tranh.

찬가(讚歌) Bài hát ca ngợi. 올림픽 ~ bài hát Olimpic.

찬동(贊同) Tán đồng, đồng ý, tán thành. ~하다. ~을 구하다 xin mọi người tán thánh.

찬방(饌房) Nhà bếp, phòng làm thức ăn.

사(讚辭) Lời khen ngợi, tán tụng. 아낌없는 ~ khen không tiếc lời. ~를 보내다 gửi lời khen.

찬술(撰述) Làm sách, viết sách. ~하다.

찬양(讚揚) Tán dương, khen ngợi. ~하다. 공을 ~하다 khen ngợi công lao.

찬연(燦然) Sáng, lấp lánh. ~하다. ~히 빛나다 tỏa sáng lấp lánh.

찬의(贊意) Ý tán thành. ~를 표하다 bày tỏ ý tán thành.

찬장(饌欌) Cái khay đựng thức ăn, cái mâm.

찬찬하다 Chặt chẽ, kỹ càng, chi tiết. 그의 일은 ~ anh ta rất cẩn thận với công việc.

찬탄(贊嘆讚嘆) Khen ngợi, cảm phục. ~하다. ~할 만하다 đáng khen ngợi.

찬탈(篡奪) Cướp, giành lấy (ngôi vua, chính quyền). ~하다. 왕위를 ~하다 giành lấy ngôi vua.

찬표(贊票) Phiếu đồng ý, phiếu tán thành. ~를 던지다 bỏ phiếu tán thành

찰과상(擦過傷) Vết thương, vết xước da thịt. ~을 입다 bị xước da.

찰나(刹那) Chính lúc ấy, đúng lúc ấy. ~적인 có tính tức thời. 그 ~에 đúng vào lúc ấy.

찰랑거리다 Tràn, tràn ra. 물결이 해안에 ~ sóng tràn lên bờ biển.

찰흙 Đất sét. ~으로 만들다 làm bằng đất sét.

참 Sự thật, thật, đúng. 이 ~임을 증명하다 chứng minh sự thật này.

참가(參加) Tham gia. ~하다. ~를 신청하다 xin tham gia.

참관(參觀) Tham quan, thăm, xem. ~하다. 학교를 ~ tham quan trường học.

참극(慘劇) Thảm kịch. 순찰차가 ~의 현장으로 달려 갔다 cảnh sát tuần tra chạy đến hiện trường vụ thảm kịch.

참다 Chịu đựng, chịu. 고통을 ~ chịu đựng nỗi đau. 모욕을 ~ chịu chửi, bị chửi.

참담(慘憺) Bi thảm, tuyệt vọng. ~하다. ~한 광경 cảnh tượng tuyệt vọng.

참답다 Đúng nghĩa, chân thực, chính trực. = 참되다. 참다운 친구 bạn hiền.

참되다 Đúng, chính xác. 참된 이야기 chuyện

thật. 참된 사람 con người thật.

참렬(參列) Tham gia, tham dự. 참석.

참말 Lời nói thật. ~입니까? Anh nói thật chứ?

참모(參謀) Tham mưu. ~본부 bản doanh bộ phận tham mưu. ~총장 tổng tham mưu.

참사(參事) Tham tán. ~관 tham tán, viên tham tán, người giữ chức tham tán..

참사람 Người chân tình, người chính trực. ~이 되다.

참소(讒訴) Vu cáo, vu khống, tố cáo khống. ~하다. ~자 người tố cáo khống.

참수(斬首) Chém đầu, chặt cổ. ~하다. ~를 당하다 bị chém đầu.

참숯 Than.

참신(斬新) Mới, mới mẻ. ~하다. ~한 디자인 một kiểu thiết kế mới.

참언(讒言) Lời dự báo trước. ~하다.

참으로 Đúng là, thực là. ~고맙다 rất cảm ơn.

참을성(-性) Tính chịu đựng, khả năng chịu đựng. ~이 있다 có tính chịu đựng.

참하다 Hiền lành, đẹp, giản dị. 참한 아가씨 cô gái hiền lành.

참호(塹壕) Công sự, giao thông hào. ~를 파다 đào giao thông hào. ~생활 cuộc sống dưới thông hào.

참혹(慘酷) Dã man, tàn nhẫn. ~하다. ~한 살인 vụ giết người dã man.

참회(懺悔) Sám hối. ~하다. ~의 눈물 giọt nước mắt sám hối.

찻길(車-) ①Quĩ đạo. ②Đường xe đi, đường xe ô tô.

찻집(茶-) Quán trà. 다방(茶房).

창(窓) Cửa sổ. ~틀 khung

cửa sổ.

창가(唱歌) Xướng ca. ~하다.

창간(創刊) Bắt đầu xuất bản. ~하다. 그 잡지는 ~된지 10년이 되었다 tạp chí ấy ra đời được 10 năm rồi.

창갈이 Thay đế giày. ~하다.

창견(創見) Sáng kiến.

창고(倉庫) Kho, kho tàng. ~에 보관하다[넣다] bảo quản [bỏ] vào trong kho.

창구(窓口) Cửa, khuông cửa, ô làm việc, gian làm việc (ngân hàng vv..). 등기 우편은 6번 ~입니다 thư bảo đảm mời đến cửa số 6.

창궐(猖獗) Bùng phát, lan toả (bệnh vv..). ~하다. 유행성 감기가 ~하고 있다 dịch cảm cúm đang bùng phát.

창당(創黨) Thành lập Đảng. ~하다.

창도(唱道) Kêu gọi. ~하다. 자유를 ~하다 kêu gọi tự do.

창립(創立) Thành lập, thiết lập. ~하다. ~50주년을 축하하다 kỷ niệm 50 năm ngày thành lập.

창성(昌盛) Phồn thịnh, thịnh vượng. ~하다.

창술(槍術) Thương thuật, võ về giáo.

창애 Cái bẫy. ~에 걸리다 dính bẫy, mắc bẫy.

창연하다(愴然-) Buồn rầu, buồn. 창연히.

창유리(窓琉璃) Kính làm cửa sổ. ~를 깨(뜨리)다 đập vỡ kính cửa sổ. ~를 끼우다 lắp kính vào.

창의(創意) Sáng kiến, sáng ý. ~적인 có tính sáng kiến.

창작(創作) Sáng tác, làm ra. ~하다. ~적인 có tính sáng tác. ~가 nhà sáng tác.

창조(創造) Sáng tạo, làm ra. ~하다. ~적(인) có tính sáng tạo.

창틀(窓-) Khung cửa sổ.

창피(猖披) Xấu hổ, ngượng. ~하다. ~스럽다. 큰 ~ sự xấu hổ lớn. ~한 일 việc làm xấu hổ.

창황(蒼黃倉皇) Gấp gáp, vội vã, gấp rút. ~하다. ~히 một cách vội vã.

채굴(採掘) Khai quật, khai thác. ~하다. 금광을 ~하다 khai phá mỏ vàng.

채권(債券) Kỳ phiếu, trái phiếu, công trái. ~을 발행하다 phát hành trái phiếu.

채근(採根) Cái rễ, gốc, căn nguyên, nguồn gốc. ~하다.

채록(採錄) Tìm ra, lấy ra và ghi chép lại hoặc ghi âm lại. ~하다

채무(債務) Nợ. ~가 있다 có nợ.

채변 Từ chối. ~말고 많이 드십시오 mong anh đừng từ chối cứ ăn nhiều vào.

채비(-備) Chuẩn bị. 하다. 아무~도 없이 không có sự chuẩn bị gì trước.

채산(採算) Tính toán thu và chi. ~이 맞다 thu và chi đủ. ~이 맞지 않는다 thu và chi lệch nhau.

채용(採用) ①Thuê lao động, sử dụng lao động, dùng, tuyển dụng. ~하다.

채우다 Nhét vào, tấp vào, bổ sung vào, lấp vào, cho vào. 가방에 옷을 ~ nhét áo vào túi.

채이다 Bị cướp, bị giật, bị đá, bị bỏ rơi. 나는 그녀에게 채였다 tôi bị cô ấy đá.

채주(債主) Chủ nợ. ~에게서 빚을 갚으라는 독촉을 받다 bị chủ nợ đốc thúc trả nợ.

채지다 Thấm vào, rỉ vào. ~지 않게 칠하다 quét sơn chống thấm.

채찍 Roi. ~소리 tiếng roi vọt.

채취(採取) Thu thập, lấy. 지문을 ~하다 lấy vân tay.

채치다 ①Cướp, giật. 남의 손에서 책을~ giật quyển sách từ tay người khác. ②Kéo, lôi kéo.

채택(採擇) Lựa chọn. ~하다. 새 방법을 ~하다 lựa chọn phương pháp mới.

책(冊) Sách. 역사~ sách lịch sử.

책방(冊房). Cửa hàng sách, tiệm bán sách. ~을 경영하다 kinh doanh cửa hàng sách.

책벌(責罰) Phạt, xử phạt. ~하다. ~받다 bị xử phạt.

책임 (責任) Trách nhiệm. 무거운~ trách nhiệm nặng nề. 법률에 대한 ~ trách nhiệm về mặt pháp luật.

책임감(責任感) Tính trách nhiệm, tinh thần trách nhiệm. ~이 있다 có tinh thần trách nhiệm.

책자(冊子) Sách, quyển sách.

책잡히다(責-) Bị bắt lỗi. 직무 태만으로 ~ bị bắt lỗi là lơi là công việc

책정(策定) Dự toán, dự tính. ~하다. 가격을 ~하다 dự tính giá cả, tính giá.

책하다(責-) Trách móc. 책망하다.

챙기다 Chuẩn bị, thu gom, dọn dẹp. 짐을 ~ chuẩn bị hành lý.

처가(妻家) Nhà vợ, quê vợ. ~살이 sống ở nhà vợ.

처결(處決) Quyết định xử lý. ~하다.

처넣다 Bỏ vào, đưa vào, nhốt vào. 모든 옷을 여행가방에 ~ bỏ tất cả áo vào túi du lịch.

처녀성(處女性) Tính thiếu nữ, nét trinh nữ. ~을 잃다 mất nét trinh nữ.

처량하다(凄凉-) Thê lương,

처량한 광경 quang cảnh thê lương.

처럼 Như, bằng như, giống như, như là. 한 집안 식구~ 지내다 sống như người trong nhà.

처리(處理) Xử lý. ~하다. 문제를 ~하다 giải quyết vấn đề. 열을 ~하다 xử lý nhiệt.

처마 Mái nhà, mái hiên. ~에서 떨어지는 빗물 nước mưa rơi từ mái hiên xuống.

처방(處方) Đơn thuốc. 하다. 의사의~ 대로 theo đơn thuốc của bác sĩ.

처부모(妻父母) Bố mẹ vợ.

처분(處分) Xử ly, giải quyết, xử phạt. ~하다. 재산을 [토지를] ~하다 xử lý tài sản.

처세(處世) Xử thế. ~하다. ~법 cách xử thế. ~술 thuật sử thế.

처세술(處世術) Thuật xử thế, cách đối nhân xử thế. ~에 능하다 giỏi đối nhân xử thế.

처소(處所) Nơi cứ trú, nơi trú ngụ. ~를 잡다 tìm nơi trú ngụ.

처음 Lần đầu tiên, trước tiên, đầu tiên. 맨~에 trước tiên. ~에 ban đầu.

처자(妻子) Vợ con. ~를 부양하다 nuôi vợ con. ~를 버리다 vứt bỏ vợ con.

처쟁이다 Chất đầy, tấp đầy.

처지(處地) Tình huống, hoàn cảnh. ~의 변화 sự thay đổi tình huống.

처지다 ① Sệ xuống, trệ xuống, rũ xuống. 처진 어깨 cặp vai sệ xuống.

② Rớt lại sau, tụt lại sau. 혼자만 뒤에 ~ một mình tụt lại sau .

처하다(處-) ①Đưa vào, để vào. ②Xử phạt.

척 Giả vờ, giả đò. 동생은 내 말에 들은 ~도 않는다 đứa em nó chẳng thèm làm ra vẻ nghe lời tôi nói.

척도(尺度) Thước đo, tiêu chuẩn. 문명의 ~ thước đo văn minh.

척박(瘠薄) Cằn, bạc màu. ~하다. ~한 땅 đất cằn. 땅을 ~하게 하다 làm cho đất cằn.

척신(隻身) Độc thân, một mình.

척지(瘠地) Khai hoang đất. ~하다.

척지다(隻-) Xung đột.

척축(斥逐) Xua đuổi, đẩy ra. ~하다.

척출(剔出) Lấy ra, móc ra. ~하다. 눈알[탄알]을 ~하다 móc tròng mắt [hòn đạn] ra.

척후(斥候) Trinh sát, thăm dò. ~하다. ~를 내보내다 gửi trinh thám đi. ~대 đội trinh sát.

천 Sợi làm vải, sợi. 고급~ sợi cao cấp.

천(薦) Tiến cử, giới thiệu. ~하다. 추천(推薦).

천격(賤格) Chất lượng kém.

천견(淺見) Thiển kiến, ý kiến nông cạn. ~박식(薄識) ý kiến nông cạn và tri thức kém cỏi.

천고(千古) Thiên cổ, ngày xưa. ~의 전설 truyền thuyết từ ngày xưa.

천극(天極) Thiên văn. =천문.

천둥 Sấm. ~하다 có sấm. ~소리 tiếng sấm.

천막(天幕) Cái lều. ~을 치다 dựng lều.

천만(千萬) Chục triệu. 몇 ~이나 된다 giá tới mấy chục triệu. 수~ hàng chục triệu.

천만다행(千萬多幸) Thật là may mắn, vô cùng may mắn. ~하다.~이다.

천만부당(千萬不當) Rất không chính đáng, vô lý. ~하다. ~한 요구 yêu cầu vô lý.

천명(天命) Thiên mệnh, số mệnh. 그가 일찍 죽은 것도 ~이다 anh

ta chết sớm cũng là số trời.

천문(天文) Thiên văn. ~을 보다 xem thiên văn.

천부(天賦) Thiên phú. ~의 재능 tài năng thiên phú.

천수(天數) Thiên mệnh, số trời.

천시(賤視) Miệt thị, coi thường. = 멸시(蔑視).

천연(天然) Thiên nhiên, tự nhiên. ~의미 vẻ đẹp thiên nhiên.

천의(天意) Ý trời. ~에 따르다 theo ý trời. ~에 어긋나다 trái ý trời.

천재(天才) Thiên tài. 뛰어난 ~ một nhân tài nổi bật.

천진난만(天眞爛漫) Ngây thơ, ngay thẳng. ~하다. ~한 생각 suy nghĩ ngay thẳng.

천하(天下) Thiên hạ, thế gian. ~의 영웅 anh hùng thiên hạ. ~에 무적이다 thiên hạ vô địch

천행(天幸) May mắn. ~으로 bằng sự may mắn.

천험(天險) Địa hình. ~에 의지하다 dựa vào địa hình.

천후(天候) Thời tiết. 날씨. ~의 급변 sự thay đổi đột biến của thời tiết.

철 Mùa, mùa vụ.

철(鐵) Sắt, thép. ~문 cửa sắt. ~관 ống sắt.

철거(撤去) Trừ khử, loại bỏ. ~하다. 빈민가의 ~ xóa bỏ khu phố nghèo.

철도(鐵道) Đường sắt, đường ray, tàu hoả. ~로 여행하다 đi du lịch bằng tàu hỏa.

철렁거리다 Vỗ, va vào. 물결이 해변에 ~ sóng vỗ vào bờ biển.

철로(鐵路) Đường sắt. = 철도(鐵道).

철리(哲理) Triết lý. ~를 실천하다 thực hiện

triết lý.

철모르다 Không biết lễ nghĩa, không biết phải trái. ~는 애 cậu bé không biết phải trái.

철부지(-不知) Đứa bé, trẻ con. 아직 아무 것도 모르는 ~다 là đứa trẻ con vẫn chưa biết gì cả

철사(鐵絲) Dây sắt. ~로 묶다 cột bằng dây sắt. ~를 뽑다 rút dây sắt.

철수(撤收) Rút, lùi. ~하다. 군대를 ~하다 rút quân. 캠프를 ~하다 rút trại, nhổ trại.

철야(徹夜) Thức suốt đêm. 하다. ~ 공부하다 học suốt đêm. ~로 회의를 하다 thức suốt đêm để họp.

철없다 Không biết phải trái, không biết lễ nghĩa.

철인(哲人) Triết nhân, triết gia. ~처럼 행세하다 làm việc như triết gia.

철저(徹底) Triệt để, thấu triệt, nhất quán. ~하다. ~한 대책 một đối sách triệt để.

철퇴(鐵槌) Xử phạt.

철학(哲學) Triết học. ~적 có tính triết học.

첨가(添加) Thêm vào. ~하다. 방부제를 ~하다 cho thêm chất chống hư.

첨단(尖端) ①Cái mũi, mũi mhọn. 송곳의 ~ mũi dùi. ②Tiên tiến, đi đầu. ~기술 kỹ thuật hàng đầu.

첨첨 Liên tiếp, kế tiếp nhau. 벽돌을 ~ 쌓다 gạch xếp chồng liên tiếp lên nhau.

첩(貼) Gói thuốc. 약 두 ~ hai gói thuốc.

-첩(帖). Quyển, tập, bộ. 견본~ quyển mẫu.

첩부(貼付) Dán. ~하다. 편지에 우표를 ~하다 dán tem vào thư.

첫 Đầu tiên, trước tiên. ~째 lần đầu tiên. ~경험 kinh nghiệm đầu tiên. ~아이 đứa con đầu tiên.

첫걸음 Bước chân đầu tiên. 성공의 ~ bước đầu tiên tới thành công.

첫날 ①Ngày đầu tiên. ②Ngày lấy chồng lấy vợ.

첫날밤 Đêm đầu tiên, đêm tân hôn.

첫눈 Cái nhìn đầu tiên. ~에 반하다 yêu từ cái nhìn đầu tiên.

첫돌 ①Chẵn năm của em bé. ②Một năm. 창립 ~ 기념행사를 갖다 kỷ niệm 1 năm ngày thành lập.

첫봄 Đầu xuân. ~에 vào đầu xuân.

첫사랑 Mối tình đầu. ~에 빠지다 có mối tình đầu.

첫째 Đầu tiên, thứ nhất. ~권 quyển đầu tiên. ~목표 mục tiêu đầu tiên.

첫판 Ván đầu. ~에 지다 thua ván đầu.

청(請) Thỉnh cầu, mong muốn. ~하다. 간절한 ~ lời mong muốn khẩn thiết.

청가(請暇) Xin nghỉ. ~하다

청각(聽覺) Thính giác. 신경 thần kinh thích giác.

청강(聽講) Nghe giảng. 하다. ~무료 nghe giảng miễn phí. ~료 chi phí học.

청년(青年) Thanh niên. ~남녀 thanh niên nam nữ.

청력(聽力) Sức nghe, thính giác. ~이 좋다 thính giác tốt. ~을 잃다 mất thính giác, điếc.

청렴(清廉) Thanh liêm. 하다. ~한 사람 người thanh liêm.

청렴결백(清廉潔白) Thanh liêm trong sạch. =청렴.

청맹과니(青盲-) Mắt mù, mắt nhìn không thấy.

청명(清明) Trong sáng. ~하다.

청문(聽聞 Thính vấn,

nghe và hỏi. ~하다.

청바지(靑-) Quần jean, quần bò. ~를 입은 мặс quần jean.

청빈(淸貧) Thanh bần, cao thượng và nghèo. ~하다. ~한 생활을 하다 sống cuộc sống nghèo và trong sạch.

청산(淸算) Thanh toán, trả. ~하다. 부채를 ~하다 thanh toán nợ.

청소(淸掃) Dọn vệ sinh, làm vệ sinh, quét dọn. 하다. 방안을 ~하다 dọn vệ sinh phòng.

청순(淸純) Trong trắng. 하다. ~한 처녀 một thiếu nữ trong trắng.

청신(淸新) Cái mới, nét mới lạ. ~하다. ~한 맛 vị mới lạ.

청아(淸雅) Thanh nhã. ~하다. ~한 목소리 giọng nói thanh nhã.

청정(淸淨) Thanh tịnh, trong sạch. ~하다. ~한 마음 tấm lòng trong sạch.

청첩(請牒) Giấy mời. ~장 giấy mời đám cưới.

청초(淸楚) Sạch sẽ. ~하다. ~한 여자 người đàn bà sạch sẽ. 옷차림이 ~하다 ăn mặc sạch sẽ.

청취(聽取) Nghe (đài). ~하다. 라디오를 ~하다 nghe đài.

청탁(請託) Yêu cầu, khẩn cầu. ~하다. 간절한 ~ lời thỉnh cầu thống thiết.

청허(聽許) Xin, cầu xin. ~하다.

청훈(請訓) Thỉnh huấn. ~하다.

-체(體) Thể, hình thể, cơ thể. 건강~ cơ thể khỏe mạnh.

체결(締結) Ký kết. ~하다. 조약을 ~하다 ký kết điều ước.

체계(體系) Có tính hệ thống. ~적(인) tính hệ thống.

체관(諦觀) Nhìn kỹ, quan sát. ~하다.

체구(體軀) Cơ thể, hình

체. ~가 건장하다 thân kể cường tráng.

체념(諦念) Hiểu ra, thể niệm. ~하다. ②Mất hy vọng chỉ nghĩ rằng, tin rằng. ~하다.

체득(體得) ①Trải qua, từng trải. ~하다. ②Làm quen, học được. ~하다.

체력(體力) Thể lực. ~을 검사하다 kiểm tra thể lực.

체류(滯留) Cư trú, sống, trú, ở. ~하다. ~기간 thời gian cư trú.

체메다 Đóng dấu, đánh số.

체면(體面) Thể diện, danh dự, mặt mũi. ~에 관계되다 có liên quan tới thể diện.

체불(滯拂) Nợ, chưa trả, đọng lương. ~하다. 급여~ nợ lương.

체약(締約) Ký kết. ~하다.

체육(體育) Thể dục, thể thao. ~관 tòa nhà thể dục thể thao, nhà thi đấu, nhà thể thao.

체재(體裁) Cái khung, cái hình, bề ngoài. 동일~ bề ngoài giống nhau.

체중(體重) Trọng lượng cơ thể. ~의 증가 tăng trọng lượng cơ thể.

체증(滯症) Đình trệ, tắc nghẽn, ăn không tiêu. 교통~ tắc nghẽn giao thông.

체포(逮捕) Bắt, bắt giữ. ~하다. 살인 혐의로 ~하다 bắt vì tội giết người. ~되다 bị bắt.

체하다 Giả vờ, giả bộ. 놀란 ~ giả làm bộ ngạc nhiên.

체험(體驗) Thể nghiệm, trải qua. 하다. 직접 ~하다 trực tiếp thể nghiệm.

체형(體刑) Hình phạt. ~을 과하다 cho hình phạt.

처내다 Quét gom, gom lại. 닭똥을 ~ quét gom phân gà lại một nơi.

처들다 Ngóc lên, ngẩng

lên. 고개를 ~ ngẩng đầu. 손을 번쩍 ~ giơ tay lên.

초(草) Bản thảo, bản nháp. 법안의 ~ bản thảo pháp luật. ~(를) 잡다 làm bản thảo.

초고(草稿) Bản thảo, bản gốc. ~를 작성하다 làm bản thảo.

초과(超過) Vượt quá, vượt qua. ~하다. 규정 중량을 ~ vượt qua trọng lượng qui định.

초군(超群) Siêu quần, xuất chúng. ~하다.

초대(招待) Mời. ~하다. ~를 받다 được mời.

초대면(初對面) Gặp lần đầu. ~인 사람 người gặp lần đầu.

초들다 Nói ra, đưa ra, chỉ ra. 남의 결점을 ~ nói khuyết điểm của người khác.

초등(初等) Cấp một, tiểu học. ~교육 giáo dục tiểu học. ~수학 toán tiểu học.

초라하다 Nghèo nàn, chẳng có nội dung. ~한 음식 món ăn nghèo nàn.

초래(招來) Mang lại, đưa đến. ~하다. 뜻밖의 결과를 ~하다 đưa đến một kết quả bất ngờ.

초련(初戀) Mối tình đầu. 첫사랑.

초록(抄錄) Ghi chép lại. ~하다. 연설을 ~하다 ghi chép lại buổi diễn thuyết.

초롱초롱하다 Nhấp nháy, lấp lánh.

초름하다 Chưa đạt, thiếu, không đủ.

초면(初面) Gặp lần đầu. ~의 사람 người gặp lần đầu.

초벌(初-) Vẽ.

초보(初步) Sơ bộ, ban đầu, bước đầu, tập sự, tập. ~를 배우다 học bước đầu.

초본(抄本) Bản sao. 호적~ bản sao hộ khẩu.

초상(肖像) Vẽ hình, vẽ chân dung. ~화 tranh chân dung.

초안(草案) Bản nháp, bản thảo. ~을 작성하다 làm bản nháp, làm bản thảo.

초인종(招人鐘) Chuông, cái chuông cửa. ~을 누르다 ấn chuông. ~을 울리다 rung chuông.

초조(焦燥) Hồi hộp, phấp phỏng. ~하다. ~한 마음 với tâm trạng hồi hộp.

초지(初志) Ý chí ban đầu. ~를 굽히다 bẻ gãy ý chí ban đầu.

초집(草集) Tuyển tập.

초창(草創) Bắt đầu, ban đầu. ~기 thời kỳ ban đầu.

초청(招請) Mời. ~하다. 손님을 ~하다 mời khách.

초출(初出) Đầu mùa, mới ra. ~참외 dưa đầu mùa.

초췌(憔悴) Mệt mỏi, mệt. ~하다. ~한 얼굴 khuôn mặt mệt mỏi.

초특급(超特急) Siêu đặc cấp, siêu hạng.

촉각(觸覺) Xúc giác. ~기관 cơ quan xúc giác.

촉감(觸感) Xúc cảm. ~이 좋다 xúc cảm tốt.

촉구하다(促求-) Giục, thúc. 대답을 ~ giục trả lời. 주의를 ~ giục ai phải chú ý.

촉노(觸怒) Làm cho ai giận. ~하다.

촉망(囑望) Mong muốn, ước mong thành công, được gửi gắm. ~하다.

촉탁(囑託) Phó thác, giao cho. ~하다

촌(村) Thôn, làng, làng quê. 빈민~ xóm nghèo, làng ghèo.

촌내(寸內) Anh em. 가까운 ~가 많다 nhiều anh em họ hàng.

촌뜨기(村-) Thằng nhà quê. 시골에서 갓 올라온 ~ thằng nhà quê mới lên.

촌보(寸步) Bước chân, mấy bước nhỏ. ~도 양

보하지 않다 không nhường lấy một chút.

촘촘하다 San sát, sát vào nhau. 모를 ~하게 심다 trồng mạ sát vào nhau

총-(總) Tổng. ~소득 tổng thu nhập.

총각(總角) Trai tân, nam chưa vợ. ~처녀 trai tân thiếu nữ.

총검(銃劍) Lưỡi lê. ~을 꽂다[떼다] cắm [rút] lưỡi lê. ~으로 찌르다 dùng lê đâm.

총계(總計) Tổng số, tổng. ~하다 tính tổng lại.

총괄(總括) Tổng quát. ~하다. ~적 có tính tổng quát.

총기(聰氣) Sự thông minh. ~가 있다 có sự thông minh.

총리(總理) ①Thủ tướng. ~실 văn phòng Thủ tướng. ~부 phó Thủ tướng. ②Tổng quản lý. ~하다.

총명(聰明) Thông minh, lanh lợi. ~하다. ~한 사람 người lanh lợi.

총선거(總選) Tổng tuyển cử. ~하다. ~에서 승리하다 thắng trong cuộc tổng tuyển cử.

총영사(總領事) Tổng lãnh sự. ~관 tổng lãnh sự quán. 주호치민 한국 ~관 Tổng lãnh sự quán Hàn Quốc đóng tại thành phố Hồ Chí Minh.

총의(總意) Tổng ý, ý kiến chung. 국민의 ~ ý kiến của người dân.

총장(總長)①Hiệu trưởng. ②Tổng chỉ huy. ~에 취임하다 nhậm chức tổng chỉ huy.

총지휘(總指揮) Tổng chỉ huy. ~하다. ~관 quan tổng chỉ huy. =총사령관.

총체(總體) Tổng thể. ~적 으로 có tính tổng thể.

총합(總合) Tổng hợp. ~하다.

촬영(撮影) Quay phim chụp ảnh. ~하다. 영화

를 ~하다 quay phim. 사진을 ~하다 chụp ảnh.

최고(最高) Tối cao, cao nhất. ~가격 giá cao nhất. ~기관 cơ quan tối cao.

최고급(最高級) Cao cấp nhất. ~품 hàng cao cấp nhất.

최고기록(最高記錄) Kỷ lục tốt nhất. 세계~ kỷ lục tốt nhất thế giới.

최근(最近) Gần đây. ~3년동안 trong 3 năm gần đây. ~의 유행 mốt hiện nay.

최급하다(最急-) Rất gấp, rất vội.

최긴(最繁) Rất quan trọng và gấp rút. ~하다. ~한 문제 vấn đề rất quan trọng.

최다(最多) Nhiều nhất, tối đa. ~기록 kỷ lục tối đa.

최루(催淚) Cay, làm chảy nước mắt. ~가스 ga cay. ~탄 đạn cay.

최면(催眠) Thôi miên. ~요법 bí pháp thôi miên.

최면술(催眠術) Thuật thôi miên. ~에 걸리다 bị thôi miên. ~사 người có thuật thôi miên.

최선(最善) Hết sức. ~노력 nỗ lực hết sức.

최종(最終) Sau cùng. ~결정 quyết định sau cùng.

최초(最初) Đầu tiên, lần đầu tiên, ban đầu. ~의 계획 kế hoạch ban đầu. ~의 경험 kinh nghiệm đầu tiên

추가(追加) Thêm. ~하다. ~ 예산에 하다 thêm vào ngân sách/ dự toán. ~징수 thu thêm.

추격(追擊) Truy đuổi. ~하다. 적을 ~ truy đuổi quân địch.

추경(秋耕) Vụ thu. ~하다. ~치다 làm vụ thu.

추계(秋季) Mùa thu.

추고(追考) Suy nghĩ lại, truy khảo. ~하다.

추구(追求) Theo đuổi, mưu

cầu. ~하다. 행복을 ~하다 mưu cầu hạnh phúc.

추근추근 Bền bỉ, kiên trì. ~하다. ~한 사람 người kiên trì. ~하게 một cách kiên trì.

추단(推斷) Suy đoán. ~하다.

추도(追悼) Truy điệu, buồn thương người đã khuất. ~하다. ~식 lễ ruy điệu. ~문 điếu văn.

추락(墜落) Rơi, rớt, tụt. ~하다. ~한 비행기 chiếc máy bay bị rơi.

추려내다 Loại ra, lựa ra. 나쁜 사과를 ~ lựa táo hư ra.

추렴 Thu lấy, gom lấy, thu lượm. ~하다.

추록(追錄) Viết thêm. ~하다.

추리(推理) Truy lý, suy diễn. ~하다. ~과정 quá trình suy diễn.

추방(追放) Đuổi, xua đuổi. ~하다. 빈곤을 ~하다 xua đuổi đói nghèo.

추상(追想) Hồi tưởng, suy nghĩ lại. ~하다. 과거를 ~하다 suy nghĩ lại quá khứ.

추서다 Hồi phục. 일주일의 휴식으로 건강이 ~ sức khoẻ đã hồi phục sau một tuần nghỉ ngơi.

추석(秋夕) Trung thu. ~선물 quà trung thu.

추세(趨勢) Xu thế. 시대 ~ xu thế của thời đại.

추소(追訴) Truy tố. ~하다.

추스르다 Xốc lên, kéo lên. 업은 아이를 ~ xốc đứa bé đang cõng lên.

추앙(推仰) Tôn sùng. ~하다. 신(神)처럼 ~하다 tôn sùng như thần thánh.

추어주다 Khen ngợi, ngợi khen. 일을 잘 했다고 ~ khen là làm việc giỏi.

추억(追憶) Kỷ niệm, ký ức. ~하다. 아름다운 ~ một kỷ niệm đẹp. 슬픈

~ ký ức buồn.

추업(醜業) Nghề nghiệp hèn mạt, xấu hổ, làm điếm. ~에 종사하다 làm điếm.

추위하다 Lạnh. 어린애가 ~ 담요를 더 덮어 주어라 đứa bé nó lạnh, đắp thêm chăn cho nó.

추월(追越) Vượt, vượt lên, lách lên, giỏi, đi đầu. ~하다. 공업생산에서 다른 모든 나라들을 ~하다 trong lĩnh vực sản xuất công nghiệp thì vượt hơn tất cả các nước khác.

추저분하다 Bẩn thỉu, bẩn 추저분한 곳 nơi bẩn thỉu

추적 Truy đuổi, truy lùng. ~하다. ~하고 있다 đang truy đuổi.

추정(推定) Phán đoán, nhận định. ~하다. ~적(인) có tính nhận định.

추찰(推察) Quan sát, xem xét. ~하다.

추천(推薦) Giới thiệu, tiến cử. ~하다. 아무의 ~으로 theo sự giới thiệu của ai đó.

추첨(抽籤) Bốc thăm, bốc số. ~하다. ~으로 bằng hình thức bốc thăm.

추측(推測) Đoán, dự đoán. ~하다. 내 ~으로는 theo dự đoán của tôi.

추켜들다 Dựng dậy, vực dậy, dìu. 어린 아이를 ~ dìu đứa bé dậy.

추행(醜行) Trò xấu xa. (여자에게) ~을 하다 làm trò xấu xa(với phụ nữ).

추호(秋毫) Một chút, một tí, một ít. ~도 một chút cũng

추확(秋穫) Vụ thu, thu hoạch vụ thu

추회(追懷) Kỷ niệm, ký ức. =추억(追憶).

추후(追後) Sau này, sau. 이 문제는 ~에 다시 논의하기로 하였다 quyết định là vấn đề này sẽ bàn bạc sau.

축 Chỉ trệ xuống, sệ xuống. ~늘어지다 sệ

xuống. 어깨가 ~늘어지다 cái vai sệ xuống.

축가(祝歌) Bài hát chúc mừng. 결혼~ bài hát chúc mừng đám cưới.

축감(縮減) Giảm, giảm sút, cắt bớt. ~하다.

축구(蹴球) Bóng đá, túc cầu. ~경기 trận đấu bóng đá.

축나다(縮-) Thiếu (số lượng), ít, cơ thể yếu, người gầy đi. 돈이 3백 원~ thiếu 300 von.

축내다(縮-) Giảm, ăn bớt, cắt xén. 은행돈을 약 백만 원 ~ hắn bớt khoảng 1 triệu won tiền ngân hàng.

축년(丑年) Năm sửu.

축문(祝文) Câu văn chúc, lời chúc mừng. ~을 읽다 đọc lời chúc mừng.

축배(祝杯) Chén rượu mừng, rượu mừng, cốc rượu mừng. ~를 들다 nâng chén rượu chúc mừng.

축복(祝福) Chúc phúc, cầu phúc. ~하다. 앞날을 ~하다 cầu chúc cho tương lai.

축사(畜舍) Chuồng bò (lợn, gia súc).

축산업(畜産業) Ngành chăn nuôi. ~자 người làm ngành chăn nuôi.

축성(祝聖) Chúc thượng thọ.

축쇄(縮刷) In, in ấn. ~하다.

축수(祝手) Chắp tay cầu. ~하다. 병을 낫게 해달라고 신에게 ~하다 chắp tay cầu thần thánh cho nhanh khỏi bệnh.

축연(祝宴) Tiệc chúc mừng. ~을 베풀다 mở tiệc chúc mừng.

축일(逐-) Từng chi tiết một, cụ thể. ~보고하다 báo cáo cụ thể.

축재(蓄財) Gom lại, tập trung lại, tích trữ. ~하다. 부정~ tài sản tích luỹ được do bất chính.

축적(蓄積) Tích luỹ (kinh nghiệm, tiền, tri thức vv).

~하다. 자본(부)의 ~ tích luỹ vốn(tiền bạc).

축전(祝典) Lễ chúc mừng. 25주년 ~ lễ chúc mừng kỷ niệm thành lập 20 năm.

축정(築庭) Làm vườn, trang trí vườn. ~하다.

축제(祝祭) Đại hội, lễ hội. 노래와 춤의~ lễ hội nhảy và hát.

축척(縮尺) Rút nhỏ, rút gọn. ~하다. ~천 분의 rút xuống đến phần nghìn.

축하(祝賀) Chúc mừng. 하다. ~의 말씀 lời chúc mừng. ~를 받다 được chúc mừng.

춘계(春季) Mùa xuân. ~방학 nghỉ xuân.

춘약(春藥) Thuốc kính thích tình dục.

춘잠(春蠶) Tằm xuân. ~을 놓다 thả tằm xuân.

춘초(春初) Đầu xuân.

출가(出嫁) Xuất giá. 하다. 딸을 ~시키다 cho con gái xuất giá.

출간(出刊) Xuất hành (báo chí). ~하다.

출감(出監) Ra tù, ra khỏi trại giam. ~하다. ~자 người ra khỏi tù.

출강(出講) Đi giảng, giảng bài. ~하다. 나는 이 대학에 월요일에 ~한다 tôi giảng bài tại đại học này vào thứ hai.

출격(出擊) Tấn công định, xuất kích. ~하다. 백 회의 ~ 기록을 보유하다 có kỷ lục 100 lần xuất kích.

출계하다(出系-) Làm con nuôi. 삼촌 집에 ~ làm con nuôi nhà cậu.

출고(出庫) Xuất kho. 하다. ~가격 giá xuất kho. 갓 ~된 물건 hàng vừa xuất kho.

출교(黜教) Phá giới. ~하다.

출구(出口) Cửa ra, lối ra. 극장의 ~ lối ra kịch trường. ~는 이쪽입니다 cửa ra ở lối này.

출국(出國) Xuất cảnh. ~하다. ~기록카드 giấy khai xuất cảnh.

출근(出勤) Đi làm. ~하다. 아홉 시에 ~하다 đi làm lúc 9 giờ.

출금(出金) Chi tiền, xuất ra. ~하다.

출동(出動) Khởi hành, xuất trận, xuất binh, xuất quân. ~하다. 군대의 ~ xuất quân.

출동명령(出動命令) Lệnh khởi hành, lệnh xuất quân. 육군의 ~ lệnh xuất quân của bộ binh.

출두(出頭) Xuất hiện, có mặt, xuất đầu lộ diện. ~하다. ~하지 않다 không xuất hiện.

출력(出力) Công suất. 500마력의 ~모터 mô tơ có công suất 500 sức ngựa.

출렵(出獵) Đi săn. ~하다. ~나가 있다 đi săn.

출범(出帆) Rời bến, rời cảng (tàu). ~하다. ~명령 lệnh rời cảng. ~시간 thời gian rời bến.

출분(出奔) Bỏ trốn, trốn chạy. ~하다.

출비(出費) Trả chi phí, chi trả tiền. 지출(支出). ~를 억제하다 hạn chế chi trả.

출산(出産) Đẻ, sinh con. ~하다. 첫~ sinh lần đầu.

출생(出生) Sinh ra, sinh. ~하다. ~한 집 nhà nơi mình sinh ra.

출세(出世) Xuất sắc, xuất chúng, giỏi, thăng tiến. ~하다. ~의 비결 bí quyết để thành công.

출소(出所) Ra tù, ra khỏi trại. ~하다. ~가 허락되다 được phép ra tù. ~시키다 cho ra tù.

출신(出身) Xuất thân. ~하다. 양반~ 이다 xuất thân tầng lớp quí tộc.

출아(出芽) Mọc mầm. ~하다.

출어(出漁) Đi đánh cá. ~하다. ~구역 khu vực đánh cá.

출연(出捐) Đóng góp, nộp. 하다. 자선기금에 많은 돈을 ~하다 đóng góp nhiều tiền vào quĩ từ thiện.

출연(出演) Trình diễn, biểu diễn. ~하다. 처음 ~하다 trình diễn lần đầu.

출영(出迎) Đi đón, đón, nghênh tiếp. ~하다.

출원(出願) Ra, có, phát, cấp. ~하다. 특허를 ~하다 cấp giấy chứng nhận đăng ký phát minh.

출입국(出入國) Xuất nhập cảnh. 하다. ~관리 quản lý xuất nhập cảnh.

출자(出資) Bỏ vốn vào, đầu tư vào. ~하다. 개인~사업 nghề kinh doanh cá nhân bỏ vốn vào.

출전(出戰) ①Ra trận. 하다 ②Tham gia thi đấu, ra sân. =출장(出場). ~하다.

출정(出廷) Ra tòa, đến tòa. ~하다. ~하지 않다 không ra tòa. ~명령 lệnh ra tòa.

출중(出衆) Xuất chúng. ~하다. ~나다. ~하게 một cách xuất chúng.

출찰(出札) Bán vé. ~계원 nhân viên bán vé.

출초(出超) Xuất siêu. 30억 달러의 ~ xuất siêu 3 tỷ USD.

출출하다 Đói bụng, cảm thấy đói.

출토(出土) Đào ra, xới ra, khai quật (khảo cổ). ~하다. ~지 nơi khai quật.

출판(出版) Xuất bản. 하다. 책을 ~하다 xuất bản sách.

출품(出品) Trưng bày, bày ra (triển lãm vv..). ~하다. 전람회에 ~하다 trưng bày tại triển lãm.

출향(出鄕) Rời quê hương, xa quê hương. ~하다.

출현(出現) Xuất hiện. ~하다. 갑자기 ~하다

출혈(出血) Chảy máu, xuất huyết. ~하다. ~하여 죽다 bị xuất huyết chết.

충(蟲) [총칭] Côn trùng, sâu bọ. 기생~ ký sinh trùng. ~이 생기다 có sâu.

충격(衝擊) Sự va chạm. ~이 크다 va đập mạnh. ~을 받다 bị va vào, bị đâm vào.

충고(忠告) Lời khuyên, khuyên. ~하다. ~에 따르다 theo lời khuyên.

충동(衝動) Xúi dục. ~하다. 둘이 싸우게 ~ xúi ai đánh nhau.

충량(忠良) Trung thành lương thiện. ~하다.

충만(充滿) Đầy, đầy đủ. ~하다. 해학으로 ~ 해 있다 đầy sự hài hước.

충복(忠僕) Người đầy tớ trung thành.

충색(充塞) Ngăn, chặt, chẹt, bịt. ~하다.

충성(忠誠) Trung thành. ~하다, ~스럽다. ~스러운 마음 tấm lòng trung thành.

충순(忠順) Trung thành, biết nghe lời, phục tùng. ~하다.

충심(衷心) Thật tình, tận đáy lòng. ~에서 우러 나오는 동정 sự cảm thông từ đáy lòng.

충욕(充慾) Tham, tham lam. ~하다.

충용(忠勇) Trung dũng. ~한.

충원(充員) Bổ sung, huy động người. ~하다. 교수 huy động giáo viên.

충일(充溢) Đầy, tràn. ~하다.

충전(充電) Nạp điện, xung điện, xạc bin. ~기 máy nạp điện, cái nạp điện.

충족(充足) Thỏa mãn, đầy đủ. 욕망을 ~시키다 thỏa mãn đầy đủ nhu cầu.

충충하다 Tối, mờ. 충충한 날씨 thời tiết u ám.

충치(蟲齒) Sâu răng, cái răng bị sâu. ~가 먹다 bị sâu răng. ~를 빼다 nhổ răng sâu.

충효(忠孝) Trung hiếu. ~겸전하다 trung hiếu kiêm toàn.

취결(就結) Thanh toán, xử lý. ~하다.

취급(取扱) Đối xử. ~하다. 개처럼 ~하다 đối xử như chó. 공평한 ~ sự đối xử công bằng.

취기(醉氣) Vẻ say rượu, hơi rượu. ~가 돌다 có vẻ say rượu. ~가 깨다 tỉnh rượu.

취득(取得) Thu được, giành được, gặt hái được. ~하다. 재산의 ~ giành được tài sản.

취로(就勞) Khởi công hoặc thi công. ~하다. ~하고 있다 đang thi công.

취리(取利) Vay có lãi. ~하다. ~하여 돈을 모으다 vay có lãi để gom tiền.

취미(趣味) Sở thích. ~가 있다 có sở thích.

취사(炊事) Nấu nướng, nấu ăn. ~하다. ~도구 dụng cụ nấu ăn.

취소 (取消) Hủy bỏ, hủy. ~하다. ~할 수 있다 có thể hủy bỏ.

취소불능(取消不能) Không thể huỷ bỏ, không thể huỷ. ~신용장 thư tín dụng không thể huỷ.

취약(脆弱) Yếu, thiếu, hư. ~하다. 교통~ 지점 nơi mạng giao thông yếu.

취임(就任) Nhậm chức. ~하다. ~을 거절하다 từ chối nhậm chức.

취입(吹入) Thổi hơi vào, cho hơi vào. ~하다.

취재(取材) Lấy thông tin, lấy tài liệu, điều tra, làm tin(báo chí, truyền hình). ~하다.

취주(吹奏) Thổi (sáo, kèn vv). ~하다.

취지(趣旨) Ý, mục đích, ý chính, ý đồ. 독립 선

언서의 ~ ý chính của tuyên ngôn độc lập.

취지서(趣旨書)Phương châm, tiêu chí. 학회 창립의 ~ tiêu chí thực hiện mục đích, ý đồ.

취직(就職) Xin việc. ~하다. ~할 기회 cơ hội xin việc. ~을 부탁하다 nhờ xin việc.

취처(娶妻) Lấy vợ. ~하다.

취침(就寢) Ngủ. ~하다. ~중 đang ngủ.

취택(取擇) Lựa chọn. ~하다. ~하기 곤란하다 khó lựa chọn.

취하다(醉 -) Say rượu. 취한 체하고 giả làm say. 맥주에 ~ say bia.

취학(就學) Đi học. ~하다. ~시키다 cho đi học.

취항(就航) Bay, bay đến. ~하다. 여객기의 ~을 금지하다 cấm máy bay chở khách bay.

측(側) Phía, bên. 양~ hai bên, hai phía.

측근(側近) ①Gần, cạnh. ②Người thân cận. 총리~소식통에 의하면 theo một nguồn tin từ người thân cận của Thủ tướng

측근자(側近者) Người thân cận. 대통령~ người thân cận của Tổng thống.

측량(測量) Đo, đo đạc. ~하다. ~기 máy đo. 수심~기 máy đo độ sâu của nước. 토지를 ~하다 đo đất.

측문(仄聞) Lời đồn, đồn. ~하다. ~한바에 의하면 theo lời đồn.

측산(測算) Dự tính, dự toán. ~하다.

측은(惻隱) Đáng thương, tội nghiệp. ~하다. ~히 một cách đáng thương.

측정(測定) Đo. ~하다. 거리를 ~하다 đo chiều dài. 수심을 ~ đo chiều sâu của nước. ~기 máy đo.

츱츱하다 Trơ trẽn, không biết xấu hổ. 그는 ~게 남의 물건을 자꾸 달란다 anh ta cứ trơ trẽn đòi đồ của người khác.

층(層) Tầng lớp, bậc. 근로자~ tầng lớp người lao động.

층계(層階) Bậc thang, nấc thang. ~위[아래]에서 trên [dưới] bậc thang.

층나다(層-) Có khác nhau, khác nhau. 연령이~ tuổi tác khác nhau.

층등(層等) Đẳng cấp, tầng bậc. ~을 매기다 làm dấu từng loại.

층루(層樓) Tầng lầu.

층층대(層層臺) Bậc thang.

층층이(層層-) Từng tầng, từng lớp, tầng tầng, lớp lớp. ~ 쌓다 chất từng lớp.

층하(層下) Đối xử tồi. ~하다. 사람을 ~하다 đối xử kém với người.

치 Thằng, con, mạng, mống (chỉ coi thường con người)

치(齒) Răng.~(가)떨리다 răng run cầm cập, rất giận giữ. 치(를) 떨다 rất kẹt xỉn, rất keo kiệt.

치가(治家) Trị gia, cai quản gia đình. ~하다.

치가 떨리다(齒-) Giận dữ, rất giận.

치경(齒莖) Lợi, lợi răng. ~의.

치고는 So với. 일본인 ~ 한국어를 잘 한다 anh ta giỏi tiếng Hàn so với những người Nhật khác.

치골(齒骨) Chân răng.

치과(齒科) Nha khoa, khoa răng. ~의사 bác sĩ nha khoa. ~병원 bệnh viện nha. ~에 가다 đi nha khoa.

치국(治國) Trị quốc, trị nước. ~하다.

치근(齒根) Chân răng, gốc răng.

치다 Đánh, đập. 되~다 đánh lại.

치다 Dọn vệ sinh, lau chùi. 길의 돌을 ~ dọn hòn đá trên đường. 눈을 ~ dọn tuyết.

치닫다 Đi lên, hướng lên.

치도곤(治盜棍) Cái nhà tù. ~을 안기다 nhốt vào tù.

치둔(癡鈍) Ngu đần. ~하다.

치뜨다 Mở ra. 눈을 ~ mở mắt lên.

치렁치렁 Kéo lê, quệt. 치맛자락이 ~ 땅에 끌리다 vạt váy kéo lê trên đất.

치렁하다 Kéo lê, quét. 치마가 ~ váy lê thê.

치레 Trang điểm, tỉa tót. ~하다. 겉~로만 chỉ trang trí bên ngoài.

치료(治療) Điều trị, chữa trị. ~하다. ~할 수 없는 병 bệnh không chữa được.

치르다 Trả tiền, trả. 어떤 대가를 ~ 더라도 cho dù phải trả giá nào đi nữa. 값을 ~ trả tiền.

치를떨다(齒-) ①Giận giữ. ②Kẹt xỉn, keo kiệt.

치마 Cái váy. ~를 입다 mặc váy.

치매(癡箄) Bệnh đãng trí, bệnh mất trí nhớ. ~증 bệnh mất trí nhớ.

치매기다 Đánh dấu.

치먹히다 ① Đánh dấu, đánh số. 번지가 ~ đánh số. ②Được bán, đưa ra bán.

치면하다 Tràn, gần đầy. 물이 그릇에 ~ nước tràn cốc.

치명(致命) Trí mạng, trối chết.

치밀(緻密) Tinh xảo, chính xác, tinh vi. ~하다. 너무 ~한 quá chính xác.

치밀다 Trỗi dậy. 욕심이~ cái tham trào lên.

치받다 Đánh lên, múc lên. 아무의 턱을 ~ múc cằm ai lên. 아무를 머리로 ~ húc ai đó bằng đầu.

치병(治病) Trị bệnh. ~하다.

치부(致富) Làm giàu. ~하다. 장사를 해서 크게 ~하다 buôn bán làm giàu lớn.

치사(致謝) Cảm tạ. ~하다. 아무의 호의를 ~하다 cảm tạ lòng tốt của ai.

치사(恥事) Xấu hổ, xấu mặt.~하다[스럽다]. ~한 행위 hành vi xấu hổ.

치상(治喪) Chịu tang. ~하다.

치석(齒石) Cao răng. ~으로 더러워진 이 răng bẩn vì cao răng. ~이 붙다 gắn cao răng vào.

치성(致誠) Hết lòng, hết mức.

치솟다 ① Mọc ra, phun ra, tỏa ra. 불길이 치솟았다 lửa đang tuôn ra. ②Bộc phát (tình cảm, tức giận).

치수(-數) Chỉ số. ~대로 theo chỉ số.

치신 Danh dự, uy tín. ~을 잃다 mất danh dự.

치신사납다 Đáng xấu hổ. ~게 굴다 làm cái trò xấu hổ.

치신없다 Bất lịch sự, vô lễ, mất nết. ~는 짓 làm cái trò vô lễ.

치아(齒牙)Cái răng, răng.

치안(治安) Trị an, an ninh. ~ 어지럽다 trị an bất ổn định. ~을 유지하다 duy trì trật tự trị an.

치약(齒藥) Kem đáng răng.

치열(治熱) Trị nhiệt. ~하다. 이열(以熱)~ lấy nhiệt trị nhiệt, lấy độc trị độc.

치열(齒列) Hàm răng, hàng răng. ~이 고르다 hàng răng đều.

치열(熾烈) Ác liệt, khắc nghiệt. ~하다. ~한 경쟁 sự cạnh tranh khốc liệt.

치외법권(治外法權) Quyền miễn trừ ngoại giao.

치욕(恥辱) Sỉ nhục, thóa mạ. 국가의 ~ sỉ nhục quốc gia. ~을 당하다 bị sỉ nhục.

치우다 Dọn, dẹp bỏ.

스래기를 ~ vứt rác, dọn rác.

치우치다 Nghiêng, lệch. 벽이 동쪽으로 ~ bức tường nghiêng về hướng đông.

치유(治癒) Điều trị, trị liệu. ~하다. ~할 수 있는[없는] có thể [không thể] điều trị được.

치은(齒종) Lợi, chân răng. (잇몸). ~염 viêm lợi. ~출혈 chảy máu lợi.

치이다 Bị kẹt, bị mắc vào. 손이 문틈에 ~ tay bị kẹt vào cửa.

치장(治粧) Trang trí, trang điểm. ~하다. 방을 그림으로 ~하다 trang điểm căn phòng bằng những bức tranh.

치정(癡情) Yêu đương mù quáng. ~에 얽힌 범죄 phạm tội do yêu đương mù quáng.

치죄(治罪) Trị tội. ~하다.

치중(置重) Trọng tâm, lấy trọng điểm. ~하다. 교육에 ~하다 trọng điểm là giáo dục.

치지도외(置之度外) Không chú ý đến, không tính đến. ~하다.

치한(癡漢) ①Kẻ háo sắc. ②Kẻ ngu dốt.

칙칙하다 Không sáng, mờ, trông đần độn. 칙칙한 빛깔 ánh sáng mờ. 칙칙해 보이다 trông đần độn.

친-(親-) Thân thiết, ruột thịt. ~형제 anh em ruột thịt.

친가(親家) Nhà mình, nhà bố mẹ mình. 친정(親庭).

친교(親交) Chơi thân. 와~가 있다 chơi thân với ai. ~를 맺다 chơi thân với.

친구(親舊) Bạn, bạn bè. 술~ bạn rượu.

친권(親權) Quyền bảo lãnh của bố mẹ cho người vị thành niên. ~을 행사하다 thực hiện quyền bảo lãnh.

친근(親近) Thân cận, thân quen, gần gũi.

~하다. ~한 사이 quan hệ gần gũi.

친근감(親近感) Cảm giác gần gũi, cảm giác thân cận. 어버이와 자식간의~ cảm giác thân cận giữa bố và con.

친남매(親男妹) Chị em ruột.

친딸(親-) Con gái ruột.

친모(親母) Mẹ đẻ, mẹ ruột.

친목(親睦) Thân thiện và hòa bình. ~하다.

친부모(親父母) Bố mẹ đẻ. ~처럼 돌보아 주다 chăm sóc như bố mẹ đẻ.

친사돈(親査頓) Thông gia.

친상(親喪) Đám tang người thân. ~을 당하다 bị tang người thân.

친서(親書) Đích thân viết. ~하다.

친선(親善) Hữu nghị, thân thiện. ~경기 đấu giao hữu. ~관계 quan hệ hữu nghị.

친애(親愛) Thân ái. ~하다. 하는 김 씨에게 thân ái gửi anh Kim.

친우(親友) Bạn bè, bạn. = 친구(親舊).

친척(親戚) Thân thích, anh em, họ hàng. 먼보다 까가운 이웃 bán anh em xa mua láng giềng gần.

친친 Quấn chặt, siết chặt. 밧줄이 ~ 감기다 quấn chặt dây thừng.

친필(親筆) Đích thân viết. ~편지 bức thư do đích thân mình viết.

친하다(親-) Thân, thân cận, gần gũi. 친한 친구 bạn thân.

친할머니(親-) Bà nội

친할아버지(親-) Ong nội.

칠(七) Thất, bảy, số bảy. ~개월 bảy tháng. ~년 bảy năm.

칠(漆) Quét sơn, bôi sơn. ~하다. ~을 다시 하다 quét sơn lại. ~이 벗겨지다 lớp sơn bị tróc.

칠거지악(七去之惡) Bảy cái tật của người phụ nữ

mà người chồng có thể đuổi đi ngày xưa. .

칠떡거리다 Kéo lê, quyệt. 치마가 땅에 ~ váy kéo lê trên đất.

칠렁칠렁 Đầy, tràn.

칠색(七色) Bảy màu. 무지개의 ~ bảy màu của cầu vồng.

칠십(七十) Bảy mươi. ~대의 노인 ông già tuổi bảy mươi.

칠월(七月) Tháng bảy.

칠일(漆-) Bôi sơn, quét sơn.

칠전팔기(七顚八起) Bảy lần ngã tám lần dậy, không khuất phục, bất khuất. ~하다.

칠전팔도(七顚八倒) Thất bại liên tiếp, rất vất vả. ~하다.

칠정(七情) Bảy tình cảm của con người.

칠칠찮다 Bẩn thỉu luộm thuộm. 칠칠찮은 사내 cái thằng bẩn thỉu luộm thuộm.

칠칠하다 Giỏi, khéo tay.

칠판(漆板) Tấm bảng, cái bảng. ~에 쓰다 viết lên bảng. ~을 지우다 xóa bảng.

칠팔월(七八月) Tháng bảy tháng tám.

칠하다(漆-) Quét sơn. 다시 ~ quét sơn lại. 갓 칠한 vừa sơn xong. 벽에 페인트를 ~ quét sơn lên tường.

침 Nước bọt. ~을 뱉다 nhổ nước bọt. ~이 튀기다 bắn nước bọt. ~을 삼키다 nuốt nước bọt.

침강(沈降) Chìm xuống, lắng xuống. ~하다.

침공(侵攻) Xâm lăng. ~하다.

침구(寢具) Chăn gối. ~를 개다[펴다] gấp[trải] chăn.

침노하다(侵擄-) Xâm chiếm, xâm lược. 변경을 ~ chiếm biên giới .

침대(寢臺) Giường. 접이식 ~giường gấp.

침략(侵略) Xâm lược. ~하다. 경제적~ xâm lược

về mặt kinh tế. 외 부로 부터~ xâm lược từ bên ngoài.

침마취(鍼痲醉) Châm cứu cho tê. ~를 시키다 châm cứu làm tê.

침모(針母) Người chuyên đi khâu vá cho người khác.

침몰(沈沒) Chìm, chìm xuống. ~하다. 배와 함게 ~하다 chìm cùng với thuyền.

침묵(沈默) Trầm lặng. ~하다. ~을 지키다 giữ im lặng. ~을 깨뜨리다 phá vỡ sự im lặng.

침범(侵犯) Xâm phạm. ~하다. 사생활을 ~하다 xâm phạm đời tư. 인권을 ~하다 xâm phạm nhân quyền.

침수(浸水) Chìm, bị ngập nước. ~가옥 nhà chìm trong nước. ~지역 khu vực bị ngập nước.

침식(浸蝕) Ăn mòn, bào mòn. ~하다. 바닷물이 유지를 ~하고 있다 nước biển đang lấn (ăn mòn) đất liền.

침실(寢室) Phòng ngủ. ~겸 거실 phòng ngủ kiêm phòng khách.

침염(浸染) ①Nhuộm. ~하다. ②Cảm hóa. ~하다.

침울(沈鬱) Buồn, trầm uất. ~하다. ~한 얼굴 khuôn mặt trầm uất.

침입(侵入) Thâm nhập. ~하다. 이웃나라를 ~하다 thâm nhập nước láng giềng.

침전(沈澱) Chìm xuống, lắng xuống. ~하다.

침착(沈着) Bình tĩnh. ~하다. ~하게 một cách bình tĩnh. ~한 사람 người bình tĩnh.

침착성(沈着性) Sự bình tĩnh, tính bình tĩnh. ~을 잃다 mất bình tĩnh.

침체(沈滯) Đình trệ, không bán được hàng. ~하다. ~된 시장 thị trường ế ẩm.

침침하다(沈沈-) Tối, mù mịt. 침침한 방 căn phòng tối tăm. 침침한

곳에서 ở nơi tối tăm.

침통하다(沈痛-) Đau đớn. 침통한 어조로 giọng đau đớn. 침통한 얼굴로 nét mặt đau đớn.

침투(浸透) Thâm nhập, ngấm vào. ~하다. 정계에 ~하다 thâm nhập vào chính trường.

침해(侵害) Xâm hại, xâm phạm. ~하다. 저작권을 ~하다 xâm phạm quyền tác giả.

침향(沈香) Trầm hương.

칩거(蟄居) Ở lỳ trong nhà. ~하다.

칫솔(齒-) Bàn chải đánh răng

칭송(稱頌) Khen ngợi, ca ngợi. ~하다.

칭얼칭얼 Léo nhéo, lèo nhèo. 어린애가 ~ 울다 đứa bé khóc léo nhéo.

칭원(稱冤) Nói cho hả giận, trách móc. ~하다. 나를 ~하지 말라 đừng có trách tôi.

칭찬(稱讚) Khen ngợi. ~하다. ~을 받다 được khen ngợi. ~의 말 lời khen ngợi.

카 Kha, tiếng thốt lên khi ngửi thấy mùi gì đó.

카누 Canô. ~를 젓다 lái canô. ~젓는 사람 người lái canô.

칼 Con dao, dao. ~끝 mũi dao. ~날 lưỡi dao. ~등 sống dao.

칼러 Màu sắc. 붉은~ màu đỏ.

칼맞다 Bị trúng dao, bị đâm bằng dao. ~아 죽다 bị đâm bằng dao chết.

캐다 Đào, bới, moi. 감자를~ bới khoai tây. 금을~ đào vàng.

캐치 Bắt. ~하다 bắt.

캔 Thùng, lon. ~맥주 bia lon.

캔디 Kẹo đường.

캘린더 Cuốn lịch. ~시계 đồng hồ lịch. 벽~ lịch treo tường.

캠핑 Cắm trại. ~하다. ~카 xe cắm trại. ~가다 đi cắm trại.

캡슐 Viên, bằng viên. ~에 싼 đóng viên

커닝 Quay cóp, nhìn trộm bài (thi cử). ~을 하다

커다랗다 Lớn ơi là lớn, rất lớn. 집을 ~게 짓다 nhà xây lớn ơi là lớn.

커다래지다 Trở nên lớn, to hơn.

커미션 Tiền hoa hồng. ~을 받다 nhận tiền hoa hồng. ~을 떼다 trừ tiền hoa hồng.

커버 Vỏ bọc, vỏ che bên ngoài. 의자의~ vỏ bọc cái ghế. ~를 떼다 tháo vỏ bọc.

커지다 Lan rộng, lớn ra, to ra. 세력이 ~ thế lực

lớn lên. 문제가 ~ vấn đề trở nên lớn hơn.

컴컴하다 Bí mật, không biết được. 속(이) 컴컴한 사람 người có nhiều bí mật.

컴퓨터 Máy tính. ~한 대 một chiếc máy vi tính. ~로 일하다 làm việc bằng máy vi tính.

컷 Cắt bỏ, loại, cắt bỏ, trừ. ~하다

케이블 Dây cáp. ~카 xe cáp. ~크레인 cẩu cáp.

켜내다 Rút chỉ.

켜다 Bật đèn, bật lửa, đốt lửa. 전등을 ~ bật điện. 촛불을 ~ đốt nến. 라이터를 ~ bật lửa.

코 Mũi, cái mũi. 콧구멍 lỗ mũi. 콧수염 lông mũi. 우뚝한 ~ mũi cao.

코골다 Ngáy, gáy. 코 고는 소리 tiếng ngáy. 코 고는 사람 người ngủ ngáy.

코끝 Chóp mũi.

코납작이 ①Người mũi tẹt. ②Người bị mất tinh thần.

코너 Phạt góc. ~킥 đá phạt góc (bóng đá).

코드 ①Cái dây, dây điện. ②Mã số.

코뚜레 Vòng đeo mũi. 쇠~ cái vòng đeo mũi bò.

코리아 Korea, Hàn Quốc.

코맹맹이 Khịt mũi, nghẹt mũi. ~소리 tiếng khịt mũi.

코멘트 Bình luận, đánh giá. ~를 하다 đánh giá. 노~ không bình luận.

코뮤니즘 Chủ nghĩa cộng sản.

코미디 Hài ước. 나는 비극보다 ~를 좋아한다 tôi thích hài hơn là bi kịch.

코즈메틱 Mỹ phẩm.

코털 Lông mũi. ~을 뽑다 nhổ lông mũi.

코프라 Cùi dừa kho, cơm dừa khô. ~유(油) dầu cơm dừa.

코피 Máu mũi, máu cam.

~가 나다 chảy máu cam.

콘돔 Bao cao su.

콩가루 Bột đậu

콩기름 Dầu đậu

콩나무 Cây giá đỗ.

콩댐 Đùa. ~하다

콩밥 Cơm hấp đậu, cơm tù nhân. ~먹다 [nghĩa bóng] ăn cơm tù.~을 먹이다.

콩장(-醬) Tương đậu.

쾌감(快感) Khoái cảm, cảm giác thoải mái. ~을 느끼다 cảm thấy thoải mái.

쾌락(快樂) Khoái lạc. ~하다. 육체적인~ khoái lạc về thể xác. 인생의~ khoái lạc cuộc đời.

쾌보(快報) Tin lành, tin vui. ~를 전하다 chuyển tin vui. ~에 접하다 đón nhận tin vui.

쾌사(快事) Việc vui, việc lành.

쾌속(快速) Tốc độ cao. ~선 thuyền tốc độ cao. ~열차 tàu hỏa tốc độ cao.

쾌적(快適) Thoải mái, dễ chịu. ~하다.

쾌주(快走) Chạy nhanh. ~하다. 자동차는 ~했다 xe hơi chạy nhanh.

쾌하다(快-) ①Vui, vui mừng. ②Khoẻ, vui trong người.

쾌활(快活) Hoạt bát.. ~하다. ~한 사람 người hoạt bát.

쿠데타 Một cuộc đảo chính. ~를 일으키다 gây ra đảo chính.

쿡 Nấu ăn (cook).

크기 Kích cỡ, độ to lớn. ~얼마입니까? To bằng chừng nào? ~가 같다 to bằng nhau.

크다 To, lớn, bự. 큰 인물 một nhân vật cỡ bự. 큰 손해를 입다 chịu tổn hại lớn.

큰길 Con đường cái.

큰눈 Trận tuyết lớn. ~이 내렸다 có trận tuyết lớn rơi xuống.

큰딸 Con gái đầu.

큰소리 To, lớn (âm thanh). ~로 말하다 nói lớn. ~로 부르다 gọi lớn.

큰손녀(-孫女) Cháu gái đầu.

큰손자(-孫子) Cháu trai đầu.

큰아들 Con trai trưởng, con đầu lòng.

큰아버지 Bác trai (anh của cha).

큰어머니 Bác gái.

큰어머니 Dì lớn.

큰언니 Chị cả.

큰오빠 Anh cả, anh hai (em gái gọi).

큰절 Lạy lớn, lạy cúi rạp mình . ~하다.

큰할아버지 Bác trai đầu.

큰형(-兄) Anh cả (em trai gọi).

클레임 Than phiền, yêu cầu bồi thường (claim). ~을 제기하다 yêu cầu bồi thường.

클리닝 Là, ủi. ~하러 보내다 gửi đi giặt là.

키 Tầm vóc con người. ~가 크다 to lớn, người to lớn. ~가 작다 nhỏ người.

키 Cơ thể, độ lớn cơ thể.

키스 Hôn, nụ hôn. ~하다 hôn. 와/과 ~하다 hôn ai đó. 입술에 ~하다 hôn lên môi.

키우다 Nuôi, nuôi lớn. 아이를~ nuôi con. 개를~ nuôi chó.

키질 Sàng, lọc, lựa. ~하다. 쌀을~하다 sàng gạo.

키포인트 Điểm chính, điểm mấu chốt. ~를 파악하다 nắm bắt được vấn đề mấu chốt.

킥 Đá, đá bằng chân (kich) ~하다. ~을 잘 하다 đá giỏi.

킥킥 Khúc khích, rúc rich. ~하다[거리다] cười khúc khích.

킬로 Kilô (viết tắt của kilômét, kilôgram, kilôwatt, kilôvôlt, kilôbyte).

ㅌ

타(他) Khác, loại khác, không cùng, cái khác. ~도(他道) tỉnh khác.

타개(打開) Mở ra, giải quyết. ~하다 ~책 cách xử lý, cách giải quyết.

타격(打擊) Cú đánh, đánh, đập, cú sốc, sự tổn hại. ~을 받다 bị sốc

타결(妥結) Sự thỏa thuận, tốt đẹp. 원만하게 ~되다 thỏa thuận một cách tốt đẹp.

타계(他界) ①Thế giới khác. ② Tạ thế, chết, về thế giới khác.

타고나다 Được sinh ra, bẩm sinh. 타고난 재능 tài năng bẩm sinh.

타국(他國) Tha hương, nước ngoài, nước khác. ~땅에서 죽다 chết nơi đất khách.

타다 Cháy. ~기 쉽다 dễ cháy

타도(打倒) Đả đảo, đánh đổ. ~하다. 정부를~하다 lật đổ chính phủ.

타락(墮落) Suy đồi (đạo đức). ~하다. ~한 여자 người đàn bà suy đồi.

타력(他力) Sức của người khác, sức bên ngoài. ~을 빌지 않고 không mượn sức người khác.

타령(打令) Chuyện gì đó, cái gì đó.

타면(他面) Mặt khác. ~에서는 ở mặt khác.

타박 Than phiền, kiêu phiền. ~하다. 음식을 ~하다 kêu ca chuyện ăn uống.

타박(打撲) Đánh, đập. ~상(傷) vết thương do bị đánh.

타산(打算) Tính toán. ~하다. ~적(인) có tính tính toán.

타오르다 Cháy lên, bén lên. 기름 탱크에서 불길이 순식간에 타올랐다 lửa trong chốc lát cháy lên thùng dầu.

타원(楕圓) Hình ôvan. ~궤도 quĩ đạo hình ôvan. ~형 hình ôvan.

타이 Thái Lan. ~사람 người Thái Lan.

타이르다 Khuyên bảo. 공부 잘 하라고~ khuyên ai nên học giỏi.

타이어 Cái lốp, lốp xe. 바람 빠진~ bánh xe bị xẹp.

타이틀 Danh hiệu, đai. ~을 지키다 giữ đai, bảo vệ đai.

타이프 Mẫu, kiểu, dáng. 같은 ~의 사람 kiểu người giống nhau.

타일 Ngói. ~을 깔다 lợp ngói

타임 Thời gian. ~을 재다 đo thời gian.

타점(打點) Sự đánh dấu, làm dấu

타죽다 Bị chết cháy. 그 화재로 많은 사람이 타 죽었다 vì tai nạn đó mà nhiều người chết cháy.

타향(他鄕) Tha hương, đất khách. ~에서 죽다 chết ở đất khách.

타협(妥協) Thỏa hiệp. ~하다. ~적인 태도 thái độ thỏa hiệp.

탁 Tiếng va nào nhau hoặc vỡ, bùm, sầm. 책을 탁 덮다 sách gấp cái bụp.

탁구(卓球) Bóng bàn. ~를 치다 đánh bóng bàn.

탁아소(託兒所) Nhà trẻ. 아이들을 ~에 맡기다 gửi con nhà trẻ.

탁월(卓越) Kiệt xuất, vượt trội. ~하다. ~한 학자 một học giả kiệt xuất.

탁탁 Nhanh chóng. 일을 ~해치우다 nhanh chóng giải quyết công việc.

탁하다(濁-) Đục, bẩn. 탁한 공기 không khí đục. 탁한 물 nước đục.

탄광(炭鑛) Mỏ than. ~업 nghề làm than.

탄로(綻露) Lộ ra. ~나다 bị lộ.

탄막(彈幕) Chống đạn. ~을 치다 làm vật chống đạn.

탄복(歎服) Thán phục. ~하다. 그녀의 아름다움에 ~하다 thán phục về vẻ đẹp của cô ấy.~

탄생(誕生) Sinh ra, phát sinh, sự ra đời. 새로운~ sự ra đời.

탄성(彈性) Tính đàn hồi. ~이 있다 có tính đàn hồi.

탄소(炭素) Cácbon. ~를 함유하다 chứa cácbon.

탄식(歎息) Thở dài, than thở. ~하다. 자신의 불운을 ~하다 thở dài về sự không may mắn của mình.

탄알(彈-) Viên đạn. ~에 맞다 trúng đạn. ~자국 vết đạn

탄압(彈壓) Đàn áp. ~하다. ~적인 có tính đàn áp.

탄원(歎願) Than vãn, van xin. ~하다. ~하는 표정으로 với nét mặt van xin.

탄착(彈着) Bắn trúng. ~거리 cự ly bắn

탄탄하다 Cứng, rắn, mạnh khoẻ, rắn chắc. 탄탄한 집 ngôi nhà vững chắc.

탄하다 Tham gia vào, dí mũi vào. 남의 일을 ~ tham gia vào việc người khác.

탄흔(彈痕) Vết đạn, dấu đạn bắn. ~투성이의 벽 tường đầy vết đạn.

탈 Mặt nạ, bộ mặt giả dối. ~을 쓰다 đeo mặt nạ.

탈각(脫却) Thoát khỏi, thoát ra. ~하다. 그들은 아직도 구습에서 ~못 하고 있다 họ chưa thoát ra được tập tục cũ.

탈구(脫臼) Trật khớp. ~하다. 그의 왼팔이 ~ 되었다 tay trái hắn bị trật khớp.

탈나다(頉-) ①Xảy ra một tai nạn, xẩy ra hư hỏng.

탈당(脫黨) Ra khỏi đảng, bỏ đảng. ~하다. 그는 민주당을 ~했다 rút khỏi đảng dân chủ.

탈락(脫落) Bị rơi, bị rớt, trượt. ~하다. 예선에서 ~하다 bị rớt ở vòng loại.

탈법행위(脫法行爲) Hành vi trốn tránh pháp luật.

탈선(脫線) Trật đường ray (tàu). ~하다. 열차가 ~했다 tàu trượt bánh.

탈세(脫稅) Trốn thuế. ~하다. ~의 수단 mánh khóe trốn thuế

탈쓰다 Giả vờ, giả bộ.

탈영(脫營) Trốn tù, trốn trại. ~하다. 그는 ~했다 anh ta trốn tù rồi.

탈의(脫衣) Thay quần áo. ~하다. ~실 phòng thay quần áo.

탈자(脫字) Bỏ sót chữ, đánh thiếu. ~가 많다 sót nhiều, thiếu nhiều chữ.

탈잡다(頉-) Soi mói, tìm khuyết điểm của người khác. 늦게 왔다고 ~ лấy cái cớ là về muộn để làm gì đó.

탈주(脫走) Đào tẩu, bỏ chạy, trốn chạy. ~하다. ~를 기도하다 có ý trốn chạy.

탈진(脫盡) Kiệt sức. ~하다. 오랜 병 끝이라 그는 ~감을 느꼈다 cơn bệnh dài ngày anh ta cảm thấy như kiệt sức.

탈취(奪取) Cướp, giật, giành lấy. ~하다. 왕위를 ~하다 cướp lấy ngôi vua.

탈퇴(脫退) Rút khỏi, rút lui, từ bỏ. ~하다. 그는 노조에서 ~했다 anh ta rút lui khỏi công đoàn.

탈피(脫皮) Lột da, lột xác. ~하다. 누에는 ~할 때마다 자란다 con tằm

mỗi lần lột xác là lần lớn lên.

탐관오리(貪官汚吏) Tham quan ô lại, bọn quan tham ô lại.

탐구(探究) Tìm kiếm, nghiên cứu. ~하다. 암의 원인을 ~하다 tìm kiếm nguyên nhân của ung thư.

탐나다(貪-) Tham, muốn có, muốn được. 돈이~ tham tiền.

탐내다(貪-) Tham, muốn có, muốn. 남의 것을~ tham cái của người khác.

탐닉(耽溺) Vùi đầu vào, chú ý vào. 연구에 ~하다 vùi đầu vào nghiên cứu

탐독(耽讀) Tham đọc, hay đọc. ~하다. 소설을 ~하다 hay đọc tiểu thuyết.

탐미(耽美) Thẩm mỹ. ~적인 có tính thẩm mỹ.

탐방(探訪) Khám phá, tìm hiểu. ~하다. ~기사 phóng sự.

탐색(探索) Tìm kiếm, dò, săn lùng, truy tìm. ~하다. 범인의 행방을 ~하다 truy tìm tung tích tên tội phạm

탐승(探勝) Tham quan thắng cảnh đẹp. ~하다.

탐심(貪心) Lòng tham.

탐욕(貪慾) Tham lam, hám. ~스럽다. ~스럽게 một cách tham lam

탐재(貪財) Tham tiền, tham tài sản. ~하다.

탐정(探偵) Trinh sát, thám thính. ~하다.

탐조(探照) Chiếu, rọi đèn tìm kiếm. ~하다. 해상을 ~하다 chiếu sáng trên biển.

탐지(探知) Khám phá, tìm hiểu. ~하다. ~기 máy khám phá.

탐하다(貪-) Ham, tham. 명리를 ~ ham danh lợi.

탐험(探險) Thám hiểm. ~하다. 미~지방 nơi chưa thám hiểm.

탐험대(探險隊) Đội thám hiểm. ~장 đội trưởng

đội thám hiểm.

탐호(貪好) Yêu thích, thích. ~하다.

탐혹(耽惑) Bị cuốn hút, bị hút hồn. ~하다. 여자에게 ~하다 bị phụ nữ hút hồn.

탑(塔) Cái tháp. 텔레지전~ tháp truyền hình. ~을 세우다 làm tháp, xây tháp

탑비(塔碑) Bia tháp, đài kỷ niệm.

탑새기주다 Làm phiền, quấy rầy, làm hỏng. 남의 일에 ~ làm hư việc người khác.

탑승(搭乘) Đi máy bay, đi thuyền. ~하다. 비행기에 ~하다 đi máy bay. ~권 vé máy bay.

탑재(搭載) Chất, chở, tải. ~하다. ~되어 있다 được chất hàng.

탓 Cái lỗi, kết quả, ảnh hưởng. 이것은 내~이다 cái này là lỗi tại tôi.

탓하다 Đổ lỗi. 네가~하고 왜 남을 탓하느냐? Lỗi anh sao lại đổ cho người khác?

탕(湯) ①Canh, súp. ②Thang thuốc.

탕감(蕩減) Miễn giảm, loại bỏ, xóa. ~하다. 빚을 ~해 주다 xóa nợ cho ai.

탕개 Cái chốt. ~를 먹이다 ăn vào chốt.

탕기(湯器) Bát súp.

탕산하다(蕩産-) Mất hết, tiêu tan hết tài sản.

탕아(蕩兒) Thằng hư hỏng.

탕약(湯藥) Thuốc thang, thuốc sắc.

탕자(蕩子) Kẻ hư hỏng.

탕진(蕩盡) Tiêu hoang, dùng hết, hoang phí. ~하다. 돈을 ~하다 hoang phí hết tiền bạc

탕치다(蕩-)Hoang phí tài sản, tiêu tan.

탕탕 Bong bong (trống rỗng). ~비다 trống rỗng.

태 Vết nứt, nẻ. ~간 그릇 đĩa nứt. ~가 가다 bị nứt.

태가(駄價) Khuân vác,

bốc vác.

태고(太古) Quá lâu, quá xưa. ~부터 từ xưa

태과하다(太過-) Thái quá, quá mức.

태교(胎敎) Dưỡng thai.

태국(泰國) Nước Thái Lan.

태권도(跆拳道) Taekwondo. 세계~ 연맹 Hiệp hội Taekwondo thế giới.

태도(態度) Thái độ. ~에 나타나다 biểu hiện thái độ.

태두(泰斗) Học giả, người hàng đầu. 경제학의 ~ học giả về kinh tế học.

태만(怠慢) Lơi là, không chú ý. ~하다. 직무에 ~하다 lơi là công việc.

태무(殆無) Gần như không có, hiếm có. ~하다. 성공의 가능성이 ~하다 gần như không có khả năng thành công.

태반(太半) Hầu như, phần lớn, đa số. ~의 경우 hầu hết mọi trường hợp

태백성(太白星) Sao Thái bạch (thiên văn).

태부족(太不足) Quá thiếu, quá ít. ~하다.

태생(胎生) Sinh ra. 농촌~ sinh ra ở nông thôn.

태서(泰西) Tây phương, phương Tây. ~문물 văn hóa phương tây.

태세(態勢) Một tư thế, một sự chuẩn bị.

태양(太陽) Mặt trời, thái dương. ~계 hệ thái dương.

태양열(太陽熱) Nhiệt mặt trời. ~을 이용하다 sử dụng hơi nóng mặt trời.

태어나다 Sinh ra, đẻ ra. 태어난 곳 nơi sinh ra. 태어난 집 ngôi nhà đã sinh ra.

태연하다(泰然-) Thản nhiên. 태연한 태도 thái độ thản nhiên.

태우다 Chở. 군인을 태운 차 xe chở quân. 승객을 ~ chở khách.

태음(太陰) Thái âm, mặt trời. ~력 lịch dương lịnh.

태자(太子) Thái tử. ~궁 Cung thái tử.

태조(太祖) Thái Tổ, vị vua đầu tiên.

태질 Vứt, ném mạnh. ~하다. ~치다. 책을 마룻바닥에 ~치다 ném quyển sách lên nền nhà.

태평(泰平太平) Thái bình, an bình, hoà bình. ~가(歌) bài ca thái bình.

태평양(太平洋) Thái Bình Dương. ~경제 협의회 Hội nghị kinh tế Thái Bình Dương.

태풍(颱風) Gió mùa. ~권 khu vực gió mùa. ~권내에 있다 trong khu vực gió mùa.

택배(宅配) Vận chuyển (dịch vụ). ~하다. 소화물을 ~로 보내다 gửi bưu phẩm bằng dịch vụ vận chuyển.

택시 Taxi. ~를 타다 đi taxi.

택지(擇地) Chọn đất, chọn địa điểm. ~하다.

탤런트 Tài năng, diễn viên. 그녀는 유명한 TV ~이다 cô ấy là một diễn viên truyền hình nổi tiếng.

탱커 Con tàu. 오일 ~ tàu chở dầu.

탱크 ①Xe tăng. ②Cái thùng, cái tẹc.

탱탱하다 Căng, chật, sát.

터 Địa điểm, nơi, chỗ. 빈터 chỗ trống.

터 Ý định, dự định. 할 터이다[테다] định làm.

터널 Đường hầm, đường ngầm. ~을 뚫다 đục đường hầm.

터놓다 ①Làm cho thông, mở ra. 둑을~ mở đê. ②Mở, không cấm nữa.

터득(攄得) Hiểu, nắm bắt. ~하다. ~하기 어려운 khó hiểu. ~하기 쉬운 dễ hiểu, dễ nắm bắt.

터뜨리다 Bật ra, bung ra, làm cho nổ. 웃음을 ~ bật cười. 울음을 ~ bật khóc.

터무니없다 Không có căn cứ, vô căn cứ, vô lý. 터무니없는 거짓말 lời nói dối vô căn cứ.

터무니없이 Một cách vô căn cứ, vô lý. ~싸다 rẻ đến vô lý.

터미날 Bến xe. 버스 ~ bến xe buýt.

터분하다 ①Khó khăn. ②Con người khó chịu.

터수 Hoàn cảnh, thân phận, vị trí. 자신의 ~를 알다 biết hoàn cảnh của mình.

터치 Động, chạm, chạm đến. ~하다. 나는 그 문제에 ~하고 싶지 않다 tôi không muốn động đến vấn đề đó..

터키 ①Thổ Nhĩ Kỳ. ~사람 người Thổ Nhĩ Kỳ.②Con gà tây.

터프 Rắn chắc, mạnh mẽ. ~하다.

턱 Cái cằm, hàm. ~뼈 xương cằm. 위[아래]~ cằm trên [dưới].

턱 Chỗ cao lên, cái ngưỡng. 문~ ngưỡng cửa.

턱없다 Không có lý do, vô lý, quá mức, không hiểu được. ~는 소문 tin đồn vô căn cứ.

턴 Rẽ, quành, quay. ~하다.

털 Râu, tóc, lông. ~이 있다 có lông. ~이 많다 nhiều lông.

털갈다 Sự rụng tóc, sự rụng lông/thay lông.

털구멍 Lỗ chân lông.

털다 Giũ, phủi, bỏ. 먼지를 ~ giũ bụi. 눈을~ giũ tuyết.

털럭거리다 Bắn/văng tung tóe, tiếng sóng vỗ.

털옷 Quần áo len.

털외투(-外套) Áo khoác lông

털털거리다 Lê bước dọc theo.

털털하다 Chân thật, thoải mái, tự nhiên.

팀벙거리다 Bắn tung toé.

팀블링 Lộn nhào trong không trung, cú tumbling.

팁석 Hoàn toàn bất ngờ, thình lình, đột ngột

팁수룩하다 Rối bù, bờm xờm, rậm rạp.

팁팁하다 Nhạt nhẽo, vô

vị, cứng, dai, khó nuốt.

텃세(-貰) Sự thuê một địa điểm

텃세하다(-勢-) Lấn áp người mới đến (ma cũ ăn hiếp ma mới).

텅 Trống, rỗng.

텅텅 Hoàn toàn trống rỗng.

테 Cái vòng, cái vành, cái nẹp, khung, đường viền.

테러 Khủng bố. ~하다. ~습격 vụ khủng bố. ~단 nhóm khủng bố.

테이프 Băng, cái băng từ. ~을 끊다 đứt băng. ~에 녹음하다 ghi hình băng. 자기~ băng từ.

텍스트 Bài đọc, bản văn; sách giáo khoa.

텍사스 Texas (một bang của Mỹ).

텐트 Rạp, lều, tăng.

텔레비전 Truyền hình, tivi. 19인치의~ tivi 19 inch

텔렉스 Hệ thông liên lạc bằng máy điện báo ghi chữ.

템포 Tốc độ, nhịp độ.

토굴(土窟) Hang, động, sào huyệt.

토닉 Thuốc bổ, rượu bổ.

토담(土-) Vách đất (tường đất).

토대(土臺) (thuộc kiến trúc) nền móng, nền cửa.

토라지다 Bĩu môi, trề môi, hờn, dỗi, khinh thị.

토로(吐露) Thổ lộ, bày tỏ (quan điểm).

토론 Thảo luận. ~하다. 무익한 ~ cuộc thảo luận vô ích.

토마토 토마토 Cà chua. ~소스 sốt cà chua.

토막 Khúc, cục, mẩu. 나무 한~ một khúc gỗ.

토멸(討滅) Thảo diệt, thanh trừ, diệt. ~하다. 적을 ~하다 diệt địch.

토목(土木) Cơ sở vật chất cơ bản, ban đầu. ~공사 xây dựng cơ bản.

토민(土民) Dân bản địa, thổ dân.

토박이(土-) Gốc, bản địa.

토박하다(土薄-) Nghèo dinh dưỡng, bạc màu. 토박한 땅 땅 바 바 바 바.

토벌(討伐) Thảo phạt, chinh phục, chinh phạt. ~하다. 반란군을 ~하다 diệt phản quân.

토병(土兵) Lính địa phương.

토비(土匪) Thổ phỉ.

토사(吐瀉) Nôn mửa. ~하다.

토성(土星) Sao thổ.

토속(土俗) Phong tục địa phương. ~학자 học giả về nghiên cứu phong tục địa phương

토스 Ném. ~하다

토스터 Cái lò nướng. ~로 빵을 굽다 nướng bánh bằng lò.

토악질(吐-) Nôn mửa. ~하다. 먹은 것을 ~하다 nôn những gì đã ăn

토양(土壤) Thổ nhưỡng, đất đai. 메마른[비옥한] ~ đất bạc màu [phì nhiêu].

토어(土語) Ngôn ngữ địa phương.

토옥(土屋) Nhà đất.

토요일(土曜日) Thứ bảy.

토욕질(土浴-) Tắm bùn. ~하다.

토의(討議) Cuộc thảo luận, bàn bạc. ~하다. ~를 끝내다 kết thúc thảo luận.

토익 TOEIC.

토인(土人) Thổ dân.

토일렛 Nhà vệ sinh (toilet).

토장(土葬) Thổ táng, chôn dưới đất. ~하다.

토적(討賊) Tấn công, đánh, diệt. ~하다.

토종(土種) Thuần chủng, chính hiệu địa phương đó. ~딸기 dưa thuần chủng.

토지(土地) Đất đai. Đất, đất đai. 넓은 ~ đất đai rộng

토지소유(土地所有) Sở hữu đất. ~권(權) quyền sở hữu đất đai.

토착(土着) Nguyên thuỷ,

ban sơ. ~하다. ~동식물 동 식물 nguyên sinh.

토큰 Đồng xu.

토털 Tất cả, tổng số (total).

토픽 Topic, chủ đề. 오늘의~ chủ đề của ngày hôm nay.

토하다(吐-) Nôn, mửa, ói. Nôn, nôn mửa. 피를 ~ nôn ra máu.

톡 Tiếng va vào nhau, tiếp đập, tiếng bắn súng, tiếng dây dứt, bụp, đoàng.

톡톡하다 Dày. 톡톡한 천 sợi dày.

톡톡히 Nghiêm khắc. ~책망 듣다 bị khiển trách nghiêm khắc

톤 Tấn. ~당 mỗi tấn.

톨게이트 Chỗ thu tiền phí giao thông.

톱 Đỉnh, đầu (top). 톱과 꼴찌 đầu và cuối. 한 반의 톱 đầu một lớp.

통(桶) Cái thùng, hộp. 물~ thùng nước. 석유 ~ thùng dầu.

통각(痛覺) Cảm giác đau. 무(無)~의 không có cảm giác đau.

통감(統監) Giám sát, điều hành. 연습을 ~하다 giám sát việc luyện tập.

통감(痛感) Cảm nhận từ đáy lòng, nhận biết. ~하다.

통격(痛擊) Tấn công, đánh. ~하다

통계(統計) Thống kê. ~하다. ~상 theo thống kê.

통고(通告) Thông báo. ~하다. 사전에~하다 thông báo trước.

통곡(痛哭慟哭) Khóc than, khóc đau khổ. ~하 다.

통과(通過) Thông qua, đi qua, đỗ, vượt qua. ~하다. 세관을~하다 thông qua hải quan.

통관(通關) Thông quan, hải quan, làm thủ thục

554

hải quan, haỉ quan. ~하다. ~사무소 văn phòng thuế quan

통괄(統括) Khái quát, tóm tắt. ~하다.

통근(通勤) Đi làm việc. ~하다. 매일 열차로 ~하다 ngày nào cũng đi làm bằng tàu hỏa.

통금 ①Tổng giá. ②Giá bán sỉ.

통금(通禁) Cấm đi lại, viết tắt của 통행금지.

통나무 Cây thông.

통달(通達) Thông đạt, nắm vững. ~하다. 역사에 ~하다 nắm vững về lịch sử.

통독(通讀) Đọc hết. ~하다.

통람(通覽) Nhìn tổng thể. ~하다.

통렬(痛烈) Dữ dội, mạnh mẽ. ~하다. ~히 một cách dữ dội.

통례(通例) Thông lệ. ~로 theo thông lệ.

통로(通路) Con đường, lối đi. ~를 트다 mở đường.

통론(通論) Tóm tắt.

통변(通辯) Thông dịch. 통역(通譯).

통보(通報) Thông báo, báo. ~하다. 경찰에 ~하다 báo cho cảnh sát.

통분(痛憤 痛忿) Căm phẫn đau đớn. ~하다.

통산(通算) Tổng số, tính tổng. ~하다. ~하여 tính tổng ra.

통상(通常) Thông thường, hằng ngày.

통상조약(通商條約) Điều ước về thương mại. ~을 맺다 thiết lập điều ước về thương mại.

통석(痛惜) Vô cùng thương tiếc. ~하다.

통속 Nhóm, bọn, phe. 한 ~이 되다 cùng một nhóm.

통속(通俗) Phong tục thường, thông tục

통신(通信) Thông tin, liên lạc. ~하다. ~기관 cơ quan thông tin.

통신사(通信社) Thông tấn

xã. 연합 ~ thông tấn xã Yonhap.

통신판매(通信販賣) Bán thông tin. ~를 하다.

통어(統御) Thống ngự, chế ngự, quản lý. ~하다. 부하를 ~하다 quản lý đệ tử.

통용(通用) Thông dụng, phổ biến. ~하다. 국제 간에~하다 thông dụng trên phạm vi quốc tế.

통운(通運) Vận tải. ~회사 công ty vận tải.

통으로 Tổng thể, toàn bộ. ~ 팔다 bán tổng thể.

통음(痛飲) Uống nhiều, quá chén. ~하다. 밤을 새워~하다 thức đêm uống.

통일(統-) Thống nhất. ~하다. ~되다 được thống nhất

통장(通帳) Sổ ngân hàng. 예금~ sổ tiết kiệm.

통조림(桶-) Đóng hộp, hộp, thùng. ~식품 thực phẩm hộp.

통증(痛症) Đau, chứng đau. ~을 느끼다 cảm thấy đau.

통지(通知) Thông báo. ~하다. ~서 giấy thông báo.

통짜다 Kết nhóm, kết băng đảng.

통찰력(洞察力) Sức quan sát, sức giám sát. ~이 있는 có sức quan sát.

통치(通治) Trị liệu. ~하다. 만병 ~약 thuốc chữa trăm bệnh.

통치(統治) Thống trị. ~하다. 국가~ 의권 quyền thống trị đất nước.

통칙(通則) Nguyên tắc chung. ~으로서 theo nguyên tắc chung.

통쾌(痛快) Niềm vui, vui mừng. ~하다.

통탄(痛歎) Than thở đau đớn. ~하다. 아주 ~스 러운 일 việc đáng tiếc.

통통 Mập, tròn, béo. ~하다. ~한 볼 cái má phúng phính.

통풍(通風) Thông gió, thoáng gió. ~하다 ~구

cửa thông gió.

통하다(通-) Chạy qua, qua, thông qua, đi qua. 바다로~ thông với biển.

통학(通學) Đi học. ~하다. 도보로 ~하다 đi bộ đi học.

통한(痛恨) Nỗi buồn, cái hận. ~하다. ~의 눈물 nước mắt hận thù.

통할(統轄) Quản lý, trông coi. ~하다. ~구역 khu vực quản lý.

통항(通航) Tàu thuyền đi qua lại, đi thuyền. ~하다.

통행(通行) Thông hành, đi lại, qua lại. ~하다. ~할 수있다 có thể qua lại

통혼(通婚) Thông hôn, kết hôn. ~하다.

통화(通貨) Tiền tệ. ~개혁 cải cách tiền tệ. ~시장 thị trường tiền tệ.

통화(通話) Nói điện thoại, gọi điện thoại, cú điện thoại. ~하다. ~중 이다 đang nói chuyện điện thoại

퇴각(退却) Rời bỏ, rút lui. ~중인 적군 quân địch đang rút.

퇴고(推敲) Sửa đi sửa lại chữ. ~하다.

퇴관(退官) Về hưu, rút khỏi quan chức. ~하다.

퇴교(退校) Đuổi khỏi trường, bỏ học. ~하다. ~처분을 받다 bị đuổi học

퇴근(退勤) Tan việc, kết thúc công việc, nghỉ làm. ~하다. 5시에 ~하다 nghỉ việc lúc 5 giờ

퇴물(退物) ①Vật được thừa hưởng. ②Vật bị bỏ rơi.

퇴박맞다(退-) Bị từ chối, bị loại, bị bác. 면허 신청이 ~ bị bác đơn xin.

퇴보(退步) Thụt lùi, tụt hậu.~하다. ~적(인) có tính thụt lùi.

퇴사(退社) Nghỉ làm, nghỉ việc. ~하다. ~시키다 cho nghỉ việc.

퇴산(退散) Làm cho hư,

ㅌ

làm cho vỡ ra. ~하다. ~시키다 làm cho vỡ ra.

퇴색(退色/褪色)Bay màu, phai màu. ~하기 쉽다 dễ thay màu.

퇴역(退役)Về hưu. ~시키다 cho về hưu. ~군인 quân nhân về hưu.

퇴원(退院) Ra viện, xuất viện. ~하다. ~을 명하다 có lệnh ra viện.

퇴장(退場) Rời sân, rời thảm đấu. ~하다. ~당하다 bị đuổi khỏi sân.

퇴적(堆積) Chất đống, chất, gom lại. ~하다. 토사가 ~하여 삼각주를 이룬다 đất đá gom lại thành vùng tam giác.

퇴정(退廷) ①Ra khỏi cung đình. ②Rời tòa.

퇴조(退潮) Nước rút, nước xuống. ~시에 lúc nước xuống.

퇴직금(退職金)Tiền nghỉ việc, tiền thôi việc.

퇴짜(退-) Từ chối, phản bác lại. ~맞다 bị từ chối

퇴치(退治) Đẩy lùi, trừ khử. ~하다. 마약 ~운동 phong trào đẩy lùi ma túy.

퇴침(退枕) Gối gỗ.

퇴폐(頹廢) Thối nát, hủ bại. ~하다. ~적인 영화 bộ phim hư hỏng.

퇴학(退學) Bỏ học, nghỉ học. ~하다. 가정 형편으로 ~ 하다 nghỉ học vì lý do gia đình.

퇴혼하다(退婚-)Từ chối lời cầu hôn.

퇴회(退會) Bỏ họp, rời cuộc họp. ~하다.

투(套) ①Thói quen. ②Cách thức, kiểu. 말투 kiểu nói.

투고(投稿) Viết báo, viết bài. ~하다. ~환영 hoan nghênh viết bài có ý kiến

투광기(投光器) Đèn chiếu sáng, đèn pha.

투구(投球) Ném bóng. ~하다.

투기(投棄) Vứt bỏ. ~하다. 쓰레기를 노상에 불법

~하다 vứt rác lậu lên đường.

투기(投機) Đầu cơ. ~하다. 주식~ đầu cơ cổ phiếu.

투망(投網) Ném lưới, thả lưới. ~하다. ~하러 가다 đi thả lưới.

투명(透明) Trong suốt. ~하다. ~도 độ trong suốt.

투묘(投錨) Thả neo, hạ neo. ~하다. ~되어 있다 đã thả neo.

투미하다 Ngu ngốc, ngu đần.

투병(鬪病) Chiến đấu với bệnh tật. 그는 ~ 생활 10년이 된다 anh ta chiến đấu với bệnh tật 10 năm nay.

투사(投射) Chiếu xuống, chiếu. ~하다. ~각 góc chiếu. ~면 mặt chiếu.

투서(投書) Đưa thư tố cáo. ~하다. ~인 người đưa thư tố cáo.

투석(投石) Ném đá. ~하다. ~기(器) máy ném đá.

투성이 Đầy, dính đầy. 피~ đầy máu.

투숙(投宿) Trọ, trú. ~하다. 함께 ~하다 cùng trọ với nhau.

투시(透視) Nhìn thấu. ~하다.

투약(投藥) Cho uống thuốc, uống thuốc. ~하다. 과잉~ cho uống quá nhiều thuốc

투어리스트 Du lịch.

투옥(投獄) Bỏ tù, bỏ vào ngục. ~하다. ~당하다 bị cho vào tù.

투입(投入) Đưa vào, sử dụng. ~병력 đưa binh lực vào. 대량~ sử dụng số lượng lớn.

투자(投資) Đầu tư. ~하다. 토지에 ~하다 đầu tư vào đất đai.

투쟁(鬪爭) Đấu tranh. ~하다. ~적인 có tính chất đấu tranh.

투전(鬪牋) Đánh bài, đánh bạc.

투지(鬪志) Ý chí chiến đấu, tinh thần chiến đấu. ~를 보이다 tỏ rõ tinh thần chiến đấu.

투척(投擲) Ném, vứt, quảng. ~하다. 수류탄을~ 하다 ném lựu đạn.

투철(透徹) Thấu triệt, triệt để. ~하다.

투표(投票) Bỏ phiếu, biểu quyết, bầu phiếu. ~하다. 투표로 bằng hình thức bỏ phiếu, biểu quyết.

투표권(投票權) Quyền bỏ phiếu. ~을 행사하다 thực hiện quyền bỏ phiếu của mình.

투하(投下) Vứt xuống, ném xuống. ~하다. 폭탄을 ~하다 ném bom.

투함(投函) Hòm thư, thùng thư, hòm phiếu. ~하다.

투항(投降) Đầu hàng. ~하다. 조건으로 ~하다 đầu hàng có điều kiện.

투혼(鬪魂) Tinh thần chiến đấu.

퉁 Kêu bùm. 북을 ~ 울리다 trống kêu thùng thùng.

퉁겨지다 Bị tách ra, gãy, trụt, trật khớp chân. 책상 다리가 ~ cái chân bàn bị rời ra.

퉁기다 ①Tháo ra, làm cho rời ra, tách ra. ②Đánh đàn, đánh vào dây cho kêu (ghi tavv..)

퉁소 Sáo, cây tiêu. ~를 불다 thổi sáo, thổi tiêu.

튀기 ①Lai, con lai, lai giống. ②Con lai, người có hai dòng máu (người).

튀기다 Rán chiên. 닭을 기름에~ rán gà bằng dầu. 쌀을 ~ rang cơm.

튀김 Món rán, món chiên. ~덮밥 cơm rang.

튀어나오다 Chạy ra, vọt ra. 거리로~ chạy vọt ra đường.

튜너 Cái vặn kênh (tivi, đài).

튜브 Cái ống(tube).

튤립 Hoa Tulip.

트다 Mở, làm cho thông, đục. 길을~thông đường.

트랙터 Máy kéo (tractor). 경작용~ máy kéo canh tác.

트랜스 Máy biến thế. ~가 탔다 máy biến thế bị cháy.

트랩 Cái thang (máy bay). ~을 오르다[내리다] lên [xuống] thang.

트러블 Điều lo lắng, vấn đề, rắc rối (trouble). 가정의~ vấn đề của gia đình.

트러스트 Niềm tin (trust). ~를 만들다 tạo niềm tin.

트럭 Xe tải. ~으로 운송하다 vận chuyển bằng xe tải.

트럼프 Cái trống.

트럼펫 Kèn trompet.

트렁크 Cái rương, cái hòm.

트레이닝 Huấn luyện, sự tập dượt. ~을 하고 있다 đang huấn luyện.

트레이드 Thương mại, mậu dịch (trade). ~하다. ~마크 thương hiệu.

트레일러 Xe móc, xe có toa móc.

트로피 Cúp chiến thắng.

특가(特價) Giá đặc biệt. ~로 팔다 bán với giá đặc biệt.

특공(特功) Chiến công, công lao đặc biệt. ~을 세우다 lập chiến công lớn.

특공대(特攻隊) Bộ đội đặc công, đội đặc nhiệm. ~를 파견하다 phái đặc công đến.

특권(特權) Đặc quyền, quyền riêng. ~이 있다 có đặc quyền.

특급(特急) Tốc hành, cực gấp, vội. ~을 타다 đi chuyến xe gấp nhất.

특급(特級) Đặc cấp, loại đặc biệt. ~주 rượu đặc biệt.

특산(特産) Đặc sản. ~물 đặc sản, thứ đặc sản. ~물[품] đặt sản vật.

특파(特派) Đặc phái. ~하다. 미국에 ~하다

đặc phái đi Mỹ. ~원 đặc phái viên.

특필(特筆) Viết, miêu tả đề cập. ~하다.

특허권(特許權) Quyền sở hữu công nghiệp.

튼튼하다 Rắn chắc, chắc chắn, vững chắc, bền vững. 튼튼한몸 một cơ thể rắn chắc.

틀 Cái khung, cái khuôn, khuôn mẫu. 사진~ khung ảnh.

틀니 Răng giả. ~를 끼우다 gắn răng giả.

틀리다 Bị trượt, bị trái.

틀림 Cái sai, sai trái, không đúng. ~이 없도록 đừng để cho sai, tránh để sai.

틀림없다 Chính xác, không sai. ~는 계산 sự tính toán không sai.

틀어넣다 Nhét vào, bỏ vào. 옷을 장에 ~ nhét áo vào trong tủ.

틀어막다 Chẹn, chặn, bịt. 구멍을 흙으로 ~ bịt lỗ bằng đất.

틀어지다 ①Trệch, lạc. ②Quan hệ xấu đi. 둘의 사이가 ~ quan hệ hai người không tốt.

틈 Chỗ trống, kẽ trống, kẽ hở, khe hở. ~으로 엿보다 nhìn qua khe hở.

티 ①Chữ T. ~형(型) hình chữ T. ②Trà (tea).

티격나다 Có khoảng cách, xa nhau, có sự bất hòa.

티격태격 Cãi nhau. ~하다.

티끌 Hạt bụi, bụi. 모아 태산「속 ngữ」Bụi góp thành núi, góp gió thành bão.

티뜯다 Bắt lỗi, tìm khuyết điểm.

티베트 Tây Tạng, Tibet. ~말 tiếng Tây Tạng. ~사람 người Tây Tạng.

티보다 Bắt lỗi, tìm cái sai của người khác.

티브이 Tivi (TV).

티셔츠 Áo sơ mi(T-shirt).

티슈페이퍼 Giấy ăn

티처 Thầy giáo, giáo viên (teacher).

티켓 Cái vé (ticket).

티피컬 Điển hình. ~하다 (typical). ~한 영국 신사 một thân sĩ Anh Quốc điển hình.

틴에이지 Tuổi thiếu niên.

팀 Đội, nhóm, tổ, đội. 홈~ đội nhà. ~을 짜다 ghép thành tổ. 축구~ đội bóng đá.

프

파(派) Đảng phái, cánh, phái, nhóm, trường phái. 좌~ phái tả. 우~ phái hữu.

파격(破格) Đột phá, ngoại lệ. ~하다. ~적인 có tính đột phá, có tính ngoại lệ.

파괴(破壞) Phá hoại, phá hỏng, phá hủy. ~하다. ~적인 có tính phá hoại.

파급(波及) Sự lan truyền, tỏa ra. ~하다. 전국에~하다 lan ra cả nước

파나다(破-) Vỡ, bể, hư. 그릇이~ đĩa bị vỡ.

파내다(破-) Làm cho vỡ, làm cho bể.

파도(波濤) Sóng, cơn sóng. 큰 ~ cơn sóng lớn. ~소리 tiếng sóng.

파도타기(波濤-) Lướt ván, trượt sóng. ~하다.

파렴치(破廉恥) Không có liêm sỉ, vô liêm sỉ. ~하다. ~한 거짓말쟁이 kẻ nói dối không biết xấu hổ

파문(破紋) Sự ảnh hưởng. 정계에~을 던지다 mang lại sự ảnh hưởng tới chính trị.

파묻다 Chôn, mai táng. 시체를 ~ chôn xác. 땅속에 깊이~ chôn sâu vào trong đất

파방판(罷榜-) Kết thúc, hồi kết. ~이 되다 kết thúc.

파삭파삭 Giòn, dễ gãy. ~한 과자 bánh giòn.

파산(破産) Phá sản. ~하다. ~을선고하다 tuyên bố phá sản.

파생(派生) Phái sinh. ~하다. ~어 từ phái sinh.

파선(波線) Sóng, cơn sóng.

파선(破船) Vỡ tàu, chìm tàu. ~하다. ~현장 hiện trường vụ đắm tàu.

파쇠(破-) Sắt vụn, sắt

파수(把守) Canh gác, canh phòng. ~보다. ~꾼 người canh gác. ~꾼을 두다 cử người tới gác.

파업(罷業) ①Đóng cửa, không kinh doanh nữa. ~하다. ②Đình công. ~하다. ~권 quyền đình công

파열(破裂) Nổ, vỡ. ~하다. 보일러[수도관]의~ nồi hơi [ống nước] vỡ ra.

파직(罷職) Đuổi, sa thải, bãi chức. ~하다.

파출(派出) Phái cử, cử đi. ~하다. ~부(婦) người đến làm việc nhà

파탄(破綻) ①Thất bại, hư hỏng. ②Phá sản. ③Phá hỏng.

파트너 Đối tác, bạn. 댄스~ bạn nhảy.

파티 Buổi tiệc, tiệc. ~을 열다 mở tiệc.

파하다(罷-) Kết thúc, chấm dứt. 학교가 파한 후에 sau khi tan học. 회의를~ tan họp.

파헤치다 Đào ra, bới ra (nghĩa bóng). 문제를 근본부터~ đào tìm từ căn bản của vấn đề.

파훼(破毀) Phá huỷ, phá vỡ. ~하다.

판(板) Tấm. miếng. 목~ tấm gỗ.

판(瓣) Cái van. 가스~ van ga, khóa ga. 안전~ van tan toàn.

판관(判官) Quan tòa.

판국(-局) Hoàn cảnh, tình trạng. 험한~ tình trạng nguy hiểm.

판권(版權) Bản quyền, bản quyền tác giả. =저작권(著作權). ~을 얻다 giành bản quyền.

판단(判斷) Phán đoán. ~하다. 나의~으로는 theo phán đoán của tôi thì.

판매(販賣) Bán, tiêu thụ. ~하다. ~가격 giá bán ra. ~대리점 đại lý bán

hàng.

판명(判明) Làm rõ, xác nhận, kiểm tra. ~되다. 신원이 ~되다 làm rõ nguồn gốc con người.

판목(版木) Khuôn in, bản khắc gỗ để in.

판문점(板門店) Bàn môn điếm.

판별(判別) Phân biệt. ~하다. ~할 수 있는[없는] có thể [không thể] phân biệt được.

판사(判事) Quan tòa, thẩm phán. ~석 ghế thẩm phán.

판상(辦償) Bồi thường.

판이(判異) Khác biệt. ~하다.

판자(板子) Tấm bảng, tấm ván. ~조각 mẩu ván. ~를 대다[깔다] lót bằng ván.

판정(判定) Phán quyết, phán xử, xử. ~하다. ~으로 이기다 xử thắng.

판판하다 Bằng phẳng, ngang bằng. 판판한 땅 đất bằng. 땅을 판판히 고르다 cào bằng đất.

팔각(八角) Tám góc, bát giác. ~형 hình bát giác.

팔굽혀펴기 Chống đẩy tay. 그는 매일 아침~를 20번 한다 sáng nào hắn cũng chống đẩy 20 lần.

팔다 Bán. ~수 없는 không thể bán.

팔등신(八等身) Cân đối. ~의 미인 người đẹp cân đối.

팔뚝 Bắp tay. ~시계 đồng hồ đeo tay.

팔리다 Được bán, bị bán, bán đi, tiêu thụ. 잘 ~는 물건 hàng hóa dễ bán.

팔림새 Sự bán chạy. ~가 좋다 [나쁘다] bán chạy [không chạy].

팔방(八方) Tám hướng, mọi chuyện. ~으로부터 [에서] từ mọi hướng.

팔삭둥이(八朔-) Đứa bé sinh non, thiếu tháng. ~를 낳다 sinh non.

팔심 Sức mạnh của đôi tay.

팔십(八十) Tám mươi.

~노인 người già tám mươi.

팔자(八字) Số phận. ~가 좋다 tốt số.

팔자땜(八字-) Cái hạn. ~하다 bị hạn, gặp hạn.

패거리(牌-) Nhóm, bọn. 못된~ bọn hư hỏng.

패군(敗軍) Bại quân. ~지장은 병법을 말하지 않는다 tướng bại trận đừng nói đến binh pháp.

패권(覇權) Quyền thống trị. ~을 다투다 tranh giành quyền thống trị.

패기(覇氣) Hoài bão, khát vọng. ~있는 사람 người có khát vọng.

패다 Bị đào, bị xới lên.

패덕(悖德) Vô đạo đức. ~한(漢) kẻ vô đạo đức.

패망(敗亡) Bại vong. ~하다. 그 나라는 사치 풍조에 빠져~했다 đất nước đó bại vong vì xa xỉ.

패멸(敗滅) Tiêu diệt, bại vong. ~하다.

패밀리 Gia đình. ~맨 con người của gia đình.

패업(敗業) Làm ăn thất bại.

패용(佩用) Mang, đeo. ~하다. 구내 출입증~ mang thẻ ra vào 『tấm biển.

패전(敗戰) Bại trận. ~하다. ~국 nước bại trận.

패주(敗走) Thua bỏ chạy. ~하다. 적을~케 하다 đánh cho địch thua bỏ chạy.

패퇴(敗退) Bại và rút lui. ~하다.

패하다(敗-) Thua, bại, thua trận. 경기에~ thua trận đấu.

팽대(膨大) Phồng lên, to lên, sưng lên. ~하다.

팽창(膨脹) Phình trướng, bùng nổ, bùng lên, độ nở, bành trướng. ~하다 số.

퍅하다(愎-) Cáu, cạu.

퍼먹다 ①Múc ăn, bới ăn. 밥을 숟가락으로~ dùng thìa múc ăn. ②Ăn vội.

퍼올리다 Kéo lên, múc lên.

우물에서 물을~ múc nước trong giếng lên.

편편하다 Bằng phẳng. 편편한 땅 đất bằng.

펄펄 ①Sùng sục. 물을~ 끓이다 đun nước sôi sùng sục. ②Nóng hổi.

페스티벌 Lễ hội.

편(便) ①Phương hướng. ②Phe, phía. 우리~ phía chúng tôi.

편(編) Sự biên soạn. 김박사 ~(의) Tiến sĩ Kim biên soạn.

편(篇) Quyển, tập. 상~[하~] tập đầu [sau]. 한 ~의 시 một tập thơ.

편가르다(便-) Chia thành nhóm. 편갈라서 싸우다 chia phe đánh nhau.

편견(偏見) Định kiến, ác cảm. ~적인 có tính định kiến.

편달(鞭撻) ①Đánh. ~하다. ②Sự cổ vũ, động viên. ~하다.

편대(編隊) Biên đội. 3기~로 một biên đội ba chiếc. ~를 짓다 làm thành biên đội.

편도(片道) Một chuyến, một lượt. ~3백원 một lượt giá 3 triệu won.

편두통(偏頭痛) Chứng đau nửa đầu. ~이 나다 bị đau nửa đầu.

편들다(便-) Bênh vực, ủng hộ, tham gia, đứng về phía. 아들을~ đứng về phía con trai

편람(便覽) Sổ tay, sổ hướng dẫn.

편력(遍歷) Tham quan, du lịch.

편리(便利) Thuận lợi, tiện lợi. ~하다. 교통이~하다 thuận tiện giao thông.

편린(片鱗) Mẩu, miếng, chút.

편모(偏母) Bà mẹ góa.

편무(片務) Đơn phương. ~적 có tính đơn phương.

편무역(片貿易) Thương mại một chiều.

편물(編物) Đan. ~하다. ~기계 máy đan.

편법(便法) Một phương

pháp dễ dàng, thuận lợi. ~을 쓰다 dùng phương pháp thuận lợi

편성(編成) Tổ chức, hình thành. ~하다. ...으로~되어 있다 được tổ chức thành..

편수(編修) Biên tập, chỉnh sửa. ~하다. ~관 người biên tập chỉnh sửa.

편승하다(便乘-) ①Đi nhờ, đi ké. 한 친구가 인천까지 그의 차에 ~시켜 주었다 cho một người bạn đi nhờ đến InCheon. ②Nắm lấy cơ hội, nhân cơ hội.

편식(偏食) Ăn kiêng, chỉ ăn một loại nào đó. ~하다. 건강한 사람은 ~하지 않는다 người mạnh khoẻ không ăn kiêng.

편안(便安) Bình an, an bình, thoải mái. ~한 생활 cuộc sống bình an.

편안히(便安-) Một cách thoải mái. ~지내다 sống một cách thoải mái.

편이하다(便易-) Thoải mái, dễ dàng.

편익(便益) Tiện ích, tiện lợi. ~을 주다 mang lại sự tiện ích.

편입(編入) Sự kết nạp, sát nhập. ~하다. 포병에 ~되다 được kết nạo vào pháo binh.

편자(編者) Chủ bút, người biên soạn.

편재(偏在) Tồn đọng, gom lại một chỗ, chỗ tập trung. ~하다. 부의~ nơi tập trung sự giàu có.

편재(遍在) Lan tỏa, lan ra. ~하다.

편저(編著) Biên soạn. ~하다. ~자 người biên soạn.

편주(扁舟) Xuồng nhỏ.

편지(片紙便紙) Bức thư. ~하다 viết thư.

편집(偏執) Tính ngoan cố, cố chấp. ~하다. ~병 bệnh bảo thủ.

편집(編輯) Biên tập, biên soạn. ~하다. ~부 ban biên tập.

편짜다(便-) Làm thành nhóm, làm thành phe.

편짝(便-) Phía, phe, bên. 이[저] ~ bên này [kia]. 우리[저]~ phe chúng tôi/ phía chúng tôi.

편차(偏差) Độ lệch, sai số.

편찮다(便-) Bất tiện, khó chịu, mệt mỏi, đau ốm. 몸이~ cơ thể khó chịu.

편파(偏頗) Không công bằng, không chính xác, thiên vị. ~적으로 có tính thiên vị

편편하다(便便-) Thoải mái, dễ chịu. 편편히 지내다 sống thoải mái.

편히(便-) Một cách thoải mái, không có gì phải lo. ~살다 sống thoải mái.

편협하다(偏狹-) Hẹp hòi. 편협한 생각을 갖고 있다 mang suy nghĩ hẹp hòi.

펼치다 Mở ra, trải ra, căng ra. 지도를~ trải bàn đồ ra. 손을~ mở tay ra.

폄하다(貶-) Nói phiếm, nói đùa, nói xấu. 아무를~ nói phiếm ai.

평(坪) Đọc là Piơng, đơn vị diện tích tính bằng 3,3 mét vuông.

평-(平) Bình thường. 평교사 nhân viên bình thường.

평결(評決) Quyết định. ~하다. ~을 내리다 đưa ra quyết định.

평균(平均) Bình quân. ~하다. 한 사람~ bình quân mỗi người. 연~ bình quân năm.

평등(平等) Bình đẳng. ~하다. ~히 một cách bình đẳng. ~한 대우 sự đối xử công bằng.

평분(平分) Chia đều.

평수(坪數) Diện tích tính bằng pyong (3,3mét vuông). ~ 20평이다 diện tích là 20 pyong.

평안(平安) Bình an, bình yên. ~하다. ~히 một cách bình yên.

평야(平野) Bình nguyên, đồng bằng.

평양(平壤) Bình Nhưỡng (Thủ đô nước Cộng hòa Dân chủ Nhân dân Triều Tiên)

평영(平泳) Bơi ếch. ~하다. ~선수 vận động viên bơi ếch.

평온(平穩) Thanh bình, sự yên tĩnh. ~하다.

평원(平原) Bình nguyên.

평의(評議) Đánh giá, nhận xét. ~하다.

평이(平易) Bình dị, đơn giản. ~하다. ~하게 một cách đơn giản.

평전(評傳) Tiểu sử.

평점(評點) Điểm, điểm đánh giá.

평정(平定) Bình định, dẹp loạn. ~하다. 반란을~하다 bình định quân phiến loạn.

평정(平靜) Tĩnh lặng, bình tĩnh. ~하다. 마음의 ~ tâm hồn tĩnh lặng.

평정(評定) Đánh giá, nhận xét. ~하다.

평준(平準) Cân bằng. ~점 điểm cân bằng.

평지(平地) Đồng bằng, nơi đất bằng phẳng. ~풍파 bình địa phong ba, cơn gió bão nổi giữa đất bằng, chỉ sự việc không ngờ.

평하다(評-) Phê bình, đánh giá.

평행(平行) Bình hành, song song. ~하다. 길이 철도와 ~해 있다 con đường song song với đường ray.

평화(平和) Hòa bình. ~스럽다, ~적이다 có tính chất hòa bình, yên bình.

평활(平滑) Bằng, phẳng, nhẵn. ~하다.

폐(肺) Phổi. ~경변(硬變) chứng xơ phổi. ~가 약하다[나쁘다] phổi yếu [xấu].

폐(弊) Cái xấu, sự xấu xa. 음주의 ~ thói xấu uống rượu. 관습의 ~ cái xấu của tập tục.

폐(廢) Phế, phế bỏ. ~하다.

ㅍ

폐간(廢刊) Sự ngưng xuất bản, đình bản. ~하다. ~된 잡지 tạp chí bị đình bản.

폐결핵 Suyễn. ~에 걸리다 mắc bệnh suyễn.

폐경기(閉經期) Tuổi mãn kinh, thời kỳ mãn kinh.

폐관(閉館) Đóng, đóng cửa, kết thúc. ~하다. ~시각 thời gian đóng cửa.

폐기(廢棄) Vứt, xóa bỏ, loại trừ, bỏ. ~하다. 오래된 서류를 ~하다 loại bỏ các hồ sơ lâu ngày.

폐기물(廢棄物) Các đồ bị xóa bỏ, đồ thải. 공장~ chất thải ở nhà máy ra.

폐단(弊端) Thói xấu, sự xấu xa, sự độc ác. ~을 없애다[고치다] loại bỏ [sửa chữa] thói hư.

폐동맥(肺動脈) Động mạch phổi.

폐롭다(弊-) Quấy rầy, gây khó chịu, làm phiền phức (cho ai). ~게 굴다 làm phiền ai

폐막(閉幕) Bế mạc, kết thúc. ~하다. 공연은 9시에 ~된다 chương trình biểu diễn kết thúc lúc 9 giờ.

폐문(閉門) Sự đóng cổng. ~하다. ~시간 thời gian đóng cửa.

폐병(肺病) Bệnh phổi. ~으로 죽다 chết vì bệnh phổi. ~을 앓다 bị bệnh phổi.

폐병(廢兵) Bệnh binh, phế binh.

폐부(肺腑) ①Phổi; từ (tận) đáy lòng. ②Tấm lòng. ~를 찌르는 듯한 như là cắt ruột gan.

폐색(閉塞) Sự phong tỏa, bao vây, đóng lại. ~하다. 항구를~하다 khóa cảng.

폐쇄(閉鎖) Loại bỏ, bỏ, kết thúc. ~하다. 공장을~하다 bỏ nhà xưởng.

폐암(肺癌) Ung thư phổi.

폐업(廢業) Đóng cửa, không làm ăn nữa, bỏ

nghề.

폐위(廢位) Phế vị, phế truất (vua). ~하다.

폐지(閉止) Sự ngưng, dừng, chấm dứt. ~하다. 월경~기 thời kỳ chấm dứt kinh nguyệt.

폐하다(廢-) Bỏ, loại, phá. 노예 제도를~ bãi bỏ chết độ nô lệ. 법률을~ bỏ luật.

폐회(閉會) Tan họp, bế hội, kết thúc cuộc họp. ~하다. ~를 선언하다 tuyên bố bế mạc cuộc họp.

포(砲) Pháo, đại pháo, súng cối. 박격~ pháo phản kích.

포가(砲架) Giá pháo, giá súng. ~를 세우다 lập giá pháo, lập giá súng

포고(布告) Công bố, bố cáo. ~하다. 선전~ tuyên chiến.

포괄(包括) Bao quát, khái quát, tổng thể. ~하다. ~적 có tính bao quát.

포교(布教) Sự truyền giáo. ~하다.

포구(浦口) Bến cảng, cửa khẩu.

포근하다 Ấm áp. ~포근한 날씨 thời tiết ấm áp.

포근히 Ngủ sâu, ngủ ngon. ~잠들다 ngủ sâu.

포기(抛棄) Từ bỏ, bỏ, buông. ~하다. 계획을~ từ bỏ kế hoạch. 직장을~하다 bỏ việc làm.

포대(布袋) Bao, túi. 시멘트 열~ mười bao xi măng.

포대(砲臺) Ụ pháo. ~를 구축하다 làm ụ pháo.

포도(葡萄) Nho. ~의 수확 thu hoạch nho.

포도주(葡萄酒) Rượu nho. 백~ rượu nho trắng. 적(赤)~ rượu nho đỏ.

포도청(捕盜廳) Đồn cảnh sát

포란(抱卵) Ấp trứng. ~하다. ~기(期) mùa ấp trứng.

포로(捕虜) Tù binh. ~가 되다 trở thành tù binh.

~를 수용하다 giam giữ tù binh

포만(飽滿) Sung túc, đầy đủ, thỏa mãn. ~하다.

포말(泡沫) Bong bóng, bọt nước. ~같은 như bong bóng. ~같은 명성 danh tiếng như bong bóng.

포목(布木) Vải vóc.

포박(捕縛) Bắt giữ, chặn lại, tóm lấy. ~하다.

포복(匍匐) Bò, trườn. ~하다.

포복절도(抱腹絶倒) Cười vỡ bụng. ~하다. 그는 모든 청중들을 ~케 했다 anh ta làm cho tất cả khán giả cười vỡ bụng.

포부(抱負) Nguyện vọng, hy vọng, mong muốn. ~가 있는 có mong muốn.

포살(捕殺) Bắt và giết. ~하다.

포상(褒賞) Giải thưởng, thưởng. ~하다. ~을 받다 nhận thưởng.

포승(捕繩) Dây trói, dây thừng. ~에 묶이다 trói vào dây. ~을 풀다 cởi dây trói.

포악(暴惡) Ác độc, độc ác. ~하다. ~무도한 살인범 kẻ giết người độc ác vô tâm

포옹(抱擁) Ôm. ~하다. 서로~하다 ôm nhau.

포용(包容) Chứa, đựng, sự bao dung, độ lượng. ~하다. ~력 sức chứa.

포위(包圍) Bao vây. ~하다. 마을을 ~하다 bao vây ngôi làng.

포유(哺乳) Sự cho con bú. ~하다. ~동물 động vật có vú.

포장(布帳) Tấm rèm, tấm chắn. ~을 씌우다[걷다] kéo[treo] rèm.

포장(包裝) Đóng gói., đóng hộp, đóng thùng. ~하다. ~을 풀다 tháo gói.

포착(捕捉) Sự bắt giữ; sự giành được, hiểu, nắm bắt. ~하다. ~하기 어려운 khó hiểu.

포탈(逋脫) Sự trốn thuế.

~하다. 세금~자 kẻ trốn thuế.

포태(胞胎) Bào thai, có mang.

포학(暴虐) Độc ác, bạo ngược. ~하다. ~무도 độc ác vô đạo.

포함(砲艦) Tàu chiến, pháo hạm.

포화(飽和) Bão hòa. ~하다. ~시키다 làm cho bão hòa. ~상태 tình trạng bão hòa.

포환(砲丸) ①Viên đạn, viên pháo. ②Ném tạ.

포획(捕獲) Bắt được, thu được. ~하다. 적선을 세 척~하다 bắt được 3 cái tàu của địch.

폭(幅) Chiều rộng, bề rộng, chiều ngang. ~이 좁다 chật bề ngang.

폭거(暴擧) Hành động bạo lực, cuộc bạo động.

폭도(暴徒) Bọn bạo loạn, bọn gây rối. ~를 진압 하다 trấn áp kẻ gây rối.

폭등(暴騰) Tăng vọt, nhảy vọt, tăng lên nhiều. ~하다. ~하는 물가 vật giá tăng vọt

폭로(暴露) Sự phơi bày, sự vạch trần, bung ra, tung ra. ~하다. ~되다 bị vạch trần

폭리(暴利) Lợi nhuận cao, lợi nhiều. ~를 취 하다 giành được món lời nhiều.

폭발(爆發) Nổ, bùng nổ. ~하다. 가스~ nổ ga.

폭설(暴雪) Tuyết rơi nhiều, nhiều tuyết. ~지역 khu vực tuyết rơi nhiều.

폭식(暴食) Tham ăn, phàm ăn, ăn quá nhiều. ~하다. ~가 kẻ tham ăn.

폭위(暴威) Uy thế bạo lực. ~를 떨치다 bày trò bạo lực.

폭음(暴飮) Uống quá nhiều. ~하다. ~폭식하다 ăn nhiều uống nhiều.

폭음(爆音) Tiếng nổ, tiếng máy nổ.

폭주(暴走) Chạy ẩu, chạy xe lạng lách. ~하다.

그는 차를 ~했다 hắn ta chạy xe ẩu.

폭주(輻輳) Chật cứng, đông, ồ ạt, quá nhiều. ~하다. 교통의~ ách tắc giao thông.

폭죽(爆竹) Pháo. ~을 터뜨리다 đốt pháo.

폭침(爆沈) Đánh chìm, gài bom đánh cho chìm. ~하다.

표제(表題標題) Đầu đề, tiêu đề. 라는~로 lấy tiêu đề là. ~를 달다 gắn tiêu đề.

표준(標準) Tiêu chuẩn, chuẩn mực. 일정한~ tiêu chuẩn nhất định. 높은~ tiêu chuẩn cao.

표준시(標準時) Giờ GMT, múi giờ chuẩn.

표지(表紙) Giấy bìa, bìa. 책에~를 달다 gắn bìa cho sách. ~도안 thiết kế bìa.

표징(表徵) Biểu trưng, tượng trưng. 성인의 ~ tượng trưng của người lớn.

표착(漂着) Trôi dạt vào, cập bến. ~하다. ~물 vật trôi dạt vào bờ.

표창(表彰) Khen, khen ngợi, khen thưởng. ~하다. ~받다 được khen. ~식 lễ khen thưởng.

표출(表出) Thể hiện, biểu hiện. ~하다. 감정을~하다 thể hiện tình cảm.

표층(表層) Tầng bề mặt, bề mặt, lớp mặt. 지구의~ lớp mặt của mặt đất.

푸주(-廚) Cửa hàng thịt. ~한(漢) người bán thịt.

푼수(-數) Tỷ lệ. 이~로 나간다면 nếu theo tỷ lệ này

풀기(-氣) ①Độ cứng, độ rắn. ②Sức sống. ~가 없다 thiếu sức sống.

품격(品格) Phẩm cách. ~이 있다 có phẩm cách.

품목(品目) Hạng mục hàng hóa. ~별로 theo từng hạng mục hàng hóa.

품성(品性) Phẩm hạnh. ~이 좋은[나쁜] 사람 người có phẩm hạnh tốt.

품위(品位) ①Uy phong. ~가 있다 có uy. ~를 지키다 giữ uy. ②Cấp bậc, chức vụ, phẩm vị.

품질(品質) Chất lượng, phẩm chất. ~이 좋다 chất lượng tốt. ~이 나쁘다 chất lượng kém.

풍격(風格) Phong cách, cá tính. 왕자의~ phong cách một hoàng tử.

풍경(風景) Phong cảnh. 여기의~이 좋다 phong cảnh nơi dây tốt. 거리의~ cảnh đường phố.

풍경(風磬) Chuông gió. ~소리 tiếng chuông gió.

풍광(風光) Cảnh đẹp. ~명미(明媚) cảnh đẹp tự nhiên.

풍금(風琴) Đàn organ. ~을 치다 chơi organ. ~연주가 người chơi organ.

풍기(風紀) Kỷ luật, đạo đức, thuần phong mỹ tục. ~문란 đạo đức hư đồi.

풍년(豊年) Năm được mùa. ~이다 là năm được mùa.

풍도(風度) Phong độ, phong cách, dáng vẻ. 대인(大人)의~ phong độ của một đại nhân.

풍랑(風浪) Sóng gió. ~이 심하다 sóng gió to. ~과 싸우다 chiến đấu với sóng gió.

풍류(風流) Phong lưu, lịch lãm. ~인(人) người phong lưu.

풍만(豊滿) Đầy đặn, sung mãn. ~하다. ~한 가슴 một bộ ngực đầy đặn.

풍모(風貌) Ngoại hình, dung mạo. ~가 당당한 사람 người có dung mạo đường hoàng.

풍물(風物) ①Phong cảnh, cảnh trí. ②Phong tục và sự vật. 영국의~ phong tục và sự vật nước Anh

풍미(風味) Mùi thơm, hương vị. ~가 있는 có mùi thơm.

풍미하다(風靡-) Cuốn đi, cuốn hết. 천하를~ cuốn cả thế giới này đi.

풍설(風說) Tin đồn. ~에 관해 여러 가지~이 분분하다 có nhiều tin đồn xung quanh vấn đề gì đó.

풍성(豊盛) Nhiều, đầy đủ, sung túc. ~하다. ~한 수확 thu hoạch bội thu.

풍속(風俗) Phong tục. 남의 나라에 가면 그 나라의 ~을 따라야 한다 tới nước người ta thì phải tuân thủ phong tục nước đó. ~습관 phong tục tập quán.

풍아(風雅) Phong nhã, nhã nhặn. ~하다.

풍어(風魚) Bão tố và cá sấu, chỉ tai ương.

풍압(風壓) Áp suất của gió. ~계 máy đo áp suất của gió.

풍어(豊漁) Được mùa cá. 연어 대~ được mùa lớn cá hồi.

풍요(豊饒) Sự giàu có, sự phong phú. ~하다. ~로운 사회 xã hội giàu có.

풍우(風雨) Mưa gió. ~를 무릅쓰고 가다 khắc phục mưa gió ra đi.

풍위(風位) Hướng gió. ~를 측정하다 đo hướng gió.

풍자(諷刺) Châm biếm, công kích, phê bình. ~적인 có tính công kích. ~문학 văn học châm biếm.

풍작(豊作) Vụ mùa bội thu, được mùa. ~의 해 năm được mùa.

풍재(風災) Tai họa vì gió bão.

풍전등화(風前燈火) Ngọn đèn trước gió, chỉ tình thế rất nguy nan. 국운이~이다 vận nước như ngọn đèn trước gió.

풍조(風潮) Nước triều, xu hướng thời cuộc. 세상~ tình hình thời cuộc. ~를 따르다.

풍족(豊足) Sung túc, đầy đủ. ~하게 살다 sống một cách sung túc. 재정이~하다 tiền bạc dư dả.

풍진(風塵) Gió và bụi,

những khó khăn. ~세상 phong trần thế thái.

풍차(風車) Cối xay gió.

풍채(風采) Phong thái, dáng điệu, tác phong. ~가 당당한 사람 người có phong thái đàng oàng.

풍치(風致) Cảnh đẹp.

풍침(風枕) Cái gối hơi.

풍토(風土) Phong thổ. ~에 익숙하다 hợp phong thổ. ~병 bệnh phong thổ. ~학 phong thổ học.

풍화(風化) Phân giải, phân hóa (đất). ~하다. 비바람으로~된 바위 đá bị phân hóa vì gió mưa

프라이드 Lòng tự hào, tính tự ái. ~가 높은 lòng tự hào cao.

프라이버시 Sự riêng tư, đời tư (privite). 남의~를 침해하다 xâm phạm đời tư người khác.

프레시 Sạch sẽ, tươi. ~하게 느껴지다 cảm thấy sạch sẽ.

프로그램 Chương trình. ~대로 진행하다 tiến hành như chương trình.

피검(被檢) Bị bắt giam. 그는 선거법 위반으로 ~되었다 anh ta bị bắt giam vì vi phạm luật bầu cử

피격(被擊) Bị tấn công, bị công kích. ~되다 bị tấn công.

피고(被告) Người bị kiện, bị đơn, bị cáo. ~대리인 người thay thế người bị cáo. ~석 ghế bị cáo.

피고용인(被雇傭人) Người lao động, người được tuyển dụng.

피곤(疲困) Mệt mỏi. ~하다. ~한 느낌 cảm giác mệt mỏi. 서 있어서~하다 đứng nên mệt.

피근피근 Bướng bỉnh. ~하다. ~말을 듣지 않다 bướng bỉnh không nghe theo.

피난(避難) Tránh nạn, lánh nạn. ~하다. ~민 dân chạy nạn.

피동(被動) Bị động. ~적 có tính bị động. ~형

hình thức bị động.

피란(避亂) Chạy loạn, lánh nạn. 피난(避難). ~하다.

피력(披瀝) Giãi bày, nói thẳng. ~하다. 수상은 그의 정견을 ~했다 Thủ tướng đã nói thẳng chính kiến của mình.

피로(披露) Thông báo, báo. ~하다. ~연 tiệc ra mắt. 결혼~연 tiệc cưới.

피로(疲勞) Mệt mỏi, mỏi. ~하다. 눈이~ mỏi mắt. 일을 많이 해서~ làm việc nhiều nên mệt mỏi.

피복(被服) Quần áo, y phục. ~수당 tiền quần áo.

피부(皮膚) Da, nước da. ~가 거칠다 da sần sùi.

피살(被殺) Bị giết. ~되다 bị giết. ~자 người bị giết.

피상(皮相) Bề ngoài, bề mặt. ~적인 견해 ý kiến có tính hình thức.

피상속인(被相續人) Người được thừa kế, người được hưởng.

피새 Tính nóng. ~(를)내다 nổi nóng. ~(가) 여물다 hay nổi nóng.

피선(被選) Được tuyển chọn, chọn lọc, chọn lựa. ~되다 được chọn, được tuyển.

피습(被襲) Bị công kích, bị tấn công. ~당하다 bị tấn công. 그는 노상에서 강도에게 ~당했다 anh ta bị cướp trên đường.

피신(避身) Lánh thân, lánh nạn. ~하다. ~하여 몸의 안전을 도모하다 lánh thân nhằm tìm sự an toàn tính mạng.

피아(彼我) Bên này và bên kia, anh ta và tôi. ~의 사고방식에는 커다란 차이가 있다 cách suy nghĩ của anh và tôi/ của hai bên có nhiều điểm khác nhau.

피압박(被壓迫) Bị áp bức. ~민족[계급] dân tộc [giai cấp] bị áp bức.

피원조국(被援助國)

Nước được viện trợ.

피의자(被疑者) Kẻ bị tình nghi. 살인 사건의~ kẻ bị tình nghi của vụ án giết người.

피임(被任) Được bổ nhiệm; được chỉ định. ~되다 được bổ nhiệm. ~자 người được bổ nhiệm.

피임(避姙) Tránh thai. ~하다. ~링 vòng tránh thai. ~약 thuốc tránh thai.

피지급인(被支給人) Người được chi trả.

피질(皮質) Lớp da, lớp vỏ bọc.

피차(彼此) Cái này và cái kia. ~의 구별을 할 수 없다 không thể phân biệt được cái này và cái kia

피차간(彼此間) Giữa, cả hai. ~에 서로 돕다 hai bên giúp nhau.

피차일반(彼此一般) Cả hai bên đều giống nhau. ~이다 hai bên giống nhau.

피초청국(被招請國) Nước được mời.

피층(皮層) Lớp vỏ, da.

피치자(被治者) Kẻ bị trị. 치자(治者)와~ kẻ cai trị và người bị trị.

피침(被侵) Bị xâm lăng, chị chiếm. ~하다.

피탈(被奪) Bị cướp giật. ~되다.

피통치(被統治) Bị thống trị. ~국 nước bị thống trị.

피폐(疲弊) Hoang phế, hoang tàn. ~하다]. 농촌의~ sự hoan toàn của nông thôn.

피폭(被爆) Bị trúng bom. ~되다 bị trúng bom. 원폭의~자 người bị trúng bom nguyên tử.

피하(皮下) Dưới da. ~일혈(溢血) rút máu dưới da. ~조직 tổ chức dưới ta.

피하다(避-) Tránh, lánh. 난을~ lánh nạn. 남의 눈을~ tránh ánh mắt của người khác.

피한(避寒) Tránh lạnh, tránh rét. ~하다. ~지 nơi tránh rét .

피해(被害) Bị thiệt hại, thiệt hại. ~가 크다 thiệt hại nhiều. ~를 입다 bị thiệt hại. ~를 주다 gây thiệt hại.

피혁(皮革) Da, thuộc da. ~공업 công nghiệp thuộc da. ~제품 đồ da. 인조[합성]~ da nhân tạo.

필(匹) Con vật. 말 세 ~ ba con ngựa. 두 ~의 소 hai con bò.

-필(畢) Cần thiết, phải. 지급~ phải chi trả. 검사~ phải kiểm tra .

필경(筆耕) Viết lách. ~하다. ~료 tiền viết lách, tiền nhuận bút.

필경(畢竟) Cuối cùng. ~그는 오지 않을 것이다 cuối cùng anh ta không đến.

필기(筆記) Viết, chép. ~하다 ~시험 thi viết. 강의를 ~하다 chép bài.

필독(必讀) Phải đọc, cần đọc. 학생 ~의 책 sách học sinh cần phải đọc.

필두(筆頭) Đầu cây bút.

필력(筆力) ①Sức mạnh của ngòi bút. ②Sức viết, khả năng viết.

필름 Phim, phim chụp. 한 통의~ một cuộn phim.

필마(匹馬) Một con ngựa. ~단창(單槍) phi thường độc mã.

필멸(必滅) Nhất định sẽ bị diệt vong.

필명(筆名) Bút danh. ..의 ~으로 bằng bút danh ai. ~이 높다 bút danh có uy tín

필사(必死) ①Phải chết. ~의 운명 số mệnh ắt phải chết. ②Trối chết, tất phải chết. ~적인 노력 nỗ lực hết sức.

필사(筆寫) Ghi chép. ~하다.

필살(必殺) Tất bị chết, tất bị giết.

필생(畢生) Bình sinh, lúc còn sống. ~의 숙원

mong muốn suốt cuộc đời.

필설(筆舌) Bút và cái lưỡi, miệng lưỡi, chữ và lời nói, ngôn từ.

필세(筆勢) Sức viết, khả năng viết.

필수(必須) Tất yếu, bắt buộc. ~조건 điều kiện bắt buộc.

필수품(必需品) Hàng cần cho cuộc sống hằng ngày. 생활~ vật dụng sinh hoạt hằng ngày.

필승(必勝) Phải thắng, tất thắng. ~의 신념 niềm tin tất thắng.

필연(必然) Tất nhiên, tất yếu. ~적인 có tính tất nhiên. ~의 결과로서 là kết quả tất nhiên.

필요(必要) Nhu cầu, cần thiết, yêu cầu. ~하다. ~할 때에 khi cần. ~에 의하면 cần theo nhu cầu

필유곡절(必有曲折) Cái gì cũng có lý do cả, cái gì cũng có nguyên nhân cả.

필적(匹敵) Tương xứng, tương ứng. ~하다. ~할 만한 것이 없다 không có cái gì tương ứng.

필적(筆跡) Nét chữ. 남자[여자]의 ~ nét chữ đàn ông. ~을 감정하다 giám định nét chữ.

필지(必至) Phải như thế, phải vậy. ~하다.

필지(必知) Phải biết.

필지(筆地) Địa điểm, nơi.

필터 Cái bộ lọc. ~가 달린[안 달린] 담배 thuốc có bộ lọc.

필하다(畢-) Hoàn tất, kết thúc. 대학원 과정을~ kết thúc chương trình sau đại học.

필히(必-) Nhất thiết, phải, nhất định. ~하다. ~오너라 phải đến đấy.

핍박(逼迫)①Sự cấp bách về mặt tài chính. ~하다. ②Cấp bách, gấp rút, phiền toái. ~하다.

핏기(-氣) Sắc máu. ~없는 얼굴 mặt không còn giọt máu.

핏덩어리 ①Cục máu, giọt máu. ②Đứa bé mới sinh.

핑핑 Sự quay cuồng, quay tròn. 머리가 ~돌다 đầu óc quay cuồng.

하(下) ①Cấp dưới. ~급 loại thấp.

하강(下降) Sự hạ xuống, sự rơi xuống. ~하다. 기온의 ~ sự tụt giảm của khí lưu.

하게 하다 Ép ai, bắt ai phải làm gì. 남이 공부 못 ~ không cho ai học.

하계(夏季) Mùa hè, mùa hạ. ~휴가 nghỉ hè.

하고 Và, với. 너~ 나 anh và tôi. 그 사람~ 가다 cùng đi với anh ấy.

하관(下棺) Hạ quan, hạ huyệt, chôn. ~하다.

하권(下卷) Quyển sau, quyển cuối. 상권보다 ~이 더 재미있다 quyển sau hay hơn quyển trước.

하기는 Đúng là, thảo nào, có thế. ~그것이 틀림없다 đúng là không sai.

하나 Tuy nhiên, nhưng.

녀(下女) Người hầu gái, thị nữ, tớ gái. ~를 두다 thuê hầu gái.

하념(下念) Quan tâm, chiếu cố. ~하다. ~하여 주셔서 감사합니다 cảm ơn anh đã quan tâm cho.

하는 수 없이 Bắt buộc, không còn cách nào khác. ~하다. 아버지의 파산으로 ~ 대학을 중퇴했다 vì bố phá sản nên chẳng còn cách nào khác là bỏ đại học giữa chừng.

하늘 Bầu trời, không trung. ~을 찌를 듯한 như đâm thủng bầu trời.

하다 Làm, hành động, tất cả hành động của con người. 하고 있는 일 việc đang làm.

하단(下段) Phần viết sau, phần sau.

하달(下達) Truyền đạt xuống. ~하다. 상의(上意)~ truyền đạt ý cấp trên xuống.

하대(下待) ①Đối xử kém. ~하다. ②Hạ giọng, xuống giọng. ~하다.

하도 Quá, quá mức. ~기뻐서 mừng quá.

하드웨어 Phần cứng (hard ware). ~기술자 kỹ thuật viên phần cứng.

하등(下等) Hạ cấp, hạ đẳng, cấp thấp. ~동물 động vật cấp thấp.

하락(下落) Rơi, trượt, giảm. ~하다. 물가의 ~ vật giá đi xuống, tụt giá.

하량하다(下諒-)Hiểu, tha thứ, thông cảm. 곤란한 사정을 ~ hãy hiểu cho tình cảnh khó khăn.

하례(賀禮) Chúc mừng. ~하다. 신년~ chúc mừng năm mới.

하롱하롱 Khoác loác, ta đây. ~까불다 vênh váo ta đây.

하루 Một ngày, 24 tiếng đồng hồ. ~세 끼의 밥 cơm ngày 3 bữa.

하룻밤 Một đêm. ~을 묵다 ngủ một đêm.

하륙(下陸) Hạ hàng, bốc hàng xuống. ~하다. ~항 cảng bốc hàng.

하릅 Một tuổi, một năm (con vật). ~송아지 bê một tuổi.

하리들다 Trở ngại, gặp khó khăn. 계획에 ~ kế hoạch gặp khó khăn.

하릴없다 Không sai chút nào, đương nhiên. 바보라는 말을 들어도 ~ bị người ta nói là ngốc cũng chẳng sai chút nào.

하마(下馬) Xuống ngựa. ~하다.

하마터면 Suýt, suýt nữa. ~죽을 것을 살았다 xuýt chết sống lại

하명(下命) Hạ lệnh, ra lệnh. ~하다. ~을 바랍니다 mong ngài hãy ra lệnh.

하모니 Hài hòa (harmony). 카펫 색깔이 벽과 ~를 이루고 있다 màu tấm thảm và màu tường hài hòa với nhau

하묘(下錨) Hạ neo. ~하다.

하물(荷物) Hành lý, hàng hóa.

하물며 Lẽ nào, hơn thế, huống hồ, nói chi.

하부(下部) ①Hạ bộ, phần hạ lưu. ②Phần dưới, bên dưới, dưới. ~기관 cơ quan cấp dưới.

하산(下山) Xuống núi. ~하다.

하선(下船) Sự xuống tàu, lên bờ. ~하다. ~시키다 cho lên bờ.

하소연하다 Van xin, tha thiết van xin. 억울하다고 ~ tha thiết nói là oan ức.

하수(下手) ①Hạ thủ, giết. ~하다. ②Bắt tay vào, bắt đầu làm.

하숙(下宿) Ở trọ, trọ, ở, sống. ~하다. ~집 nhà trọ. ~생 học sinh ở trọ.

하시(下視) Nhìn xuống, coi thường, miệt thị. ~하다.

하안(河岸) Bờ sông

하야(下野) Về quê, bỏ quan chức. ~하다. 총리는 ~를 결심했다 Thủ tướng đã quyết định về vườn.

하얗다 Trắng, màu trắng. ~게 칠하다 sơn cho trắng, sơn trắng.

하얘지다 Trở nên bạc, trở nên hoa râm. 머리가 ~ tóc bạc.

하여금(何如間) Sự bắt buộc, sự cưỡng bức.

하여튼(何如-) Dẫu sao, dẫu sao cũng. ~그렇게 하다 dẫu sao thì làm vậy đi.

하연(賀宴) Tiệc mừng. ~을 베풀다 mở tiệc mừng.

하염없이 ①Thẫn thờ, đần. ~ 세월을 보내다 thẫn thờ cho thời gian trôi đi

하오(下午) Buổi chiều.

~에 vào buổi chiều.

하옥(下獄) Hạ ngục, bỏ ngục. ~하다.

하원(下院) Hạ viện. ~의원 nghị sĩ hạ viện.

하위(下位) Cấp dưới, cấp thấp.

하이 Cao, độ cao. ~다이빙 nhảy từ trên cao xuống.

하이라이트 Tóm tắt, nội dung chủ yếu, tin vắn. 오늘 뉴스의 ~ tóm tắt tin tức.

하이칼라 ①Mốt, thời trang. ②Màu tóc.

하이커 Người đi bộ hành (hiker).

하이파이 Chất lượng tốt, độ màu tốt, âm thanh nổi. ~플레이어 máy hát hi-fi.

하이퍼 Siêu, quá giỏi. ~마켓 siêu thị.

하인(何人) Dù ai, bất cứ ai, bất kể ai. ~을 막론하고 bất kể ai.

하자(瑕疵) Thiếu sót, sai sót. ~없는 không có thiếu sót.

하장(賀狀) Thư chúc mừng.

하저(河底) Lòng sông. ~터널 đường hầm dưới lòng sông.

하절(夏節) Mùa hạ, mùa hè.

하정(賀正) Chúc mừng năm mới.

하주(荷主) Chủ hàng, người gửi hàng đi.

하지만 Tuy nhiên, nhưng, nhưng mà. 그렇기는 ~ tuy là vậy nhưng.

하지 않도록 Để không, để không xẩy ra, đừng để cho. 취~ 많이 마시지 마라 đừng uống nhiều để không say.

하지하(下之下) Kém của kém, kém nhất.

하직(下直) Chào tạm biệt. ~하다. 웃어른 에게 ~하다 chào từ biệt người lớn.

하차(下車) Xuống xe. ~하다. 저는 서울에 ~하다 tôi xuống xe ở

Seoul.

하찮다 Vô ích, vô dụng, vô giá trị. ~은 선물 món quà vô giá trị.

하책(下策) Quyển sau.

하천(河川) Sông ngòi. ~계(系) hệ thống sông ngòi.

하키 Môn hockey, môn khúc côn cầu trên cỏ. 하키

하퇴(下腿) Chân sau, đùi. ~골 xương đùi. ~동맥 động mạch đùi. ~절단 cắt đùi.

하트 Trái tim. ~형 hình trái tim (heart).

하품 Ngáp. ~하다. 손으로 가리고 ~하다 dùng tay che để ngáp.

하학(下學) Sự tan học, kết thúc buổi học. ~하다. ~시간 thời gian tan học.

하항(河港) Cảnh sông.

하해(河海) Sông biển, biển vào sông. ~같은 은혜 công lao như sông biển.

하행(下行) Đi xuống, đi xuôi. ~하다. ~선 tuyến đi xuống.

하회하다(下廻-) Kém, không đạt. =밑돌다.

학(學) Nghiệp học, việc học, học vấn, học thuật. 사회 xã hội học.

학감(學監) Chủ nhiệm giáo vụ, giáo vụ.

학관(學館) Trường học. 영어~ trường học tiếng Anh.

학년(學年) Năm học. 1 (2, 3, 4)~생 học sinh, sinh viên năm thứ nhất (2, 3, 4).

학당(學堂) Trường học, trường.

학대(虐待) Ngược đãi, đối xử tồi tệ. ~하다. 정신적~ ngược đãi về mặt tinh thần.

학덕(學德) Đạo đức và học thức. ~을 겸비하다 học thứ và đức hạnh kiêm toàn.

학도(學徒) Học sinh, sinh viên. =학생(學生).

학료(學寮) Ký túc xá trong trường.

학리(學理) Lý luận, lý thuyết, nguyên lý trong học vấn.

학벌(學閥) Bằng cấp, chuyện bằng cấp học hành. ~이 좋다 bằng cấp tốt, học giỏi (ở trường).

학부(學部) Khoa, phân khoa. ~장 trưởng khoa.

학부모(學父母) Cha mẹ học sinh, phụ huynh học sinh. ~회 hội phụ huynh học sinh.

학비(學費) Học phí. ~를 내다 trả học phí.

학사(學士) Cử nhân, tốt nghiệp đại học. ~학위 học vị cử nhân.

학살(虐殺) Tàn sát, thảm sát. ~하다. 대량~ tàn sát hàng loạt.

학생(學生) Học sinh, sinh viên, người đi học. ~용 dùng cho học sinh.

학우(學友) Bạn học. ~회 hội bạn học.

학원(學院) Trường học, trung tâm học. 외국어~ trung tâm ngoại ngữ.

학위(學位) Học vị. ~를 받다 giành được học vị. 문학박사 ~ học vị tiến sĩ văn học.

학장(學長) Hiệu trưởng. ~회의 ban giám hiệu.

학질(虐疾) Bệnh sốt rét. ~모기 muỗi gây sốt rét.

학칙(學則) Nội qui trường học. ~을 지키다[어기다] tuân thủ [không tuân thủ] nội qui trường học.

한(限) Giới hạn. ~이 있다 có giới hạn.

한가(閑暇) Rỗi, lúc rảnh rỗi. ~하다. = 한 가롭다. ~한 때 khi rảnh rỗi

한가운데 Giữa, ngay giữa, chính giữa. 방 ~ 눕다 nằm giữa phòng.

한가위 Trung thu. =추석 (秋夕)

한가을 ①Giữa thu. ②Khi bận bịu việc nông.

한갓 Chỉ là, duy là,

한갓 không quá, chẳng qua chỉ là. ~시간의 문제 chỉ là vấn đề về thời gian.

한갓지다 Sự bình yên, yên tĩnh. 한갓진 촌에 살다 sống ở ngôi làng bình yên.

한강(漢江) Sông Hàn. ~대교 Cây cầu bắt qua sông Hàn.

한걱정 Rất quan tâm, lo lắng. ~생기다 rất lo, có nỗi lo lớn.

한결 Nổi bật, thêm một bậc, hơn. đặc biệt, hơn nữa, càng. 비를 맞은 단풍이 ~ 아름답다 lá đơn phong mắc mưa càng đẹp hơn.

한겻 Một phần tư ngày, nửa buổi. = 반나절.

한곡(-曲) Một bài, một khúc. ~연주하다 biểu diễn một bài.

한교(韓僑) Hàn kiều, người Hàn Quốc sống ở Hải ngoại.

한구석 Một góc, xó, góc. ~에 앉다 ngồi trong góc. ~에 놓다 để trong góc

한국(韓國) Hàn Quốc, nước Hàn Quốc, Korea, Nam Triều Tiên. ~국민 nhân dân Hàn Quốc.

한글 Chữ Hàn quốc, tiếng Hàn. ~날 ngày chữ Hàn Quốc.

한길 Con đường chính, con đường lớn. ~을 막다 chặn ngang đường lớn.

한껏(限-) Thoải mái, hết sức, mặc sức, đến mức như có thể. ~먹다[마시다] ăn [uống] mặc sức.

한끝 Một bên, một đầu. 줄 ~에 돌을 달다 cột đá vào một đầu dây.

한끼 Một bữa ăn. ~는 국수를 먹다 một bữa ăn mỳ.

한나라(漢-) Nước Hán (Trung Quốc xưa), nhà Hán.

한낱 Chỉ, duy, duy là, chẳng qua. 나는 ~고학생

에 불과하다 chẳng qua tôi chỉ là một học sinh nghèo.

한내(限內) ①Trong thời hạn. ②Trong giới hạn. ③Trong phạm vi qui định.

한담(閑談) Chuyện phiếm, chuyện lúc nhàn rỗi. ~을 나누다 nói chuyện phiếm.

한대(寒帶) Hàn đới, xứ lạnh. ~기후 khí hậu hàn đới.

한도(限度) Hạn độ, giới hạn. ~안에서 trong mức giới hạn.

한동기(-同氣) Anh em cùng cha mẹ, anh em một nhà. ~끼리 싸우다 anh em ruột cãi nhau.

한되다(恨-) Tiếc nuối, thành điều tiếc nuối, hối hận. 젊어서 공부 못 한 것이~ tiếc tuổi trẻ không học hành.

한두 Một hai. ~번 một hai lần. ~사람 một hai người.

한때 Một thời, một thuở, một lúc. ~뿐이다 chỉ là một thời thôi.

한러(韓-) Hàn - Nga. ~관계 quan hệ Hàn Nga. ~국경 biên giới Hàn – Nga.

한련(旱蓮) Hoa sen.

한류(寒流) Luồng khí lạnh, đợt khí lạnh, dòng khí lạnh.

한마디 Một lời. ~하다. ~도 없이 나가다 ra đi không nói một lời.

한마음 Cùng tấm lòng, cùng chung một tấm lòng. ~으로 bằng một tấm lòng.

한목 Đồng thời, cùng lúc. 물건을 ~에 보내다 gửi cùng lúc hàng hoá. 일 년치 봉급을~ (에) 타다 nhận một lần lương cả năm.

한문(漢文) Hán văn, chữ Hán, tiếng Hán. ~자 chữ Hán.

한물 Rộ, lúc có nhiều nhất, mùa rộ, vào giữa mùa

(hoa quả, rau). ~지나다 [가다] quá mùa.

한바닥 Trung tâm, nơi phồn hoa nhất. 도시 의 ~을 폭격하다 tấn công trung tâm thành phố.

한밤 Nửa đêm, giữa đêm. ~에 vào lúc nửa đêm. ~까지 đến tận nửa đêm.

한방(-房) Cùng một phòng. ~을 쓰다 dùng chung một phòng.

한방울 Một giọt. 눈물~ giọt nước mắt. ~씩 từng giọt một.

한배 Cùng lứa (động vật), cùng một mẹ. ~강 아지 chó con cùng một lứa.

한번(-番) Một lần. ~에 một lần, cùng lúc.

한벌 Một bộ (quần áo, gia cụ vv). 여름 옷~ một bộ quần áo mùa hè.

한복(韓服) Áo quần truyền thống của Hàn Quốc, Hàn phục. ~을 입은 mặc Hàn phục.

한사람 Một người, mỗi người. ~한 사람씩 từng người từng người một.

한산(閑散) Lặng lẽ, không nhộn nhịp. ~하다. 이 시간에는 거리가 ~하다 lúc này con đường rảnh

한살 ①Một tuổi. ②Quan hệ tình dục. (남녀가) ~ (이) 되다 nam nữ quan hệ với nhau.

한생전(限生前) Cả cuộc đời.

한서(寒暑) Nóng và lạnh. ~의차가 적다 sự khác biệt nóng lạnh ít.

한속 Cùng lòng, chung tấm lòng. ~이 되다 cùng tấm lòng với nhau.

한수(-手) Một bậc, một đẳng cấp. ~높다[위다] trên một bậc.

한술 Một thìa. ~뜨다 ăn một thìa, dùng một thìa.

한시(漢詩) Thơ chữ Hán.

한시름 Mối lo lớn, cái lo lớn. ~놓다 cảm thấy lo nhiều.

한식(韓食) Món ăn Hàn Quốc. ~식당 nhà hàng món ăn Hàn Quốc.

한심(寒心) Tiếc, buồn tiếc, thất vọng, xấu hổ, bi thảm. ~하다, ~스럽다. ~한 일 việc đáng tiếc.

한쌍(-雙) Một đôi. 좋은 ~ một đôi xứng.

한약(韓藥漢藥) Thuốc bắc. ~재(材) nguyên liệu thuốc bắc.

한어(漢語) Hán ngữ, tiếng Hán.

한없다(恨-) Không có gì tiếc nuối, không có gì tức giận. 한 칠십 살았으니 인제 죽어도 ~ sống 70 thế này rồi chết cũng chẳng có gì tiếc nuối.

한여름 Giữa hè, lúc nóng nhất. ~ 에 vào giữa hè.

한열(寒熱) Nóng và lạnh.

한영(韓英) Hàn - Anh. ~사전 từ điển Hàn-Anh.

한옆 Một bên, một phía. ~에 ở một phía.

한옥(韓屋) Nhà kiểu Hàn Quốc.

한외(限外) Ngoài giới hạn, ngoài qui định.

한우(寒雨) Cơn mưa lạnh.

한움큼 Một nhúm, một bốc, một nắm. ~의 쌀 một nắm gạo.

한의(韓醫漢醫) Y học Trung Quốc, thuốc bắc. ~사 bác sĩ thuốc bắc.

한이(韓伊) Hàn – Ý, Hàn Quốc và Italya.

한인(閑人) Người nhàn rỗi. ~한담(閑談) người nhàn rỗi nói chuyện phiếm.

한자리 Một chỗ, một nơi. ~에 모이다 tập trung vào một chỗ.

한적(閑寂) Tĩnh lặng, cô tịch. ~하다. ~한 곳 nơi cô tịch.

한절(寒節) Mùa lạnh, mùa đông

한점(-點) Một đốm, một vết, một điểm, một chấm, một miếng. 고기~ một miếng thịt

한정(限定) Hạn định, giới hạn. ~하다. ~가격 giá giới hạn

한제(韓製) Chế tạo tại Hàn Quốc, Hàn Quốc

chế tạo.

한조각 Một mẩu, một miếng. 고기 ~ một miếng thịt. 빵 ~ một mẩu bánh.

한족(韓族) Dân tộc Hàn.

한종일(限終日) Cả ngày, suốt ngày. ~비가 내린다 mưa cả ngày.

한즉 Nếu thế. ~ 인제 어떻게 하는 것이 좋을까? Nếu thế bây giờ làm thế nào là tốt nhất?

한지(寒地) Xứ lạnh, vùng lạnh.

한집 Một ngôi nhà hoặc cùng một nhà. ~에 살다 sống cùng một nhà.

한참 Một hồi lâu, một lúc lâu. ~만[후]에 một lúc lâu sau.

한창 Đỉnh cao, lúc cao nhất, lúc nở rộ, cao trào, lúc sung sức nhất. ~때 lúc mạnh mẽ nhất(của cuộc đời).

한천(旱天) Thời tiết hạn, tiết hạn.

한철 Lúc cực thịnh, lúc cao trào. 패기만만한 젊은 ~ thời trai trẻ nhất tràn đầy sức sống.

한촌(寒村) Một ngôi làng nghèo và vắng vẻ.

한추위 ①Lúc lạnh nhất. ②Cơn lạnh nhất.

한치 Một Inch (đơn vị đo lường=2,54cm). ~앞도 안 보이다 không thấy cái gì trước mặt.

한턱 Khao, thết đãi. ~하다[내다]. 술을 ~하다 đãi rượu.

한통 Một lòng, một dạ, một lũ, một âm. ~이 되다 thành một lũ với nhau.

한파(寒波) Đợt rét. 전국에 ~가 내습하다 đợt rét sẽ tỏa ra cả nước.

한팔 ①Một cánh tay ②Một cánh tay (nghĩa bóng), sự giúp đỡ.

한패(-牌) Cùng bọn, cùng phe, cùng nhóm. ~가 되다 thành cùng phe, thành cùng nhóm.

한평생(-平生) Cả cuộc đời.

~편히 지내다 cống cả đời nhàn hạ.

한푼 Một xu, một cắc. ~도 없다 một xu cũng không có.

한풍(寒風) Cơn gió lạnh, làn gió lạnh.

한하다(限-) Hạn chế, giới hạn, chỉ được. 어른에 한한 영화 phim giới hạn chỉ cho người lớn

한한사전(漢韓辭典) Từ điển Hán-Hàn.

한화(韓貨) Tiền Hàn Quốc, Hàn tệ.

할(割) 10 phần trăm, một phần mười. 연 1~ 2푼 의 이자 lãi suất năm 12 phần trăm.

할근거리다 Thở gấp. 숨을 ~ thở gấp.

할당(割當) Phân bổ, phân bố, chia. ~하다. 일을 ~하다 chia việc, phân việc.

할듯할듯 Tưởng như, dường như. 그는 대답을 ~하다가 말았다 tưởng anh ta trả lời mà lại không.

할똥말똥하다 Do dự, ngại ngùng.

할리우드 Hollywood.

할말 Có lời muốn nói, có ý kiến, đề nghị. 양쪽의 ~을 듣다 nghe ý kiến hai bên.

할머니 Bà nội. ~는 혼자서 우리 아버지를 키우셨다 bà nội nuôi bố tôi một mình.

할멈 Bà già (tiếng gọi bà cụ già nhưng không được tôn trọng).

할아버지 Ông. 외~ ông ngoại.

할애하다(割愛-) Không tiếc, cho không tiếc.

할인(割引) Giảm giá, hạ giá. ~하다. ~권 phiếu bán giảm giá.

할인(割印) Sự đóng dấu, in dấu. ~을 찍다 đóng dấu

할일 Việc phải làm, việc để làm. ~이 많다 nhiều việc phải làm.

할증(割增) Phụ trội, trả

thêm. ~하다. ~금 tiền trả thêm.

할짝거리다 Liếm, mút. 개가 우유를 ~고 있다 con chó đang liếm sữa.

할퀴다 Cào, gãi, cấu. 할퀸 상처 vết thương bị cào.

핥아세다 Lừa đảo chiếm đoạt. 남의 재물 을~ lừa đảo chiếm đoạt tài sản người khác.

함(函) Cái thùng, cái hộp. 편지~ thùng thư. 모금~ thùng gom tiền.

함교(艦橋) Đầu tàu, bộ phận chỉ huy tàu.

함구(緘口) Im lặng, không nói gì. ~하다. ~령 lệnh im lặng.

함께 Cùng với, cùng. 나도 아이과 ~ 놀 았다 tôi đã chơi cùng với lũ trẻ.

함닉(陷溺) ①Chìm xuống nước, lặn xuống. ~하다. ②Rơi vào tửu sắc.

함대(艦隊) Hạm đội. ~기지 căn cứ hạm đội. ~사령관 tư lệnh hạm đội.

함락(陷落) Chìm xuống, lún xuống. ~하다

함부로 Tuỳ tiện, tùy ý, không suy nghĩ. ~믿다 tin bừa.

함석 Tôn tráng kẽm. ~지붕 mái kẽm.

함선(艦船) Tàu bè.

함성(喊聲) Cùng hét lên, cùng hô lên. ~을 지르다 cùng hét lên

함수(鹹水) Nước muối, nước mặn. ~어 cá nước mặn. ~호 hồ nước mặn.

함양(涵養) Nuôi dạy, dạy dỗ. ~하다. 덕성을 ~하다 nuôi dưỡng đức tính.

함원(含怨) Mang hận, ôm hận. ~하다

함유(含有) Chứa, chứa đựng, hàm chứa. ~하다. ~성분 thành phần bao gồm.

함재(艦載) Chất, chở trên tàu. ~하다.

함정(陷穽) Cái bẫy, cái hầm (bắt động vật). ~에

빠뜨리다 lọt vào bẫy.

함함하다 Mềm mại, thương yêu

함흥차사(咸興差使) Chỉ người sai làm việc gì thường về muộn hoặc không về. 그는 한 번 가더니 ~다 hắn mà đi một lần không biết bao giờ mới về.

합(合)Tổng số. ~해서 gộp lại. 2와 2의 ~은 4 hai với hai là 4.

합격(合格) Đỗ, thi đỗ, đủ tư cách. ~하다. 시험에 ~하다 thi đậu.

합동(合同) Chung, tập thể. ~하다. ~결혼 đám cưới tập thể.

합력(合力) Hợp lực, hợp sức. ~하다.

합리(合理) Hợp lý. ~하다. ~성 tính hợp lý.

합법(合法) Hợp pháp. ~적 tính hợp pháp.

합병(合倂) Sát nhập, gộp chung lại (cơ quan đoàn thể). A와 B를 ~하다 sát nhập A và B.

합심(合心) Sự đồng tâm, hợp lực. ~하다.

합의(合意) Thỏa thuận, nhất trí. ~하다. ~에 이르다 đạt đến thỏa thuận.

합자(合資) Gộp vốn, chung vốn. ~하다. ~회사 công ty chung vốn.

합주(合奏) Buổi hòa nhạc. ~하다. ~곡 khúc hòa nhạc.

합죽이 Cái thằng móm, chỉ người móm.

합죽하다 Không có răng và móm.

합창(合唱) Hợp xướng. ~하다. 남녀~ hợp xướng nam nữ. ~곡 đội hợp xướng.

합체(合體) Tập hợp lại, gom lại. ~하다.

합치(合致) Giống nhau, như nhau. ~하다.

합판1(合判) Kích cỡ để làm sách, chiều dài 21cm, chiều rộng 15cm.

합환주(合歡酒) Rượu mừng cô dâu chú rể

trao cho nhau lúc tiến hành hôn lễ.

핫- Tiếp từ, đi trước danh từ, chỉ sự nhồi bông. ~바지 quần bông. ~옷 áo bông.

핫뉴스 Tin nóng hổi, tin mới (hot news).

핫라인 Đường dây nóng, đường dây khẩn, hotline. 유관기관과 ~으로 연결되어 있다 kết nối bằng đường dây nóng với cơ quan hữu quan.

항-(抗) Tiếp từ, chỉ sự chống, phản lại, đề phòng. ~균 chống vi khuẩn.

항거(抗拒) Chống cự, kháng cự. ~하다. ~죄 tội kháng cự.

항공(航空) Hàng không, không quân. ~기 máy bay.

항구(恒久) Lâu dài, vĩnh cửu. ~하다. ~성 có tính vĩnh cửu.

항도(港都) Thành phố cảng. ~인천 thành phố cảng Incheon.

항로(航路) Hải trình, hải lộ, lộ trình của con thuyền. ~변경 thay đổi hải trình.

항만(港灣) Vịnh, cảng do vịnh làm thành. ~공사 công trình xây dựng cảng.

항목(項目) Hạng mục. ~별 từng hạng mục.

항무(港務) Cảng vụ.

항미(抗美) Chống Mỹ. ~구국전쟁 cuộc chiến tranh chống Mỹ cứu nước.

항변(抗辯) Kháng nghị, phản bác. ~하다. 사실 부인의~ phản bác rằng đó là sự vật vô căn cứ.

항병(降兵) Lính đầu hàng, tù binh, hàng binh.

항복(降伏) Đầu hàng. ~하다. ~권고(서) khuyến cáo nên đầu hàng.

항상(恒常) Thường xuyên, thường, lúc nào cũng. 그는 ~그렇게 말을 했다

anh ta thường xuyên nói thế.

항생(抗生) Kháng sinh. ~약 thuốc kháng sinh. ~제 thuốc kháng sinh.

항설(巷說) Truyền miệng. ~에 의하면 theo lời truyền miệng thì.

항성(恒性) Tính cố định, tính vĩnh cửu, tính ổn định.

항세(港稅) Thuế cảng, thuế vào cảng.

항속(航續) Bay liên lục đi liên tục (tàu, thuyền). ~거리 cự ly bay liên tục.

항시(恒時) Luôn luôn, thường xuyên. =항상(恒常).

항아리(缸-) Cái bình. 꿀~ bình mật ong.

항언(抗言) Nói lại, nói chống lại. ~하다.

항용(恒用) ①Ít, hy hữu. ~있는 일 việc hy hữu. ②Thường xuyên, thường.

항정(航程) Hành trình, lộ trình, đường đi. 하루의 ~ hành trình một ngày.

항주(航走) Đi trên biển. ~하다. ~속도 tốc độ đi trên biển.

항진(亢進) ①Tăng tốc, thừa thế. ~하다 ②Nặng thêm, xấu đi.

항체(抗體) Chất kháng thể.

항해(航海) Hàng hải. ~하다 đi biển.

해 Mặt trời, thái dương, ánh nắng. ~가 지기[저물기] 전에 trước khi mặt trời lặn.

해갈(解渴) Giải cơn khát, làm bớt cơn khát.

해거름 Mặt trời lặn, khi mặt trời lặn. ~에 vào lúc mặt trời lặn.

해결(解決) Giải quyết. ~하다. 평화적으로 ~하다 giải quyết bằng hòa bình.

해고(解雇) Sa thải, thải hồi. ~하다. 근로자를 ~하다 sa thải người lao động.

해골(骸骨) Hài cốt. 미군~

hài cốt lính Mỹ. ~처럼 마른 사람 người gầy như bộ xương.

해구(海寇) Hải tặc, cướp biển.

해군(海軍) Hải quân. ~기지 căn cứ hải quân.

해끔하다 Trắng xóa.

해내다 Hoàn thành, xong. 맡은 일을 ~ hoàn thành công việc được giao.

해년(亥年) Năm Hợi, năm con heo.

해단(解團) Giải tán, giải tán đoàn thể. ~하다.

해답(解答) Giải đáp, trả lời.

해당(該當) Xứng, tương ứng. ~하다. ~사항 những nội dung liên quan.

해당화(海棠花) Hoa Hải đường.

해도 Cho dù, dù là. 그것이 사실이라 ~ cho dù cái đó là sự thật.

해독(解讀) Đọc và hiểu, đọc và giải mã. ~하다. 암호~ đọc và giải mã ký hiệu.

해돋이 Mặt trời mọc. ~에 lúc mặt trời mọc.

해동(解凍) Làm cho tan ra. ~하다. 냉동 식품을 요리하기 전에 ~시키다 thức ăn đông lạnh trước khi nấu phải làm tan ra.

해득(解得) Hiểu, lĩnh hội. ~하다. ~이 빠른[느린] hiểu nhanh [chậm].

해로(海路) Đường biển, lộ trình đường biển.

해롭다(害-) Có hại, không tốt. 술은 건강에 ~ rượu có hại cho sức khỏe.

해롱 Đùa, giễu cợt. =희롱.

해류(海流) Hải lưu, dòng chảy biển.~를 타다 theo dòng hải lưu.

해리(解離) Lý giải, phân tích. ~하다. 화학~하다 phân tích hóa học.

해마(海馬) Con hải mã, con cá ngựa.

해만(海灣) ①Vịnh. ②Biển

và vịnh.

해맑다 Trắng và sạch (sáng).

해망쩍다 Đần, không nhanh nhẹn.

해머 Cái búa. ~던지기 ném búa. 공기~ búa hơi.

해먹다 Làm lấy ăn, nấu lấy ăn. 점심을 ~ nấu ăn trưa.

해면(解免) ①Miễn trách nhiệm. ~하다. ②Miễn nhiệm.

해명(解明) Giải thích, giải trình. ~하다. ~을 요구하다 yêu cầu giải thích.

해몽(解夢) Giải mộng, giải thích giấc mơ. ~하다.

해무(海霧) Sương biển, sương mù trên biển.

해묵다 Lâu năm, cũ. ~은 쌀 gạo cũ. ~은 논쟁 vấn đề tranh cãi cũ.

해물(海物) Hải vật, hải sản.

해미 Sương mờ trên biển. 바다에 ~가 끼다 trên biển có sương mờ.

해박(該博) Uyên bác. ~하다. ~한 지식 tri thức uyên bác.

해바라기 Hoa hướng dương.

해발(海拔) Độ cao so với mực nước biển. 그 산의 ~2500 미터이다 núi đó cao 2500 mét so với mực nước biển.

해방(解放) Giải phóng, thoái khỏi. ~하다. 노예를 ~하다 giải phóng nô lệ.

해법(解法) Giải pháp, cách giải quyết. 새로운 ~을 제시했다 đề nghị một giải pháp mới.

해변(海邊) Bờ biển. ~의 도시 thành phố cạnh bờ biển.

해보다 Làm thử, thử. 처음 ~ làm thử lần đầu. 일을 ~ làm thử việc.

해부(解剖) Giải phẫu, mổ. ~하다. ~의 결과 kết quả giải phẫu.

해빙(解氷) Sự tan (băng). ~하다. ~기 thời kỳ tan băng.

해사(海沙/海砂) Cát biển.

해산(海山) Núi nằm sâu dưới lòng biển.

해삼(海蔘) Hải sâm.

해석(解釋) Giải thích, phân tích, làm rõ, tìm hiểu. ~하다. 일방적인~ cách hiểu thông thường.

해설(解說) Thuyết minh, tường thuật. ~하다. ~자 thuyết minh viên, tường thuật viên.

해소(解消) Giải quyết. ~하다. 트레스를 ~하다 cởi bỏ stress.

해손(害損) Thiệt hại, tổn hại.

해송(海松) Cây tùng biển, cây phi lao.

해수(咳嗽) Ho, bệnh ho. ~약 thuốc ho.

해심(害心) Có ý làm hại. ~이 나다 có ý làm hại, có tâm làm hại.

해쓱하다 Xanh xao, ốm yếu. 몹시 ~ rất xanh xao.

해악(害惡) Cái ác và cái có hại. 사회에 큰~을 끼치다 mang lại cái ác và cái hại cho xã hội.

해안(海岸) Bờ biển, ven biển. ~선 bờ biển.

해야하다 (Tiếp từ, đi sau động từ). Phải, bắt buộc. 집을 ~ phải sửa nhà.

해어지다 Cũ, rách, hư hỏng.

해열(解熱) Hạ sốt, giải nhiệt. ~하다. ~제 thuốc hạ sốt.

해왕성(海王星) Sao Hải Vương.

해외(海外) Hải ngoại, ở nước ngoài. ~로 가다 đi ra nước ngoài.

해운(海運) Vận tải biển. ~업 ngành vận tải biển. ~업자 công ty vận tải biển.

해원(海員) Thủy thủ, thuyền viên. ~명부 danh sách thuyền viên.

해이(解弛) Thoải mái, thư giãn, lỏng lẻo.

~하다. 기강이 ~하다 kỷ cương lỏng lẻo.

해임(解任) Cắt chức, cách chức, bãi chức. ~하다. ~장(狀) lệnh cắt chức.

해제(解除) Hủy bỏ, xóa bỏ, tháo bỏ. 계약을 ~하다 hủy hợp đồng.

해조(海藻) Tảo biển, rong biển.

해주다 Làm hộ, làm cho người khác. 편지 번역을 ~ dịch phim hộ.

해중(海中) Dưới biển. ~공원 công viên dưới biển. ~생물 sinh vật dưới biển.

해지(解止) Huỷ hợp đồng, bỏ hợp đồng. ~하다. =해약.

해직(解職) Đuổi việc, sa thải, bãi nhiệm. ~하다. =해임(解任).

해체(解體) Giải tán, giải thể (cơ quan, đoàn thể). ~하다. 축구팀~ giải thể đội bóng.

해치다(害-) Có hại, làm hại, hại, gây hại, ảnh hưởng xấu. 미관을 ~ làm ảnh hưởng mỹ quan.

해치우다 Nhanh chóng kết thúc, làm xong nhanh. 간단히~ kết thúc nhanh chóng đơn giản.

해커 Hacker máy tính.

해탈(解脫) Giải thoát, thoát khỏi. ~하다.

해태(懈怠) Lười biếng. =나태(懶怠).

해토(解土) Làm tan đất, xới đất. ~하다.

해파리 Con sứa biển. ~모양의 hình con sứa biển.

해풍(海風) Gió biển. ~이 세차게 몰아치다 gió biển tràn vào.

해하다(害-) ①Làm hại, hại. 사람을~ hại người. ②Giết ai.

해학(諧謔) Hài hước. ~적 có tính hài hước. ~의 멋을 아는 사람 người biết hài hước.

해항(海港) Hải cảng, cảng biển.

ㅎ

해협(海峽) Eo biển, vịnh. ~을 건너다 vượt qua eo biển. ~을 봉쇄하다 phong tỏa eo biển.

해후(邂逅) Sự hội ngộ sau một thời gian dài chia tay nhau. ~하다.

핵(核) Hạt nhân, nguyên tử. ~원자 nguyên tử hạt nhân.

핵가족(核家族) Gia đình hạt nhân, gia đình chỉ hai thế hệ. ~시대 thời đại gia đình.

핵에너지 Năng lượng hạt nhân. ~의 이용 sử dụng năng lượng hạt nhân.

핵우산(核雨傘) Ô, dù, người đỡ đầu. ~이 있다 có ô dù.

핵인(核仁) Hạt nhân.

핵전쟁(核戰爭) Chiến tranh hạt nhân. ~의 위협 suy cơ chiến tranh hạt nhân.

핸드백 Túi xách tay (handbag).

핸드볼 Bóng ném (handball). ~하다.

핸드폰 Điện thoại cầm tay, hand phone.

핸들 Tay lái, ghi đông, tay cầm. ~을 잡다 nắm lấy tay lái.

핸들링 Chạm tay, để bóng chạm tay, manh (bóng đá). (handling)

핸디캡 ①Nhược điểm, yếu điểm. ②Chấp điểm, chấp điều kiện gì đó (trong thể thao.

핸섬 Đẹp trai (handsome). ~한 남자 người đàn ông đẹp trai.

핼쑥하다 Xanh xao, vàng vọt, ốm yếu. 핼쑥한 얼굴 khuôn mặt xanh xao.

햄 Món ham, giăm bông.

햄버거 Hamburger.

햇- Tiếp từ, đi trước danh từ, chỉ sự vật mới, lần đầu, đầu mùa.~감자 khoai tây đầu vụ.

햇것 Vật, sản vật đầu mùa.

햇발 Tia nắng. ~이 퍼지다 tia nắng tỏa ra.

햇병아리 ①Gà con mới nở, gà lứa đầu. ②Tay mơ, với vào nghề. ~기자 ký giả mới vào nghề.

행(幸) Hạnh, may mắn. ~인지 불행인지 không biết là không may hay bất hạnh.

행각(行脚) Đi lang thang. 구걸~ lang thang xin. 도피~ bỏ trốn đây đó.

행간(行姦) Thông dâm, ngoại tình. =간음(姦淫).

행객(行客) Hành khách.

행군(行軍) Hành quân. ~하다. ~명령 mệnh lệnh hành quân.

행낭(行囊) Túi đựng thư.

행동(行動) Hành động, làm. ~하다. 단체~ hành động tập thể.

행로(行路) Đường đi, con đường. 인생~ đường đi của cuộc đời

행리(行李) Hành lý. ~에 챙겨 넣다 chuẩn bị hành lý.

행방(行方) Hành tung, tung tích, dấu vết. ~이 묘연한 hành tung không rõ ràng.

행복(幸福) Hạnh phúc. ~하다[스럽다]. ~하게 살다 sống một cách hạnh phúc.

행사(行使) Sử dụng, dùng, thực hiện, thực thi. ~하다. 권력을~하다 sử dụng quyền lực.

행상(行商) Buôn bán. ~하다. ~을 다니다 đi buôn

행선지(行先地) Nơi đi, nơi đến, điểm đến. ~를 알려 주시오 xin cho biết nơi đến.

행세(行世) Cư xử, ứng xử, thực hiện vai trò. ~하다. ~를 잘못하다 cư xử sai.

행수(行首) Đầu đàn, đầu bầy.

행악(行惡) Làm điều ác. ~하다

행운(幸運) Vận may. ~을 빌다 cầu may. ~의 여신 nữ thần may mắn.

행원(行員) Nhân viên ngân hàng.

행위(行爲) Hành vi. ~능력 năng lực hành vi.

행인(行人) Người đi đường, khách bộ hành

행장(行裝) Hành trang, hành lý. ~을 차리다 chuẩn bị hành trang.

행적(行蹟) ①Tung tích. ~을 감추다 giấu tung tích. ②Sự nghiệp, thành tựu.

행정(行政) Hành chính. ~적 có tính hành chính.

행중(行中) Người cùng đi, bạn đồng hành.

커치프 Khăn mùi xoa (handkerchief).

행하(行下) Tiền sai vặt, tiền bo(người hầu). ~를 주다 cho tiền tiêu vặt.

행해지다(行-) Được tiến hành, được thực hiện, được cử hành.

향(向) Phương hướng, hướng. 서~의 hướng tây. 풍~ hướng gió.

향관(鄕關) Quê quán.

향군(鄕軍) Cựu chiến binh, lính phục viên.

향긋하다 Thơm ngát, thơm ngào ngạt.

향기(香氣) Mùi thơm. 꽃~ mùi hoa, hương hoa.

향년(享年) Tuổi thọ; tuổi lúc chết. ~ 칠십세다.

향도(鄕導) Hướng đạo, chỉ đường. ~ 하다.

향료(香料) Hương liệu.

향미(香味) Mùi vị. ~료 gia vị.

향방(向方) Phương hướng. ~을 모르다 không biết phương hướng.

향상(向上) Đi lên, cải thiện. ~하다. 생활수준이~하다 mức sống đi lên.

향수(鄕愁) Nhớ nhà. ~병 bệnh nhớ nhà. ~를 느끼다 cảm thấy nhớ nhà.

향유(享有) Hưởng thụ, thưởng thức. ~하다. ~계층 tầng lớp hưởng thụ.

향의(向意) Có ý, có ý định. ~하다.

향하다(向-) Hướng tới, hướng về. 바다를 ~ hướng về phía biển.

향학심(向學心) Sự hiếu học. ~에 불타다 cháy bỏng khát khao được học.

향후(向後) Sau này, về sau, trong tương lai.

허가(許可) Cho phép, sự đồng ý. ~하다. ~가 되다[나다] được phép, có phép.

허겁(虛怯) Nhát gan. ~쟁이 thằng nhát gan.

허구(虛構) Hư cấu, bịa. ~하다. ~적인 có tính hư cấu.

허기(虛飢) Sự đói. ~가 지다 đói bụng.

허니문 Tuần trăng mật (honeymoon). =밀월.

허다하다(許多-) Nhiều, số nhiều. 허다한 학생 중에 trong nhiều học sinh.

허닥하다 Lấy ra, đưa ra. 저장해 둔 쌀을 ~ 낳아 gạo đã cất ra.

허두(虛頭) Lời mở đầu.

허둥지둥 Cuống cuồng, vội vàng. ~하다. ~달 아나다 chạy vội chạy vàng.

허드레 Thừa, không quan trọng, không dùng đến. 허드렛물 đồ vật thừa.

허들 Thanh chắn, chướng ngại vật trong thể thao (hurdle).

허락(許諾) Cho phép, đồng ý. ~하다. 결혼을 ~하다 đồng ý cho kết hôn.

허리 Eo, cái eo, lưng, hông. ~띠 thắt lưng, dây buộc eo.

허릿심 Sức mạnh ở vùng hông. ~이 세다 cái hông mạnh.

허망(虛妄) Sự lừa dối, không thành thật.

허명(虛名) Hư danh. ~을 좇는 사람 người theo đuổi hư danh.

허물 Sai lầm, lỗi lầm, thiếu sót. ~을 깨닫다 hiểu được cái sai.

허방 Cái bẫy. ~에 빠지다 rơi vào bẫy.

허방치다 Nhầm, tính nhầm. = 허방짚다.

허벅다리 Đùi, bắp đùi. ~를 드러내다 để lộ bắp đùi ra.

허비(虛費) Lãng phí, hoang phí, chẳng có kết quả gì. ~하다. 시간~ lãng phí thời gian.

허상(虛像) Ảo tưởng, ảo ảnh. ~에 불과한 일 việc chẳng qua chỉ là ảo tưởng.

허송(虛送) Sự lãng phí thời gian. ~하다.

허술하다 Tiều tụy, đơn sơ, nghèo nàn, cũ nát. 허술한 옷 cái áo cũ nát.

허심탄회(虛心坦懷) Thẳng thắn, không che giấu, có gì nói nấy.

허약(虛弱) Yếu đuối. ~하다. 신체가~ 하다 cơ thể yếu đuối.

허여멀쑥하다 Sạch đẹp. 얼굴이 ~ khuôn mặt sáng sủa.

허영(虛榮) Hư vinh, vinh hoa không có thật. ~때문에 vì hư vinh.

허옇다 Trắng, trắng trong, bạc phơ. 허연 이빨을 드러내다 để lộ hàm răng trắng.

허용(許容) Cho phép, được phép. ~하다. ~량 lượng cho phép (phóng xạ).

허우대 Vóc dáng, thể tạng. ~가 좋다 hình dáng tốt.

허위(虛僞) Giả vờ, giả làm như thật, giả dối. ~신고 khai báo giả.

허장성세(虛張聲勢) Ta đây, huyênh hoang, khoác lác. ~하다.

허적거리다 Lục lọi. 서랍속을 ~ lục lọi trong ngăn tủ.

허출하다 Đói bụng. 속이 ~ đói bụng.

허탈(虛脫) Mệt mỏi, không sức lực. ~하다. ~감 cảm

giác mệt mỏi.

허투루 Sơ sài, không chú ý, qua loa. ~보다 nhìn qua, coi thường.

허파 Lá phổi. ~에 바람이 들다 phổi bò, nói tầm phào.

허풍(虛風) Khoác loác, ta đây. ~떨다[치다] ta đây, khoác lác.

허하다(虛-) ①Trống, rỗng. 속이 ~ trong ruột rỗng. ②Yếu đuối. 몸이 ~ thân thể yếu đuối.

허허실실(虛虛實實) Cân bằng, ngang sức, ngang tài ngang sức. ~의 싸움 trận đánh ngang tài ngang sức.

허혼(許婚) Hứa hôn. ~하다.

헌 Cũ, mòn, sờn. ~옷 áo cũ. ~차 xe cũ.

헌거롭다(軒擧-) ①Mạnh mẽ, tràn đầy sinh lực. ②Bao dung, độ lượng.

헌금(獻金) Đóng góp tiền. ~하다. ~자 người góp tiền. ~함(函) thùng quyên góp.

헌법(憲法) Hiến pháp. ~을 개정하다 sửa đổi hiến pháp.

헌병(憲兵) Quân cảnh, hiến binh.

헌사(獻辭) Thư chúc mừng hoặc khen ngợi. ~를 바치다 gửi thư chúc mừng.

헌상(獻上) Hiến dâng, biếu, tặng. ~하다.

헌수(獻壽) Nâng chén mừng thọ. ~하다.

헌혈(獻血) Hiến máu. ~하다. ~운동 phong trào hiến máu.

헌화(獻花) Tặng hoa, đặt hoa. …의 무덤에 ~하다 đặt qua trước mộ ai.

헐겁다 Lỏng, thừa chiều dài, không vừa. 헐거운 구두 giày thừa.

헐뜯다 Nói xấu, dèm pha. 아무를 ~ nói xấu ai.

헐변(歇邊) Lãi suất thấp.

헐수할 수 없다 ①Chẳng có cách nào khác. ②Nghèo rách mồng tơi,

kiếm ăn từng bữa.

험난(險難) Khó khăn, nguy hiểm. ~하다. ~한 길 con đường khó khăn nguy hiểm.

협수룩하다 Bù xù, luộm thuộm, không gọn gàng (đầu tóc, áo quần).

헙헙하다 Rộng tay, hào phóng. 돈씀씀이가 ~ rộng tay tiêu tiền.

헛가게 Quán, cửa hàng bán đồ vặt.

헛듣다 Nghe lầm, nghe sai. 말을 ~ nghe nhầm ai nói.

헛배부르다 ①Đầy bụng, no bụng dù không ăn gì. ②Phồng lên, phùng lên.

헛보다 Nhìn nhầm. 신호를 ~ nhìn nhầm tín hiệu.

헛소동(-騷動) Náo động, gây chuyện vớ vẩn, làm ầm ỹ. ~을 부리다[하다] gây ầm ỹ

헛소리 ①Nói lung tung, nói tầm bậy. ~하다. ~를 치다 nói tầm bậy.

헛일 Công cốc, lãng xẹt, vô tích sự. ~하다, ~되다 thành công cốc.

헛잡다 Chọn nhầm, lấy nhầm, bắt nhầm. 제비를 ~ bốc nhầm cây thăm.

헛장 Ba loa, khoác lác. ~치다 ba loa, khoác lác.

헛총(-銃) ①Bắn giả, bắn không có đạn. ~질하다 bắn giả không có đạn.

헝가리 Hungari. ~말 tiếng Hungrari. ~사람 người Hungari.

헝겊 Mẩu vải, miếng vải. ~으로 인형을 만들다 dùng vải thừa để làm búp bê.

헤 Hơi há miệng, hả. 입을 ~벌리다 mở miệng.

헤게모니 Quyền lãnh đạo, quyền chỉ đạo (Hegemonie). ~싸움 tranh giành quyền lãnh đạo.

헤다 ①Bơi. ②Vượt qua khó khăn, khắc phục

khó khăn.

헤대다 Bận bịu.

헤드라이트 Đèn pha, đèn trước mũi. (headlight) 날이 어두워져 ~를 켜고 차를몰았다 trời tối dần bật đèn và lái xe.

헤드폰 Điện thoại cầm tay (handphone). ~을 쓰다 dùng tai nghe.

헤로인 Heroin. ~중독 nghiện heroin.

헤살 Cản trở. ~꾼 kẻ gây cản trở.

헤식다 ①Mềm, dễ vỡ, giòn. ②Nhạt, không rõ ràn.

헤실바실 Dễ vỡ, dễ bể.

헤아리다 Nắm bắt, đoán, biết. 하늘의 뜻은 헤아릴 수 없다 không biết được ý trời

헤어나다 Thoát phỏi, tránh, tách ra. 헤어날 길 없다 không còn đường thoát

헤어스타일 Kiểu tóc (hairstyle). 유행하는 ~ mốt tóc đang thịnh hành.

헤어지다 Xa nhau, chia tay, tản ra, cách xa 동무와 ~ chia tay đồng đội

헤어핀 Cái kẹp tóc (hairpin).

헤엄 Bơi. ~치다 bơi. 개~ bơi chó

헤적이다 Lục lọi, tìm kiếm. 서류를 ~ lục lọi tài liệu.

헥타르 Héc ta, đơn vị diện tích bằng 10,000 mét vuông.

헥토- Hecto. ~그램 a hectogram.

헬리콥터 Máy bay trực thăng(helicopter). ~발착장 bãi lên xuống trực thăng.

헬멧 Mũ bảo hiểm (helmet). ~을 쓰다 đội mũ bảo hiểm.

헹글헹글 Thùng thình, rộng. ~ 하다.

혀 Cái lưỡi. ~를 깨물다 cắn lưỡi.

혁대(革帶) Thắt lưng da. ~를 졸라매다[늦추다] siết [thả] thắt lưng ra.

현(現) Hiện, hiện tại, hiện nay. ~내각 nội các hiện nay.

현격(懸隔) Khoảng cách, khác biệt. ~하다. ~한 차이 sự khác biệt lớn.

현관(玄關) Cửa ra vào, cửa lớn. ~으로 들어가다 đi vào cửa.

현기증(眩氣症) Bệnh chóng mặt. ~이 나다 chóng mặt, cảm thấy chóng mặt.

현대(現代) Hiện đại, hiện tại. ~하다. ~화 하다 hiện đại hóa.

현란(絢爛) Lộng lẫy, lóa mắt. ~하다. ~한 의상 quần áo lộng lẫy.

현량하다(賢良-) Thông minh sáng suốt.

현묘하다(玄妙-) Mưu trí, sáng suốt.

현물(現物) Hiện vật, đồ vật hiện tại. ~배상 bồi thường bằng hiện vật.

현미경(顯微鏡) Kính hiển vi. ~검사 kiểm tra hiển vi.

현부(賢婦) Hiền phụ, người vợ khôn ngoan

현사(賢士) Hiền sĩ

현상(現狀) Hiện trạng, tình trạng thực tế hiện nay. ~을 타파하다 phá vỡ hiện trạng.

현상(懸賞) Tiền thưởng. ~수배 treo thưởng truy tìm.

현송(現送) Gửi tiền mặt. ~하다.

현수교(懸垂橋) Cây cầu treo. ~를 놓다 mắt cầu treo.

현수막(懸垂幕) Băng rôn, băng quảng cáo. 거리의~ băng rôn trên đường phố. ~

현시(顯示) Hiển thị, thể hiện. ~하다.

현실(現實) Hiện thực, thực tế. ~도피 trốn tránh hiện thực.

현악(絃樂) Âm nhạc do đàn, violon vv. Trình

diễn. ~단 đoàn nhạc.

현양하다(顯揚-) Nổi tiếng, trở nên nổi tiếng.

현업(現業) Nghề nghiệp hiện tại.

현역(現役) Đang hoạt động, đang đảm nhiệm, công việc đang đảm nhận. ~선수 vận động viên đang tại ngũ.

현우(賢愚) ①Thông minh và ngu dốt, cái ngu và sự sáng suốt. ②Người ngu kẻ dốt.

현월(弦月) Trăng đầu tháng. =초승달.

현유(現有) Hiện hữu, hiện có. ~금액 số tiền hiện có.

현인(賢人) Hiền nhân, người thông minh sáng suốt.

현임(現任) Chức vụ, nhiệm vụ hiện tại.

현저하다(顯著—) Rõ ràng, minh bạch. 현저히 một cách ràng.

현정부(現政府) Chính phủ hiện nay, chính phủ đương nhiệm.

현주(現住) Đang trú, đang sống. ~하다. ~민 dân bản địa

현찰(現札) Tiền mặt. =현금. ~로 사다 mua bằng tiền mặt.

현책(賢策) Chính sách, phương án sáng suốt. ~이다 là một chích sách sáng suốt.

현충탑(顯忠塔) Đài tưởng niệm.

현측(舷側) Mạn thuyền.

현판(懸板) Tấm bảng treo.

현품(現品) Hiện vật, hàng hóa hiện có. ~을 보지 않고는 뭐라 말할 수 없다 không thấy hiện vật không thể nói gì được.

현학(顯學) Thông thái. ~자 nhà thông thái.

현행(現行) Hiện hành, hiện đang qui định, hiện nay.

현혹(眩惑) Mê hoặc, mù quáng. ~하다 (속이다).

현황(現況) Tình hình hiện tại. =현상(現狀). ~을 파악하다 nắm bắt tình hình thực tế

현훈(沿暈) Chóng mặt. ~증 bệnh chóng mặt.

혈(穴) Huyệt, cái hang, nơi có long mạch.

혈관(血管) Huyết quản. ~파열 vỡ huyết quản.

혈맥(血脈) Huyết thống. ~을 잇다 nối dòng máu.

혈색(血色) Sắc da, nước da. ~이 좋은 사람 người có nước da tốt.

혈족(血族) Anh em, huyết tộc. ~결혼 anh em lấy nhau.

혈통(血統) Huyết thống, anh em, họ hàng. 왕가의 ~ huyết thống với nhà vua, anh em với vua.

혈투(血鬪) Huyết chiến. = 혈전(血戰). ~를 벌이다 mở trận huyết chiến.

혈혈단신(孑孑單身) Cô độc, đơn độc, không nơi nương tựa. ~이다.

혈흔(血痕) Vết máu, dấu máu. ~이 있는 có vết máu.

혐기(嫌忌) Hiềm kỵ, ghen ghét. ~하다.

혐오(嫌惡) Sự căm ghét, sự căm thù. ~ 하다. ~의 빛 món nợ căm thù.

혐의(嫌疑) Nghi ngờ, nghi kỵ. ~스럽다. ~쩍다. ~를 받다 bị nghi ngờ.

협기(俠氣) Hiệp khí, khí chất hào hiệp. ~있는 có hiệp khí.

협동(協洞) Hợp đồng, hỗ trợ, hợp tác. ~하다. ~기업(企業) doanh nghiệp hợp tác.

협박(脅迫) Đe dọa, dọa. ~하다 ~장 thư đe dọa.

협상(協商) Bàn bạc, thảo luận, thỏa thuận, đàm phán. ~을 벌이다 tiến hành đàm phán.

협소(狹小) Nhỏ, chật. ~

하다. ~한 곳 nơi chật hẹp.

협약(協約) Hiệp ước, thỏa ước. ~하다 thỏa thuận.

협잡(挾雜) Lừa đảo, lừa dối. ~하다. ~꾼[배] quân [lũ] lừa đảo.

협장(脇杖) Cây nạng gỗ. = 목다리.

협정(協定) Thỏa thuận. ~임금 tiền lương thỏa thuận.

협조(協調) Hỗ trợ, giúp đỡ. ~하다. 국제간의 ~사 hỗ trợ quốc tế.

협찬(協贊) Sự đồng ý, sự tán thành. 교육부의 ~을 얻다 được sự đồng ý của bộ giáo dục.

형(兄) Anh trai, anh ruột (nam với nhau). 맏~ anh trai đầu

형구(刑具) Dụng cụ để tra tấn.

형국(形局) Tình thế, tình cảnh.

형극(荊棘) ①Gai góc, gai. ②Khó khăn, vất vả. ~의 길 con đường gai góc.

형벌(刑罰) Hình phạt. ~을 가하다 tăng hình phạt. ~을 받다 nhận hình phạt.

형사(刑事) Hình sự. ~상의 책임 trách nhiệm về mặt hình sự.

형세(形勢) Hình thế, tình thế. 세계의~ tình hình thế giới.

형수(兄嫂) Chị dâu, vợ của anh trai.

형식(形式) Hình thức. ~미 vẻ đẹp hình thức.

형적(形迹形跡) Dấu vết, chứng cứ. ~도 없이 không dấu vết.

형정(刑政) Chính trị và hình phạt.

형제(兄弟) Anh em, huynh đệ. 사촌~ anh em họ. 친~ anh em ruột.

형통하다(亨通-) Như ý muốn. 만사가 ~ vạn sự như ý.

형편없다(形便-) Rất khó

khăn, bi thảm, khốn cùng. ~는 놈 thằng khốn hết chỗ nói.

형평(衡平) Sự cân bằng, thăng bằng ~원칙 nguyên tắc cân bằng

혜람하다(惠覽-) Chữ "tặng, kính tặng" viết sau tên người nào đó khi tặng sách.

혜서(惠書) Quí thư. ~는 받아보았습니다 chúng tôi đã nhận được qui thư của ngài.

혜성(彗星) Sao chổi. ~군(群) chùm sao chổi.

혜시(惠示) Sự hướng dẫn/ chỉ thị quí báu. ~하다.

혜택(惠澤) Ưu đãi, ưu tiên. ~을 받다 được ưu đãi.

호(戶) Hộ, hộ gia đình. 50호 되는 작은마을 ngôi làng nhỏ có 50 hộ.

호감(好感) Tình cảm tốt, cảm tình tốt. 사람에 ~을 가지다 được mọi người có cảm tình.

호걸(豪傑) Hào kiệt. 천하의 ~ hào kiệt trong thiên hạ.

호구(戶口) Hộ gia đình. ~조사 điều tra hộ gia đình. ~가 증가하다 số hộ gia đình tăng.

호국(護國) Bảo vệ đất nước, giữ nước. ~정신 tinh thần giữ nước.

호기(好機) Cơ hội tốt. 천재일우의~ cơ hội ngàn năm có một.

호기심(好奇心) Sự tò mò, tính tò mò. ~이 많다 nhiều tò mò.

호농(豪農) Phú hộ, phú nông, địa chủ.

호담(豪膽) Hào hoa và gan dạ. ~하다.

호도(糊塗) Hoãn, lùi. ~하다. ~지책 kế hoãn binh.

호도깝스럽다 Hồ đồ (lời nói hành động).

호되다 Khắc nghiệt, mạnh mẽ. 호된 더위 [추위] cơn nóng [lạnh] khắc nghiệt.

호두(胡-) Quả hồ đào.

호락호락 Dễ, dễ dàng. ~하다. ~속아 넘어가다 dễ bị lừa.

호랑이(虎狼-) Con hổ.

호령(號令) Hiệu lệnh, lệnh. ~하다 ra lệnh, gọi lệnh.

호롱 Cái đèn dầu. ~불 ánh đèn dầu.

호루라기 Cái còi. ~소리 tiếng còi.

호리(狐貍) ①Con hồ ly. ②Người bụng dạ hẹp hòi, gian giảo.

호리 Cày. ~질. ~질하다 cày.

호리다 Mê hoặc, làm cho mù quáng, làm cho mê muội. 돈으로 여자를~ mê hoặc phụ nữ bằng tiền.

호리호리하다 Mảnh mai, cao mà gầy, thon thả. 호리호리한 여자 người phụ nữ thon thả.

호마(胡麻) Mè, vừng.

호모 Đồng tính luyến ái (homo).

호미 Cái cuốc.

호박 Quả bầu. ~씨 hạt bầu.

호반(湖畔) Bờ hồ. ~의 집 nhà cạnh bờ hồ.

호방하다(豪放-) Hào phóng. 호방한 사람 người hào phóng.

호법(護法) Giữ luật, tuân thủ luật, theo đúng đạo.

호봉(號俸) Bậc lương. 5~ bậc lương loại 5. ~책정 chính sách bậc lương.

호비다 Móc, lấy ra, khoèo ra. 귓속을 ~ móc trong lỗ tai ra.

호사(好事) Việc tốt.

호사다마(好事多魔) Việc tốt thì nhiều ma, làm việc tốt thì hay bị cản trở.

호상 (豪商) Người buôn bán lớn.

호색(好色) Háo sắc. ~하다. ~꾼 kẻ háo sắc.

호선(互選) Bầu ra, tuyển ra, chọn ra. ~하다. ~투표 bỏ phiếu bầu.

호성적(好成績) Thành

tích tốt. ~을 올리다 dâng lên một thành tích tốt.

호소(呼訴) Kêu gọi, kêu than, than vãn. ~하다. 국민에게 ~하다 kêu gọi nhân dân.

호송(護送) Hộ tống, áp giải. ~하다. ~차 xe hộ tống.

호수(戶數) Số hộ gia đình.

호스 Cái ống dẫn nước, cái ống, vòi phun. 소방 ~ ống cứu hỏa.

호스텔 Ký túc xá (hostel).

호스티스 Tiếp viên. 에어~ tiếp viên hàng không.

호승지벽(好勝之癖) Cái tín hiếu thắng.

호시절(好時節) Thời cơ tốt, cơ hội thuận lợi.

호신(護身) Phòng thân, tự vệ. ~하다. ~술 võ phòng thân.

호심경(護心鏡) Cái miếng đồng bảo vệ tim của áo giáp.

호연(好演) Sự diễn đạt/ trình diễn tốt. ~ 하다.

호연하다(皓然-) Trắng tinh, trắng, rõ ràng.

호외(號外) Số báo phụ, số thêm. ~를 내다 [발행하다].phát hành số báo thêm.

호운(好運) Vậy may. = 행운(幸運). ~이 계속되다 vận may đến liên tục.

호위(護衛) Hộ vệ, canh gác, cảnh vệ. ~하다. ~경관 sĩ quan cảnh vệ.

호응(呼應) Trả lời, hưởng ứng, ủng hộ, tán thành. ~을 받다 được sự ủng hộ.

호의(好意) Ý tốt, hảo ý. ~를 가지고 có ý tốt.

호인(好人) Người tốt. 그는 ~이지만 소심한 사람이다 anh ta là người tốt nhưng nhát gan.

호적(好適) Thích hợp, phù hợp. ~하다. ~지 (地) nơi phù hợp.

호젓하다 Lặng lẽ, tĩnh

mịnh, thanh vắng. 호젓한 거리 con đường tĩnh mịch.

호족(豪族) Hào tộc, gia đình, dòng họ giàu có.

호주(戶主) Chủ hộ. ~와의 관계 quan hệ với chủ hộ. ~권 quyền chủ hộ.

호초(胡椒) Hồ tiêu, hạt tiêu. =후추.

호치키스 Cái kẹp giấy, kẹp hồ sơ, bấm hồ sơ. (otchkiss).

호치민 Hồ Chí Minh. ~주석 Chủ tịch Hồ Chí Minh.

호칭(呼稱) Gọi tên, kêu tên. ~하다. A형이라고 ~된 유행성 감기 bệnh cúm hoành hành có tên là nhóm A.

호텔 Khách sạn (hotel). ~에 들어가다 vào khách sạn.

호통 Cơn thịnh nộ, rất nổi giận và la mắng. ~치다 nổi cơn thịnh nộ.

호포(號砲) Pháo hiệu. ~를 쏘다 bắn pháo hiệu.

호프 Quán bia, quán rượu, căng tin.

호피(虎皮) Da hổ, da cọp. ~방석 đệm da cọp.

호한(好漢) Hảo hán, anh hùng.

호호백발(皓皓白髮) Phơ phơ đầu bạc. ~노인 cụ già hô hô đầu bạc.

호화찬란(豪華燦爛) Lộng lẫy, sang trọng, hoa lệ. ~하다. ~한 신부 의상 bộ quần áo cô dâu lộng lẫy.

호흡(呼吸) Hô hấp, thở. ~하다 thở. 코로 ~하다 thở bằng mũi.

혹(或) Nếu, hoặc. ~ 틈이 있으면 책을 읽는다 nếu có thời gian thì đọc sách.

혹간(或間) Cũng có thể.

혹독(酷毒) Khắc nghiệt, nghiệt ngã. ~하다. ~한 사람 con người nghiêm khắc.

혹시(或是) Biết đâu,

혹 không chừng, có thể, nếu. ~비가 오면 lỡ khi mưa.

혹자(或者) Một người nào đó.

혹하다(惑-) Bị dụ dỗ, bị lừa, bị mê hoặc.

혹형(酷刑) Cực hình. 그는 ~에 못 이겨 거짓 고백을 했다 anh ta không chịu được cực hình nên khai bậy.

홀홀 Nhấm nháp, uống từng tý một. ~불다 thổi từng hơi.

혼기(婚期) Tuổi có thể kết hôn. ~가 차다 đúng tuổi kết hôn.

혼도(昏倒) Ngất và gục xuống, gục xuống ngất. ~하다.

혼돈(混沌) Hỗn độn, hỗn loạn. ~하다. ~상태에 빠지다 rơi vào tình trạng hỗn loạn..

혼례(婚禮) Hôn lễ, đám cưới. ~에 참석하다 tham gia hôn lễ.

혼미(昏迷) Hôn mê. ~하다. ~상태에 있다 ở trong trạng thái hôn mê.

혼사(婚事) Việc cưới xin, chuyện hôn nhân.

혼선(混線) Rối dây, chập dây, chạm dây, chập điện (điện thoại, dây điện). ~하다.

혼수(昏睡) Ngất, xỉu. ~상태 tình trạng xỉu. ~상태에 빠지다 rơi vào tình trạng xỉu.

혼식(混食) Độn, độn với gạo. ~하다.

혼약(婚約) Hôn ước. ~하다 làm hôn ước, có hôn ước.

혼연(渾然) ①Nguyên chất, không pha trộn. ②Hoàn thiện.

혼외(婚外) Ngoài hôn nhân. ~정사 ngoại tình, quan hệ tình dục ngoài hôn nhân.

혼용(混用) Sử dụng chung với, dùng chung. ~하다. 한글과 한자를 ~하다 cùng sử dụng chung tiếng Hàn và chữ Hán.

혼자 Một mình, cá nhân, tự mình, một người. ~걷다 đi một mình.

혼잣말 Nói một mình. ~하다. 중얼중얼 ~을 하다 nói lẩm bẩm một mình.

혼쭐나다(魂-) ①Rất sợ, hoảng sợ. ②Xuất sắc.

혼취(昏醉) Say tuý luý, say không biết gì. ~하다.

혼탁(混濁髠濁) Mờ, đục. ~하다. ~한 공기 không khí mờ.

혼행(婚行) Đưa dâu, rước dâu. ~하다.

홀가분하다 Gọn

홀대(忽待) Hậu đãi. ~하다. 손님을 ~하다 hậu đãi khách.

홀랑 ①Trần như nhộng. 옷을 ~벗다 lột sạch áo ra. 가슴이 ~ 드러나다 để lộ bộ ngực trần ra ②Vội vàng. ~들어가다 vội vã đi vào.

홀로 Một mình, cá nhân. =혼자. ~되다 còn một mình

홀리다 Bị mê hoặc, mê mẩn. 귀신에게 ~ bị ma quỉ hút hồn.

홀맺다 Cột chặt lại, buộc chặt lại.

홀몸 Một mình, độc thân. 평생을 ~으로 지내다 sống một mình cả đời.

홀보들하다 Mềm mại.

홀소리 Nguyên âm. = 모음(母音).

홀수(-數) Số lẻ.

홀아비 Người đàn ông góa vợ. ~살림 sống một mình.

홀어미 Người đàn bà góa chồng, góa phụ.

홀연(忽然) Đột nhiên, đột ngột, bất ngờ, thình lình. ~(히) 나타나다 đột nhiên xuất hiện.

홀쭉하다 Thon thả, mỏng manh. 홀쭉한 아가씨 cô gái mảnh mai

홀치기 Lưới vây.

홀하다(忽-) Ẩu, không cẩn thận, kém, tồi. 대접이 ~ tiếp đãi kém.

훌훌 Cháy rừng rực. 마른 잎이 ~ 타다 lá khô cháy rừng rực.

홈 Nhà (home). ~드레스 quần áo mặc ở nhà.

홈메이드 Hàng nội, hàng sản xuất trong nước (home made).

홈식 Nhớ nhà (homesickness). ~에 걸린 사람 mắc bệnh nhớ nhà.

홈착거리다 ①Lục tìm. 주머니를 ~ lục túi ②Lau, chùi. 눈물을 ~ lau nước mắt.

홈치다 Ăn trộm. =훔치다.

홈치작거리다 Lục tìm. 주머니를 ~ lục tìm trong túi.

홈타기 Nứt, nẻ, rách. ~진 bị nứt, nẻ. 나무~ tấm gỗ nứt.

홈통(-桶) Ống dẫn nước, cái máng. 지붕에 ~을 달다 gắn cái ống dẫn nước vào mái.

홈페이지 Trang web, homepage.

홉(合) Một hob, đơn vị đo thể tích = 180ml.

홋홋이 Thoải mái, không ràng buộc. 그 부부는 딸린 것 없이 둘이 ~ 산다 hai vợ chồng ấy sống thoải mái không có gì lo lắng.

홍(紅) Đỏ, màu hồng.

홍기(紅旗) Cờ đỏ sao vàng.

홍보(弘報) Quảng cáo, tuyên truyền, tiếp thị. ~과(課) phòng maketing.

홍삼(紅蔘) Hồng sâm. ~근(根) củ hồng sâm. ~차 trà hồng sâm.

홍수막이(洪水-) Chặn lũ, ngăn lũ. ~하다.

홍순(紅脣) ①Môi hồng, môi phụ nữ. ② Búp, nụ.

홍시(紅) Quả hồng.

홍업(洪業鴻業) Đại nghiệp, công dựng nước.

홍역(紅疫) Bệnh sởi. ~을 하다.~을 치르다 rất lo lắng (nghĩa bóng).

홍예(虹霓) Cầu vòng.

~틀다 nổi cầu vồng.

홍옥(紅玉) Hồng ngọc, đá quí màu hồng.

홍위병(紅衛兵) Hồng vệ binh (Trung Quốc).

홍은(鴻恩) Hồng ân, ân huệ lớn, đặc ân.

홍진(紅疹) Sởi.= 홍역

홍차(紅茶) Hồng trà.

홍채(紅彩) Con ngươi.

홍콩 Hồng Kông. ~사람 người Hồng Kông. ~달러 đôla Hồng Kông.

홑 Một lớp, một tầng, mỏng. ~바지 quần một lớp

홑겹 Một lớp.

홑몸 ①Một mình, độc thân. ~으로 살다 sống một mình. ②Không có con cái.

홑지다 Đơn giản, không phức tạp.

홑치마 ①Váy một lớp. ②Váy không có quần lót bên trong.

화(火) Sự tức giận, nổi giận. ~를 내가 nổi giận.

홧김에 lúc giận, đang giận.

화가(怡架) Khung vẽ, giá vẽ.

화간(和姦) Ngoại tình. ~하다.

화급(火急) Gấp rút, cấp bách. ~하다. ~한 경우에는 trong trường hợp cấp bách.

화기(火氣) ①Lửa, ngọn lửa. ~엄금 cấm lửa. ~주의 chú ý cháy. ②Sự tức giận

화끈달다 Muốn bùng cháy, nổi giận.

화나다(火-) Nổi giận, tức giận. ~게 하다 làm cho ai nổi giận.

화난(禍難) Hoạ, tai nạn.

화내다(火-) Nổi cơn thịnh nộ, nổi khùng. 걸핏하면 ~ động một tý là nổi điên lên.

화농(化膿) Sự ngưng mủ, viêm, nhiễm trùng. ~하다.

화덕(火-) Bếp, cái lò.

화동(和同) Hòa đồng, thân thiện. ~하다.

화두(話頭) Mở lời, lời nói đầu câu chuyện. ~를 돌리다 quay lời mở đầu.

화락(和樂) Hoà đồng vui vẻ. ~하다. 그의 집안은 ~ 하다 gia đình anh ta hòa đồng vui vẻ.

화랑(畵廊) Phòng trưng bày tranh.

화려(華麗) Hoa lệ, lộng lẫy, rực rỡ, phồn hoa. ~하다. ~한 도시 thành phố hoa lệ.

화류계(花柳界) Dân ăn chơi. ~여자 gái ăn chơi.

화류병(花柳病) Bệnh hoa liễu.

화면(怜面) Màn hình. ~에서 사라지다 biến mất khỏi màn hình.

화목(和睦) Hòa thuận, đầm ấm. ~하다. ~한 가정 một gia đình hòa thuận.

화물(貨物) Hàng hóa. ~열차 tàu chở hàng. ~차 xe chở hàng.

화밀(花蜜) Mật hoa.

화반(花盤) Cái bình hoa, lọ hoa.

화법(話法) Cách nói.

화병(花瓶) Bình, chậu, lọ hoa. =꽃병.

화복(禍福) Họa phúc. 인생의~ họa phúc của cuộc đời.

화사(華奢) Xa hoa, lộng lẫy. ~하다. ~한 옷차림을 하고 있다 mặc quần áo lộng lẫy.

화산(火山). Núi lửa. ~암 nham thạch núi lửa.

화살 Mũi tên, tên. ~표 dấu hiệu mũi tên.

화상(火傷) Bỏng. ~을 입다 bị bỏng.

화상(和尙) Hòa thượng, nhà sư.

화색(和色) Thân thiện, hiền lành, ôn hòa.

화석(化石) Hóa thạch, biến thành đá. ~하다. 동물의~ hóa thạch động vật.

화성(火星) Sao Hỏa.

화술(話術) Thuật nói chuyện. ~에 능하다 giỏi nói chuyện.

화승(火繩) Cầu chì.

화식(火食) Thức ăn đã nấu chín, ăn thức ăn chín. ~ 하다.

화약(火藥) Thuốc nổ. ~을 폭발시키다 cho nổ thuốc nổ.

화염(火焰) Cháy, chất cháy. ~병 bom cháy.

화엽(花葉) ①Cánh hoa. ②Hoa và lá.

화요일(火曜日) Thứ ba. 그날은 ~이었다 hôm đó là thứ 3.

화원(花園) Vườn hoa, hoa viên.

화음(和音) Hòa âm, phối âm.

화의(和議) Bàn bạc việc giảng hòa, đàm phán hòa bình. ~하다. ~신청 yêu cầu đàm phán hòa bình.

화이트하우스 Tòa nhà trắng, tòa bạch ốc. (White House)

화장(化粧) Trang điểm, hóa trang. ~하다. ~상자 hộp trang điểm.

화장실(化粧室) Nhà vệ sinh, toilet. (W.C.). ~에 가다 đi vệ sinh.

화장품(化粧品)Mỹ phẩm. ~상자 hộp mỹ phẩm.

화재(火災) Hỏa hoạn, hỏa tai, tai nạn do hỏa hoạn.

화제(話題) Đề tài nói chuyện, chủ đề nói chuyện, cái để nói. ~의 인물 nhân vật thành chủ để nói chuyện.

화주(貨主) Chủ nhân của món hàng.

화족(華族) Cơn giận, sự nổi giận, sự giận dữ.~이 나다 nổi giận

화집(怡集) Sách tranh.

화차(貨車) Xe chở hàng.

화창(和暢) Ấm áp. ~하다. ~한 날씨 thời tiết ấm áp

화촉(華燭) Nến.

화친(和親) Hữu nghị, thân thiện. ~하다. ~조약 điều ước hữu nghị.

화침(火針) Cái kim nóng.

화판(怡板) Giá tranh, tấm gỗ/ giấy làm nền vẽ tranh lên.

화평(和平) Hòa bình. ~하다. ~유지 duy trì hòa bình. ~교섭 đàm phá

화풀이(火-) Làm cho hả giận, trút cơn giận, làm cho hả giận. ~하다. 엉뚱한 사람에게 ~하다 trút cơn giận lên đầu người nào đó không liên quan

화하다(化-) Biến thành, hóa thành. 돌로 ~ biến thành đá.

화해(和解) Hòa giải, làm lành, làm hòa. ~하다. 서로~ làm lành với nhau.

화환(花環) Vòng hoa, tràng hoa. ~을 바치다 tặng vòng hoa.

화훼(花卉) Hoa, hoa cỏ.

확고(確固) Chắc chắn, vững chắc. ~하다. ~한 결심 sự quyết tâm vững chắc.

확답(確答) Trả lời chính xác. ~하다. ~을 안 주다 không đư ra câu trả lời chính xác.

확대(擴大) Mở rộng, phóng to (số lượng, qui mô, kích cỡ). ~하다. 두배로 ~하다 mở rộng gấp hai lần.

확립(確立) Thiết lập vững chắc. ~하다. 기초를 ~ 하다 thiết lập nền tảng.

확산(擴散) Lan rộng, lan ra, tỏa ra. ~하다.

확성기(擴聲器) Loa phóng thanh, cái loa. ~로 말하다 nói bằng loa.

확신(確信) Đầy tự tin, tin chắc chắn, niềm tin chắc chắn. ~에 찬 목소리 giọng đầy tự tin.

확장(擴張) Mở rộng, tăng cường. ~하다. 업무를 ~ mở rộng nghiệp vụ.

확증(確證) Bằng cớ chính xác. ~하다. ~적(인) có tính bằng cứ chính xác.

확확 Bùng lên, vụt lên. 불길이 ~ 일어나다 ngọn lửa bùng lên

환(患) Hoạn nạn. ~을 당하다 gặp hoạn nạn.

환갑(還甲) Thọ 60. ~잔치 lễ mừng thọ 60.

환각(幻覺) Ảo giác. ~을 일으키다 gây ảo giác.

환경(環境) Môi trường, các yếu tố tác động xung quanh. 가정~ môi trường gia đình.

환관(宦官) Hoạn quan, thái giám.

환국(還國) Về nước, hồi hương. = 귀국(歸國).

환궁(還宮) Hoàn cung, trở về cung. ~하다.

환금(換金) Đổi thành tiền, chuyển thành tiền. ~하다. 10만원을 달러로 ~하다 đổi 100 ngàn won sang tiền đôla.

환급(還給) Trả lại, hoàn lại. ~하다. ~금 tiền trả lại.

환기(喚起) Gây sự chú ý. ~하다. 여론을 ~하다 gây sự chú ý của dư luận.

환난(患難) Hoạn nạn. ~을 겪다 gặp hoạn nạn.

환대(歡待) Sự đón tiếp nồng nhiệt, khoản đãi. ~하다. ~를 받다 được đón tiếp nồng nhiệt

환롱질(幻弄-) Lừa gạt, lừa đối. ~하다[치다].

환매(換買) Sự đổi chác, trao đổi hàng hóa. ~하다.

환멸(幻滅) Thức tỉnh, tỉnh ra, vỡ mộng.

환물(換物) Đổi vật, đổi hàng. ~하다

환부(患部) Vết thương, chỗ bị đau. ~를 치료하다 điều trị vết thương.

환산(換算) Tính chuyển đổi, chuyển đổi. ~하다. ~율 tỷ lệ chuyển đổi.

환상(幻想) Hoang tưởng, ảo tưởng. ~가 người

hoang tưởng.

환생(還生) Hoàn sinh, hồi sinh. ~하다.

환송(還送) ①Hoàn trả, trả lại, gửi trả lại. ~하다. ②Hoàn trả(hồ sơ) để xử lại. ~하다.

환시(環視) Nhìn xung quanh.

환약(丸藥) Thuốc viên.

환언하다(換言-)Nói cách khác, thay đổi cách nói. 환언하면 nói cách khác.

환영(歡迎) Hoan nghênh, đón tiếp. ~하다. ~사 lời chúc mừng.

환영회(歡迎會) Tiệc hoan nghênh, tiệc đón tiếp. ~를 열다 mở tiệc hoan nghênh.

환원(還元) ①Trở lại, quay trở lại. ~하다. 이익을 사회에 ~하다 tiền lời quay trở lại phục vụ cho xã hội ②Hoàn nguyên(tôn giáo). ~하다.

환자(患者) Bệnh nhân, người bệnh. 절망적인~ bệnh nhân có tính tuyệt vọng.

환장(換腸) Điên, khùng, hoảng loạn. ~하다. 도박에 ~ 하다 cuồng si cờ bạc.

환전(換錢) Đổi tiền. ~하다. 달라로 ~하다 đổi ra đô la.

환치다 Vẽ, vẽ nguệch ngoạc. 대나무를 ~ vẽ nguệch ngoạc cây tre.

환태평양(環太平洋) Vùng Thái Bình Dương, khu vực Thái Bình Dương.

환풍기(換風機) Cây quạt máy.

환하다 Sáng, sáng sủa. 환한 방 căn phòng sáng sủa.

환향(還鄕) Hồi hương. ~하다.

환호(歡呼) Hoan hô, cổ vũ. ~하다. ~속에 trong sự hoan hô.

활 Cây cung. ~쏘다 bắn cung.

활개 Tay chân. 네~ bốn

tay chân. ~(를) 치다 vung tay vung chân

활기(活氣) Sức sống. ~있는 có sức sống.

활달(豁達) Hào hiệp, rộng rãi. ~하다. ~한 태도 thái độ hào hiệp.

활력(活力) Sức sống, sinh lực. ~이 넘치는 도시 thành phố tràn đầy sức sống.

활무대(活舞臺) Lĩnh vực hoạt động.

활발(活潑) Hoạt bát, tháo vát, nhanh nhẹn, náo nhiệt. ~하다. ~한 사람 một con người hoạt bát.

활빙(滑氷) Trượt băng. ~하다.

활선어(活鮮魚) Cá sống. ~운반선 tàu vận chuyển cá sống.

활성(活性) Hoạt tính. ~가스 ga hoạt tính.

활안(活眼) Con mắt linh hoạt

활어(活魚) Cá sống. ~선(船) thuyền chở cá sống.

활용(活用) Sử dụng, dùng. ~하다. 최대한으로 ~하다 sử dụng hết mức tối đa.

활짝 Rộng, lớn. ~열다 mở toang ra.

활하다(滑-) ①Trơn, trơn trượt. ②Rộng, lỏng. ③Thoải mái dễ dàng (đại tiện).

활활 ①Bay phấp phới. ②Bừng bừng (lửa). 장작이~타다 củi cháy bừng bừng.

황(黃) ①Vàng, màu vàng. ②Lưu huỳnh.

황갈색(黃褐色) Màu vàng sẫm, vàng nâu.

황겁(惶怯) Sợ, hoảng. ~하다.

황고집(黃固執) Bướng bỉnh, cố chấp, ương ngạnh. ~을 부리다 bướng bỉnh.

황공(惶恐) Sợ, hoảng sợ. ~하다.

황국(黃菊) Hoa cúc vàng.

황금(黃金) Hoàng kim, vàng. ~빛 màu vàng.

황금만능(黃金萬能) Có tiền mua tiên cũng được, có tiền có thể làm được tất cả.

황급(遑急) Vội vàng, gấp rút. ~하다. ~히 달아나다 chạy vội.

황녀(皇女) Con gái vua, công chúa.

황년(荒年) Năm mất mùa. = 흉년.

황량(荒凉) Hoang lương, thê thảm. ~하다. ~한 벌판 cánh đồng hoang tàn.

황릉(皇陵) Lăng vua, mộ vua.

황막(荒漠) Mênh mônng, bao la. ~하다. ~한 벌판 cánh đồng bao la.

황망(慌忙) Hoang mang. ~하다.

황매(黃梅) Cây mai vàng.

황무지(荒蕪地) Mảnh đất hoang. ~를 개간하다 khai phá mảnh đất hoang.

황새 Con cò.

황색(黃色) Màu vàng.

황손(皇孫) Hoàng tôn, con cháu nhà vua.

황송하다(皇悚-) Hoảng sợ.

황야(荒野) Cánh đồng hoang.

황위(皇位) Vương vị, ngôi vua. ~를 잇다[에 오르다] nối [lên] ngôi vua

황자(皇子) Hoàng tử.

황족(皇族) Hoàng gia, hoàng tộc.

황지(荒地) Đất hoang.

황천(皇天) ①Bầu trời. ②Ông trời, thượng đế.

황파(荒波) Con sóng dữ.

황하(黃河) Con sông Hoàng Hà [ở Trung Quốc].

황해(黃海) Biển Hoàng Hải.

황혼(黃昏) Hoàng hôn. ~이 지다 hoàng hôn xuống.

황홀(怳惚恍惚) Chói mắt, mờ mắt. ~하다.

황후(皇后) Hoàng hậu, nữ hoàng. ~폐하.

해 Cây đuốc. ~에 불을 붙이다 đốt lửa vào đốt, châm đuốc

핵 Thình lình, đột nhiên. ~ 지나가다 đi qua cái vù.

햇대 Giá phơi quần áo.

행하다 Giỏi, sành, biết rõ.

회(回) Lần, lượt, số lần, số lượt. 제1 ~전 hiệp thứ 2. 10~전 trận đấu 10 hiệp (quyền anh).

회갑(回甲) Tròn 60 tuổi. = 환갑(還甲). ~연(宴) tiệc mừng thọ sáu mươi.

회개(悔改) Hối cải, ăn năn. ~하다.

회견(會見) Hội kiến, gặp mặt. ~하다. 단독~ hội kiến riêng.

회계(會計) Kế toán, kiểm toán. ~하다. ~과 phòng kế toán.

회계감사(會計監査) Kiểm toán. ~를 하다 tiến hành kiểm toán.

회교(回敎) Hồi giáo.

회군(回軍) Sự lui quân, rút quân. ~하다.

회귀(回歸) Lùi lại, quay lại. ~계수.

회담(會談) Hội đàm. ~하다. 비공식~ hội đàm không chính thức

회동(會同) Tụ tập, hội họp. ~하다.

회동그랗다 Trợn mắt, tròn mắt (ngạc nhiên).

회두리 Ván cuối, cuối. ~판 ván cuối.

회로(回路) ①Đường về. ②Đường dây điện. ~망(網) mạng đường dây điện.

회뢰(賄賂) Hối lộ, của hối lộ. ~ 혐의로 구속되다 bị bắt vì nghi nhận hối hộ.

회보(回報) ①Câu trả lời, câu phúc đáp. ~하다. ②Quay trở về báo cáo. ~하다.

회복(回復恢復) Khôi phục, phục hồi. ~하다. 건강이 ~하다 sức khỏe đã hồi phục

회부(回附) Sự chuyển lại, sự giao lại. ~하다. 그 사건은 하급 법원으로 ~되었다 vụ án ấy đã được chuyển xuống cho tòa án cấp dưới.

회비(會費) Hội phí, tiền hội phí, hội viên phí. ~미납자 những người chưa nộp hội phí.

회사원(會社員) Nhân viên công ty, thành viên công ty, công nhân.

회사채(會社債) Nợ, tiền vay của công ty.

회상(回想) Hồi tưởng, nhớ lại. ~하다. ~록 bản hồi ức.

회색(灰色) Màu xám.

회생(回生) Hồi sinh. ~하다. 기사 ~의 묘약 thuốc thần hồi sinh người đã chết.

회서(回書) Thư trả lời.

회선(回線) Đường dây điện/ điện hoại. ~을 가설하다 lắp dây.

회수(回收) Gom lại, thu lại. ~하. 자본의 ~ thu lại vốn.

회수권(回數券) Vé tháng, vé mua một lượt mỗi lần đi trả một tờ.

회식(會食) Liên hoan, tiệc. ~하다.

회신(回信) Hồi âm, trả lời. ~하다.

회오(悔悟) Hiểu ra cái sai của mình, ăn năn, hối lỗi, sám hối. ~하다.

회원(會員) Hội viên, thành viên. ~국 nước thành viên. ~의 자격 tư cách thành viên.

회유(懷柔) Thuyết phục, thu phục. ~하다.

회임(懷妊) Có mang, có thai. = 임신(妊娠).

회장(會長) Chủ tịch hội. 동창회 ~ chủ tịch hội cùng học.

회장(會場) Hội trường, nơi để họp.

회전(會戰) Hiệp đấu. 1~ hiệp một.

회정(回程) Hành trình đi về. ~하다.~에 오르다 lên đường về

회조(回漕) Chở bằng thuyền. ~하다.

회죄(悔罪) Hối hận, ăn năn. ~하다.

회주(會主) Chủ hội, chủ tọa.

회진(回診) Đến khám bệnh. ~하다.

회집(會集) Tập hợp, tụ tập. ~하다.

회춘(回春) Hồi xuân, trẻ lại. ~하다. ~제 thuốc hồi xuân.

회치다(膾-) Làm món gỏi.

회태(懷胎) Có mang. =임신(妊娠). ~기간 thời gian có mang.

회피(回避) Trốn tránh, tránh. ~하다. 책임을 ~하다 trốn tránh trách nhiệm.

회합(會合) Tập hợp, tụ tập. ~하다. ~장소 nơi tụ tập.

회향(懷鄕) Nỗi nhớ nhà, nhớ quê hương. ~하다. =향수.

회화(會話) Hội thoại, nói chuyện. ~하다. 영어~ hội thoại tiếng Anh.

획(恘) Nét chữ. 삼획으로 된 글자 chữ có ba nét. ~을 긋다 vẽ nét.

획기적(劃期的) Có tính chuyển biến, có tính đột phá. ~인 기록. ~ kỷ lục đột phá.

획득(獲得) Giành được. ~하다. 일점을 ~하다 giành được một điểm.

획연(劃然) Riêng biệt, rõ ràng, cụ thể. ~하다. ~히 một cách rõ ràng.

획정(劃定) Hoạch định, phân định. ~하다. 국경을 ~하다 phân định biên giới.

획책(劃策) Tìm cách, tìm đường. ~하.

횟가루(灰-) Bụi tro, bụi.

횟수(回數) Số lần quay vòng. ~를 거듭하다 lặp lại vòng.

횡(橫) Hoành, nằm ngang =가로.

횡단(橫斷) Đi ngang đường, đi ngang qua. ~하다. ~보도 chỗ giành cho người đi bộ sang đường.

횡득(橫得) Giành được, thu được lợi một cách bất ngờ. ~하다.

횡듣다(橫-) Nghe lầm, hiểu lầm. 아무의 말을 ~ nghe nhầm lời ai.

횡령(橫領) Biển thủ, gian lận. ~하다. 공금을~하다 biển thủ tiền công. ~죄 tội biển thủ.

횡사(橫死) Sự chết đột ngột, chết giữa chừng. ~하다.

횡설수설(橫說竪說) Nói lung tung, nói không logic, lộn xộn. ~하다.

횡액(橫厄) Vận xui, vận đen. ~에 걸리다 gặp vận xui.

횡재(橫財) Vận may bất ngờ. ~하다.

횡포(橫暴) Hoang bạo, tàn nhẫn, ác độc. ~하다.

횡행(橫行) Lộng hành. 건달들이 ~하는 거리 khu phố bọn gian hồ lộng hành.

효(孝) Hiếu, thiếu thảo. 부모에게 ~를 다하다 hết lòng hiếu thảo với bố mẹ.

효과(效果) Hiệu quả, kết quả, tác dụng. ~가 있다 có hiệu quả.

효능(效能) Hiệu nghiệm, có hiệu quả, có tác dụng. ~이 있다 có tác dụng.

효도(孝道) Hiếu thảo, sự hiếu thảo. ~를 다하다 làm tròn sự hiếu thảo. ~

효시(嚆矢) Khởi đầu, tiên phong. 미국 유학은 그를 ~로 한다 anh ta khởi đầu cho chuyện đi du học.

효양(孝養) Hiếu thảo phụng dưỡng. ~을 다하다 hết lòng hiếu thảo chăm sóc.

효율(效率) Hiệu suất, năng suất. ~평가 đánh giá năng suất.

효자(孝子) Hiếu tử, người con có hiếu

효행(孝行) Hiếu hạnh, hiếu thảo. ~하다.

후(後) Sau này, về sau. ~에 연락하마 liên lạc sau nha.

후각(嗅覺) Khứu giác. ~과민 khứu giác quá nhạy cảm.

후견(後見) Trông nom, hướng dẫn. ~하다. ~을 받다 được sự hướng dẫn.

후견인(後見人) Người trông coi.

후계(後繼) Sự kế tiếp, kế tục, thừa kế. ~하다.

후고(後顧) Nghĩ lại, suy nghĩ lại chuyện cũ. ~하다.

후기(後記) Tái bút, ghi thêm cho rõ.

후닥닥 Sự giật mình, đột nhiên, thình lình. 개천을 ~ 건너 뛰다 nhảy cái sầm qua suối.

후대(後代) Đời sau, hậu thế. 그의 이름은 ~에 남을 것이다 tên tuổi anh ta sẽ để lại cho hậu thế.

후두(後頭) Ót, gáy, phần sau đầu. ~골 xương ót. = 뒤통수'

후딱 Vội vàng, lật đật. 자리에서 ~ 일어나다 vội vàng đứng dậy.

후래삼배(後來三杯) Đến sau uống ba chén.

후려치다 Đánh, quất, đập. 얼굴을 ~ đánh vào mặt.

후련하다 Thoải mái, thanh thản. ~토록 울다 khóc cho thanh thản.

후리다 ①Dồn, đuổi. 그물로 물고기를 ~ dùng lưới lùa cá. ②Đánh, đập.

후리질 Lùa, dồn (cá). ~하다.

후리후리하다 Cao và gầy, thanh mảnh. 후리후리한 남자 người đàn ông thanh mảnh.

후림 Mồi, mồi chài, dụ dỗ. ~비둘기 chim bồ câu mồi.

후무리다 Trộm, lấy cắp. 그는 사무실의 공금을 후무려 도망쳤다 hắn ta

ăn trộm tiền văn phòng bỏ trốn.

후물림(後-) Thừa kế, kế thừa, tiếp nhận. 형의 ~옷 áo anh để lại.

후방(後方) Hậu phương. ~으로 물어나다 lùi ra hậu phương.

후배(後輩) Hậu bối, đàn em cùng trường. 학교의~ học cùng trường (ít tuổi hơn).

후보(候補) Ứng cử (bầu cử). ~자 ứng cử viên. 대통령 ~ ứng cử tổng thống.

후불(後拂) Trả sau. ~로 하다 trả sau.

후비다 Đào, xới, moi. 땅을~ đào đất

후사(後嗣) Người kế nghiệp, người thừa kế. ~가 없다 không có người thừa kế.

후살이(後-) Sự tái hôn (của người phụ nữ).

후속(後續) Tiếp theo, thừa kế. ~하다.

후송(後送) Hậu tống, gửi ra sau. ~하다. ~환자 bệnh nhân gửi ra tuyến sau

후식(後食) Món ăn tráng miệng. ~으로 나온 아이스크림 kem tráng miệng.

후안(厚顔) Trơ tráo, vô liêm sỉ, không biết xấu hổ. ~무치(無恥) trơ tráo vô liêm sỉ.

후원자(後援者) Người tài trợ, người giúp đỡ.

후은(厚恩) Ân huệ lớn. ~을 입다 mang ân huệ lớn.

후의(厚意) Lòng tốt, sự quan tâm. ~를 감사하다 cảm ơn lòng tốt của ai.

후인(後人) Thế hệ sau.

후임(後任) Kế nhiệm, kế vị. ~자 người kế nhiệm

후진(後進) ①Tụt ra sau, rớt lại sau. ②Lạc hậu, chậm tiến. ~하다. ~국 nước lạc hậu.

후처(後妻) Vợ sau, vợ thứ, vợ hai. ~를 얻다

lấy vợ sau.

후추 Hạt tiêu.~를 치다 nêm hạt tiêu.

후취(後娶) Tái hôn.

후탈(後頉) Biến chứng, sự cố phát sinh về sau. ~없게 일을 잘 처리하다 giải quyết việc cho tốt nhằm tránh sự cố về sau.

후터분하다 Khó chịu, ngột ngạt. 후터분한 날씨 thời tiết khó chịu.

후퇴(後退) Lùi, lùi ra sau. ~하다. 전략적 ~ sự lui lại có tính chiến lược.

후하다(厚-) Tử tế, hậu hĩnh. 후한 대접 sự tiếp đãi chu đáo hậu hĩnh.

후환(後患) Hậu họa, mối lo về sau. ~을 두려워하여 lo cho chậu họa.

후회(後悔) Hối hận. ~하다. 죄를 ~하다 hối hận về tội lỗi của mình

혹 Chỉ động tác rất nhanh. 말도 없이 ~ 가버렸다 chẳng nói năng gì bỏ đi.

혹혹 Ực ực (uống).

훈감하다 Ngon miệng, thơm ngon.

훈계(訓戒) Sự khuyên răn, giáo huấn. ~하다.

훈공(勳功) Công lao, công tích. 혁혁한 ~ công lao hiển hác

훈김(薰-) Không khí ấm áp, hơi ấm.

훈련(訓鍊) Huấn luyện. ~하다. 병장들이 ~을 받고 있다 binh lính đang được huấn luyện.

훈방(訓放) Nhắc nhở, cảnh cáo. ~하다. ~되다 bị nhắc nhở.

훈시(訓示) Sự chỉ dạy, mác nước (chơi cờ). ~하다.

훈장(訓長) Thầy giáo làng, giáo viên.

훈화(訓話) Những lời giáo huấn.

훈훈하다(薰薰-) Ấm áp, thân thiện. 훈훈한 마

음 tấm lòng thân thiện.

훌닦다 Nhiếc móc, đay nghiến.

훌떡 ①Vội vàng, lật đật. ②Cởi trống trơn, chẳng còn gì. 옷을 ~벗다 cởi hết áo.

훌륭하다 Giỏi, tài giỏi, to lớn, xuất sắc, đáng khen, đáng kính. 훌륭한 선물 món quà to lớn.

훌부시다 Súc, rửa. 병을 ~ rửa cái bình.

훌쩍 Nhảy vọt. 차에서 ~뛰어내렸다 nhảy cái vù từ trên xe xuống.

훌쭉하다 Nhọn, sắc nhọn.

훌훌 Lửa cháy hừng hực. ~타다 cháy vèo vèo.

훑이다 Bị tróc ra, bị tách ra.

훔쳐내다 ①Lau, chùi. 먼지를 ~ lau bụi. ②Ăn trộm, cắp.

훗일 Việc tương lai. ~을 걱정하다 lo lắng chuyện tương lai.

훙서(薨逝) Qua đời, băng hà (chỉ cái chết của vua, hoàng tộc). ~하다.

훤칠하다 Thon thả, cao gầy.

훤하다 ①Sáng, rõ. 훤한 하늘 trời sáng. ②Nảy mầm.

훨씬 Rất, hoàn toàn, xa. 이것이 ~ 낫다 cái này tốt hơn nhiều.

훨쩍 Mở bung ra, mở tung ra. 문을 ~ 열어 놓다 mở tung cửa ra.

훼방(毁謗) ①Sự phỉ báng, nói xấu, nhục mạ. ~하다. ②Ngăn cản, cản trở. ~하다.

훼손(毁損) Làm mất thể diện, uy tín. ~하다 명예~ làm mất danh dư, làm tổn thương danh dự

휘감기다 ① Bị băng, được băng bó, được quấn, bị bó. ②Cuốn vào, lôi vào, kéo vào.

휘갑치다 Xong xuôi, hoàn thành. 일을 ~ giải quyết công việc xong xuôi

휘다 Cong, bị cong. 나뭇가지가 ~어지다 cành cây bị cong.

휘뚜루 Ẩu, cẩu thả, bừa bãi.

휘뚤휘뚤 Quanh co, khúc khuỷu (con đường). ~하다. 길이 ~하다 con đường khúc khuỷu.

휘말다 Gấp ẩu, gấp đại, cuộn qua loa. 옷을~ gấp ẩu chiếc áo.

휘발(揮發) Sự bay hơi, bốc hơi. ~하다. ~기(器) nồi hơi.

휘발유(揮發油) Xăng. 가짜 ~ xăng giả.

휘슬 Cái còi. (whistle). ~을 불다 thổi còi.

휘어넘어가다 Bị lừa, bị gạt, bị lọt vào âm mưu của người khác.

휘어대다 Ep vào, nén vào, dồn vào (khung).

휘어들다 Yếu, mềm, giảm xuống (ý chí, tinh thần). 나이를 먹으면서 그의 완고한 고집이 ~ có tuổi và dần dần cái tính khí bướng bỉnh của anh ta cũng bớt đi.

휘어박다 ①Té xuống, ngã xuống. ②Chinh phục ai, khuất phục ai.

휘어잡다 Chinh phục, khuất phục.

휘어지다 Bị cong, cong, bị vẹo, không thẳng. 철사가 ~ dây thép bị cong.

휘장(徽章) Huy chương, huân chương. ~을 달다 đeo huy chương.

휘젓다 Lục, tìm. 서랍 속을 ~ lục tìm trong ngăn kéo

휘지다 Kiệt sức, mệt mỏi.

휘추리 Gậy, roi, que.

휘파람 Huýt sáo. ~불다 huýt sáo. ~을 불어 알리다 huýt sáo làm hiệu

휘휘하다 Cô độc, buồn.

획(怜) Nét chữ. 획~ số nét chữ. 삼획으로 된 글자 chữ có 3 nét.

휩싸다 Bọc lại, gói lại. 아기를 담요로 ~ dùng

khăn quấn em bé lại.

휩쓸다 Quét sạch, phủi sạch, cuốn theo, lôi theo. 바람이 마당을 ~고 지나간다 con gió cuốn qua sân.

휴가(休暇) Kỳ nghỉ, ngày nghỉ, nghỉ phép, kỳ nghỉ lễ. 여름~ nghỉ hè.

휴간(休刊) Sự đình chỉ, sự ngưng xuất bản, không phát hành. ~하다. ~일 ngày đình bản

휴강(休講) Nghỉ không giảng bài, không có bài giảng.

휴교(休校) ①Đóng cửa trường. ~하다. ②Nghỉ học, không đi học.

휴대(携帶) Cầm tay. ~하다. ~용 라디오 rađiô cầm tay.

휴대품(携帶品) Các vật dụng cầm tay. ~보관소 nơi bảo quản các vật dụng cầm tay

휴양(休養) Nghỉ ngơi, dưỡng sức, nghỉ mát. ~하다. ~지 nơi nghỉ ngơi, nơi nghỉ mát.

휴전(休電) Ngưng cung cấp điện. ~일(日) Ngày mất điện.

휴항(休航) Hoãn chuyến đi (tàu, thuyền). ~하다.

휴회(休會) Tạm thời hoãn họp. ~하다.

흉계(譎計) Mưu mô, thủ đoạn, một kế hoạch xấu xa. ~를 쓰다 dùng mưu mô.

휼민(恤民) Cứu tế người nghèo. ~하다.

휼병(恤兵) Tiếp viện ra chiến trường. ~하다.

흉 Vết sẹo. ~이 있는 얼굴 khuôn mặt có sẹo.

흉골(胸骨) Xương ức, xương ngực.

흉금(胸襟) Nỗi niềm trong lòng. ~을 털어놓다 giãi bày, tâm sự.

흉도(凶徒) Tên côn đồ, hung đồ.

흉몽(凶夢) Cơn ác mộng, giấc mơ xấu.

흉물(凶物) Người xấu,

người độc ác. ~스럽다.

흉변(凶變) Vụ thảm sát, vụ giết người. ~을 당하다 bị giết.

흉보(凶報) Hung báo, tin hung. 유족에게 ~를 전하다 chuyển tin dữ đến gia đình.

흉상(凶狀) ①Thái độ hung dữ. ②Xấu xí, khó nhìn.

흉수(凶手) Hung thủ.

흉악(凶惡) Hung ác. ~하다. ~범(犯) tên tội phạm hung ác.

흉잡히다 Bị bắt lỗi, bị chê. 귀먹은 것을 ~ bị chê là điếc tai.

흉조(凶兆) Dấu hiệu xấu, điềm gở. ~이다 là điềm gở.

흉터 Sẹo, vết sẹo. ~가 아직 남아있다 sẹo vẫn đang còn.

흉통(胸痛) Đau ngực. ~을 느끼다 cảm thấy đau ngực.

흉포(凶暴) Hung bạo, dữ tợn. ~하다. ~한 살인자 kẻ giết người hung bạo.

흉하다(凶-) ①Xấu xí, khó coi, khó nhìn. 흉한 얼굴 khuôn mặt xấu xí.

흐너지다 Sụp đổ.

흐놀다 Rất nhớ, da diết nhớ. 고향을~ nhớ quê hương da diết.

흐느끼다 Cảm kích hoặc vì đau khổ. 흐느껴 울다 khóc vì đau khổ.

흐늘거리다 Sống qua ngày, lêu lổng.

흐늘흐늘 Lêu lổng. ~놀고 있다 chơi lêu lổng

흐들갑스럽다 Vênh váo, hỗn. 흐들갑스럽게 말하다 nói một cách vênh váo.

흐르다 Chảy. 물은 항상 낮은 곳으로 ~ nước thường chảy xuống chỗ trũng.

흐리마리하다 Không rõ ràng. 거취가 ~ chủ trương không rõ ràng.

흐뭇이 Thích thú, thoả

thích.

흐벅지다 Căng, tràn, đầy. 흐벅진 젖가슴 bầu sữa căng tròn.

흐슬부슬 Tan, vụn. ~하다. 과자가 ~ 부스러지다 bánh vỡ vụn ra.

흐트러뜨리다 ①Rắc, vãi. ②Làm cho tung lên, xới tung lên.

흑단(黑檀) Gỗ mun. ~제(製) làm bằng gỗ mun.

흑대두(黑大豆) Đậu tương đen.

흑색(黑色) Màu đen. ~인종 người da đen. ~화약 thuốc nổ đen.

흑심(黑心) Tim đen, ý đồ xấu xa. ~을 품다 mang tim đen.

흑인(黑人) Người da đen. ~분리 정책 chính sách cách ly người da đen.

흑흑 ①Tiếng nức nở, hức hức. ~하다 ②Hù hu (lạnh). ~하다.

흔들다 Vẫy, lắc, rung. 손을~ vẫy tay. ②Dao động, lung lay.

흔연하다(欣然-) Vui sướng, vui mừng, phấn khởi.

흔적(痕迹) Dấu vết, vết tích. ...에 ~이 있다 có dấu vết trên...

흔전만전 Sung túc, nhiều, đầy. ~하다. 돈을 ~쓰다 xài tiền thoải mái.

흔하다 Nhiều. ~지 않은 không ít, nhiều.

흔히 Thường xuyên, thường, luôn. ~ 쓰이는 말 lời nói được dùng thường xuyên, hay dùng.

흘근거리다 Đi chầm chậm.

흘금거리다 Nhìn nghi ngờ, nhìn nghiêng.

흘기다 Liếc nhìn, liếc sang nhìn vẻ không thân thiện. 무섭게 ~ liếc nhìn vẻ đáng sợ.

흘끗 Thoáng qua, thoảng qua. 그녀의 뒷모습이 ~ 보였다 thoáng nhìn thấy bóng dáng cô ấy.

흘러가다 Chảy ra, chảy đi, trôi, chảy. (강이) 바다로 ~ (sông) chảy ra biển.

흘러보다 Nhìn xem, nắm bắt. 아무의 속을~ nắm bắt trong bụng ai.

흘레 Sự giao hợp, sự giao cấu. ~하다.

흘리다 Chảy, làm đổ. 눈물이 ~ chảy nước mắt.

흘쩍거리다 Lề mề, rề rà. 일을 ~ rề rà trong công việc.

흙 Đất, cục đất, thổ nhưỡng, đất cát. ~을 파다 đào đất. ~덩이 cục đất

흙받기 ①Cái bay đựng hồ. ②Tấm chắn bùn (xe đạp, xe máy, ôtô).

흙비 Cơn bão cát.

흙손 Cái bay của thợ hồ. ~으로 바르다 dùng bay để trát.

흙일 Công việc đào đắp, xúc đất. ~하다.

흠(欠) Cái thẹo, vết sẹo. 얼굴에 ~이 지다 trên mặt có vết sẹo.

흠구덕(欠-) Nói xấu, tìm khuyết điểm của ai để nói. ~하다.

흠나다(欠-) Có vết, hư. = 흠지다.

흠내다(欠-) ①Để lại vết sẹo 얼굴에 ~ để lại vết sẹo lên mặt ②Làm hư, làm hỏng, làm nứt.

흠뜯다(欠-) Dèm pha, nói xấu.

흠모(欽慕) Sự hâm mộ, sự ngưỡng mộ. ~하다. 흠모의 대상 đối tượng được hâm mộ.

흠뻑 Hoàn toàn, rất nhiều, hết mức. ~젖다 ướt sạch. 비가 ~오다 mưa rơi

흠잡다(欠-) Bắt lỗi, bới móc, bắt bẻ, chê bai. 방이 좁은 것을 ~ chê phòng chật.

흠지다(欠-) Có sẹo, thành sẹo. 이마에~ thành sẹo trên trán.

흠축(欠縮) Thiếu. ~나 다

thiếu.

흠치르르 Bóng mướt, bóng loáng. ~하다.

흠칫 Rùng mình, giật mình. ~하다. ~놀라다 giật mình ngạc nhiên.

흡광(吸光) Hiện tượng ánh sáng xuyên qua vật thể và bị hấp thụ.

흡기(吸氣) Sự hít vào. ~하다.

흡력(吸力) Sức hút. = 흡인력.

흡사(恰似) Giống, gần như, tương tự. ~하다. 아주 ~하다 rất giống nhau.

흡상(吸上) Sự mút, sự hút. ~하다.

흡수(吸水) Sự hút (nước), thấm nước, ngấm nước. ~하다. ~펌프 bơm hút nước.

흡습(吸濕) Hút ẩm. ~제 chất chống ẩm. ~성 tính chống ẩm.

흡연(吸煙) Sự hút thuốc. ~하다. ~실 phòng hút thuốc.

흡열(吸熱) Hút nhiệt, hấp thụ nhiệt.

흡인(吸引) Sự hút, sự hút thu. ~하다. ~력 sức hút.

흡입(吸入) Hút vào, hít vào. ~하다.

흡족(洽足) Sung túc, đầy đủ, dư dả. ~하다. ~히 một cách dư dả.

흡출(吸出) Thả ra, thải ra. ~하다.

흥(興) Vui vẻ, thích thú, cái hứng. ~이 나면 nếu hứng, nếu vui.

흥감 Khoa trương, xạo, bốc. ~부리다 xạo, cường điệu hóa.

흥겹다(興-) Rất vui, rất thú vị. ~게 một cách vui vẻ.

흥륭(興隆) Hưng thịnh, phồn vinh. ~하다. 국가의~ phồn vinh của đất nước.

흥분(興奮) Hưng phấn (vui, buồn, giận giữ). ~하다. ~시키다 làm cho hưng phấn.

흥얼흥얼 Vui vẻ, hứng

thú. ~혼자 노래하다 vui vẻ hát một mình.

흥업(興業) Khởi nghiệp, gây dựng sự nghiệp. ~하다.

흥정 Mặc cả. ~하다. ~을 붙이다/~을 걸다/~을 벌이다 mặc cả.

흥청망청 Vui vẻ, thỏa thích. ~놀고 마시다 chơi và uống thỏa thích.

흥하다(興-) ①Đứng dậy, phất lên. 나라가 ~ đất nước đứng lên ②Phồn vinh.

흥행(興行) Giải trí, tiêu khiển. ~ 하다. ~가치 giá trị giải trí.

흩뜨리다 Làm tung toét, làm cho vung vãi. 휴지 조각을 ~ vứt mảnh giấy loại lung tung.

흩뿌리다 Gieo rắc, rắc. 씨를 ~ rắc hạt. 모래 를 ~ rắc cát. 전단을 ~ rắc truyền đơn.

희곡(戲曲) Kịch. ~작가 tác giả soạn kịch.

희구(希求) Mong muốn, ước mong, nguyện vọng. ~하다. 쌍방이 다 평화를 ~하고 있다 mong muốn cả hai bên hòa bình.

희귀(稀貴) Quí hiếm. ~하다. ~종(種) loài quí hiếm. ~한 물건 đồ vật quí hiếm.

희다 Trắng, màu trắng, bạc (màu sắc, nước da, mái tóc). 흰 봉투 bao thư trắng.

희담(戲談) Câu chuyện đùa, câu chuyện vui.

희대(稀代) Hiếm trên đời, hiếm trên thế gian này. ~의 영웅 anh hùng hiếm có

희떱다 Ta đây, giả vờ ta đây, trong ruột không có gì nhưng ta đây.

희롱(戲弄) Chọc, quấy, phá, trêu ghẹo. ~하다. 성~ quấy rối tình dục.

희망(希望) Hy vọng, mong muốn. ~하다. 큰 ~을 품다 mang hy vọng lớn.

희문(戱文) Viết đùa, hài văn, câu chuyện đùa.

희박(稀薄) Thưa thớt, nồng độ thấp. ~하다. 인구가 ~한 지역 khu vực thưa dân cư.

희번드르르하다 Đẹp, sạch đẹp (khuôn mặt).

희번지르르하다 Gọn sẽ sạch sẽ.

희번하다 Trắng mờ, trắng đục. 동녘 하늘이 희번해졌다 trời chiều mờ đục.

희보(喜報) Tin vui, tin lành. ~를 전하다 chuyển tên lành.

희불그레하다 Màu hồng, hồng.

희색(喜色) Vẻ mặt hạnh phúc, sắc mặt vui mừng. ~이 만면하다 tràn đầy nét mặt vui mừng.

희생(犧牲) Hy sinh. ~하다. ~적 정신 tinh thần hy sinh.

희서(稀書) Sách hiếm, sách quý.

희석(稀釋) Sự pha loãng. ~하다.

희소(稀少) Hiếm, ít, không nhiều. ~하다. ~물자 số ít vật chất.

희소식(喜消息) Tin lành. 무소식이 ~이다「속담」 không có tin gì nghĩa là tin lành.

희수(稀壽) Chỉ người 70 tuổi, cao niên, thọ. ~연(宴) tiệc mừng thọ 70.

희원(希願) Hy vọng, mong muốn. ~하다.

희유(稀有) Quí, hiếm, ít có. ~하다. ~한 건 đồ vật quí hiếm.

희치희치 Sờn, mòn, rách lỗ chỗ. ~닳다 mòn lỗ chỗ.

희한(稀罕) Quí hiếm, lạ. ~하다. ~한 물건 đồ vật quí hiếm.

희화(戱怜) Hoạt hình, hoạt hoạ.

흰머리 Đầu bạc, đầu trắng(tóc). ~가

흰소리 Khoác lác, bốc

phét, vênh váo. ~꾼 quân bốc phét

흰포도주(-葡萄酒) Rượu vang trắng.

횡허케 Đi thẳng, không liếc ngang liếc dọc, tập trung. ~가버리다 nhanh chóng đi mất .

항(港) Cảng, cảng biển, cảng sông v..v

히어로우 Vị anh hùng (hero).

히어링 Sự nghe, nghe (hearing). ~연습[훈련] luyện nghe.

히죽거리다 Nhe răng, hè lirăng, cười nhe răng.

히죽히죽 Một cách mãn nguyện. ~웃다 cười mãn nguyện.

히터 Sản phẩm được sự mến mộ (hit). 최고의 ~상품 sản phẩm được yêu thích nhất.

힌트 Lời gợi ý, gợi ý, đầu mối (hint). ~를 주다 cho gợi ý.

힐난(詰難) Chất vấn, vặn vẹo. ~하다.

힐문(詰問) Câu hỏi vặn vẹo. ~하다. 의 실패를 ~하다 vặn vẹo tại sao thất bại.

힐책(詰責) Sự khiển trách, trách móc, chì chiết. ~하다.

힘 Thể lực, sức, sức mạnh. ~만으로 bằng sức. ~ 있는 có sức mạnh.

힘겨룸 Đấu sức. ~하다. ~을 해보자 đấu sức với nhau xem.

힘껏 Thỏa sức, hết sức. ~일 하다 làm hết sức mình.

힘꼴 Sức mạnh vai u thịt bắp.

힘들다 Mệt, vất vả, nặng, cực nhọc. 일을 많이 해서 ~ làm nhiều việc quá nên mệt.

힘들이다 Gắng sức, tập trung vào, quá sức. 일에~ gắng sức vào công việc.

힘부치다 Tiếp sức, thêm sức. 그와 씨름하기엔 내 힘이 부친다 tiếp

sức cho tôi trong cuộc đấu với anh ta.

힘세다 Khỏe. 그는 힘이 센다 anh ta rất khỏe.

힘쓰다 Vất vả, khó nhọc, nặng nhọc. 힘써 공부하다 gắng sức học.

힘없다 Mệt mỏi, mệt, không có sức. ~는 목소리로 bằng giọng nói mệt mỏi.

힘있다 Có sức mạnh, có uy lực. ~는 문장 câu văn có sức mạnh.

힘줄 Bắp thịt, cơ bắp. 고기~ miếng thịt bắp.

힘차다 Mãnh liệt, mạnh mẽ, đầy sức lực, đầy nghị lực, mạnh.

힙 Cái hông (hip).

힝그럭 Mũi tên có đầu hình lá liễu.

PHỤ LỤC

HÀN QUỐC, NHỮNG SỐ LIỆU CHÍNH

Vị trí: *Đông Bắc Á, trên bán đảo Triều Tiên*
Diện tích: *98 500 km vuông*
Chiều dài biên giới: *241 km*
Bờ biển: *2 413 km*
Dân số: *48 000 000 người (năm 2005).*
Thủ đô: *Seoul.*
Ngôn ngữ: *Tiếng Hàn Quốc.*
Dân tộc: *Dân tộc Hàn thuần nhất.*
Tôn giáo: *Phật giáo 29%. Cơ đốc giáo: 19,9%. Nho giáo 13,6%, Thiên Chúa giáo 3,8%.*
Độc lập: *15/8/1945*
Hiến pháp: *Ra đời 17/7/1948.*
Nền chính trị: *Dân chủ cộng hòa.*
Cơ cấu chính phủ: *Chế độ Tổng thống*
Gia nhập Liên Hợp Quốc: *17/09/1991*
Thu nhập quốc dân: *1400 usd đầu người (2005)*
Tiền tệ: *Won (1000 won/USD tháng 2006)*
Quân sự: *Lục quân 560 000, hải quân 67 000, không quân 63 000*

SỐ LƯỢNG TỪ TIẾNG HÀN QUỐC

꽃 Hoa	연필 Bút chì	엽서 Bức thiệp 종이 Tờ giấy	양말 Tất 구두 Giày	액체 Chất lỏng	커피 Cà phê	옷 Áo
송이 bông	자루 cây	장 tờ, trang	켤레 đôi	병 chai	잔 cốc	벌 bộ
	나무 Cây cối	책 Sách vở	사람 Người	차 Xe	동물 Động vật	집 Nhà cửa
	그루 cây, gốc	권 quyển, cuốn	명, 사람, 분 người	대 chiếc	마리 con	채 ngôi

기수
SỐ CƠ BẢN

영	Không	이십	Hai mươi
공	Không	이십팔	Hai mươi tám
일	Một	오십	Năm mươi
이	Hai	백	Một trăm
삼	Ba	백오	Một trăm lẻ năm
사	Bốn	백이십육	Một trăm hai sáu
오	Năm	이백	Hai trăm
육	Sáu	삼백	Ba trăm
칠	Bảy	천	Ngàn
팔	Tám	이천 삼백	Hai ngàn ba trăm
구	Chín	만	Mười ngàn (vạn)
십	Mười	백만	Triệu
십일	Mười một	천만	Chục triệu
십이	Mười hai	억	Trăm triệu
십삼	Mười ba	십억	Tỷ

서수
SỐ THỨ TỰ

하나	Một	열 다섯	Mười lăm
둘	Hai	스물	Hai mươi
셋	Ba	서른	Ba mươi
넷	Bốn	서른 다섯	Ba mươi lăm
다섯	Năm		
여섯	Sáu	마흔	Bốn mươi
일곱	Bảy	쉰	Năm mươi
여덟	Tám	예순	Sáu mươi
아홉	Chín	일흔	Bảy mươi
열	Mười	여든	Tám mươi
열 하나	Mười một	아흔	Chín mươi

국경일. 법정공휴일
NGÀY QUỐC TẾ, NGÀY NGHỈ THEO LUẬT ĐỊNH

신정	1–1	Tết Dương lịch
설날	1–1(âm)	Tết Âm lịch
삼일절	1–3	Ngày kỷ niệm phong trào độc lập.
식목일	5–4	Ngày lễ trồng cây.
어린이날	5–5	Ngày trẻ em.
석가 탄신일	8–4 (âm)	Ngày lễ Phật Đản
현충일	6-6	Ngày thương binh liệt sĩ
제헌 철	17–7	Ngày Lập hiến
광복절	15–8	Ngày Quốc khánh
추석	15–8(âm)	Trung thu
개천절	3–10	Ngày Quốc khánh
성탄절	25–12	Lễ Giáng sinh

게시 간판 의미
Ý NGHĨA CÁC BIỂN BÁO, BẢNG HIỆU

갈고리 사용금지	Cấm sử dụng móc!
개인용	Sử dụng cá nhân!
개조심	Coi chừng chó dữ.!
깨지는 물건 취급주의	Cẩn thận dễ vỡ!
건조한 데만 보관 할 것	Bảo quản ở những nơi khô ráo!
경적	Kéo còi!
고장	Hư hỏng, hỏng hóc!
공사 중	Đang xây dựng, đang sửa chữa!
공중전화	Điện thoại công cộng!
금연	Cấm hút thuốc lá!
마시지 못함	Không được uống!
매품	Hàng để bán!
매진	Đã bán hết, không còn!
면회사절	Không tiếp khách!
발 주심	Cẩn thận chân .
방문 사절	Không tiếp khách.
벽보 첨부 금지	Cấm dán lên tường.
변수	Nhà vệ sinh.

보행자 통행금지	Cấm qua lại.
불조심	Cấm lửa, lưu ý lửa.
비상구	Cửa thoát hiểm.
빈차	Xe trống.
사용금지	Cấm sử dụng.
세일	Bán hạ giá.
셋집	Nhà cho thuê.
소매치기 조심	Cẩn thận bị móc túi.
소변 엄금	Cấm tiểu tiện.
속도제한(시속40 킬로)	Tốc độ giới hạn (40 km/h)
손 대지 말 것	Cấm đụng tới, cấm sờ mó.
수리 중	Đang sửa chữa.
수할 물 보관소	Nơi bảo quản hành lý.
습기 주의	Chú ý độ ẩm, không để nơi ẩm ướt.
승무원외 출입금지	Cấm người ngoài ra vào.
안내	Bảng hướng dẫn, thông báo.
안내소	Địa điểm hướng dẫn.
영업 중	Đang làm việc.
예약 필	Phải đặt chỗ trước.
요금 선불	Trả tiền trước.
우측통행	Đi bên phải.
우회전	Rẽ phải.

우회전 금지	Cấm rẽ phải.
위험	Nguy hiểm.
위험 고압전류	Điện cao áp, nguy hiểm.
위험물 진입 금지	Cấm mang chất nguy hiểm vào.
일방 통행	Đường một chiều.
임시휴업	Tạm nghỉ.
임대	Cho thuê, cho mướn.
입구	Cửa vào.
작업 중	Đang làm việc, đang vận hành.
잔디에 들어가지 마시오	Không dẫm lên cỏ.
정지선	Vạch dừng.
조용히	Im lặng, giữ trật tự.
좌 측 통행	Đi bên trái.
좌회전	Rẽ trái.
좌회전 금지	Cấm rẽ trái.
만원	Hết chỗ.
주의	Chú ý, lưu ý.
주차 금지	Cấm đỗ xe.
주차장	Bãi đỗ xe.
직진	Đi thẳng.
차량 통행 금지	Cấm xe cộ.
추월 금지	Cấm vượt.

출구	Cửa ra.
출입 금지	Cấm ra vào.
침을 뱉지 마시오	Không nhổ bậy.
탈모	Cởi mũ.
통행 금지	Cấm qua lại.
팔린 물건	Hàng đã bán.
페인트 주의	Chú ý sơn.
학교 앞, 서행	Gần trường học, đi chậm.
화기 엄금	Cấm lửa.
화재 경보기	Chuông cảnh báo hỏa hoạn.
회의 중	Đang họp.
회전 금지	Cấm rẽ.
횡단 금지	Cấm qua đường.
횡단보도	Chỗ qua đường.
휴지통	Thùng rác.

BẢNG PHIÊN ÂM CHỮ HÀN QUỐC
SANG CHỮ LA TINH

	ㅏ	ㅑ	ㅓ	ㅕ	ㅗ	ㅛ	ㅜ	ㅠ	ㅡ	ㅣ	ㅐ
Nguyên âm	a	ya	o	yeo	o	yo	u	yo	eu	i	ae
	ㅒ	ㅔ	ㅖ	ㅘ	ㅙ	ㅚ	ㅝ	ㅞ	ㅟ	ㅢ	
	yae	e	ye	wa	wae	oe	weo	we	wi	eui	
Phụ âm	ㄱ	ㄴ	ㄷ	ㄹ	ㅁ	ㅂ	ㅅ	ㅇ	ㅈ	ㅊ	ㅋ
	g	n	d	r.l	m	b	s	ng	j	ch	k
	ㅌ	ㅍ	ㅎ	ㄲ	ㄸ	ㅃ	ㅆ	ㅉ			
	t	p	h	gg	dd	bb	ss	jj			

반대말
TỪ TRÁI NGHĨA

ㄱ

가	가운데	Bên lề - Giữa, ở giữa
가깝다	멀다	Gần - xa
가난하다	부유하다	Nghèo - giàu
가늘다	굵다	Mỏng manh - dày
가다	오다	Đi - đến
가로	세로	Chiều ngang - Chiều dọc
가물	장마	Mùa khô – Cơn mưa đầu hạ
가입	탈퇴	Gia nhập - Thoát ra
가짜	진짜	Giả - thật
가축	야수	Gia súc - dã thú
가치	무가치	Giá trị – không có giá trị
간간이	자주	Ít khi – thường xuyên
간결	복잡	Đơn giản – phức tạp
간단	복잡	Đơn giản – phức tạp
감독	방임	Sự quản lý – bỏ mặc
감사	원망	Lòng biết ơn – sự oán hận
강대국	약소국	Nước hùng mạnh – nước yếu

한구어-베트남어 사전

강력	무력	Mạnh - yếu
강제	자진	Sự ép buộc – sự tình nguyện
강철	연철	Thép – sắt đã rèn
개다	흐리다	Quang đãng – u ám
객차	화차	Xe khách - xe chở hàng
거칠다	부드럽다	Thô nhám – mượt mà
걱정	안심	Sự lo lắng – yên tâm
검소	사치	Tính giản dị – sự xa xỉ
겉	속	Bề mặt – bên trong
결말	시작	Sự kết thúc – sự bắt đầu
결정	미정	Quyết định – không quyết định
겸손	거만	Tính khiêm tốn–tính kiêu căng
경솔	침착	Tính vội vàng- tính thận trọng
계속	중단	Sự tiếp tục – sự gián đoạn
고마움	귀찮다	Lòng biết ơn – sự quấy rầy
고요히	요란히	Sự yên tĩnh – sự hỗn loạn
고원	평원	Cao nguyên – đồng bằng
고통	쾌락	Sự đau khổ – niềm vui
고향	타향	Quê hương – nơi đất khách
곧다	굽다	Thẳng - cong
골짜기	봉오리	Thung lũng- ngọn núi
공격	방어	Sự tấn công – sự phản kháng
공급	수요	Sự cung cấp – sự tiêu dùng

공손히	건방지게	Khiêm tốn – ngạo mạn
공훈	죄과	Công lao - tội tình
과거	미래	Quá khứ – tương lai
과학	미신	Khoa học – mê tín
관심	무관심	Quan tâm – không quan tâm
광명	암흑	Tia sáng – bóng tối
교외	시내	Ngoại thành – nội thành
교육자	피교육자	Người có học – người vô học
구국	매국	Cứu nước – bán nước
구별	혼동	phân biệt – nhập nhằng
국내	국외	Trong nước – ngoài nước
국제	국내	Quốc tế – quốc nội
권리	의무	Quyền lợi – nghĩa vụ
귀엽다	얄밉다	Dễ thương – đáng ghét
그늘	양지	Bóng mát – nơi có nhiều nắng
근심	안심	Mối lo âu – sự an tâm
금지	해제	Sự ngăn cấm – sự xóa bỏ
급하다	더디다	Khẩn cấp -
기쁨	슬픔	Niềm vui – nỗi buồn
꾸짖다	칭찬하다	Trách móc- khen ngợi
꿈	현실	Giấc mơ – hiện thực
끌다	밀다	Kéo - đẩy

ㄴ

나	너	Tôi - bạn

한국어-베트남어 사전

나중	처음	Sau này – lần đầu
낙관	비관	Lạc quan – bi quan
낙원	지옥	Thiên đường – địa ngục
남극	북극	Nam cực – bắc cực
남자	여자	Nam - nữ
남쪽	북쪽	Phía nam – phía bắc
낮	밤	Ban ngày – ban đêm
낮다	높다	Thấp - cao
낮익다	낯설다	Quen mặt - lạ mặt
내면	외면	Mặt trong – mặt ngoài
내용	형식	Nội dung – hình thức
내일	어제	Ngày mai – hôm qua
냉방	난방	Phòng máy lạnh - phòng máy sưởi
넓다	좁다	Rộng - hẹp
넓어지다	좁아지다	Mở rộng – hẹp đi
노력	태만	Cố gắng – buông xuôi
눈설다	눈익다	Không quen – quen thuộc
느리다	빠르다	Chậm - nhanh
늘다	줄다	Tăng - giảm
능력	무능력	Năng lực – không có năng lực
능숙	미숙	Sự tài giỏi – sự bất tài
늦추다	당기다	Nới lỏng – tăng lên

ㄷ

다정	냉정	
다행	불행	May mắn – bất hạnh
단결	분열	Tính đồng nhất – sự chia rẽ
단순	복잡	Đơn giản – phức tạp
단체	개인	Tập thể – cá nhân
달다	쓰다	Ngọt - đắng
달리하다	같이하다	Khác – giống
달성	미달	Thành tích -
답답하다	후련하다	Ngột ngạt – dịu bớt
당연하다	부당하다	Công bằng – bất công
대강	세밀히	Đề cương – chi tiết
대다수	극소수	Đại đa số – thiểu số
대답	질문	Trả lời - hỏi
대부분	일부분	Đại bộ phận – một bộ phận
대양	대륙	Đại dương – đại lục
대장	졸병	Người chỉ huy – người lính
대항	복종	Sự đối đầu – sự phục tùng
도움	방해	Sự giúp đỡ – sự cản trở
독립	예속	Độc lập – sự lệ thuộc
독창	합창	Đơn ca – hợp ca

한국어-베트남어 사전

돕다	방해하다	Giúp đỡ – cản trở
두껍다	얇다	Dày - mỏng
드물다	흔하다	Khan hiếm – tầm thường
땅	하늘	Đất - trời
또렷하다	희미하다	Rõ ràng - mờ mịt
뜨다	가라앉다	Nổi - lặn

ㅁ

마녀	선녀	Mụ phù thủy – tiên nữ
마르다	젖다	Khô - ẩm
마음	몸	Tấm lòng – thân thể
마지막	처음	Cuối cùng – lần đầu
막히다	뚫리다	Bị tắt nghẽn – đục lỗ
만나다	헤어지다	Gặp gỡ – chia tay
만족	불만	Sự bằng lòng – sự bất mãn
많다	적다	Nhiều - ít
맑다	흐리다	Sáng sủa – tối tăm
멀리	가까이	Xa - gần
명령	복종	Mệnh lệnh – phục tùng
명예	수치	Danh dự – sự nhục nhã
모른다	알다	Không biết – biết
모으다	흩다	Gom lại – tung rắc

모자라다	넉넉하다	Thiếu - đủ
못나다	잘나다	Xấu – đẹp
무시	중시	Không để ý đến – Sự suy xét
무식	유식	Sự thất học – sự học rộng
무익	유익	Vô ích – lợi ích
무효	유효	Vô hiệu – có hiệu lực
문명	미개	Văn minh – không văm minh
문제	해답	Vấn đề – giải đáp
문화	야만	Có văn hóa – sự thô bỉ
묻다	대답하다	Hỏi – đáp
물음	대답	Câu hỏi – trả lời
민주주의	독재주의	Chủ nghĩa dân chủ – chủ nghĩa độc tài
믿음	의심	Tin tưởng – nghi ngờ
밉다	곱다	Xấu - đẹp

ㅂ

바다	유기	
바쁘다	한가하다	Bận rộn – rảnh rỗi
받다	주다	Nhận - cho
발달	퇴보	Sự phát triển – sự suy tàn
발전	쇠퇴	Phát triển – kém phát triển
발표	미발표	Phát biểu – không phát biểu

밝다	어둡다	Sáng - tối
밤	낮	Ban đêm – ban ngày
방해	협조	Sự phân chia – sự hợp tác
배웅	마중	Tiễn- đón
번영	쇠퇴	Sự thịnh vượng – sự suy tàn
벌	상	Phạt- thưởng
벌써	아직	Rồi - chưa
보통	특별	Bình thường – đặc biệt
복종	반항	Sự vâng lời – sự phản kháng
본부	지부	Bộ chỉ huy – chi bộ
본사	지사	Công ty mẹ – chi nhánh
부강	빈약	Giàu sang – khốn khổ
부모	자식	Bố mẹ – con cái
부분	전체	Bộ phận – đoàn thể
아내	남편	Vợ - chồng
부지런히	게을리	Siêng năng – lười biếng
분명	불명	Minh bạch – không minh bạch
분주	한가	Bận rộn – rảnh rỗi
불가능	가능	Bất khả năng – khả năng
불리	유리	Bất lợi – tiện lợi
불만	만족	Sự bất mãn – sự bằng lòng
불쾌	유쾌	Sự bực tức – sự sảng khoái

불행	행운	Bất hạnh – may mắn
비겁	용감	Tính hèn nhát– lòng dũng cảm
비극	희극	Bi kịch – hài kịch
비밀	공개	Bí mật – công khai
비싸다	싸다	Đắt - rẻ
빈곤	부유	Khốn khó – đầy đủ
빈민	부자	Người nghèo – người giàu

ㅅ

사납다	온순하다	Hung dữ – hiền lành
사랑하는	미움	Yêu - ghét
사립	공립	Dân lập – công lập
사망	출생	Cái chết – sự sinh sôi
사실	허위	Sự thật – giả tưởng
사치	검손	Sự xa sỉ – sự tiết kiệm
사투리	표준말	Tiếng địa phương-Giọng chuẩn
사회	개인	Xã hội – cá nhân
산	들	Núi – cánh đồng
삼키다	뱉다	Nuốt- nhổ
상	벌	Thưởng- phạt
상륙	이륙	Sự hạ cánh – sự cất cánh
생산	소비	Sản xuất – tiêu dùng

생일	기일	Ngày sinh – ngày mất
서양	동양	Phương tây – phương đông
서투르다	익숙하다	Không quen biết – thành thạo
선생	학생	Thầy cô giáo – học sinh
선조	후손	Ong bà tổ tiên – con cháu
성공	실패	Thành công – thất bại
소득	손실	Thu nhập – tổn thất
소중	소홀	Tập trung – lơ đãng
속박	자유	Sự hạn chế – sự tự do
송신	수신	Sự truyền đi – sự tiếp nhận
수공업	기계공업	Ngành thủ công- ngành cơ khí.
수입	수출	Nhập khẩu – xuất khẩu
수줍다	활발하다	Rụt rè, e thẹn – Dạn dĩ
수출	수입	Xuất khẩu – nhập khẩu
순수	불순	Tính chân thật – Tính giả dối
숭고	저속	Cao thượng – khiếm nhã
숭배	경멸	Tôn sùng – sự khinh miệt
쉽다	어렵다	Dễ - khó
슬기롭다	어리석다	Khôn- ngu, dại
승낙	거부	Sự đồng ý – sự khước từ
시골	도시	Nông thôn – đô thị
승리	패배	Sự chiến thắng – sự thất bại

시외	시내	Ngoại thành – nội thành
식물	동물	Thực vật – động vật
심다	캐다	Trồng - nhổ
싸다	비싸다	Rẻ - đắt
싸움	평화	Chiến đấu – hòa bình

ㅇ

아내	남편	Vợ - chồng
아름답다	추하다	Tươi đẹp - Xấu
아직	이미	Chưa – đã, rồi
악독	인자	Sự nham hiểm – lòng nhân từ
안	밖	Trong - ngoài
안녕	불안	Bình an – bất an
안심	불안	An tâm – bất an
압박	해방	Áp lực – giải phóng
약하다	강하다	Yếu - mạnh
어른	아이	Người lớn – trẻ em
언니	여동생	Chị gái – em gái
얼다	녹다	Đóng băng – tan rã
엄금	권장	Sự cấm đoán – sự cổ vũ
여름	겨울	Mùa hè – Mùa đông
여성	남성	Nữ giới – nam giới

연결	절단	Liên kết – sự cắt rời
열심	태만	Sự nhiệt tình – chểnh mảng
옅다	짙다	Màu nhạt – sẫm màu
염색	퇴색	Nhuộm – bạc màu
영리	운둔	Lanh lợi - chậm chạp, đần
영원	순간	Mãi mãi – giây lát
예쁘다	밉다	Đẹp - xấu
오늘	내일	Hôm nay – ngày mai
오해	이해	Hiểu lầm - hiểu
오후	오전	Buổi chiều – buổi sáng
온순	난폭	Phục tùng – bạo lực
완강	나약	Tính bướng bỉnh – nhu nhược
완공	착수	Hoàn thành – sự bắt đầu
외국	내국	Nước ngoài – trong nước
요구	제공	Sự yêu cầu – sự đề nghị
용감	비굴	Dũng cảm – hèn nhát
우대	천대	Ưu tiên – xem nhẹ
우리	너희	Chúng tôi – Các bạn
우선	나중	Trước tiên – sau này
우승	참배	Sự chiến thắng – sự thất bại
웃음	울음	Cười - khóc
원료	제품	Nguyên liệu – thành phẩm

원인	결과	Nguyên nhân – kết quả
위험	안전	Nguy hiểm – an toàn
유명	무명	Nổi tiếng – không nổi tiếng
유지	폐지	Duy trì – xóa bỏ
육군	해군	Lục quân – hải quân
육지	바다	Bờ biển - biển
은혜	원한	Ân huệ - Oán thù
전체	부분	Đoàn thể – bộ phận
절약	낭비	Tiết kiệm – lãng phí
젊다	늙다	Trẻ - già
정당	부당	Sự công bằng – sự bất công
정리	문란	Sự sắp xếp – sự hỗn độn
정말	거짓말	Nói thật – nói dối
정신	육체	Tinh thần – cơ thể
저의	불의	Ngay thẳng – bất công
정지	진행	Sự ngừng lại – sự tiến hành
정확	부정확	Chính xác – không chính xác
제한	무제한	Hạn chế – không hạn chế
조상	자손	Ông bà tổ tiên – con cháu
조용하다	시끄럽다	Im lặng – ồn ào
조경	멸시	Sự tôn kính – sự xem thường
졸업	입학	Tốt nghiệp – nhập học

주인	하인/손님	Chủ - khách
죽음	삶	Cái chết – sự sống
준공	착공	Hoàn công – khởi công
중요	사소	Quan trọng–không quan trong
증가	감소	Tăng - giảm
지배	피지배	Chi phối- bị chi phối
지옥	극락/낙원	Địa ngục – thiên đàng
지하	지상	Dưới lòng đất – trên mặt đất
직선	곡선	Đường thẳng – đường cong
직접	간접	Trực tiếp – gián tiếp
질문	대답	Hỏi – đáp
짙다	엷다	Dày- mỏng
짧다	길다	Ngắn - dài

ㅊ

차다	뜨겁다	Lạnh - nóng
차도	인도	Đường xe đi- đường người đi
차별	평등	Không công bằng – công bằng
착하다	악하다	Hiền - ác
찬성	반대	Tán thành – phản đối
참석	불참	Tham gia – không tham gia
찹쌀	멥쌀	Gạo nếp – gạo tẻ

찾다	감추다	Tìm, kiếm – che dấu
처녀	총각	Thiếu nữ – trai tân
천국	지옥	Thiên đàng – địa ngục
천사	악마	Thiên thần – ác ma
첫차	막차	Chuyến xe đầu - chuyến xe cuối
청결	불결	Sự gọn gàng – sự lôi thôi
청춘	노년	Tuổi trẻ – tuổi già
최대	최소	Cao nhất – thấp nhất
출발	도착	Xuất phát – đến đích
춥다	덥다	Lạnh - nóng
충분	부족	Vừa đủ – thiếu thốn
충성	반역	Lòng trung thành – sự phản bội
충실	부실	Lòng trung thành – sự giả dối
친절	불친절	Thân thiện – không thân thiện

ㅋ

캄캄하다	환하다	Tối đen – sáng sủa
커지다	작아지다	Lớn lên - nhỏ đi
켜다	끄다	Bật - tắt
크다	작다	Lớn - nhỏ

ㅌ

타향	고향	Tha hương – quê hương
태만	노력	Không cố gắng – cố gắng
통일	분단/분열	Thống nhất – chia cắt
통하다	막히다	Thông qua – bị ngắt
퇴장	입장	Rời sân – vào sân
특별	보통	Đặc biệt – bình thường
튼튼하다	약하다	Rắn chắc - yếu
틀리다	맞다	Sai - đúng

ㅍ

파괴	건설	Sự phá hủy – sự xây dựng
팔다	사다	Bán - mua
펴다	접다	Mở ra – thu lại
편리	불편	Thuận tiện – bất tiện
편안	불안	Bình an – bất an
평야	산악	Đồng bằng – đồi núi
포근하다	쌀쌀하다	Ấm áp – lạnh lùng
표면	이면	Bề mặt – hai mặt
피다	지다	Nở - héo
필요	불필요	Cần thiết – không cần thiết

ㅎ

하류	상류	Hạ lưu – thượng lưu
하반기	상반기	6 tháng cuối năm – 6 tháng đầu năm
하차	승차	Xuống xe – lên xe
학생	선생	Học sinh – giáo viên
함께	따로	Cùng nhau – riêng biệt
항복	불복	Đầu hàng – không đầu hàng
항상	가끔	Luôn luôn – thỉnh thoảng
해결	미해결	Giải quyết – không giải quyết
해상	육상	Trên biển – trên đất liền
행복	불행/슬픔	Hạnh phúc – hạnh phúc
향기	악취	Mùi thơm – mùi khó chịu
향상	저하	Đi lên- đi xuống
허락	거절	Sự cho phép – sự khước từ
허위	진실	Hư cấu – sự thật
현대	고대	Hiện đại – cổ đại
현재	과거	Hiện tại – quá khứ
협력	방해	Hợp sức – chia rẻ, phân chia
형제	자매	Anh em trai – chị em gái
화물선	여객선	Tàu hàng- tàu khách
효도	불효	Đạo làm con – không vâng lời
흉년	풍년	Năm mất mùa – năm đượcmùa
희망	실망	Hy vọng – thất vọng

같은말
TỪ ĐỒNG NGHĨA

ㄱ

가	가장자리	Ở giữa, giữa
가끔	간혹, 때때로	Thỉnh thoảng, đôi khi
가난	구차, 빈곤	Nghèo, khốn khó
가망	희망	Hy vọng
마물	한발	Một bước chân
가없다	불쌍하다	Đáng thương, tội nghiệp
가족	식구	Gia đình, gia tộc, dòng tộc
가짜	거짓	Giả
간섭	참견	Tham gia ý kiến
감격	감동	Cảm động
감독	감시	Giảm tốc
감정	심정	Tình cảm
감탄	감격	Sự thán phục, sự hâm mộ
강연	연설	Diễn thuyết
개선	개량	Cải thiện, cải tiến

개척	개간, 개발	Phát triển
거절	거부	Cự tuyệt
걱정	근심	Lo lắng
겨레	민족	Dân tộc
결과	성과	Kết quả
결심	각오	Quyết tâm
겸손	공손, 겸양	Khiêm tốn
경비	비용	Chi phí
경영	운영	Kinh doanh
경험	체험	Kinh nghiệm
계속	연속	Tiếp tục
고국	본국, 조국	Quê hương
고단하다	피곤하다	Mệt mỏi
고맙다	감사하다	Cảm ơn
공손히	겸손히	Khiêm tốn
과실	과일	Trái cây
구조	구원	Cứu trợ, cứu hộ
국가	나라	Đất nước
국민	백성, 인민	Nhân dân
군사	군대	Quân đội
군함	전함	Tàu chiến
권세	세력, 권력	Thế lực, quyền lực

근원	근본	Căn bản
글자	문자	Chữ viết
금년	올해	Năm nay
급속히	신속히	Cấp tốc
기구	도구	Công cụ
기쁘다	즐겁다	Vui, mừng
기색	안색	Khí sắc
끌다	당기다	Kéo, lôi kéo

ㄴ

나라	국가	Đất nước
나이	연령	Tuổi
날씨	일기	Thời tiết
낯익다	익숙하다	Thành thạo, thành thục
네모.	사각	Bốn gốc, tứ giác
노력	진력	Nỗ lực, cố gắng
노예	노비.	Nô lệ
동지	동료	Đồng chí
동창	동문	Bạn học, đồng môn
두렵다	무섭다	Sợ, sợ hãi
두메	산골	Một làng miền núi
둘레	주위	Đường tròn, chu vi

들판	평야	Cánh đồng, đồng bằng
땅	토지, 대지	Đất
때	시간, 시대	Khi, thời gian
때문	까닭	Nguyên nhân, lý do
뜻	의미	Ý nghĩa

ㅁ

마침내	드디어	Cuối cùng
만약	만일	Nếu
매월	매달	Hàng tháng, mỗi tháng
매일	날마다	Mỗi ngày, hàng ngày
먼저	우선	Đầu tiên, trước tiên
멸시	천시	Sự khinh bỉ, sự coi thường
명령	지시	Mệnh lệnh, chỉ thị
명예	명성	Danh dự, danh giá
모습	모양	Hình dáng
모욕	욕, 치욕	Sự lăng nhục, sự khinh miệt
목재	재목	Gỗ làm nhà
목적	목표	Mục đích
몸	신체	Thân thể
몸짓	행동	Điệu bộ, cử chỉ
몹시	매우	Rất

묘하다	야릇하다	Tinh tế, trang nhã
무덤	뫼, 산소	Ngôi mộ, nấm mộ
무리	떼	Lũ, bọn, nhóm
무시	멸시	Không để ý đến
무섭다	두렵다	Sợ
문명	문화	Văn hóa
물결	파문, 파도	Cơn sóng, đợt sóng
물음	질문	Câu hỏi
미개	야만, 원시	Dã man, man rợ
미처	아직	Chưa
믿음	신앙, 신의	Sự tin tưởng

ㅂ

바닷가	해변	Bờ biển, bãi biển
바라다	원하다	Mong muốn, khát khao
바르다	곧다, 옳다	Thẳng, trực tiếp
반격	역습	Sự phản công
반대말	맞선말	Lời phản đối, lời đối lập
반대편	맞은편	Phe đối lập, đối phương
반드시	꼭	Chắc chắn
발행	발간	Phát hành
밝다	환하다	Sáng ngời, sáng sủa

방도	방법, 방책	Phương pháp
방면	방향	Phương hướng
방법	수단	Phương pháp
방지	수비	Sự đề phòng, sự ngăn cản
방향	방면	Phương hướng
뱃사람	선원	Thủy thủ
버릇	습성, 습관	Thói quen, tập quán
법칙	규칙	Quy tắc
변화	변동, 변천	Thay đổi, biến hóa
별안간	갑자기	Bỗng nhiên, bất ngờ
병기	무기	Vũ khí
병력	군사력	Bệnh án
병원	의원	Bệnh viện
보배	보물	Ngọc ngà, châu báu
보복	앙갚음	Sự trả đũa, sự trả thù
보통	평범	Bình thường
보호	옹호	Số hiệu
복종	순종	Sự vâng lời, sự tuân lệnh
본보기	모범	Mẫu, gương mẫu
부모	양친	Bố mẹ
부부	내외	Vợ chồng
부유	풍족	Sự giàu có, sự thịnh vượng

한국어-베트남어 사전

부인	아내	Phu nhân, vợ
분간	구별	Sự phân biệt, nét đặc biệt
분명	확실	Sự rõ ràng, sự hiển nhiên
분야	부문	Khu vực hoạt động
불만	불평	Sự không hài lòng, sự bất mãn
비난	비방	Sự phê bình, lời chỉ trích
비록	다만	Nhật ký
비밀	기밀	Bí mật
비참	참혹	Tình trạng khốn khổ
뺨	볼	Đôi má

ㅅ

사납다	고약하다	Hung dữ, dữ tợn
사람	인간, 인류	Con người, nhân loại
사명	임무	Nhiệm vụ, sứ mệnh
사실	진실	Sự thật
사연	내용	Nội dung
사정	형편	Trường hợp, chuyện đột xuất
상대편	상대방	Đối phương
생명	목숨	Sự sống, sức truyền cảm
생활	생존, 생계	Cuộc sống, sinh hoạt
서럽다	슬프다	Phiền não, đau buồn

선전	광고	Quảng cáo, tuyên truyền
성격	성품	Tính tình, tính cách
성능	기능	Khả năng, tính năng
성명	이름, 성함	Họ tên
성질	성미	Bản tính, tính khí
세력	권력, 권세	Thế lực, quyền lực
세밀히	자세히	Một cách tỉ mỉ, chi tiết
세상	세계, 천하	Thế gian, thế giới
소동	소란	Sự quấy rầy, sự náo động
소모	소비	Sự tàn phá, sự phá hủy
수문	풍문	Cửa cống
소식	소문	Tin tức
소용	필요	Sự cần thiết
소원	소망	Nguồn
소중	귀중	Quan trọng
속국	식민지	Một quốc gia thuộc địa
속도	속력	Tốc độ, tốc lực
손해	손실	Sự thiệt hại, sự tổn thất
쇠약	허약	Sự gầy mòn hốc hác
수고	고생, 노고	Sự vất vả, khổ sở
숭배	존경, 숭상	Sự tôn kính
숲	산림	Lùm cây, khu rừng nhỏ

스승	선생	Thầy cô giáo
슬기	재주	Sự từng trải, tính cẩn thận
슬픔	설움	Nỗi buồn
습관	습성, 관습	Tập quán, thói quen, tập tục
승패	승부	Chiến thắng và thất bại
시늉	흉내	Sự noi gương, sự bắt chước
시대	시절	Thời đại
시작	개시	Sự bắt đầu
시험	실험, 고사	Kỳ thi, kỳ kiểm tra
식량	양식	Thức ăn, thức ăn dự trữ
신세	처지	Số phận, hoàn cảnh
신앙	종교	Tôn giáo
실망	사실	Sự thất vọng

ㅇ

아기	아이	Đứa trẻ, đứa bé
아내	처	Vợ
아마	대개	Có lẽ
아우	동생	Người em
아주	매우	Rất, rất là
애씀	노력	Sự nỗ lực, sự cố gắng
애원	애소, 간청	Sự cầu xin, sự năn nỉ

양지	양달	Sự am hiểu, sự hiểu biết
어렵다	힘들다	Khó khăn, vất vả
어른	성인	Người lớn, người trưởng thành
어린이	아동	Đứa trẻ, đứa bé con
언제나	항상	Luôn luôn, bất cứ lúc nào
얼른	빨리	Nhanh
엄격	엄중	Sự nghiêm khắc, nghiêm nghị
업적	공적	Tác phẩm, thành tích
여간	보통	Thông thường, bình thường
열심	열중	Sự nhiệt tình, sự hăng hái
염려	우려	Mối băn khoăn
옆	곁	Bên cạnh
예쁘다	곱다	Đẹp, xinh
예전	그전,옛날	Ngày xưa, ngày trước
예절	예의	Sự đúng mực, sự đúng đắn
예정	계획	Dự định, kế hoạch
오늘	금일,현대	Hôm nay, hiện tại
옥좌	왕좌	Ngai vàng, bệ ngọc
옷차림	복장	Áo quần
완강히	굳세게	Bướng bỉnh, lì lợm
완성	완수,완료	Hoàn thành
완전	온전	Sự hoàn chỉnh, sự hoàn thiện

외국	타국	Ngoại quốc, nước
욕심	욕망	Tính tham lam, lòng tham
용감	용맹	Tính dũng cảm
용기	패기	Dũng khí
운명	운수, 숙명	Vận mệnh, số mệnh
원래	본래	Khởi đầu, nguyên thủy
원수	적	Thủ lĩnh, lãnh tụ
원시	야만	Căn nguyên, nguồn gốc
월급	봉급	Lương
위로	위안	Sự an ủi, niềm khuây khỏa
유명	저명	Sự nổi tiếng
응원	후원, 성원	Sự giúp đỡ, sự cứu giúp
의견	의사	Bác sĩ
의기	기상	Lòng can đảm, sự nhiệt tâm
의문	의심	Sự nghi ngờ, sự ngờ vực
의식	정신	Sự hiểu biết, ý thức
의욕	욕망	Ý muốn, sự mong muốn
이름	성명	Họ tên
이미	벌써	Đã rồi
이번	금번	Lần này
이웃	인근	Hàng xóm, láng giềng
이익	이득, 유익	Lợi ích, lợi tức

이자	이식	Tiền lãi
인간	인류	Nhân loại, nhân gian
인도	안내	Sự hướng dẫn
인물	인재	Nhân cách, tính cách
인품	인격	Tính cách, cá tính
일생	평생	Cả đời, trọn đời
일시	동시	Đồng thời, cùng một lúc
일제히	한꺼번에	Cùng một lúc
일행	동행	Đoàn, toán, đội
임금	왕	Tiền lương, tiền công
임원	역원	Công chức, viên chức
입장	등장	Sự thu vào, sự thu nạp

ㅈ

자랑하다	뽐내다	Tự hào, hãnh diện
자료	재료	Tự liệu, tài liệu
자신	자기	Tự bản thân
자원	자산	Tìm lực, tìm năng
잠시	잠깐	Một chốc, một lát
잡음	소음	Tạp âm
장	시장	Chợ, thị trường
장님	소경	Người mù

장단	박자	Nhịp đập
장수	상인	Sự trường thọ
장엄	웅장	Hùng vĩ, trang nghiêm
장치	설비	Trang thiết bị, hệ thống
장하다	훌륭하다	Vĩ đại, nguy nga
재능	재주	Năng khiếu, tài năng
저축	저금	Sự tiết kiệm
적당	적절	Sự thích hợp , sự vừa nặn
전부	전체	Toàn thể, tập thể
전송	배웅	Sự chuyển giao, sự truyền tin
전쟁	전투	Chiến tranh
정말	참말	Sự thật, thực tế
정성	성심	Sự chân thành, sự trung thực
정신	마음	Tấm lòng
정원	뜰	Nhân viên chính thức
제안	제의	Dự án, đề án
제작	제조	Sự sản xuất, sự chế tạo
조사	검사	Sự kiểm tra, điều tra
조상	선조	Ông bà tổ tiên
조심	주의	Chú ý, cẩn thận
조절	조정	Sự điều chỉnh, sự chỉnh lý
조종사	비행사	Người điều khiển, phi công

존중	존재	Lòng quý mến, sự kính trọng
종류	종목	Loại, hạng, khoản
주목	주시	Sự chú ý, sự để ý
주의	경고	Sự chú ý, sự nhận biết
주저하다	망설이다	Do dự, ngập ngừng
죽음	사망	Cái chết
준비	마련	Sự chuẩn bị
중단	정지	Bến đỗ, chỗ dừng
중대	중요	Quan trọng
중도	중간	Chính giữa, trung gian
즈음	당시	Dịp, cơ hội, thời cơ
지금	현재, 이제	Bây giờ, hiện tại
지방	지역	Khu vực, vùng, lãnh thổ
지저분하다	더럽다	Lộn xộn, bừa bãi
진찰	진단	Sự chuẩn đoán, sự xét nghiệm

ㅊ

차도	찻길	Đường dành riêng cho xe chạy
차례	순서	Trật tự, thứ tự
차별	구별	Sự phân biệt, tính cục bộ
찬성	동의	Đồng ý
참석	출석	Tham gia, tham dự

책임	임무	Trách nhiệm, nhiệm vụ
처리	처치	Cách trình bày, cách bố trí
처벌	형벌	Sự trừng phạt, hình phạt
천연	자연	Tự nhiên
초대	초청	Sự mời mọc
추석	한가위	Tết trung thu
축하	축복	Chúc mừng, chúc phúc
친구	동무	Bạn bè, đồng nghiệp
친근	친절	Sự chân thành, sự mật thiết
칭찬	칭송	Sự tuyên dương, sự tán dương

ㅋ

캄캄하다	어둡다	Tối, tối đen
컵	잔	Tách, ly
큰길	한길	Đường chính, đường cái
큰물	홍수	Trận lũ lụt, nạn lụt
키	신장	Chiều cao, vóc người

ㅌ

타향	객지	Địa phương khác, xứ khác
탈	가면	Mặt nạ, ngụy trang
탐정	밀정	Việc thám hiểm, điều tra

탐험	탐색	Điều tra, thăm dò
토대	기본	Nền móng
토론	토의	Cuộc tranh luận, thảo luận
통나무	원목	Khúc gỗ mới đốn hạ xuống
통지	고지	Thông báo, báo tin
퇴직	퇴임	Sự từ chức, thôi việc
특별히	유난히	Một cách đặc biệt
특수	특히, 특별	Đặc biệt
특징	특색	Đặc trưng
틀림없다	어김없다	Đúng, chính xác
틈	사이	Đường nứt, khe hở

ㅍ

파견	파송	Sự gửi đi, sự phát đi
파멸	멸망	Sự thất bại, sự tàn phá, đổ nát
평범	일반	Bình thường, tầm thường
평생	일생	Cả đời, suốt đời
평소	평시	Thường lệ, bình thường
평안	안녕, 편안	Bình an, bình yên
풍경	광경, 경치	Phong cảnh
풍부	풍족	Phong phú, sung túc
풍속	풍습	Phong tục

피난	피란	Nơi ẩn náu, nơi tránh nạn
피해	손해	Sự tổn thất, sự hư hại
필경	결국, 마침내	Kết cục, rốt cuộc

ㅎ

하늘	공중	Bầu trời, không trung
학문	학술	Sự nghiên cứu, khảo sát
학자	선비	Học giả, nhà trí thức
한참	한동안	Cùng một thời gian
한층	한결	Nổi bật, dễ nhận thấy
함께	같이	Cùng với, với
항상	항시, 늘	Luôn luôn
해안	해변	Bờ biển, bãi biển
허락	승낙	Sự đồng ý, sự thỏa thuận
헤엄	수영	Sự bơi lội
협력	협심	Hợp sức, đồng lòng
혹시	행여	Có lẽ
확실	정확	Chính xác
환영	영접, 환대	Sự đón chào
활기	활발	Sinh lực, sinh khí
활동	활약	Hoạt động
회견	면회, 접견	Cuộc gặp gỡ, cuộc phỏng vấn

회담	회의	Hội nghị, hội đàm
회복	복구	Hồi phục
회상	회고	Hồi tưởng, nhớ lại
효과	보람	Hiệu quả
효도	효성	Đạo làm con
후회	참회	Sự hối hận, sự thú tội
훈련	연습	Luyện tập
흉내	모방	Sự bắt chước, mô phỏng
흔히	자주	Thường xuyên
흥미	재미	Thú vị, thích thú
희망	소망	Hy vọng
힘	기운	Sức mạnh

저자 연혁:

- 1974년 베트남 Nghe An 출생
- 1995년 하노이국립대 중국어과 졸업
- 1997년 연세어학당 한국어 연수
- 1998년 호치민 노동청 인력송출회사
  　　　　　　　서울지사 담당
- 2000년 주한 베트남대사관 노무 담당
- 現 가나다 한국어학당 학원장, 홍방대학교
  한국어 강사
- **한국어-베트남어 사전 저 (문예림)**

협조 개발:

　　　　　DVC 베트남법인과 가나다어학당:
　　　　　한국어 베트남어 전문교육
　　　　　한국어 베트남어 통번역,
　　　　　투자 컨설팅, 시장조사 대행 등